ഗോൾവാൾക്കറുടെ

നാം അഥവാ നമ്മുടെ രാഷ്ട്രത്വം നിർവ്വചിക്കപ്പെടുന്നു

ഒരു വിമർശനം

Golwalkarude naam adhava nammude rashtratwam nirvachikapedunnu oru vimarsanam

Shamsul Islam

Translation of
Golwalkar's we or our nationhood defined a critique

Originally Published
Pharos Media & Publishing Pvt Ltd New Delhi

Tanslation
A N Satyadas

CHINTHA PUBLISHERS
Thiruvananthapuram

First Edition
May 2009

Second Edition
August 2022

Published & Typesetting
Chintha Publishers, Thiruvananthapuram

Printed at
Repro India Ltd, Mumbai

Cover Design
Magic Wand

ISBN : 978-81-26201-91-4

CR - 3223 / 6109

₹ 210

Email: chinthapublishers@gmail.com
Website: www.chinthapublishers.com

A version is available at National Libraries
Kolkata, Mumbai, Chennai and Delhi

Distribution
DESHABHIMANI BOOKHOUSE
H O Thiruvananthapuram 695035

Branch
Head Office Kunnukuzhi • Statue Thiruvananthapuram
KSRTC Bus Terminal Thampanoor • Saphalyam Complex Thiruvananthapuram
KSRTC Bus Station Alappuzha • KSRTC Bus Station Ernakulam
Machingal Lane Thrissur • IG Road Kozhikode
Mavoor Road Kozhikode • NGO Union Building Kannur
Central Bus Terminal Complex Thavakkara Kannur

ഗോൾവാൾക്കറുടെ

നാം അഥവാ നമ്മുടെ രാഷ്ട്രത്വം നിർവ്വചിക്കപ്പെടുന്നു

ഒരു വിമർശനം

ഷംസുൽ ഇസ്ലാം

വിവർത്തനം
എ എൻ സത്യദാസ്

ചിന്ത പബ്ലിഷേഴ്സ്
തിരുവനന്തപുരം-695 035
വില : ₹ 210

ഡോ. ഷംസുൽ ഇസ്ലാം

ഡൽഹി യൂണിവേഴ്സിറ്റിക്കു കീഴിലുള്ള സത്യവതി കോളേജിലെ രാഷ്ട്രതന്ത്രവിഭാഗം പ്രൊഫസർ. തെരുവുനാടകരംഗത്ത് സജീവം. സാമ്രാജ്യത്വത്തിനും ഫാസിസത്തിനും സ്ത്രീവിവേചനത്തിനുമെതിരെ നിരന്തരം എഴുതുന്നു.

Undoing India the RSS Way, Know the RSS, Golwarkar's We or our nationhood defined A Critique, Religious Dimensions of Indian Nationalism എന്നിവ പ്രസിദ്ധീകരിക്കപ്പെട്ട കൃതികളിൽ പ്രധാനം.

ഉള്ളടക്കം

സമർപ്പണം

അസഹിഷ്ണുതയ്ക്ക് ഒരിക്കലും കീഴടങ്ങരുതെന്ന്
എന്നെ പഠിപ്പിച്ച
എന്റെ ഗുരുനാഥനായ പ്രൊഫസർ
മനോരഞ്ജ്ജൻ മൊഹന്തിക്ക്

ആമുഖം

രാഷ്ട്രീയ സ്വയം സേവക് സംഘി(ആർ എസ് എസ്)ന്റെ രണ്ടാമത്തെ 'സർസംഘ്ചാലക്' ആയ എം എസ് ഗോൾവാൾക്കറെ 'പുനർജനിക്കുന്ന ഒരു ഇന്ത്യയുടെ പ്രവാചകൻ', 'ഒരു വിശുദ്ധൻ', 'ഒരു പുതിയ വിവേകാനന്ദൻ', 'ഭാരതമാതാവിന്റെ അത്യുത്തമ പുത്രൻ', 'ഇരുപതാം നൂറ്റാണ്ടിലെ ഹിന്ദുസമൂഹത്തിന് ലഭിച്ച ഏറ്റവും വലിയ സമ്മാനം' എന്നൊക്കെയുള്ള നിലകളിൽ അവരോധിക്കാൻ സമീപ കാലത്ത് ആർ എസ് എസ് സംഘടിതമായ തീവ്രശ്രമത്തിലാണ്. ആയുഷ്കാലം മുഴുവനും ഗോൾവാൾക്കർ ജാതീയതയും വർണവെറിയും സാമ്രാജ്യത്വവാദവും അവിഭാജ്യ ഘടകങ്ങളായിട്ടുള്ള ഹിന്ദുത്വ ആശയത്തെ മുറുകെ പിടിച്ചിരുന്നു എന്ന വസ്തുത നിലനിൽക്കേ തന്നെയണ് ഇതെല്ലാം അരങ്ങേറുന്നത്. മുസ്ലീങ്ങൾക്കും ക്രിസ്ത്യാനികൾക്കും രണ്ടാം തരം പൗരത്വം മാത്രമനുവദിച്ചുകൊണ്ട് ഇന്ത്യയിൽ ഒരു ഹിന്ദുരാഷ്ട്രം സ്ഥാപിക്കണമെന്ന് അദ്ദേഹം നിരന്തരം വാദിച്ചിരുന്നു. അദ്ദേഹത്തിന്റെ നേതൃത്വത്തിൻ കീഴിൽ ജനാധിപത്യത്തെയും മതേതരത്വത്തെയും തുല്യതയെയും ശക്തമായി എതിർക്കുന്ന ഒരു പ്രബല സംഘടനയായി ആർ എസ് എസ് വളർന്നു. ആർ എസ് എസിന്റെ എല്ലാത്തരം സമ്മർദങ്ങളുമുണ്ടായിട്ടും, ആ സംഘടനയുടെ മുതിർന്ന അനുയായികളായ അടൽ ബിഹാരി വാജ്പേയിക്കും ലാൽകൃഷ്ണ അദ്വാനിക്കും കീഴിലുള്ള ദേശീയ ജനാധിപത്യസഖ്യ സർക്കാർ (19982004) ഗോൾവാൾക്കർക്ക് രാജ്യത്തിലെ പരമോന്നത ബഹുമതിയായ ഭാരതരത്ന സമ്മാനിക്കാൻ ധൈര്യപ്പെടാതിരുന്നതിനുള്ള കാരണവും അതുതന്നെയാണ്.

ഗോൾവാൾക്കറുടെ ജീവിതത്തിന്റെയും വിശ്വാസങ്ങളുടെയും യഥാർഥ വസ്തുതകൾ നിരത്തുകയാണ് ഈ ഗ്രന്ഥത്തിന്റെ ഉദ്ദേശ്യം.

അതിനായി ഗോൾവാൾക്കറുടെ യഥാർഥ രചനകൾ, ആർ എസ് എസ് പ്രസിദ്ധീകരണങ്ങൾ, ആർക്കൈവ്സിൽ ലഭ്യമായിട്ടുള്ള രേഖകൾ, ഇതുവരെ സാധാരണക്കാർക്ക് ലഭ്യമല്ലാതിരുന്ന മറ്റ് ആർ എസ് എസ് രേഖകൾ എന്നിവയെ മാത്രമാണ് ഞാൻ ആശ്രയിച്ചിട്ടുള്ളത്. അവയാകട്ടെ, രാജ്യത്തിന്റെ വിവിധ ഭാഗങ്ങളിൽ നിന്നും കഴിഞ്ഞ 35 വർഷങ്ങളായി സമാഹരിക്കാൻ എനിക്ക് സാധിച്ചിട്ടുള്ളവയുമാണ്. യഥാർഥ ഗോൾവാൾക്കറെ അറിയുന്നതിനായി *വീ ഓർ ഔർ നേഷൻ ഹുഡ് ഡിഫൈൻഡ് (We or our Nationhood Defined* -[1939] നാം അഥവാ നമ്മുടെ രാഷ്ട്രത്വം നിർവചിക്കപ്പെട്ടിരിക്കുന്നു) എന്ന പുസ്തകത്തിന്റെ യഥാർഥ ടെക്സ്റ്റ് ഈ ഗ്രന്ഥത്തിൽ ഞാൻ ഉൾക്കൊള്ളിച്ചിട്ടുണ്ട്. ഹിന്ദു രാഷ്ട്രത്തെക്കുറിച്ചുള്ള ആർ എസ് എസിന്റെ ആശയം മനസിലാക്കാൻ 1947 ന് ശേഷം ലഭ്യമല്ലാതിരുന്ന, ഏറ്റവും പ്രധാനപ്പെട്ട ടെക്സ്റ്റാണ് *വീ ഓർ ഔർ നാഷൻ ഹുഡ് ഡിഫൈൻഡ്.* അതിന്റെ കർത്തൃത്വം വിവാദപരമാണെങ്കിലും (ആർ എസ് എസിന്റെ നിലപാടനുസരിച്ച്, അത് രചിച്ചതാരാണെന്ന് ആർക്കുമറിയില്ല) ആർ എസ് എസിനെയും ഹിന്ദുത്വത്തെയും കുറിച്ചുള്ള ദുരൂഹതകൾ നീക്കം ചെയ്യാൻ ശ്രമിക്കുന്ന ഗവേഷകർക്ക് ആ ടെക്സ്റ്റ് ഈ ഗ്രന്ഥത്തിൽ ഉൾപ്പെടുത്തിയത് തികച്ചും സഹായകരമാകുമെന്നാണ് എന്റെ വിശ്വാസം.

പ്രൊഫ. രൺധീർ സിംഗ്, പ്രൊഫ. മനോരഞ്ജൻ മൊഹന്തി, പ്രൊഫ. സഹൂർ മുഹമ്മദ് ഖാൻ എന്നിവരുടെ വിമർശനാത്മക മൂല്യ നിർണയവും പ്രോത്സാഹനവും ഉണ്ടായിരുന്നില്ലെങ്കിൽ ഈ രചന സാധ്യമാവുമായിരുന്നില്ല. അവരോട് ആത്മാർഥമായും ഞാൻ കടപ്പെട്ടിരിക്കുന്നു.

കൂടാതെ, രചനകളിലൂടെയും അഭിപ്രായങ്ങളിലൂടെയും എനിക്ക് പ്രചോദനവും വ്യക്തതയും ലഭ്യമാക്കിത്തന്ന ശ്രീ. എ ജി നൂറാനി, ഡോ. ബദ്രി റെയ്ന, ഡോ. അമർ ഫറൂഖി, ഡോ. ആനന്ദ് ടെൽറ്റുംബ്ദേ, ശ്രീ. അനിൽ നൗരിയ, പ്രൊഫ. ഇംതിയാസ് അഹമ്മദ്, ഡോ. ജോയി മംഗലം, ഡോ. ജോൺ ദയാൽ, ശ്രീ. കെ ബി സക്സേന മിസ് മാനിനി ചാറ്റർജി, ശ്രീ. നന്ദ്‌ലാൽ ഗുപ്ത, മിസ് നീനാ വ്യാസ്, ഡോ. പ്രഗ്യ, ഡോ. പ്രേംസിങ്, ഡോ. രവിശങ്കർ, ഡോ. രാകേഷ്, ഡോ. റാം പുനിയാനി, പ്രൊഫ. റോമില ഥാപർ, ശ്രീ. ശിവകുമാർ മിശ്ര, ശ്രീ. സിദ്ധാർഥ വരദരാജൻ, ശ്രീ. സുഭാഷ് ഗറ്റാഡെ, ശ്രീ. സുധീർ വിദ്യാർഥി, ശ്രീ. ടെഡ് സ്പെൻസൺ, മിസ് റ്റീസ്റ്റാ സെറ്റൽവാഡ് എന്നിവരോടും ഞാൻ കൃതജ്ഞതയുള്ളവനാണ്.

*ദി മില്ലി ഗസറ്റി*ന്റെ എഡിറ്ററായ ഡോ. സഫറുൽ ഇസ്ലാംഖാനോട് ഞാൻ പ്രത്യേകം നന്ദി പറയുന്നു. അദ്ദേഹത്തിന്റെ നിരന്തരമായ പ്രോത്സാഹനവും ഓർമപ്പെടുത്തലുകളുമാണ് ഈ ഗ്രന്ഥം പൂർത്തിയാക്കാൻ എനിക്ക് സഹായകമായത്. അപ്രത്യക്ഷമായിക്കഴിഞ്ഞ *വീ ഓർ ഔർ നേഷൻ ഹുഡ് ഡിഫൈൻഡ്* എന്ന ഗ്രന്ഥത്തിന്റെ 1939 ലെ പതിപ്പ് കണ്ടെത്തുന്നതിന് അദ്ദേഹവും സംഘവും വളരെ ശ്രമകരമായിട്ടാണ് പ്രവർത്തിച്ചത്.

എന്റെ ഏറ്റവും വലിയ ശക്തിസ്രോതസ് എന്റെ ഭാര്യ നീലിമ ശർമ, മകൾ ഷിരിൻ, മരുമകൻ സമീർ ദോസാനി എന്നിവരായിരുന്നു. അവരോടും ഞാൻ കടപ്പെട്ടിരിക്കുന്നു.

ഒപ്പം, എല്ലായ്പ്പോഴും കൂടിക്കൊണ്ടിരുന്ന എന്റെ ആവശ്യം നിറവേറ്റുന്നതിൽ എന്നെ സഹായിച്ച നെഹ്റു മെമ്മോറിയൽ മ്യൂസിയം ലൈബ്രറി, രത്തൻ റ്റാറ്റാ ലൈബ്രറി, അജോയ് ഭവൻ ലൈബ്രറി, ഗാന്ധി മെമ്മോറിയൽ ലൈബ്രറി, വല്ലഭായ് പട്ടേൽ മെമ്മോറിയൽ ലൈബ്രറി, നാഷണൽ ആർക്കൈവ്സ്, സെൻട്രൽ സെക്രട്ടറിയേറ്റ് ലൈബ്രറി, ജാമിയ മില്ലിയ ഇസ്ലാമിക് ലൈബ്രറി, സത്യവതി കോളേജ് (പ്രഭാത പ്രദോഷ) ലൈബ്രറികൾ (ഇവയെല്ലാം ഡൽഹിയിലുള്ളവയാണ്) ഖുദാ ബക്ഷ് ലൈബ്രറി (പാറ്റ്ന), നാഷണൽ ലൈബ്രറി (കൽക്കത്ത), ഷിബ്ലി അക്കാഡമി ലൈബ്രറി (അസംഗഢ്) എന്നീ സ്ഥാപനങ്ങളിലെ ജീവനക്കാരോടും ഞാനെന്റെ കൃതജ്ഞത ഇവിടെ രേഖപ്പെടുത്തുന്നു.

പ്രവേശിക

ആർ എസ് എസുകാർക്കിടയിൽ ഗുരുജി എന്ന് അറിയപ്പെടുന്ന, ആ സംഘടനയുടെ രണ്ടാമത്തെ സർ സംഘ് ചാലക് ആയ മാധവ് സദാശിവ് ഗോൾവാൾക്കറുടെ ജന്മശതാബ്ദി ആ സംഘടന അത്യാഘോഷത്തോടും പ്രകടനപരതയോടും ആഘോഷിക്കുന്ന വേളയാണിത്. പരസ്യമോ വ്യക്തികളുടെ മഹത്വവൽക്കരണമോ ഇഷ്ടപ്പെടുന്നില്ലെന്ന് അവകാശപ്പെടുന്ന ആ സംഘടന രാജ്യത്തുടനീളം ഹെഡ്ഗേവാറുടെയും ഗോൾവാൾക്കറുടെയും വലിപ്പമേറിയ ചിത്രങ്ങൾ പ്രദർശിപ്പിച്ചിരിക്കുകയാണ്. തീർച്ചയായും അവയിൽ ഏറെ പ്രാമുഖ്യമുള്ളത് ഗോൾവാൾക്കറുടെ ചിത്രങ്ങൾക്കാണ്. ആർ എസ് എസിന്റെ സ്ഥാപകനായ കേശവ് ബലിറാം ഹെഡ്ഗേവറുടെ ജന്മശതാബ്ദി ആഘോഷങ്ങളിലോ മുമ്പ് മറ്റെപ്പോഴെങ്കിലുമോ കണ്ടിട്ടില്ലാത്ത തരത്തിലുള്ള പ്രാമുഖ്യം നൽകിക്കൊണ്ടാണ് പരസ്യ ഏജൻസികളും രാഷ്ട്രീയ നേതാക്കളും ഗോൾവാൾക്കറെ ഉയർത്തിക്കാണിക്കാൻ മത്സരിക്കുന്നത്.

'സാമൂഹിക പരസ്പര ഐക്യം' (സാമാജിക് സംരസ്താ) എന്ന മുദ്രാവാക്യം ഉയർത്തിക്കൊണ്ടാണ് 2006 ഫെബ്രുവരി 24 ന് ആർ എസ് എസ് കേന്ദ്രകാര്യാലയമായ നാഗ്പൂരിലെ റേഷൻബാഗിൽ ഒരുവർഷക്കാലം നീണ്ടു നിൽക്കുന്ന ഗോൾവാൾക്കറുടെ ജന്മശതാബ്ദി ആഘോഷങ്ങളുടെ ഉൽഘാടനം നടന്നത്.[1] ആർ എസ് എസ്, വിശ്വഹിന്ദു പരിഷത്, ബജ്റംഗ്ദൾ, ബി ജെ പി എന്നിവയുടെ നേതാക്കളും അവരുടെ മുഖ്യമന്ത്രിമാരും 'ഗുരുജി'യെ ഒരു 'ദീർഘദർശി', 'ഉയിർത്തെഴുന്നേൽക്കുന്ന ഇന്ത്യയുടെ പ്രവാചകൻ', 'ഒരു വിശുദ്ധൻ' 'രാഷ്ട്രത്തിന്റെയും ധർമത്തിന്റെയും യഥാർഥ ആരാധകൻ' എന്നൊക്കെയാണ് വിശേഷിപ്പിച്ചത്. ആർ എസ് എസിൽ ചേരാതെ രാമകൃഷ്ണമിഷനിൽ തുടർന്നിരു

ന്നുവെങ്കിൽ ഗോൾവാൾക്കർ പുതിയൊരു വിവേകാനന്ദനായിത്തീരുമായിരുന്നുവെന്നാണ് ഇപ്പോഴത്തെ ആർ എസ് എസിന്റെ സർസംഘ് ചാലക് ആയ കെ എസ് സുദർശൻ അവകാശപ്പെട്ടത്.[2] ഗോൾവാൾക്കർ ഉയർത്തിപ്പിടിച്ച ഹിന്ദുത്വത്തിന് വേണ്ടി പൊരുതുന്നതാണ് അദ്ദേഹത്തിനുള്ള യഥാർഥ ആദരാഞ്ജലിയെന്ന് ജ്യോതിഷ്പീഠ ശങ്കരാചാര്യയായ സ്വാമി വസുദേവാനന്ദ് സരസ്വതി പ്രഖ്യാപിച്ചു. 2011ഓടെ ലോകം മുഴുവനും ഹിന്ദൂയിസത്തിന്റെ സ്വാധീനത്തിൻ കീഴിലാവുമെന്നും അദ്ദേഹം പ്രത്യാശിച്ചു. ആർ എസ് എസിനോട് വളരെ അടുപ്പമുള്ള മറ്റൊരു സ്വാമിയായ സത്യമിത്രാനന്ദ് ഗിരി പറഞ്ഞത്: 'ശ്രീ ഗുരുജി ലഭ്യമാക്കിത്തന്ന ഹിന്ദുരാഷ്ട്ര എന്ന സ്വപ്നം യഥാർഥ്യമായി കാണാൻ ജന്മവാർഷികത്തിലൂടെ നമുക്കെല്ലാം അവസരമുണ്ടാവും' എന്നാണ്.[3] ജന്മശതാബ്ദി കമ്മിറ്റിയുടെ പ്രസിഡന്റായ രാമജോയ്സ് ഗോൾവാൾക്കറെ വിവരിച്ചത്. രാഷ്ട്രത്തിന്റെ മാർഗത്തിൽ അന്ധകാരത്തിന്റെ തടസത്തെ ഇല്ലായ്മ ചെയ്ത രാഷ്ട്രത്തിന്റെ അത്യുത്തമ പുത്രൻ എന്നായിരുന്നു. വ്യത്യസ്തമായ ഒരു ജന്മശതാബ്ദി പരിപാടി ഉൽഘാടനം ചെയ്ത അന്നത്തെ ഉപരാഷ്ട്രപതിയായ ഭൈറോൺ സിങ് ഷേഖാവത് രാഷ്ട്രത്തിലെ ശ്രേഷ്ഠനായ ഒരു രാഷ്ട്രതന്ത്രജ്ഞനെന്ന് ഗോൾവാൾക്കറെ വിശേഷിപ്പിച്ചു. അതിന് മുമ്പ്, ആർ എസ് എസിന്റെ മുതിർന്ന ആചാര്യനായ എം ജി വൈദ്യ പറഞ്ഞത്, ഗോൾവാൾക്കർ '20-ാം നൂറ്റാണ്ടിലെ ഹിന്ദുസമൂഹത്തിന് ലഭിച്ച അത്യുത്തമമായ സമ്മാനം' ആണെന്നായിരുന്നു.[4]

ഗോൾവാൾക്കർ ഹിന്ദുത്വത്തിന്റെ ശ്രേഷ്ഠമായ മൂർത്തിമദ്ഭാവം എന്നതിനൊപ്പം ജനാധിപത്യ മതേതര ഇന്ത്യയുടെ ശ്രേഷ്ഠനായ രാഷ്ട്രതന്ത്രജ്ഞനായി വാഴ്ത്തപ്പെട്ടു എന്നത് കൗതുകകരമായ ഒരു വസ്തുതയാണ്. നാഗ്പൂരിൽ വച്ച് 1973 ജൂൺ 5 ന്, 67-ാം വയസിൽ അദ്ദേഹം അന്തരിച്ച വേളയിൽ, 'ഒരു വിശുദ്ധൻ കാലം ചെയ്തു' എന്നാണ് അന്നത്തെ മഹാരാഷ്ട്ര മുഖ്യമന്ത്രി വി പി നായിക് പ്രതികരിച്ചത്. അദ്ദേഹം ആർ എസ് എസ് എന്ന ശ്രേഷ്ഠമായ സാംസ്കാരിക സംഘടനയെ നയിച്ച ശ്രേഷ്ഠനായ നേതാവായിരുന്നുവെന്ന് അന്നത്തെ ആന്ധ്രാപ്രദേശ് മുഖ്യമന്ത്രി പി വി നരസിംഹറാവു പ്രഖ്യാപിച്ചു. ഇവർ രണ്ടുപേരും അന്ന് രണ്ടു പ്രമുഖ സംസ്ഥാന സർക്കാരുകളുടെ തലപ്പത്തുള്ളവരായിരുന്നു എന്ന കാര്യം ഇവിടെ വിസ്മരിച്ചുകൂടാത്തതാണ്. പ്രമുഖ ആർ എസ് എസ്കാരനായ അടൽ ബിഹാരി വാജ്പേയി ഗോൾവാൾക്കറെ പ്രശംസിച്ചുകൊണ്ട് ഇപ്രകാരം പറഞ്ഞു: ഹിന്ദുസമൂഹത്തെ അത് വിസ്മരിച്ചു കളഞ്ഞ അതിന്റെ അനന്യത ബോധ്യപ്പെടുത്താനും, അതിനെ സംഘടിപ്പിക്കാനും ശക്തിപ്പെടുത്താനും ശ്രീ ഗുരുജി അദ്ദേഹത്തിന്റെ ഊർജത്തിന്റെ ഓരോ അണുവും ജീവിതത്തിലെ ഓരോ നിമിഷവും ചെലവഴിച്ചു.[5] അന്ന് ഭാരതീയ ജനസംഘിന്റെ അധ്യക്ഷനായിരുന്ന എൽ കെ അദ്വാനി താഴെ പറയുന്ന വാക്കുകളിൽ ഗോൾവാൾ

ക്കറെ പ്രകീർത്തിച്ചു: ശ്രീ.ഗുരുജി ആധുനിക കാലത്തെ സ്വാമി വിവേകാനന്ദനാണ്. മഹത്വപൂർണമായ ഒരു ഭാരതം കെട്ടിപ്പടുക്കാൻ അദ്ദേഹം അവിരാമം ജീവിതം ഉഴിഞ്ഞുവച്ചു.[6] 'വരി നൽകാത്ത ആർ എസ് എസുകാരൻ' എന്ന് സ്വയം വിളിച്ചിരുന്ന വിനോബാ ഭാവെയുടെ അഭിപ്രായത്തിൽ:

> ശ്രീ. എം എസ് ഗോൾവാൾക്കർ എല്ലായ്പ്പോഴും അഖിലേന്ത്യാ അടിസ്ഥാനത്തിൽ ചിന്തിച്ച, വിശാലമായ ദേശീയ വീക്ഷണമുള്ള, ഒരു നേതാവായിരുന്നു. ആത്മീയതയിൽ വിശ്വസിച്ചിരുന്ന ഗോൾവാൾക്കർക്ക് മറ്റ് എല്ലാ മതവിശ്വാസങ്ങളോടും വളരെ ബഹുമാനമുണ്ടായിരുന്നു. ഏതെങ്കിലും മതത്തെക്കുറിച്ച് സങ്കുചിതമായ വീക്ഷണം അദ്ദേഹത്തിനുണ്ടായിരുന്നില്ല. യഥാർഥത്തിൽ, മുസ്ലീങ്ങളെ സ്നേഹിച്ചിരുന്ന അദ്ദേഹം അവർ ദേശീയ മുഖ്യധാരയിൽ ചേരണമെന്ന് മാത്രമേ ആവശ്യപ്പെട്ടുള്ളൂ.[7]

ഇന്ത്യയിൽ ഒരു ഹിന്ദുരാഷ്ട്രം സ്ഥാപിക്കാൻ സ്വന്തം ജീവിതം ഉഴിഞ്ഞുവച്ച ശ്രേഷ്ഠനായ ഒരു ഹിന്ദുനേതാവായും, അതേസമയം, ജനാധിപത്യമതേതര രാഷ്ട്രീയ സംഘടനകളുള്ള ഇന്ത്യയിലെ ഒരു രാഷ്ട്രതന്ത്രജ്ഞനുമായി ഗോൾവാൾക്കർ ഉയർത്തിക്കാണിക്കപ്പെടുമ്പോൾ മുകളിൽ പരാമർശിച്ചിട്ടുള്ള അവകാശവാദങ്ങൾ സൂക്ഷ്മമായ പരിശോധന ആവശ്യപ്പെടുന്നവയാണ്. ഹിന്ദുരാഷ്ട്രവും ജനാധിപത്യമതേതര ഇന്ത്യയും ഒന്നിന്റെ തന്നെ പര്യായങ്ങളാവാത്തിടത്തോളം തികച്ചും പരസ്പരവിരുദ്ധമായ രണ്ട് റോളുകളിൽ ഗോൾവാൾക്കറെ പ്രതിഷ്ഠിക്കാനാവില്ല. യഥാർഥ ഗുരു ഗോൾവാൾക്കറെ അറിയാൻ നാം അദ്ദേഹത്തിന്റെ ആശയപരമായ നിലപാടുകളെയും പ്രവർത്തനങ്ങളെയും ആഴത്തിൽ പഠനവിധേയമാക്കേണ്ടതുണ്ട്. ഭാഗ്യവശാൽ, ഹെഡ്ഗേവറിൽ നിന്നും വിഭിന്നമായി, ഗോൾവാൾക്കറെക്കുറിച്ചറിയാൻ, ഇക്കാര്യങ്ങളുമായി ബന്ധപ്പെട്ട രേഖകൾ, ആർ എസ് എസിന്റെ പുരാരേഖകളിലും പുറത്തും സുലഭമായിട്ടുണ്ട്.

ഗോൾവാൾക്കർ ആർ എസ് എസിന്റെ രണ്ടാമത്തെ സർസംഘ്ചാലക് ആയിത്തീർന്നതോടെ അത് പ്രബലമായൊരു സംഘടനയായി ഉയർന്നു എന്ന കാര്യത്തിൽ സംശയമൊന്നുമില്ല. വർധമാനമായ തോതിൽ വർഗീയമായ പ്രചരണത്തിന് കളമൊരുക്കിയ മുസ്ലീം ലീഗിന്റെ പാക്കിസ്ഥാൻ പ്രമേയത്തിന്റെ ഘട്ടത്തിൽ, ഹെഡ്ഗേവറുടെ മരണശേഷം, 1940 ൽ ഗോൾവാൾക്കർ ആർ എസ് എസിന്റെ നേതൃത്വം ഏറ്റെടുത്തു. അദ്ദേഹത്തിന്റെ കീഴിൽ ആർ എസ് എസ് തത്വശാസ്ത്രത്തിന്റെ രണ്ട് പ്രമുഖ ഘടകങ്ങളായ ഹിന്ദുരാഷ്ട്രയും ന്യൂനപക്ഷവിരുദ്ധ (പ്രത്യേകിച്ചും മുസ്ലീംവിരുദ്ധ) പ്രചാരണവും സുവ്യക്തമാവുകയും മുന്നേറുകയും ചെയ്തു. 1906 ൽ നാഗ്പൂരിനടുത്തുള്ള രാംടെക്കിൽ ജനിച്ച മഹാരാ

ഷ്ട്രാ ബ്രാഹ്മണനായ ഗോൾവാൾക്കർ അദ്ദേഹത്തിന്റെ മാതാപിതാക്കൾക്ക് പിറന്ന ഒമ്പത് മക്കളിൽ ജീവനോടെ അവശേഷിച്ച ഏക സന്താനമായിരുന്നു. പ്രാഥമിക വിദ്യാഭ്യാസത്തിനു ശേഷം ജന്തുശാസ്ത്രം പഠിക്കാൻ ബനാറസ് ഹിന്ദു യൂണിവേഴ്സിറ്റിയിലേക്ക് പോയ അദ്ദേഹം 1933 വരെ അവിടെ അധ്യാപകനായിരുന്നിരിക്കാനും സാധ്യതയുണ്ട്.

ഹിന്ദുരാഷ്ട്രം എന്ന ആശയത്തിലേക്ക് അദ്ദേഹത്തെ ആകർഷിച്ചത് ഒരു പ്രമുഖ കോൺഗ്രസ് നേതാവായിരുന്ന മദൻ മോഹൻ മാളവ്യ ആയിരുന്നു എന്നത് കൗതുകകരമായ ഒരു വസ്തുതയാണ്. ആർ എസ് എസിന്റെ വിവരണം അനുസരിച്ച്, ബനാറസ് ഹിന്ദു യൂണിവേഴ്സിറ്റിയിൽ പഠിക്കുമ്പോൾ, യൂണിവേഴ്സിറ്റിയുടെ സ്ഥാപകനും പോയ വർഷങ്ങളിലെ ആദരണീയനായ ഹിന്ദു നേതാവുമായ പണ്ഡിറ്റ് മദൻ മോഹൻ മാളവ്യയുടെ അനുകൂലവും പ്രചോദനപരവുമായ സ്വാധീനത്താൽ ഹിന്ദുരാഷ്ട്രത്തിനു വേണ്ടി പ്രവർത്തിക്കാൻ യുവാവായ മാധവ് ഗോൾവാൾക്കർ പ്രേരിതനായി.[8]

1933 ൽ ഗോൾവാൾക്കർ ആർ എസ് എസിന്റെ അംഗത്വം സ്വീകരിച്ചു. എങ്കിലും അൽപ്പകാലം ആ സംഘടനയ്ക്ക് വേണ്ടി പ്രവർത്തിച്ച ശേഷം ആത്മീയതയിലേക്ക് തിരിഞ്ഞു. ഒരു 'സന്യാസി' ആയിത്തീരുന്നതിനായി തിടുക്കത്തിൽ ഹിമാലയത്തിൽ ഉള്ള രാമകൃഷ്ണമിഷന്റെ 'സാറഗഛി' ആശ്രമത്തിലേക്ക് പോയി. ഏതാനും മാസങ്ങൾ അവിടെ കഴിച്ചു കൂട്ടിയ അദ്ദേഹത്തിന് ഗുരുഭായി അഥവാ വിവേകാനന്ദന്റെ അടുത്ത സഹപ്രവർത്തകനായിരുന്ന സ്വാമി അഖണ്ഡാനന്ദയിൽ നിന്നും 'മന്ത്ര ദീക്ഷ' ലഭിച്ചു. എന്നാൽ, പിന്നീട് സന്യാസം ഉപേക്ഷിച്ച അദ്ദേഹം 1937 ൽ വീണ്ടും ആർ എസ് എസിന്റെ സജീവപ്രവർത്തകനായിത്തീർന്നു. തുടർന്ന് 1940 ൽ സംഘടയിൽ താരതമ്യേന ജൂനിയറായിരുന്നിട്ടു പോലും അദ്ദേഹത്തെ ഹെഡ്ഗേവർ തന്റെ അനന്തരാവകാശിയായി നാമനിർദേശം ചെയ്തു. ആർ എസ് എസിന്റെ വിവരണം അനുസരിച്ച്, ഗോൾവാൾക്കർ,

> ഒരു മാർഗദർശിയും ദാർശനികനും എന്ന നിലയ്ക്ക് സംഘടനയെ 33 വർഷക്കാലം (1940–1973) നയിച്ചു....... ഗുരുജിയുടെ വൈദ്യുതി വേഗതയിലുള്ള പ്രവർത്തനം ആസാമും കേരളവും പോലുള്ള വിദൂര സ്ഥലങ്ങളിൽ പോലും ത്വരിതഗതിയിലുള്ള വളർച്ചയുണ്ടാക്കി. അദ്ദേഹം ചുമതലയേൽക്കുമ്പോൾ ആർ എസ് എസ് പ്രതിനിധാനം ചെയ്തിരുന്ന ഹിന്ദു ഉയർത്തെഴുന്നേൽപ്പ് കേവലമൊരു പ്രയോഗസിദ്ധാന്തമായിരുന്നു. അദ്ദേഹത്തിന്റെ ശ്രേഷ്ഠമായ പാണ്ഡിത്യം ഹിന്ദുരാഷ്ട്രയുടെ ആശയത്തിന്റെ ചരിത്രപരവും സാമൂഹികവുമായ പശ്ചാത്തലവും യുക്തിഭദ്രതയും ശക്തിയുക്തം ഉയർത്തിപ്പിടിച്ചു.[9]

ഹിന്ദുരാഷ്ട്രയുടെയും ദേശീയതയുടെയും തത്വങ്ങളെക്കുറിച്ച് *നാം അല്ലെങ്കിൽ നമ്മുടെ രാഷ്ട്രത്വം നിർവചിക്കപ്പെട്ടിരിക്കുന്നു* എന്ന പേരിൽ

ഏറ്റവും വിവാദപരമായ ഒരു ലഘു ഗ്രന്ഥം അദ്ദേഹം രചിച്ചു. അത് ആർ എസ് എസിന്റെ ഹിന്ദുരാഷ്ട്രത്തിന്റെ ആശയത്തിന് താത്വികമായ അടിത്തറ ലഭ്യമാക്കി. ഗോൾവാൾക്കറുടെ മരണശേഷം ബാല സാഹേബ് ദേവറസ് എന്നറിയപ്പെടുന്ന മധുകർ ദത്താത്രേയ ദേവറസ് ആർ എസ് എസിന്റെ മൂന്നാമത്തെ സർ സംഘ് ചാലക് ആയി. ആർ എസ് എസിൽ നിലനിൽക്കുന്ന നിയമമനുസരിച്ച് തന്റെ ജീവിതകാലത്ത് തന്നെ ഗോൾവാൾക്കർ നാമനിർദേശം ചെയ്യുകയുണ്ടായി. എന്തായാലും, പിൽക്കാലത്ത് ആർ എസ് എസ് പിന്തുടരേണ്ട ആശയപരമായ മാർഗദർശനത്തിന്റെ മിക്ക വശങ്ങളും ജീവിച്ചിരുന്ന കാലത്തുതന്നെ ഗോൾവാൾക്കർ നിർണയിച്ചു കഴിഞ്ഞിരുന്നു. ഏകാധിപത്യം, ജാതീയത, ഹൈന്ദവവൽക്കരണം, വർണപരമായ ആചാരങ്ങൾ, ന്യൂനപക്ഷ വിരുദ്ധവും ജനാധിപത്യവിരുദ്ധവുമായ ആശയങ്ങൾ എന്നിവയിലുള്ള സമരോത്സുക വിശ്വാസം തുടങ്ങിയ 'ഗോൾവാൾക്കറിസം' എന്ന പേരിൽ അറിയപ്പെട്ടു.[10] ആർ എസ് എസിനാൽ പ്രചോദിതമായ "ഒരു പതാക, ഒരു നേതാവ്, ഒരു ആശയസംഹിത എന്ന തത്വം മാഹാത്മ്യമേറിയ ഈ രാജ്യത്തിന്റെ ഓരോ മൂലയിലും ഹിന്ദുത്വത്തിന്റെ തീനാളം കൊളുത്തുന്നു"[11] എന്ന അദ്ദേഹത്തിന്റെ ദർശനം പിൽക്കാലത്ത് സംഘടനയുടെ സിദ്ധാന്തത്തിന്റെയും പ്രയോഗത്തിന്റെയും അതിപ്രധാനമായ ഘടകമായിത്തീർന്നു.

1940, 1973 കാലഘട്ടത്തിൽ ആർ എസ് എസിന്റെ മേധാവിയായിരുന്ന ഗോൾവാൾക്കർ രൂപപ്പെടുത്തിയ ഹിന്ദുരാഷ്ട്രത്തെയും ദേശീയതയെയും കുറിച്ചുള്ള ആശയത്തിന്റെ ഔദ്യോഗിക രൂപം യഥാർഥ സവർക്കർ പാരമ്പര്യത്തിൽ അധിഷ്ഠിതമാണ്. 1929-ൽ പ്രസിദ്ധീകരിച്ച, ഹിന്ദുരാഷ്ട്രയുടെ ആധുനിക സിദ്ധാന്തം വെളിപ്പെടുത്തുന്ന *ഹിന്ദുത്വ* എന്ന ലഘുഗ്രന്ഥം രചിച്ച വിനായക് ദാമോദർ സവർക്കറെ താൻ ഭക്തിപുരസരം പിന്തുടരുന്നുവെന്ന വസ്തുത ഗോൾവാൾക്കർ മറച്ചു വച്ചിട്ടില്ല. ചിരന്തനമായ ഹിന്ദുരാഷ്ട്രമെന്ന് സവർക്കർ വിശേഷിപ്പിച്ചിട്ടുള്ള ഇന്ത്യൻ രാഷ്ട്രത്തിന്റെ ഭാഗമായിരിക്കാനുള്ള അവകാശം ഹിന്ദുക്കൾക്ക് മാത്രമായി ഒതുക്കിനിർത്തുന്ന സിദ്ധാന്തത്തെയാണ് ഹിന്ദുത്വ എന്ന് വിളിക്കുന്നത്. സവർക്കറുടെ സിദ്ധാന്തമനുസരിച്ച്,

> സിന്ധു മുതൽ സിന്ധു വരെ തന്റെ പൂർവ പിതാക്കൻമാരുടേതെന്ന നിലയിൽ സിന്ധു മുതൽ സമുദ്രം വരെ വ്യാപിച്ചു കിടക്കുന്ന തന്റെ 'പിതൃഭൂമി'യെ നോക്കിക്കാണുന്നവനും, വൈദിക സപ്തസിന്ധുക്കളിൽ നിന്നുമുള്ള സ്രോതസിൽ നിന്നും ആദ്യമായി തന്റെ വംശീയ രക്തം ആർജിച്ചിട്ടുള്ളവനും (ആര്യൻമാർക്ക് വൈദികമായി ലഭിച്ച ദേശത്തിലെ സിന്ധുവിന് പ്രാമുഖ്യമുള്ള ഏഴ് നദികൾ എന്നാണ് സപ്ത സിന്ധുക്കളുടെ അർഥം) തുടർന്നുള്ള മുന്നേറ്റത്തിലൂടെയുള്ള കൂട്ടിച്ചേർക്കലിലൂടെ വളരെ കൂടുതലായി ആ പൈതൃകത്തിൽ ലയിച്ചിട്ടുള്ളവനും

> ഹിന്ദുജനതയുടെ ഭാഗമായി അറിയപ്പെടുന്നവരും അത്തരം പൈതൃകമുള്ളവനും തങ്ങളുടെ പൊതുവായ പ്രാചീന സംസ്കാരം ഭാഷയിൽ മുഖ്യമായും എടുത്തു പറഞ്ഞിട്ടുള്ള വംശത്തിന്റെ സംസ്കാരം തന്റേതാണെവകാശപ്പെടുന്നവനും പൊതുവായൊരു ചരിത്രത്തെയും, പൊതുവായ സാഹിത്യം, കല, ശിൽപ്പവിദ്യ, നിയമവും നീതിന്യായവും, ചടങ്ങുകൾ, ആചാരങ്ങൾ, ആരാധനാരീതികൾ, മേളകൾ, ഉത്സവങ്ങൾ എന്നിവയെ പ്രതിനിധാനം ചെയ്യുന്നവനും; അവയ്ക്കെല്ലാമുപരിയായി, ഈ ദേശത്തെ, ഈ സിന്ധുസ്ഥാനെ സ്വന്തം പുണ്യഭൂമിയായി, തന്റെ പ്രവാചകൻമാരുടെയും വിശുദ്ധന്മാരുടെയും തന്റെ മനുഷ്യദൈവങ്ങളുടെയും ഗുരുക്കന്മാരുടെയും ദേശമായി ഭക്തിയുടെയും തീർഥാടനത്തിന്റെയും ദേശമായി ഏറ്റുപറയുന്നവനുമാണ് ഹിന്ദു. ഹിന്ദുത്വത്തിന്റെ അവശ്യഘടകങ്ങൾ ഇവയാണ്: പൊതുവായൊരു രാഷ്ട്രം, പൊതുവായൊരു ജാതി, പെതുവായൊരു സംസ്കൃതി.[12]

ഇവയെല്ലാം തന്നെ ഇന്ത്യാരാജ്യത്തെ തങ്ങളുടെ പിതൃഭൂമിയായും വിശുദ്ധഭൂമിയായും കരുതുന്ന ഹിന്ദുസ്ഥാനിലെ (ഹിന്ദുക്കളുടെ രാജ്യത്തിലെ) ഒരേ ആര്യൻ വംശീയതയുള്ള, ഒരൊറ്റ സംസ്കാരത്തിൽ പെടുന്ന ഹിന്ദുക്കളെ മാത്രം ഉദ്ദേശിച്ചുള്ളവയാണ്. മറുവശത്ത്, ഹിന്ദുസാംസ്കാരിക പൈതൃകത്തിലോ ഹിന്ദുമതത്തിലോ ഇഴുകിച്ചേരാത്തതിനാൽ മുസ്ലീങ്ങളും ക്രിസ്ത്യാനികളും ഈ രാഷ്ട്രത്തിന് പുറത്ത് നിലകൊള്ളുന്നവരാണ്. സവർക്കറുടെ വാദമനുസരിച്ച്, അവരെ ഹിന്ദുക്കളായി അംഗീകരിക്കാൻ സാധ്യമല്ല.

> പുതിയൊരു വിശ്വാസക്രമം സ്വീകരിച്ചതിനാൽ മൊത്തത്തിലവർ സ്വന്തം ഹിന്ദു സംസ്കൃതി ഇല്ലാത്തവരായിത്തീർന്നു. അവർ ഉൾപ്പെടുന്നതോ, തങ്ങൾ ഉൾപ്പെടുന്നുവെന്ന് അവർ കരുതുന്നതോ ആയ സാംസ്കാരികത ഹിന്ദുക്കളുടേതിൽനിന്നും പൂർണമായും വിഭിന്നമാണ്. അവരുടെ വീരനായകൻമാരും വീരാരാധനയും, അവരുടെ മേളകളും ഉത്സവങ്ങളും ആശയങ്ങളും ജീവിതവീക്ഷണവും ഇപ്പോൾ നമുക്ക് പൊതുവിലുള്ളതല്ലാതായിത്തീർന്നിരിക്കുന്നു.[13]

മുസ്ലീങ്ങൾ മൊത്തത്തിൽ ഏകതാനമായ ഒരു വിഭാഗമല്ലെന്നും ഒരു സമൂഹമെന്ന നിലയിൽ സംസ്കാരം, ആചാരങ്ങൾ, വിശ്വാസങ്ങൾ, ഭാഷ എന്നിവയുമായി ബന്ധപ്പെട്ട കാര്യങ്ങളിൽ അങ്ങേയറ്റം വൈവിധ്യമുള്ളവരാണെന്നും സവർക്കർക്കറിയാമായിരുന്നു. അതിലുപരിയായി, ഒരു മതമെന്ന നിലയിൽ ഇസ്ലാമിനെക്കുറിച്ച് അവർക്ക് വ്യത്യസ്തങ്ങളായ വീക്ഷണങ്ങളുമുണ്ട്. രാജ്യത്ത് 'ദേശസ്നേഹികളായ' ബോഹ്റകളും ഖോജാകളുമുണ്ടെന്നും അവർ ഹിന്ദുസ്ഥാനെ തങ്ങളുടെ പിതൃ

ഭൂമിയെന്ന നിലയിൽ സ്നേഹിക്കുന്നുണ്ടെന്നും അവർക്ക് ശുദ്ധഹിന്ദു രക്തമുണ്ടെന്നും സവർക്കർ അംഗീകരിച്ചു.

ഒരു സമൂഹമെന്ന നിലയിൽ..... നീതിനിഷ്ഠമായി നമ്മുടെ വീരനായകൻമാരെയും നമ്മുടെ ചരിത്രത്തെയും അവർ സ്നേഹിച്ചു. നമ്മുടെ ശ്രേഷ്ഠരായ പത്ത് അവതാരങ്ങളെയും വീരപുരുഷൻമാരെന്ന നിലയിൽ ആരാധിച്ച അവർ പതിനൊന്നാമത്തെ അവതാരം മാത്രമായി മുഹമ്മദിനെ കൂട്ടിച്ചേർത്തു. അവൻ (ബോഹ്റ) അവന്റെ സമൂഹത്തോടൊപ്പം അവന്റെ പൂർവപിതാക്കൻമാരുടെ ഹിന്ദുനിയമത്തിന് വിധേയരാണ്. ഇതുവരെ അവൻ രാഷ്ട്രയുടേയും ജാതിയുടെയും സംസ്കൃതിയുടേയുമായ മൂന്ന് അവശ്യഘടകങ്ങളെ അംഗീകരിക്കുന്നതിനാൽ ഒരു ഹിന്ദുവായി ഗണിക്കപ്പെടുന്നു".[14]

എന്നാൽ അപ്പോഴും ഒരു മുസ്ലീം ബോഹ്റയെയോ ഖോജയെയോ ഹിന്ദുരാഷ്ട്രത്തിന്റെ ഭാഗമായി അംഗീകരിക്കാനാവുമോ? അതിന് സവർക്കറുടെ കണിശമായ ഉത്തരം 'ഇല്ല' എന്നാണ്. ക്രിസ്ത്യാനികൾക്കൊപ്പം അവരെയും ആ രീതിയിൽ അംഗീകരിക്കാനാവുമെങ്കിലും ഒരൊറ്റ കാരണത്താൽ അവരെ ഹിന്ദുക്കളായോ ഹിന്ദുരാഷ്ട്രത്തിന്റെ ഭാഗമായോ ഗണിക്കാനാവില്ല. എന്തെന്നാൽ,

> മറ്റേതൊരു ഹിന്ദുവിനെയും പോലെ ഹിന്ദുസ്ഥാൻ അവർക്ക് പിതൃഭൂമിയായിരിക്കാമെങ്കിലും, അതവർക്ക് ഒരു വിശുദ്ധദേശമല്ല. വിദൂരമായ അറേബ്യയിലോ പലസ്തീനിലോ ആണ് അവരുടെ വിശുദ്ധ ദേശം. അവരുടെ പുരാണങ്ങളും വീരനായകൻമാരും അവരുടെ ആശയങ്ങളും ആൾദൈവങ്ങളും ഈ മണ്ണിന്റെ സന്തതികളല്ല. അക്കാരണത്താൽ അവരുടെ സ്ത്രീകളും അവരുടെ ബാഹ്യലക്ഷണങ്ങളും വൈദേശികമായ ഉൽപ്പത്തി പ്രകടിപ്പിക്കുന്നവയാണ്. അവരുടെ സ്നേഹം വിഘടിക്കപ്പെട്ടതാണ്.... നാം അപലപിക്കുകയോ പരിതപിക്കുകയോ ചെയ്യുന്നില്ല. നാം യഥാർഥ വസ്തുതകൾ പറയുന്നുവെന്നേയുള്ളൂ. ഹിന്ദുത്വയുടെ അവശ്യഘടകങ്ങൾ നിർണയിക്കാൻ നാം ശ്രമിച്ചു. അങ്ങനെ ചെയ്തതിലൂടെ ബോഹ്റകൾക്കും സമാനരായ മറ്റ് മുഹമ്മദീയർക്കും, അല്ലെങ്കിൽ ക്രിസ്ത്യാനികൾക്കും, ഹിന്ദുത്വയുടെ എല്ലാ അവശ്യഗുണങ്ങളുമുണ്ടെന്നും, എന്നാൽ, ഇന്ത്യയെ അവർ തങ്ങളുടെ വിശുദ്ധദേശമായി വീക്ഷിക്കുന്നില്ലെന്നും നാം കണ്ടെത്തി.[15]

ഹിന്ദു ദേശീയതയെക്കുറിച്ചുള്ള ഒരു ടെക്സ്റ്റ് ബുക്കിന്റെ ആവശ്യം നിറവേറ്റിയ ശ്രേഷ്ഠമായൊരു ശാസ്ത്രീയരചനയായിട്ടാണ് സവർക്കറുടെ ഹിന്ദുത്വത്തെ ഗോൾവാൾക്കർ ഗണിച്ചത്. *നാം അഥവാ നമ്മുടെ രാഷ്ട്രത്വം നിർവചിക്കപ്പെടുന്നു*വെന്ന പേരിലുള്ള അങ്ങേയറ്റം വിവാദപരമായ ഗ്രന്ഥത്തിൽ ഹിന്ദുരാഷ്ട്രത്തെക്കുറിച്ചുള്ള ആശയങ്ങൾ മുന്നോട്ട്

വയ്ക്കുമ്പോൾ അദ്ദേഹം സവർക്കറുടെ കാൽപ്പാടുകളെയാണ് പിന്തുടരുന്നത്. 1939-ൽ പുറത്തുവന്ന ആ ഗ്രന്ഥത്തിന് അവതാരികയെഴുതിയത് പ്രമുഖ കോൺഗ്രസ് നേതാവും കേന്ദ്ര ഭരണഘടനനിർമാണ സഭയിലെ അംഗവുമായിരുന്ന എം എസ് അനേയ് ആയിരുന്നു. ആർ എസ് എസ് ഉയർത്തിപ്പിടിക്കുന്ന തരത്തിലുള്ള ഹിന്ദുദേശീയതയുടെയും രാഷ്ട്രത്തിന്റെയും ആശയത്തിന് ഭാവിയിലേക്കുള്ള രൂപരേഖ നിർണയിച്ചുകൊടുത്തത് തീർച്ചയായും ആ ലഘുഗ്രന്ഥമായിരുന്നു.

ഗോൾവാൾക്കറുടെ അഭിപ്രായമനുസരിച്ച്, ചിരന്തനമായി ഇന്ത്യ ഒരു ഹിന്ദുരാഷ്ട്രമായിരുന്നു. അത് തെളിയിക്കാനായി, സവർക്കറെ പോലെ *രാമായണവും മഹാഭാരതവും* പോലുള്ള ഇതിഹാസങ്ങളെ അദ്ദേഹം ആശ്രയിച്ചിരിക്കുന്നു. ഇന്ത്യയിലെ ഹിന്ദുരാഷ്ട്രത്തിന്റെ ഉൽപ്പത്തിയുടെ കാലത്തെക്കുറിച്ച് ഇരുവരും ഉന്നയിക്കുന്ന അവകാശവാദങ്ങൾ ഒട്ടും പൊരുത്തപ്പെടുന്നില്ല എന്ന കാര്യം അവർ വിസ്മരിച്ചിരിക്കുന്നു. *ഹിന്ദുത്വ* യിൽ സവർക്കർ അവകാശപ്പെട്ടതനുസരിച്ച്, 'ഇന്ന് കാണുന്ന തരത്തിൽ രൂപപ്പെടുന്നതിന്, കൂടുതലല്ലെങ്കിൽ പോലും, കുറഞ്ഞത് നാൽപ്പത് നൂറ്റാണ്ടുകളുടെ പ്രവർത്തനം വേണ്ടി വന്നു.'[17] എന്നാൽ, തന്റെ ഗ്രന്ഥത്തിൽ സംശയലേശമെന്യേ ഗോൾവാൾക്കർ അവകാശപ്പെടുന്നത്,

> ഏതെങ്കിലും വിദേശജാതികൾ ആക്രമിക്കുന്നതിന് മുമ്പ് എട്ടോ ചിലപ്പോൾ പത്തോ ആയിരം വർഷക്കാലം ഈ ദേശം നമ്മുടെ ഹിന്ദുക്കളുടെ ചോദ്യം ചെയ്യപ്പെടാത്തതും ഉപദ്രവമേതുമില്ലാത്തതുമായ കൈവശാവകാശത്തിലായിരുന്നു.[18]

ചരിത്ര വസ്തുതകളുമായി പൊരുത്തപ്പെടാത്തതും ചരിത്രത്തിന്റെ അവലംബമില്ലാത്തതുമായ തരത്തിൽ, ഹിന്ദുജാതി 40 നൂറ്റാണ്ടുകൾക്ക് മുമ്പുണ്ടായതായി സവർക്കറും 80100 നൂറ്റാണ്ടുകൾക്കുമുമ്പുണ്ടായതായി ഗോൾവാൾക്കറും അവകാശപ്പെടുന്നത് ആശ്ചര്യകരമായിരിക്കുന്നു. എന്നാൽ, ഈ വൈരുധ്യം ഹിന്ദു ദേശീയതാവാദത്തിന്റെ പ്രവാചകൻമാർക്ക് ഒരിക്കലും ഒരു പ്രശ്നമായിരുന്നിട്ടില്ല.

1

ഒരു രാഷ്ട്രം നിർവ്വചിക്കപ്പെടുന്നത്

ഗോൾവാൾക്കറെ സംബന്ധിച്ചിടത്തോളം മാറ്റിത്തീർക്കാനാവാത്ത അഞ്ച് ഘടകങ്ങളടങ്ങിയതാണ് ഒരു “രാഷ്ട്രം”. രാജ്യം, ജാതി, മതം, സംസ്കാരം, ഭാഷ എന്നിവയാണ് ആ ഘടകങ്ങൾ[19]. എങ്കിലും, സവർക്കറെ പോലെ, അദ്ദേഹം സംസ്കാരത്തെ മതവുമായി സംയോജിപ്പിച്ച് അതിനെ ഹിന്ദുയിസം എന്ന് വിളിച്ചു. അപ്പോൾ അടിസ്ഥാനപരമായി ഒരു രാഷ്ട്രം രൂപീകൃതമാവാൻ നാല് ഘടകങ്ങൾ മതി എന്ന നിലപാടിൽ അദ്ദേഹം എത്തിച്ചേർന്നു. അദ്ദേഹത്തിന്റെ അഭിപ്രായത്തിൽ, ഹിന്ദുക്കളുടെ ദേശമായ ഹിന്ദുസ്ഥാനിൽ, തികച്ചും വ്യത്യസ്തവും ശ്രേഷ്ഠവുമായ ഹിന്ദുക്കളുടെ രാഷ്ട്രത്തിൽ, ആദ്യം ഹിന്ദുക്കൾ മാത്രമാണുണ്ടായിരുന്നത്. ആ ഹിന്ദുസ്ഥാനിൽ അധിവസിച്ചിരുന്നവരെല്ലാം ആര്യൻ ജാതിയിൽപെട്ടവരുമായിരുന്നു.[20] രണ്ടാമതായി ഹിന്ദുക്കൾ ഉൾക്കൊള്ളുന്ന ജാതി,

> പൊതുവായ ആചാരങ്ങളും പൊതുവായ ഭാഷയും മാഹാത്മ്യത്തിന്റെയും നാശത്തിന്റെയും പൊതുവായ ഓർമകളുമുള്ള ഒരു പരമ്പരാഗത സമൂഹമായിരുന്നു. ചുരുക്കത്തിൽ, ഒരൊറ്റ സംസ്കാരത്തിൻ കീഴിൽ, പൊതുവായ ഒരു ഉൽപ്പത്തിയുള്ള ഒരു ജനതതിയാണിത്. ഒരു രാഷ്ട്രത്തിന്റെ ഏറ്റവും സുപ്രധാനമായ ഘടകം അത്തരമൊരു ജാതിയാണ്. വൈദേശികമായ ഉൽപ്പത്തിയുള്ള ജനങ്ങളുണ്ടായാൽ പോലും അവർ വിഘടിപ്പിക്കാനാവാത്ത തരത്തിൽ മാതൃജാതിയിൽ ലയിച്ചുചേരേണ്ടതാണ്. അവർ യഥാർഥ ദേശീയ ജാതിയുടെ സാമ്പത്തികരാഷ്ട്രീയ ജീവിതത്തിന്റെ ഭാഗമായിത്തീരുകമാത്രമല്ല, മറിച്ച്, അതിന്റെ സംസ്കാര

> ത്തിന്റെയും മതത്തിന്റെയും ഭാഷയുടെയും ഭാഗമായിത്തീരുകയും വേണം. അല്ലാത്തപക്ഷം ആ വൈദേശിക ജാതികൾ, ചില പ്രത്യേക സാഹചര്യങ്ങളിൽ,രാഷ്ട്രീയമായ ആവശ്യങ്ങൾക്കായി പൊതുജനസമൂഹത്തിന്റെ ഭാഗമായി ഗണിക്കപ്പെട്ടേക്കാമെങ്കിലും, അവർക്കൊരിക്കലും ദേശീയ ജനവിഭാഗത്തിന്റെ അവിഭാജ്യഭാഗ മായി അംഗീകരിക്കപ്പെടാൻ അർഹതയുണ്ടായിരിക്കുകയില്ല. ഉൾ ക്കൊള്ളുന്ന വ്യക്തികളുടെ നശീകരണത്താലോ നിലനിൽ പ്പിനായുള്ള തത്വം ഇല്ലായ്മ ചെയ്യുന്നതിനാലോ മാതൃജാതി നശി ക്കാനിടയാവുന്ന പക്ഷം അതിന്റെ മതവും സംസ്കാരവും, ആ രാഷ്ട്രം തന്നെയും, അതിന്റെ അന്ത്യത്തിലെത്തിച്ചേരുന്നു..... രാഷ്ട്രത്തിന്റെ ഉടൽ ജാതിയാണ്. അതിന്റെ തകർച്ചയോടെ രാഷ്ട്രം പോലും ഇല്ലാതാവുന്നു.[21]

സവർക്കറെ പോലെ തന്നെ ഗോൾവാൾക്കറും ഒരു ഹിന്ദു രാഷ്ട്രത്തിന്റെ നിർമിതിക്ക് ജാതീയമായ സംശുദ്ധി അത്യന്താപേക്ഷിത മാണെന്ന് വിശ്വസിച്ചിരുന്നു. ജാതീയമായ ഇടകലലിന് അവിടെ യാതൊരു സ്ഥാനവും ഉണ്ടായിരുന്നില്ല.

മൂന്നാമതായി, ഹിന്ദുരാഷ്ട്രത്തിന് ഹിന്ദുമതവും സംസ്കാരവും അതുല്യമായ ഒരു അനന്യത കൽപ്പിച്ചു നൽകി. ഗോൾവാൾക്കറുടെ അഭി പ്രായത്തിൽ,

> നമ്മുടെ ശ്രേഷ്ഠ മതം എന്താക്കിത്തീർത്തുവോ, അതാണ് നാം. നമ്മുടെ ജാത്യാഭിമുഖ്യം നമ്മുടെ മതത്തിന്റെ ഒരു സന്തതിയാണ്. അതുകൊണ്ടു തന്നെ സർവവും ഉൾക്കൊള്ളുന്ന നമ്മുടെ മത ത്തിന്റെ ഒരു ഉൽപ്പന്നമാണ് നമ്മുടെ സംസ്കാരം. അതിനെ നമുക്ക് വേർതിരിച്ചെടുക്കാനാവില്ല. ദേശീയമായ ആശയത്തെ സമ്പൂർണമാക്കുന്നതിന്, ഒരു ദേശത്തിന്, ഒരു ദേശീയ മതവും സംസ്കാരവും നിലനിർത്തേണ്ടതാവശ്യമാണ്.[22]

ഗോൾവാൾക്കറുടെ നിലപാടനുസരിച്ച്, ഒരു ഹിന്ദുരാഷ്ട്രത്തിനാവശ്യ മായ അവസാനത്തെ ഘടകം സംസ്കൃത ഭാഷയാണ്. അത് ഒരു രാഷ്ട്ര ത്തിന്റെ സംസ്കാരം, മതം, ചരിത്രം, പാരമ്പര്യം എന്നിവയുടെ പ്രതി ഫലനമാണ്. ഗോൾവാൾക്കറുടെ താഴെ പറയുന്ന വാക്കുകളിൽ നിന്നും ഹിന്ദുരാഷ്ട്രത്തിന്റെ പൂർണമായ ആശയത്തിന് സംസ്കൃതഭാഷ എത്ര മാത്രം പ്രധാനപ്പെട്ടതാണെന്ന് മനസിലാക്കാവുന്നതാണ്:

> സ്വന്തം രാജ്യത്ത് പാർക്കുന്ന ഓരോ വംശവും അതിന്റെ സംസ് കാരവും മതവും ചരിത്രവും പ്രതിഫലിക്കാനുതകുന്ന തരത്തിൽ അതിന്റെ സ്വന്തം ഭാഷ ഉരുത്തിരിച്ചെടുക്കുന്നു. അതിനെ മറ്റൊ ന്നിനാൽ പരിപോഷിപ്പിക്കുന്നത് അപകടകരമാണ്. അത് ജാതീ യമായ ഉത്തേജനത്തിന്റെ പ്രകടനവും ദേശീയ ജീവിതത്തിന്റെ

> ആർജവവുമാണ്. ഓരോ വാക്കും, പ്രയോഗത്തിന്റെ രീതി പോലും, ദേശീയ ജീവിതത്തിന്റെ പ്രതിഫലനമാണ്. ജാതിയുമായി തികച്ചും കെട്ടുപിണഞ്ഞു കിടക്കുന്ന ഈ രണ്ടിനെയും മാരകമായ അനന്തരഫലങ്ങൾ കൂടാതെ വേർപെടുത്താൻ അസാധ്യമാണ്. ഒരു രാഷ്ട്രത്തെ അതിന്റെ പ്രാചീന ഭാഷയിൽ നിന്നും വേർപെടുത്തുമ്പോൾ അതിന്റെ മുഴുവൻ സാഹിത്യവും അതിനോടൊപ്പം പോവുന്നതിനാൽ അത്തരമൊരു രാഷ്ട്രം ഇല്ലാതാവുന്നു.[23]

ഇതൊക്കെയാണെങ്കിലും, ഇന്ത്യയിൽ നിരവധി ഭാഷകൾ ഉണ്ടെന്ന കാര്യം ഗോൾവാൾക്കർക്കറിയാമായിരുന്നു. ഇവിടെ ഓരോ പ്രവിശ്യക്കും ഓരോ ഭാഷയുള്ളതിനാൽ ഭാഷ ചില പ്രശ്നങ്ങൾ സൃഷ്ടിക്കാറുണ്ട്. "ഭാഷാപരമായ ഈ വൈവിധ്യം മൂലം വിഘടനം ഇവിടെയുള്ളതായി കാണപ്പെടുന്നു."[24] ഈ യാഥാർത്ഥ്യത്തെ അംഗീകരിക്കുന്നതിനു പകരം സംസ്കൃത ഭാഷയുടെ മാഹാത്മ്യം ഉയർത്തിപ്പിടിക്കാനാണ് ഗോൾവാൾക്കർ ശ്രമിച്ചത്. അതിനോടുള്ള പക്ഷപാതപരവും അക്കാദമിക രഹിതവുമായ സമീപനം വെളിപ്പെടുത്തുന്നവയാണ് താഴെ പറയുന്ന വാക്കുകൾ:

> എന്നാൽ, യഥാർഥത്തിൽ, അങ്ങനെയല്ല. കേവലം സന്തതികൾ മാത്രമായ, സംസ്കൃത മാതൃഭാഷയുടെ സന്താനങ്ങളല്ലാതെ വേറെ ഭാഷയൊന്നും തന്നെയില്ല. ദേവൻമാരുടെ ഭാഷയായ സംസ്കൃതം ഹിമാലയം മുതൽ തെക്കുള്ള മഹാസമുദ്രം വരെയും കിഴക്കുനിന്നും പടിഞ്ഞാറുവരെയുമുള്ള എല്ലാ സഹോദരീ ഭാഷകളുമായും അന്യോന്യം ബന്ധപ്പെട്ടു നിൽക്കുന്ന എല്ലാവരുടെയും സാമാന്യ ഭാഷയാണ്.[25]

ഇന്ത്യയിലെ ഭാഷയുമായി ബന്ധപ്പെട്ട മൗലികവും അടിസ്ഥാനപരവുമായ എല്ലാ വസ്തുതകളെയും പൂർണമായും നിരാകരിച്ചു കൊണ്ട് ഗോൾവാൾക്കർ ഇങ്ങനെ തീർപ്പു കൽപ്പിച്ചു:

> അങ്ങനെ, ഇന്നത്തെ നമ്മുടെ സാഹചര്യത്തിന് ഇണങ്ങുന്ന തരത്തിൽ രാഷ്ട്രത്തിന്റെ ആധുനികമായ ധാരണയെ പ്രയോഗിക്കുന്നതിലൂടെ നമുക്ക് മേൽ നിർബന്ധിതമായി ചെലുത്തപ്പെടുന്ന ചോദ്യം ചെയ്യാനാവാത്ത നിഗമനം ഈ രാജ്യത്ത്, ഹിന്ദുസ്ഥാനിൽ, ഹിന്ദുജാതി അതിന്റെ മതവും ഹിന്ദുസംസ്കാരവും ഹിന്ദുഭാഷ (സംസ്കാരത്തിന്റെ സ്വാഭാവിക കുടുംബവും അതിന്റെ സന്തതികളും) യും ചേർന്ന് രാഷ്ട്രമെന്ന ആശയം സമ്പൂർണമാക്കുന്നു എന്നതാണ്.[26]

സംസ്കൃതത്തെ ഒരു 'ഹിന്ദുഭാഷ'യാണെന്ന് പ്രഖ്യാപിച്ചുകൊണ്ട്, അതിനെയും ഗോൾവാൾക്കർ ഹിന്ദുരാഷ്ട്രത്തിന്റെ ഒരു ഘടകമായി ഉൾപ്പെടുത്തി എന്നത് കൗതുകമുളവാക്കുന്ന ഒരു വസ്തുതയാണ്. മിക്ക

വാറും ബ്രാഹ്മണരായ വളരെ ചെറിയൊരു വിഭാഗക്കാർ മാത്രമാണ് സംസ്കൃതം ഉപയോഗിച്ചിരുന്നതെന്നും അതൊരിക്കലും ഒരു സംസാര ഭാഷയായിരുന്നില്ലെന്നും ചരിത്രകാരൻമാർ നിരീക്ഷിച്ചിട്ടുണ്ട്.[27] സംസ്കൃതത്തെ ഹിന്ദുരാഷ്ട്രത്തിന്റെ ഒരവിഭാജ്യഘടകമാക്കി, അത് മേൽ ജാതിക്കാർക്ക് മാത്രം സംവരണം ചെയ്തുകൊണ്ട്, ദളിതരെയും അയിത്തജാതിക്കാരെയും അതിന്റെ പരിധിക്ക് പുറത്ത് നിർത്തുന്നു എന്ന വസ്തുതയെ മറച്ചു വയ്ക്കാൻ ഗോൾവാൾക്കർ ഇവിടെ ബോധപൂർവം ശ്രമിക്കുന്നു. 18-ാം നൂറ്റാണ്ടിലെ ഇന്ത്യയിൽ സംസ്കൃതം സംസാരിക്കാൻ ധൈര്യപ്പെട്ട താഴ്ന്ന ജാതിക്കാർക്കുണ്ടായ ദുർഗതി വിവരിക്കുന്നിടത്ത് അംബേദ്കർ ഇപ്രകാരം പറയുന്നു:

> ഗോൾവാൾക്കറും ആർ എസ് എസും പുഃനസ്ഥാപിക്കാനാഗ്രഹിക്കുന്ന മറാത്താ ഭരണത്തിൻ കീഴിൽ വേദമന്ത്രമുരുവിടുന്ന ഏതൊരാളും തന്റെ നാവ് നഷ്ടപ്പെടുത്താൻ ബാധ്യസ്ഥനായിരുന്നു. യഥാർഥത്തിൽ, പേഷ്വയുടെ കൽപ്പനപ്രകാരം, വൈദിക നിയമത്തിന് വിരുദ്ധമായി വേദമന്ത്രങ്ങളുരുവിടാൻ ധൈര്യം കാണിച്ച സോണാർ (സ്വർണപണിക്കാർ) ജാതിക്കാരായ നിരവധി പേരുടെ നാവ് ഛേദിച്ചു കളഞ്ഞിട്ടുണ്ട്.[28]

ദളിത് നേതാവായ അംബേദ്കർ മാത്രമല്ല ഈ യാഥാർഥ്യത്തിൽ പരിതപിച്ചിട്ടുള്ളത്. ഹിന്ദു നിയമത്തിൻ കീഴിൽ ബ്രാഹ്മണേതരായ ആർക്കും തന്നെ വേദമന്ത്രങ്ങൾ ഉരുവിടാനോ അത്തരക്കാരെ പഠിപ്പിക്കാനോ അവർക്ക് വ്യാഖ്യാനിച്ചു കൊടുക്കാനോ സാധ്യമല്ലെന്ന് ബംഗാളിലെ ദേശീയവാദത്തിന്റെ മുതിർന്ന നേതാവായ ബിപിൻചന്ദ്രപാലും അംഗീകരിച്ചിട്ടുണ്ട്. അദ്ദേഹത്തിന്റെ അഭിപ്രായത്തിൽ ബ്രാഹ്മണേതരായ ആർക്കും ബ്രാഹ്മണരുമായുള്ള സാമൂഹിക തുല്യതയെക്കുറിച്ച് ചിന്തിക്കാനുമാവില്ല.[29]

സംസ്കൃതം എല്ലാ ഇന്ത്യൻ ഭാഷകളുടെയും മാതാവാണെന്ന ഗോൾവാൾക്കറുടെ അവകാശവാദവും വസ്തുതകളെ അടിസ്ഥാനമാക്കിയുള്ളതല്ല. തമിഴ് പോലെ സംസ്കൃതത്തേക്കാൾ പഴക്കവും മഹത്തായ സാഹിത്യപാരമ്പര്യവുമുള്ള ഭാഷകൾ ഇന്ത്യയിലുണ്ട്. യഥാർഥത്തിൽ ഇന്ത്യയിൽ ദേശീയതയുടെ അഞ്ച് ഘടകങ്ങളിലൊന്നാണ് സംസ്കൃതമെന്ന് പ്രഖ്യാപിച്ചു കൊണ്ട് സംസ്കൃതം ഉപയോഗിക്കാത്ത ഹിന്ദു ജനതയിലെ വലിയ വിഭാഗങ്ങളെയും ഇന്ത്യയിലെ വിസ്തൃതമായ പ്രദേശങ്ങളെയും ഹിന്ദുരാഷ്ട്രത്തിന് പുറത്ത് നിർത്താനാണ് ഗോൾവാൾക്കർ ശ്രമിച്ചത്. എന്നാൽ, വൈകാതെ തന്നെ ഗോൾവാൾക്കർക്ക് കീഴിലുള്ള ആർ എസ് എസ് സംസ്കൃതത്തെ കുറിച്ചുള്ള പുരാവൃത്തത്തിലെ കാര്യകാരണ ബന്ധം മനസിലാക്കുകയും, ആ ഭാഷയ്ക്ക് പകരം ഹിന്ദുരാഷ്ട്രത്തിലെ ഘടകമായി ഹിന്ദി ഭാഷയെ സ്വീകരിക്കുകയും ചെയ്തു. അത് പുതിയ ചോദ്യങ്ങളുയർത്തുകയുമുണ്ടായി.

വംശീയ പ്രതിരോധം

ഗോൾവാൾക്കറുടെ ദേശീയതയിലെ ഏറ്റവും പ്രധാന ഘടകം വംശം അല്ലെങ്കിൽ വംശീയാഭിമാനമാണ് (അതിനെ ജാതി എന്നും അദ്ദേഹം പരാമർശിച്ചിട്ടുണ്ട്). അതിനെ "നമ്മുടെ മതത്തിന്റെ സന്താനം"[30] എന്ന് വരെ അദ്ദേഹം വിശേഷിപ്പിച്ചു. അദ്ദേഹത്തിന്റെ ധാരണയനുസരിച്ച്, ഹിന്ദുസ്ഥാനിൽ പ്രാചീനമായ ഹിന്ദുരാഷ്ട്രം നിലനിൽക്കുന്നു. അത് നില നിന്നേ മതിയാവൂ. ആ ദേശീയതയിൽ, അതായത്, ഹിന്ദുവംശം, മതം, സംസ്കാരം, ഭാഷ എന്നിവയിൽ ഉൾപ്പെടാത്ത സകലരും സ്വാഭാവിക മായും യഥാർഥ ദേശീയ ജീവിതത്തിന്റെ പരിധിക്ക് പുറത്തേക്ക് നിപതിക്കുന്നു.

> ഞങ്ങൾ ആവർത്തിക്കുന്നു: ഹിന്ദുസ്ഥാനിൽ ഹിന്ദുരാഷ്ട്രത്തിന്റേതായ, ആധുനിക ലോകത്തിലെ ശാസ്ത്രീയ രാഷ്ട്ര സങ്കൽപ്പത്തിന്റെ എല്ലാ അഞ്ച് അവശ്യഘടകങ്ങളെയും തൃപ്തിപ്പെടുത്തികൊണ്ട് ഹിന്ദുക്കൾ ജീവിക്കുന്നു. അവർ അങ്ങനെ ജീവിക്കേണ്ടവരുമാണ്. അക്കാരണത്താൽ, ഹിന്ദുരാഷ്ട്രത്തെ ഇപ്പോഴത്തെ ജഡാവസ്ഥയിൽ നിന്നും പുനർനിർമിക്കാനും പുനരുത്തേജിപ്പിക്കാനും മോചിപ്പിക്കാനും ലക്ഷ്യമിട്ടുകൊണ്ടുള്ള മുന്നേറ്റങ്ങൾ മാത്രമേ യഥാർഥത്തിൽ ദേശീയമാകൂ. ഹിന്ദുജാതിയേയും രാഷ്ട്രത്തേയും മഹത്വവൽക്കരിക്കാനുള്ള ആഗ്രഹം സ്വന്തം ഹൃദയത്തോട് ചേർത്തുപിടിച്ചുകൊണ്ട് പ്രവർത്തിക്കുന്ന ദേശീയതാവാദികളായ ദേശസ്നേഹികൾക്ക് മാത്രമേ ആ ലക്ഷ്യം കൈവരിക്കാനാവൂ. മറ്റെല്ലാവരും തന്നെ ദേശീയമായ മുന്നേറ്റത്തിനെതിരായ രാജ്യദ്രോഹികളോ ശത്രുക്കളോ, കൂടുതൽ ഉദാരമായി പറഞ്ഞാൽ, മൂഢൻമാരോ ആണ്.[31]

നിസ്സംശയമായും ഗോൾവാൾക്കറുടെ ഈ നിർണയം ഹിന്ദുരാഷ്ട്രത്തെക്കുറിച്ചുള്ള 'സവർക്കറൈറ്റ്' മാതൃകയിൽ അധിഷ്ഠിതമാണ്. മുസ്ലീങ്ങൾ, ക്രിസ്ത്യാനികൾ, ഹൈന്ദവേതരരായ മറ്റെല്ലാ ന്യൂനപക്ഷങ്ങൾ എന്നിവരെ ഹിന്ദു രാഷ്ട്രത്തിന്റെ ഭാഗമാകാനുള്ള എല്ലാ അവകാശങ്ങളിൽ നിന്നും ഒറ്റയടിക്ക് അത് പുറന്തള്ളുന്നു. ഹിന്ദുയിസത്തിൽ പെടാത്ത മറ്റെല്ലാ മതവിശ്വാസികളെയും ഇന്ത്യൻ രാഷ്ട്രത്തിൽ നിന്നും പുറത്താക്കുക മാത്രമല്ല, അവരെ രാജ്യദ്രോഹികളെന്നും ശത്രുക്കളെന്നും മൂഢൻമാരെന്നും മുദ്ര കുത്തുകയും ചെയ്യുന്നു. ഇത് ഇന്ത്യയിൽ ജീവിക്കുന്ന ഹിന്ദുക്കളല്ലാത്ത എല്ലാവർക്കും നേരെയുള്ള നഗ്നമായ അധിക്ഷേപമായിരുന്നിട്ടുപോലും, അന്നത്തെ ബ്രിട്ടീഷ് ഭരണാധികാരികൾ ആ പുസ്തകത്തിനെതിരെ ഒരു നടപടിയുമെടുത്തില്ല. 1860 ലെ ഇന്ത്യൻ ശിക്ഷാനിയമത്തിലെ സെക്ഷൻ 295 എ നിലനിൽക്കേയാണ് അങ്ങനെ സംഭവിച്ചത്. ആ നിയമത്തിൽ ഇങ്ങനെ പറയുന്നു: "പറയുന്നതോ എഴുതുന്നതോ ആയ വാക്കുകൾ കൊണ്ടോ ആംഗ്യത്താലോ ദൃശ്യപര

മായ രീതികളാലോ മറ്റേതെങ്കിലും രീതിയിലോ ഏതെങ്കിലും വിഭാഗത്തിന്റെ മതത്തെയോ മതവിശ്വാസത്തെയോ അപമാനിക്കുന്നതിലൂടെ മതവികാരം വ്രണപ്പെടുത്താൻ ഉദ്ദേശിച്ചുകൊണ്ട് ദ്രോഹബുദ്ധിയോടെയുള്ള ഏതൊരു പ്രവൃത്തിയും നിയമവിരുദ്ധമാണ്."[32]

തന്റെ വീക്ഷണഗതി കൂടുതൽ വ്യക്തമാക്കാൻ ഗോൾവാൾക്കർ താഴെപ്പറയുന്ന ചോദ്യം ഉയർത്തിപ്പിടിക്കുന്നു:

> ഹിന്ദുസ്ഥാൻ ഹിന്ദുക്കളുടെ മാത്രം ദേശവും ഹിന്ദുരാഷ്ട്രതത്തിന് മാത്രം പുഷ്ടിപ്പെടാനുള്ള ഖരമായ ഭൂമിയും എന്നത് നിസ്തർക്കമാണെങ്കിൽ, ഈ ദേശത്ത് പാർക്കാനിടയായ ഹിന്ദുവംശത്തിലും മതത്തിലും സംസ്കാരത്തിലും പെടാത്തവരുടെ വിധി എന്താകണമായിരുന്നു.[33]

അദ്ദേഹം തന്നെ അതിന് മറുപടിയും നൽകുന്നു. ദേശത്തെ സംബന്ധിച്ചിടത്തോളം,

> ആശയത്തിന്റെ പരിധിക്ക് പുറത്തേക്ക് നിപതിക്കുന്നവർക്ക് ദേശീയ ജീവിതത്തിൽ യാതൊരു സ്ഥാനവും ഉണ്ടായിക്കൂടാ. തങ്ങളുടെ വ്യത്യാസങ്ങൾ ഉപേക്ഷിച്ച് രാഷ്ട്രത്തിന്റെ മതവും സംസ്കാരവും ഭാഷയും സ്വീകരിച്ച് ദേശീയ വംശത്തിൽ പൂർണമായും ലയിച്ചു ചേർന്നാൽ മാത്രമേ അവരെ രാഷ്ട്രത്തിന്റെ ഭാഗമായി ഗണിക്കാനാവൂ. അവർ തങ്ങളുടെ വംശീയവും മതപരവും സാംസ്കാരികവുമായ വ്യത്യസ്തതകൾ നിലനിർത്തുന്ന കാലത്തോളം രാഷ്ട്രത്തോട് സൗഹൃദമോ ശത്രുതയോ ഉള്ള വിദേശികളായിരിക്കാൻ മാത്രമേ അവർക്ക് സാധിക്കൂ.[34]

പൂർണമായ ലയിച്ചു ചേരൽ അല്ലെങ്കിൽ വംശീയ ശുദ്ധീകരണം ആയിരുന്നു ഇന്ത്യയിലെ ന്യൂനപക്ഷ പ്രശ്നം പരിഹരിക്കാൻ ഗോൾവാൾക്കർ നിഷ്കർഷിച്ച മന്ത്രം. 1925 ൽ സ്ഥാപിതമായ ശേഷം ഒരിക്കലും ആർ എസ് എസ് ആ ആശയം കയ്യൊഴിഞ്ഞിട്ടില്ല. ഗോൾവാൾക്കറുടെ അഭിപ്രായത്തിൽ, പഴക്കമേറിയ രാഷ്ട്രങ്ങൾ അവയുടെ രാഷ്ട്രീയ സംഘടനയിൽ വ്യത്യസ്തമായ ഏതെങ്കിലും ഘടകത്തെ അംഗീകരിക്കാത്തതിലൂടെയാണ് ന്യൂനപക്ഷ പ്രശ്നങ്ങൾ പരിഹരിച്ചത്. കുടിയേറ്റക്കാരായ മുസ്ലീങ്ങളും ക്രിസ്ത്യാനികളും സ്വാഭാവിക ദേശീയ വംശമായ ജനവിഭാഗത്തിൽ ലയിച്ചു ചേരണം. അവർ തങ്ങളുടെ വേറിട്ട നിലനിൽപ്പ് പൂർണമായും ഉപേക്ഷിച്ച് വൈദേശികമായ ഉൽപ്പത്തി വിസ്മരിച്ച് ദേശീയ വംശത്തിന്റെ സംസ്കാരവും ഭാഷയും സ്വീകരിക്കണം.

> അങ്ങനെ ചെയ്യാത്ത പക്ഷം കേവലം പുറത്തുനിന്നുമുള്ളവരായി ജീവിക്കുന്ന അവർ രാഷ്ട്രത്തിന്റെ എല്ലാ നിയമങ്ങളുടെയും കെട്ടുപാടുകൾക്കുള്ളിൽ, പ്രത്യേകമായ സംരക്ഷണത്തിനൊന്നും

> അർഹതയില്ലാത്തവരായി, പറയത്തക്ക അവകാശങ്ങളോ പരിഗണനയോ ഇല്ലാതെ രാഷ്ട്രത്തിന്റെ ദയാദാക്ഷിണ്യത്തിൽ കഴിയണം. വിദേശഘടകങ്ങൾക്ക് മുമ്പിൽ രണ്ട് പേംവഴികളേ ഉള്ളൂ. ഒന്നുകിൽ, ദേശീയ വംശത്തിൽ ലയിച്ചുചേർന്ന് അതിന്റെ സംസ്കാരം സ്വീകരിക്കണം. അല്ലെങ്കിൽ, ദേശീയവംശം അനുവദിക്കുന്നിടത്തോളം അതിന്റെ ദയാദാക്ഷിണ്യങ്ങളിൽ ജീവിക്കുകയും, ദേശീയവംശത്തിന്റെ മധുരതരമായ ഇഷ്ടത്തിന് വിധേയമായി രാജ്യം വിട്ടുപോവുകയും വേണം. ന്യൂനപക്ഷ പ്രശ്നത്തിൽ പ്രായോഗികവും യുക്തിഭദ്രവും ശരിയുമായ പരിഹാരം അത് മാത്രമാണ്. അത് മാത്രമേ ദേശീയ ജീവിതത്തെ ആരോഗ്യമുള്ളതും ശല്യമില്ലാത്തതുമായി സൂക്ഷിക്കൂ. ഒരു സ്റ്റേറ്റിനുള്ളിൽ മറ്റൊരു സ്റ്റേറ്റ് എന്ന അർബുദം ഉണ്ടാവുകയെന്ന അപകടത്തിൽ നിന്നും രാഷ്ട്രത്തെ സുരക്ഷിതമായി സൂക്ഷിക്കാൻ അതിന് മാത്രമേ കഴിയൂ.[35]

ഫാസിസ്റ്റ് ജർമനിയുടെയും ഇറ്റലിയുടെയും മൂർത്തീമത്കരണം

യൂറോപ്പിൽ നിലനിന്നിരുന്ന വർണപരമായ സിദ്ധാന്തങ്ങളിൽ മാത്രം ഒതുങ്ങിക്കൂടുന്നതായിരുന്നു ഹിന്ദുരാഷ്ട്രയെക്കുറിച്ചുള്ള ഗോൾവാൾക്കറുടെ സിദ്ധാന്തം. വർണവിദ്വേഷം പ്രയോഗിച്ചിരുന്ന രാജ്യങ്ങളെ യാതൊരു മറയുമില്ലാതെ അദ്ദേഹം പ്രകീർത്തിക്കുകയും മൂർത്തീമത്കരിക്കുകയും ചെയ്തു. തന്റെ ഹിന്ദുരാഷ്ട്രത്തിന്റെ മാതൃകകളെന്ന നിലയിൽ ഹിറ്റ്ലറുടെ കീഴിലുള്ള നാസി ജർമനിയെയും മുസോളിനി ഭരിച്ചിരുന്ന ഫാസിസ്റ്റ് ഇറ്റലിയെയും അദ്ദേഹം അവതരിപ്പിച്ചു. ഹിന്ദു ആര്യൻ വംശത്തെ തെരഞ്ഞെടുത്ത വംശങ്ങൾക്കൊപ്പം പ്രതിഷ്ഠിക്കാൻ, ലോകത്തിന്റെ മേധാവിത്വം ഉറപ്പിക്കാനും വംശീയമായ വൈശിഷ്ട്യം ഉയർത്തിപ്പിടിക്കാനും വേണ്ടി ആ സിദ്ധാന്തങ്ങൾക്കുള്ള അദ്ദേഹത്തിന്റെ പിന്തുണ പൂർണമായി മനസിലാകണമെങ്കിൽ അദ്ദേഹത്തിന്റെ ഗ്രന്ഥത്തിലൂടെ കടന്നുപോവേണ്ടതാവശ്യമാണ്. വംശീയതയെ പ്രതിരോധിച്ചുകൊണ്ട് അദ്ദേഹം ഇങ്ങനെ ആരംഭിക്കുന്നു:

> മാനസിക ചട്ടക്കൂടിനാൽ പരിപക്വമായിട്ടുള്ളതാണ് വംശത്തിന്റെ ഉന്നമനകാംക്ഷ. വംശീയ മനസിനെ കരുവിലേക്കെറിയുന്നത് പോലെയാണ് തീർച്ചയായുമത്. അതിന്റെ തലമുറകളായിട്ടുള്ള പാരമ്പര്യങ്ങളാലും വാഞ്ഛകളാലുമാണ് അതിന്റെ ഉന്നമനകാംക്ഷകളും. വംശീയമായ ബോധത്തിന്റെ ഉണർവാണ് മുന്നേറാൻ സഹായിക്കുന്നത്. എന്നാലത് പഴയ പരമ്പരാഗതമായ രീതിയിൽ അതിനെ നയിച്ച പാതയിലൂടെയായിരിക്കണം....

> എന്തായാലും, അതിന് മുമ്പിൽ തുറന്ന് കിട്ടിയിട്ടുള്ള പരമ്പരാഗതമായ പാതയിലൂടെയല്ലാതെ അതിന് മുന്നേറാൻ സാധ്യമല്ല.[36]

വംശീയമായ ഉന്നമനകാംക്ഷ സഫലമാക്കാൻ തലമുറകളായുള്ള പാരമ്പര്യങ്ങളെന്നും പരമ്പരാഗതമായ പാതയെന്നും പറയുമ്പോൾ അതെന്താണെന്ന് മനസിലാക്കാൻ പ്രയാസമില്ല. അദ്ദേഹത്തിന്റെ അഭിപ്രായത്തിൽ, ഫാസിസ്റ്റ് ഇറ്റലിയും നാസി ജർമനിയും നമുക്കത് വ്യക്തമാക്കിത്തരുന്നുണ്ട്.

"ഇറ്റലിയിലേക്ക് നോക്കൂ. പഴയ റോമൻ വംശീയ ബോധം മധ്യധരണ്യാഴിക്ക് ചുറ്റും ദീർഘകാലമായി സുഷുപ്താവസ്ഥയിലായിരുന്ന മുഴുവൻ പ്രദേശങ്ങളെയും കീഴടക്കുന്നതിൽ വിജയിച്ചു. അത് വംശീയ-ദേശീയ ഉന്നമനകാംക്ഷകളെ ഉദ്ദീപിപ്പിക്കുകയും തദനുസരണമായി രൂപപ്പെടുത്തുകയും ചെയ്തു. ആധുനിക ജർമനിയിൽ ഉയർത്തെഴുന്നേറ്റ പ്രാചീനമായ വംശീയ ബോധം യൂറോപ്പിനെ മുഴുവൻ കീഴടക്കാൻ ജർമൻ ഗോത്രങ്ങളെ പ്രേരിപ്പിച്ചു. അതിന് കാരണം, അതിന്റെ കൊള്ളക്കാരായ പൂർവികർ അവശേഷിപ്പിച്ച പാരമ്പര്യങ്ങളാൽ രൂപപ്പെട്ട, മുൻനിശ്ചിതമായ ഉന്നമനകാംക്ഷയെ രാഷ്ട്രം ആവേശപൂർവം പിൻതുടർന്നതായിരുന്നു. നാം സൃഷ്ടിച്ച ആത്മീയ മഹാരഥൻമാർ തെളിയിച്ചിട്ടുള്ളതുപോലെ നമ്മുടെയും വംശീയാഭിമാനം വീണ്ടുമൊരിക്കൽ കൂടി ഉദ്ദീപിപ്പിക്കപ്പെട്ടിരിക്കുന്നു. മാത്രമല്ല, പ്രശാന്തമായ മാഹാത്മ്യത്തിന്റെ വാക്കുകൾ മാത്രം കൊണ്ട് ഇന്ന് ആരാണ് ഞെളിഞ്ഞു നടക്കുന്നത്?"[37]

വർണപരവും സാമ്രാജ്യത്വപരവുമായ അധികാര തൃഷ്ണകൾ നയിച്ചിരുന്നതും ഒന്നിനു പിറകേ മറ്റൊന്നായി യൂറോപ്പിലെ രാജ്യങ്ങളെ പിടിച്ചടക്കിക്കൊണ്ടിരുന്നതും മറ്റൊരു ലോകമഹായുദ്ധത്തിന്റെ വക്കിലേക്ക് ലോകത്തെ കൊണ്ടെത്തിച്ചതുമായ ജർമനിയെക്കുറിച്ചുള്ള മഹത്വവൽക്കരണം യാതൊരു നിയന്ത്രണവുമില്ലാതെ ഗോൾവാൾക്കർ ഇങ്ങനെ തുടരുന്നു:

> ഇന്ന് ലോകത്തിന്റെ കണ്ണിൽ മറ്റേരാജ്യം എന്നത് വലിയൊരളവുവരെ ജർമനിയാണ്. തികച്ചും വിസ്മയാവഹമായ ഒരു ഉദാഹരണമാണ് ആ രാജ്യത്തിന്റേത്. ആധുനിക ജർമനി കഠിനമായി യത്നിക്കുകയും വലിയൊരളവ് വരെ ആ യത്നം വിജയിക്കുകയും ചെയ്തു. പരമ്പരാഗതമായി ജർമൻകാർ കൈവശം വച്ചിരുന്നതും രാഷ്ട്രീയമായ തർക്കങ്ങളുടെ ഫലമായി വ്യത്യസ്ത രാജ്യങ്ങളായും പ്രവിശ്യകളായും വിഘടിച്ചുപോയ മുഴുവൻ പ്രദേശങ്ങളെയും കീഴടക്കാൻ ജർമനിക്ക് സാധിച്ചു. ഉദാഹരണമായി, ബാവറിയ, മറ്റ് രാജാധികാര മണ്ഡലങ്ങൾ എന്നിവയെപ്പോലെ ഓസ്ട്രിയയും ജർമാനിക് സാമ്രാജ്യത്തിന്റെ ഒരു ഭാഗമാണ്. യുക്തിസഹമായി പറഞ്ഞാൽ, ജർമനിയുടെ മറ്റ് ഭാഗങ്ങളെപ്പോലെ ഓസ്ട്രിയ ഒരു സ്വതന്ത്ര രാജ്യമായിക്കൂടാ. യുദ്ധാനന്തരം പുതിയ രാജ്യമായി

തീർന്ന ചെക്കോസ്ലോവാക്യയിൽ ജർമൻകാർ അധിവസിക്കുന്ന പ്രദേശങ്ങളുടെ കാര്യവും അങ്ങനെ തന്നെ. യഥാർഥ രാഷ്ട്രത്തിന്റെ ആശയത്തിലെ അവശ്യഘടകമായ വംശീയതയോടുള്ള പരമ്പരാഗത ബന്ധം സുനിശ്ചിതമായ ഒരു സ്വരാജ്യത്തിന് വേണ്ടി പിതൃഭൂമിയിലെ ജർമൻ അഭിമാനബോധത്തെ ഉദ്ദീപിക്കുകയും, എല്ലാ പരമ്പരാഗത പ്രദേശങ്ങളിലും സമാനതയില്ലാത്തതും തർക്കമറ്റതുമായ ജർമൻ സാമ്രാജ്യം സ്ഥാപിക്കുന്നതിനായി പുതിയൊരു ലോകസഖ്യം രൂപീകരിക്കുകയെന്ന അപകടം പിടിച്ച ശ്രമത്തിലേക്ക് അവരെ കൊണ്ടുചെന്നെത്തിക്കുകയും ചെയ്തു. ജർമനിയുടെ സ്വാഭാവികവും യുക്തിസഹവുമായ ഈ ഉന്നമനകാംക്ഷ ഏറെക്കുറെ സഫലീകരിക്കപ്പെടുകയും വർത്തമാന കാലത്തു പോലും ഒരിക്കൽ കൂടി ജന്മഭൂമിയുടെ വമ്പിച്ച പ്രാധാന്യം അംഗീകരിക്കപ്പെടുകയും ചെയ്തു."[38]

താൻ വിഭാവനം ചെയ്യുന്ന ഹിന്ദുരാഷ്ട്രയിലെ ന്യൂനപക്ഷ പ്രശ്നം പരിഹരിക്കാൻ താഴെപ്പറയുന്ന പരിഹാരം സുവ്യക്തമായി നിഷ്കർഷിക്കുമ്പോൾ ഗോൾവാൾക്കറുടെ മനസിൽ ന്യൂനപക്ഷ ഉന്മൂലനത്തിനുള്ള നാസി-ഫാസിസ്റ്റ് മാതൃകകളാണുണ്ടായിരുന്നത് എന്ന കാര്യം വളരെ വ്യക്തമാണ്.

> വിവേകവും പഴക്കവുമുള്ള രാഷ്ട്രങ്ങളുടെ അനുഭവത്തിന്റെ വെളിച്ചത്തിൽ, ഹിന്ദുസ്ഥാനിലെ വിദേശവംശങ്ങൾ ഹിന്ദുസംസ്കാരവും മതവും സ്വീകരിച്ച് ഹിന്ദുമതത്തെ ആദരിക്കാനും ആരാധിക്കാനും പഠിച്ച് ഹിന്ദുവംശത്തെയും സംസ്കാരത്തെയും, അതായത് ഹിന്ദുരാഷ്ട്രത്തെ മഹത്വവൽക്കരിക്കുന്നതൊഴികെയുള്ള എല്ലാ ആശയങ്ങളുമുപേക്ഷിച്ച്, ഹിന്ദുവംശത്തിൽ ലയിച്ചുചേർന്ന് പ്രത്യേകമായ നിലനിൽപ്പ് ഉപേക്ഷിക്കുകയോ, അല്ലാത്തപക്ഷം യാതൊന്നും അവകാശപ്പെടാതെ യാതൊരു മുൻഗണനകളുമില്ലാതെ, പ്രത്യേക പരിചരണത്തിനോ പൗരത്വത്തിനുപോലും അവകാശമില്ലാതെ പൂർണമായും ഹിന്ദുരാഷ്ട്രത്തിന് കീഴ്പ്പെട്ട് രാജ്യത്ത് കഴിയണം. കുറഞ്ഞ പക്ഷം, അവർക്ക് കൈക്കൊള്ളാവുന്ന മറ്റൊരു വഴിയുമില്ല. നാം പഴക്കമുള്ള ഒരു രാഷ്ട്രമാണ്. അതുകൊണ്ട് പഴക്കമുള്ള രാഷ്ട്രങ്ങൾ ചെയ്യുന്നത് പോലെ, ജീവിക്കാൻ വേണ്ടി നമ്മുടെ രാജ്യം തെരഞ്ഞെടുത്ത വിദേശവംശങ്ങളെ നമുക്കും കൈകാര്യം ചെയ്യാം.[39]

പലസ്തീനിലെ ജനങ്ങൾക്കെതിരെ ഗോൾവാൾക്കറും ആർ എസ് എസും സിയോണിസ്റ്റുകളെ പിന്തുണച്ചിരുന്നതായി നമുക്കറിയാം. എന്നാലിവിടെ അവർ ഹിറ്റ്ലറുടെ യഹൂദനരവംശഹത്യയിൽ ആഹ്ലാദിക്കുകയും അതിനെ ആഘോഷിക്കുകയും മാത്രമല്ല, ന്യൂനപക്ഷങ്ങളെ ഉന്മൂലനം ചെയ്യാൻ അതേ മാർഗം സ്വീകരിക്കാൻ ഹിന്ദു രാഷ്ട്രത്തോട് ആവശ്യപ്പെടുകയും ചെയ്യുന്നു.

ജർമൻ അഭിമാനബോധം ഇന്നത്തെ സംസാരവിഷയമായിത്തീർന്നിരിക്കുന്നു. വംശത്തിന്റെയും സംസ്കാരത്തിന്റെയും സംശുദ്ധി കാത്തുസൂക്ഷിക്കാൻ സെമിറ്റിക് വംശമായ യഹൂദന്മാരെ ഉന്മൂലനം ചെയ്തുകൊണ്ട് ജർമനി ലോകത്തെ ഞെട്ടിപ്പിച്ചിരിക്കുന്നു. വംശീയാഭിമാനബോധത്തിന്റെ ഉത്തുംഗത ഇവിടെ പ്രകടമാക്കപ്പെട്ടിരിക്കുന്നു. വേരുകളോളം വ്യത്യാസങ്ങളുള്ള വംശങ്ങളെയും സംസ്കാരങ്ങളെയും ഐക്യപ്പെട്ട ഒന്നാക്കി ലയിപ്പിക്കുന്നത് എത്ര മാത്രം അസാധ്യമാണെന്നും ജർമനി കാണിച്ചുതന്നിരിക്കുന്നു. *ഹിന്ദുസ്ഥാനിൽ നമുക്ക് പഠിക്കാനും നേട്ടമുണ്ടാക്കാനുമുള്ള നല്ലൊരു പാഠമാണത്.*[40]

ഗോൾവാൾക്കർ മാത്രമല്ല ഫാസിസ്റ്റ് ഇറ്റലിയെയും നാസി ജർമനിയെയും പ്രകീർത്തിച്ചിട്ടുള്ളത്. അദ്ദേഹത്തിന്റെ ബുദ്ധ്യുപദേശകനും ഹിന്ദുത്വ ആശയത്തിന്റെ സ്രഷ്ടാവുമായിരുന്ന സവർക്കർക്കും ഹിറ്റ്ലറോടും മുസോളിനിയോടും വളരെയധികം മമതയുണ്ടായിരുന്നു. 1940 ൽ മഥുരയിൽ ചേർന്ന ഹിന്ദുമഹാസഭയുടെ 22 ാമത് സമ്മേളനത്തിൽ അധ്യക്ഷ പ്രസംഗം നടത്തവേ അദ്ദേഹം പറഞ്ഞു:

"ഒരു നാസിയായതിനാൽ ഹിറ്റ്ലറെ ഒരു നരാധമനായോ ഒരു ജനാധിപത്യവാദിയെന്ന് സ്വയം വിളിക്കുന്നതിനാൽ ചർച്ചിലിനെ അർധദൈവമായോ കരുതാൻ കാരണമൊന്നുമില്ല. ജർമനി എത്തിചേർന്ന സാഹചര്യങ്ങൾക്ക് കീഴിൽ നാസിസം ജർമനിയുടെ രക്ഷകനാണെന്ന് സംശയലേശമന്യേ തെളിയിക്കപ്പെട്ടു."[41]

നാസിസത്തിനും ഫാസിസത്തിനുമെതിരായ വിമർശനം ഇന്ത്യയിലെ ആരിൽ നിന്നും സവർക്കർ ഇഷ്ടപ്പെട്ടില്ല. ഏകാധിപത്യപരമായ ആ രണ്ട് ആശയങ്ങളെ ജവഹർലാൽ നെഹ്റു രൂക്ഷമായി വിമർശിച്ചപ്പോൾ സവർക്കർ പ്രതികരിച്ചത് ഇപ്രകാരമാണ്:

അക്കാദമികമായ ആകർഷണീയതയില്ലെന്ന കാരണത്താൽ ഒരു പ്രത്യേക രീതിയിലുള്ള സർക്കാർനയം സ്വീകരിച്ചു എന്നതുകൊണ്ട് മാത്രം ജർമനിയെയോ ജപ്പാനെയോ, റഷ്യയെയോ ഇറ്റലിയെയോ നിയന്ത്രിക്കാൻ നാം ആരാണ്? ജർമനിക്ക് ഏറ്റവും നല്ലതേതാണെന്ന് പണ്ഡിറ്റ് നെഹ്റുവിനേക്കാൾ നന്നായി ഹിറ്റ്ലർക്കറിയാം. നാസി അല്ലെങ്കിൽ ഫാസിസ്റ്റ് മാന്ത്രികവടിയുടെ സ്പർശനത്താൽ തികച്ചും അത്ഭുതകരമായി ജർമനിയും ഇറ്റലിയും പ്രതിസന്ധികളെ അതിജീവിച്ച് മുമ്പൊരിക്കലുമുണ്ടായിട്ടില്ലാത്ത തരത്തിൽ പ്രബലരായി വളർന്നു എന്ന വസ്തുത മാത്രം മതി, അവരുടെ ആരോഗ്യം മെച്ചപ്പെടാനുള്ള ഒറ്റമൂലി മരുന്ന് ആ രാഷ്ട്രീയ ഇസങ്ങളാണെന്ന് തെളിയിക്കാൻ.[42]

ഗോൾവാൾക്കറെപോലെ, സവർക്കറും ഹിറ്റ്ലറുടെ ജൂതവിരുദ്ധ നരവംശഹത്യയെ സർവാത്മനാ പിന്തുണച്ചു.1938 ഒക്ടോബർ 4 ന് ഇന്ത്യയിലെ മുസ്ലീങ്ങളെ പോലുള്ള ന്യൂനപക്ഷങ്ങളുടെ പ്രശ്നങ്ങൾക്ക് ഹിറ്റ്ലറുടെ സമീപനം തന്നെ കൈക്കൊള്ളണമെന്ന് അദ്ദേഹം സൂചിപ്പിച്ചു:

ഒരു രാഷ്ട്രം രൂപീകരിക്കുന്നത് അവിടെ ജീവിക്കുന്ന ഭൂരിപക്ഷമാണ്. യഹൂദന്മാർ ജർമനിയിൽ എന്തുചെയ്തു? ന്യൂനപക്ഷമായ അവരെ ജർമനിയിൽ നിന്നും തുരത്തിയോടിച്ചു.[43]

ക്രൂരമായ ബലപ്രയോഗം എല്ലായ്പോഴും ആരാധിക്കപ്പെടേണ്ടതാണെന്ന ആശയപരമായ വിശ്വാസത്തിന്റെ ഫലമായിട്ടാണ് ഹിറ്റ്ലറും മുസോളിനിയും ഗോൾവാൾക്കർക്ക് ആരാധ്യരായിത്തീർന്നത്. എല്ലായ്പ്പോഴുമത് ഹിന്ദുത്വത്തിന്റെ മുഖ്യ സവിശേഷതയായിരുന്നിട്ടുമുണ്ട്. പ്രബലരെ സ്തുതിച്ചു കൊണ്ട് അദ്ദേഹം എഴുതി:

> പ്രബലരെ മാത്രമേ ലോകം ആരാധിക്കുന്നുള്ളൂ. അവസാനത്തെ യുദ്ധത്തിന് മുമ്പ് ഇംഗ്ലണ്ട് പ്രബലമായിരുന്നപ്പോൾ നമ്മുടെ ആളുകൾ ഇംഗ്ലീഷുകാരെ സ്തുതിക്കാനും അനുകരിക്കാനും ശ്രമിച്ചു. എന്നാൽ, യുദ്ധവേളയിൽ ജർമനി ജയിച്ചേക്കുമെന്ന സ്ഥിതിയുണ്ടായപ്പോൾ അവർ ഹിറ്റ്ലറെയും നാസിസത്തെയും പോലും, ആദരിക്കാൻ തുടങ്ങി. ഹിറ്റ്ലറെയും നാസിസത്തെയും അതിരൂക്ഷമായി വിമർശിച്ച, എന്നാൽ, ആരാധനാഭാവത്തോടെ ജർമൻ വാർത്തകൾ ശ്രവിക്കാൻ രഹസ്യമായി തങ്ങളുടെ റേഡിയോകൾ ഓൺ ചെയ്തിരുന്നവരെയും ഞങ്ങൾക്കറിയാം. ജർമനിയുടെ ആക്രമണം ആരംഭിച്ച് വെറും രണ്ടാഴ്ചയ്ക്കകം ഉണ്ടായ ഫ്രാൻസിന്റെ പതനം അവരെ എത്രമാത്രമാണ് ആഹ്ലാദിപ്പിച്ചത്. അതാണ് ലോകത്തിന്റെ രീതി. ദുർബലന്റെ ശബ്ദത്തെ ആരും അൽപ്പംപോലും ശ്രദ്ധിക്കുന്നില്ല. ദരിദ്രന്റെയും ദുർബലന്റെയും ആഗ്രഹങ്ങൾ അന്തരീക്ഷത്തിൽ കെട്ടിയുണ്ടാക്കിയ മണിമാളിക പോലെയാണെന്ന് വളരെക്കാലം മുമ്പ് നമ്മുടെ പൂർവപിതാക്കന്മാർ പ്രഖ്യാപിച്ചിട്ടുണ്ട്.[44]

ആർ എസ് എസിനെപോലെ തന്നെ ഗോൾവാൾക്കറും ഒരു ജനാധിപത്യ സ്വതന്ത്ര ഇന്ത്യ സ്വപ്നം കണ്ടിട്ടില്ല എന്ന കാര്യവും ഇവിടെ പ്രസക്തമാണ്. ജനാധിപത്യ തത്വങ്ങൾക്ക് വിപരീതമായി, ഇന്ത്യയെ ഒരു ഏകാധിപത്യ ഭരണകൂടം ഭരിക്കണമെന്ന് അദ്ദേഹം നിരന്തരം ആവശ്യപ്പെട്ടിരുന്നു. 1940 ൽ നാഗ്പൂരിലെ ആർ എസ് എസ് ആസ്ഥാനമായ റോഷംബാഗിൽ വച്ച് ഉയർന്ന തലത്തിലുള്ള 1,350 അണികളോട് പ്രസംഗിക്കവേ, അദ്ദേഹം പ്രഖ്യാപിച്ചു:

> ആർ എസ് എസിനാൽ പ്രചോദിതമായ ഒരു പതാക, ഒരു നേതാവ്, ഒരു സിദ്ധാന്ത സംഹിത എന്നത് മാഹാത്മ്യമേറിയ ഈ ദേശത്തിന്റെ ഓരോ മുക്കിലും മൂലയിലും ഹിന്ദുത്വത്തിന്റെ ദീപം തെളിക്കുന്നു.[45]

ഒരു പതാക, ഒരു നേതാവ്, ഒരു സിദ്ധാന്ത സംഹിത എന്ന മുദ്രാവാക്യം യൂറോപ്പിലെ നാസി-ഫാസിസ്റ്റ് പാർട്ടികളുടെ പരിപാടികളിൽ നിന്നും നേരിട്ട് കടമെടുത്തിട്ടുള്ളതാണെന്ന് വ്യക്തമാണ്.

2

ഹിന്ദു ദേശീയതാവാദ സിദ്ധാന്ത സംഹിതയും യൂറോപ്പിലെ വംശീയസിദ്ധാന്തങ്ങളും

പതിനെട്ടാം നൂറ്റാണ്ടിനും 20-ാം നൂറ്റാണ്ടിന്റെ ആദ്യപകുതിക്കുമിടയിൽ യൂറോപ്പിൽ വികസിച്ച, വംശീയ സിദ്ധാന്തങ്ങൾക്കും സവർക്കറും ഗോൾവാൾക്കറും ഉയർത്തിപ്പിടിച്ച ഹിന്ദുദേശീയതയുടെ ജാതീയമായ വീക്ഷണങ്ങൾക്കും വളരെ അടുത്ത ബന്ധമാണുള്ളത്. നാസിസത്തിന്റെയും ഫാസിസത്തിന്റെയും മുഴുവൻ ആശയസംഹിതയും ഇതേ വംശീയ സിദ്ധാന്തങ്ങളെ അവലംബമാക്കിയിരിക്കുന്നു. ഇരുകൂട്ടർക്കുമിടയിലെ നേരിട്ടുള്ള ബന്ധം വ്യക്തമാക്കാൻ ആഴവും വ്യാപ്തിയുമുള്ള പഠനം ആവശ്യമാണെങ്കിലും, വംശീയസിദ്ധാന്തങ്ങൾ യൂറോപ്പിൽ വ്യാപകമായി ചർച്ച ചെയ്യപ്പെട്ട കാലത്ത് ഹിന്ദുദേശീയതയുടെ സിദ്ധാന്തസംഹിത രൂപപ്പെടുത്താൻ നേതൃത്വം നൽകിയ സവർക്കർ യൂറോപ്പിലുണ്ടായിരുന്നുവെന്ന വസ്തുത നിരാകരിക്കാനാവാത്തതാണ്.

വംശീയമായ വൈശിഷ്ട്യം, രക്തത്തിന്റെ സംശുദ്ധി, ഭാഷയുടെ സംശുദ്ധി, ദേശീയ ആത്മാവ് എന്നീ ആശയങ്ങളെ ജനപ്രിയമാക്കാൻ വളരെ കൂടുതൽ സംഭാവന ചെയ്ത വ്യക്തിയാണ് ജർമൻ കവിയും ചിന്തകനുമായിരുന്ന ഫ്രഡറിക് വോൺ ഷ്ലെഗൽ (1772-1829). ഭാഷയാൽ വംശങ്ങൾ വ്യത്യസ്തമാക്കപ്പെട്ടിരിക്കുന്നുവെന്നും ഒരു ഭാഷ പഴക്കമേറിയതും സംശുദ്ധവുമാണെങ്കിൽ ആ ഭാഷ സംസാരിക്കുന്ന വംശവും പഴക്കമേറിയതും സംശുദ്ധവുമാണ് എന്ന സിദ്ധാന്തം അദ്ദേഹം മുന്നോട്ട് വച്ചു. അങ്ങനെ ഷ്ലെഗൽ,

> പരമ്പരാഗത സാംസ്കാരിക ദേശീയതാവാദത്തിന്റെ ആവിഷ്കാരകൻ മാത്രമല്ല, 19 ാം നൂറ്റാണ്ടിൽ തഴച്ചുവളർന്ന കാൽപ്പനികവും കപടശാസ്ത്രീയവുമായ ദേശീയതാവാദത്തിന്റെ സ്ഥാപകനും ആയിത്തീർന്നു. കൂടാതെ, ഈ ജനപ്രിയ വിശ്വാ

സത്തിന് അസംബന്ധജഡിലമായ പലതും സംഭാവന ചെയ്ത ഷ്ലെഗൽ, അതിനെ ദേശീയതയുടെ കൂടുതൽ വ്യാപ്തിയുള്ള വിശ്വാസസംഹിതയുമായി കൂട്ടിയിണക്കുകയും ചെയ്തു. റൈൻ നദിയെ അതിന്റെ കരകളിൽ പാർക്കുന്നവരുടെ മാത്രമല്ല, മുഴുവൻ ജർമനിയുടെയും ചിഹ്നമാക്കുന്നതിൽ ഏറ്റവും സ്വാധീനം ചെലുത്തിയ വ്യക്തിയാണദ്ദേഹം. ദേശീയതാവാദസാഹിത്യത്തിന്റെ വിഷയമെന്ന നിലയിൽ തന്റെ കവിതകളിലൂടെ റൈനിനെ അദ്ദേഹം ജനപ്രിയവുമാക്കിത്തീർത്തു. ജർമനിയുടെ പുരാണങ്ങൾ, അതിന്റെ പാരമ്പര്യങ്ങൾ, അതിന്റെ പഴയ പാട്ടുകളും മൂല്യങ്ങളും എന്നിവയെ ചരിത്രത്തിന്റെ ഭാഗമായി അവതരിപ്പിച്ചതും ഫ്രെഡറിക് വോൺ ഷ്ലെഗൽ ആയിരുന്നു.[46]

ദേശീയതാവാദത്തിന്റെ ഇത്തരമൊരാശയത്തിനുള്ള നിർമിതിക്ക് സംഭാവന നൽകിയ മറ്റൊരു പ്രമുഖൻ ഫ്രഞ്ച് എഴുത്തുകാരനായിരുന്ന ഹിപ്പോലെയ്റ്റ് അഡോർഫെ ടെയ്ൻ (1828-1893) ആണ്. ഷ്ലെഗലിനെ പോലെ ടെയ്നും ജൈവവംശങ്ങളെ ഭാഷാവിഭാഗങ്ങളുമായി കൂട്ടിക്കുഴച്ചു. മാത്രമല്ല, ആര്യൻ വംശത്തിനും അതിന്റെ നിരവധി ശാഖകൾക്കും സെമിറ്റിക്-ചൈനീസ് വംശങ്ങൾക്കുപരിയായ വൈശിഷ്ട്യം കൽപ്പിച്ചു നൽകുകയും ചെയ്തു. യഥാർഥത്തിൽ ആര്യൻപുരാണം രൂപകൽപ്പന ചെയ്ത ഏറ്റവും പ്രമുഖരിൽ ഒരാൾ അദ്ദേഹമാണ്. ടെയ്നിന്റെ അഭിപ്രായത്തിൽ, ഒരു രാഷ്ട്രത്തെ നിർണയിക്കുന്നത് വംശം, പരിസ്ഥിതി, മഹാസംഭവത്തിന്റെ തുടർച്ചയായി പിറവിയെടുക്കുന്ന യുഗം അഥവാ കാലഘട്ടം എന്നിവയാണ്.[47]

വംശസിദ്ധാന്തത്തിന് സംഭാവന ചെയ്ത മറ്റൊരു ഫ്രഞ്ചുകാരൻ ഗോബിന്യൂ (1816-1882) ആണ്. വെള്ളക്കാരന്റെ പരമോന്നത സ്ഥാനത്തിന് (White Supremacy) വേണ്ടി വാദിച്ച അദ്ദേഹം വംശസിദ്ധാന്തത്തിന് വളരെ കൂടുതൽ സംഭാവന ചെയ്യുക മാത്രമല്ല, *ആൻ എസേ ഓൺ ദി ഇൻഈക്വാലിറ്റി ഓഫ് ദി ഹ്യൂമൺ റേസസ്* (An Essay on the Inequality of the Human Races) എന്ന പ്രബന്ധത്തിലൂടെ ആര്യൻ പ്രമാണി വംശത്തിന്റെ വംശസിദ്ധാന്തം വികസിപ്പിച്ചെടുക്കുകയും ചെയ്തു. അദ്ദേഹമത് ജനാധിപത്യത്തിനെതിരെ രാജഭരണത്തെ പിന്തുണയ്ക്കാനാണ് ഉപയോഗിച്ചത്. 20-ാം നൂറ്റാണ്ടിന്റെ ആരംഭത്തിൽ ജർമനിക്കാരനായി തീർന്ന ഇംഗ്ലീഷുകാരനായ ഹുസ്റ്റൺ സ്റ്റുവർട്ട് ലാമ്പെർലെയ്നും അദ്ദേഹത്തിന്റെ ഭാര്യാപിതാവായ റിച്ചാർഡ് വാഗ്നറും ജർമനിയിൽ ആര്യൻ പുരാണത്തിന് ജനപ്രീതിയുണ്ടാക്കിക്കൊടുത്തു. വർണവെറിയെ പ്രതിരോധിക്കാനുള്ള സാഹിത്യം ഉദാരവിരുദ്ധവും സെമിറ്റിക് വിരുദ്ധവും സാമ്രാജ്യത്വ സ്വഭാവമുള്ളതും ആയിരുന്നു.[48]

പിന്നീട് 1930 കളുടെ ആദ്യപാദത്തിൽ വംശസിദ്ധാന്തത്തെ ചരിത്രത്തിന്റെ ഒരു തത്വശാസ്ത്രമെന്ന നിലയിൽ ആൽഫ്രെഡ്

റോഡർബർഗ് വികസിപ്പിച്ചു. അദ്ദേഹത്തിന്റെ നിലപാടനുസരിച്ച്, ലോകചരിത്രം ആര്യൻമാർ അഥവാ ആര്യസംസ്കാരം സൃഷ്ടിക്കുന്ന വംശത്തിനും മനുഷ്യരിലെ മറ്റെല്ലാ താഴേത്തട്ടിലുള്ളവർക്കുമിടയിലെ ഒരു സമരത്തിൽ കൂടുതലായ യതൊന്നുമല്ല. ഉത്തരദേശത്ത് ഉദ്ഭൂതമായ ആര്യൻവംശം അവിടെനിന്നും ഒരു പ്രത്യേകഘട്ടത്തിൽ ഈജിപ്ത്, ഇന്ത്യ, പേർഷ്യ, ഗ്രീസ്, റോം എന്നിവിടങ്ങളിലേക്ക് കുടിയേറുകയും എല്ലാ പ്രാചീന സംസ്കൃതിയുടെയും സ്രഷ്ടാക്കളായിത്തീരുകയും ചെയ്തു. ആര്യൻമാർ താഴേത്തട്ടിലുള്ളവരുമായി അന്തർപ്രജനനം നടത്തിയതിനാൽ പ്രാചീന സംസ്കൃതികൾ നശിച്ചതായും അദ്ദേഹം വാദിച്ചു.[49] യഥാർഥത്തിൽ, സവർക്കറും ഗോൾവാൾക്കറും ഏറ്റവും കൂടുതൽ കടംകൊണ്ടിട്ടുള്ളത് നാസി സൈദ്ധാന്തികനായ റോസൻ ബർഗിന്റെ 'വംശത്തിന്റെ (ജാതിയുടെ) ആത്മാവ്' എന്ന സിദ്ധാന്തത്തിൽ നിന്നുമാണ്. സവർക്കർ വികസിപ്പിച്ചെടുത്തതും ഗോൾവാൾക്കർ പ്രചരിപ്പിച്ചതുമായ ആശയം റോസൻ ബർഗിന്റെ തത്വശാസ്ത്രവുമായി നേരിട്ട് ബന്ധമുള്ള ഒന്നാണ്.

സാമൂഹിക പരിവർത്തനത്തിൽ ഏറ്റവും സുപ്രധാനമായ നെടുംതൂണുകളായ രക്തത്തിനും മണ്ണിനും വിഘടിക്കാനാവാത്ത പങ്കുണ്ടെന്നത് നാസി വംശീയ സിദ്ധാന്തത്തിന്റെ നിലപാടുകളാണ്.[50] ഹിറ്റ്ലർ പ്രഖ്യാപിച്ചു: "വംശവുമായി (അഥവാ ജാതിയുമായി) ബന്ധമില്ലാത്തതെല്ലാം ഈ ലോകത്തിൽ വെറും ചവറാണ്."[51] സവർക്കറെ സംബന്ധിച്ചിടത്തോളം ഹിന്ദുരാഷ്ട്രത്തിന്റെ ഏറ്റവും പ്രധാനപ്പെട്ട രണ്ട് ഘടകങ്ങൾ 'പിതൃഭൂമി'യും, വൈദിക സപ്തസിന്ധുക്കളിൽ നിന്നും ഉരുത്തിരിച്ചെടുക്കാവുന്ന ഏറ്റവും ആദ്യത്തെ സ്രോതസിന്റെ വംശീയമായ രക്തവുമായിരുന്നു.[52] അദ്ദേഹത്തിന്റെ അഭിപ്രായത്തിൽ, ആര്യന്മാരുടെ ഏറ്റവും നല്ല രാഷ്ട്രമായ ഹിന്ദുക്കളുടെ 'പിതൃഭൂമി'യും 'മ്ലേച്ഛന്മാരി'ൽ നിന്നും വേർതിരിച്ചറിയാവുന്ന ഹിന്ദുരാഷ്ട്രവും ഇന്ത്യയാണ്.[53]

അതുപോലെ തന്നെ, ഗോൾവാൾക്കറുടെ അഭിപ്രായത്തിൽ ഹിന്ദുക്കളുടെ മാഹാത്മ്യമേറിയ ദേശമായ ഹിന്ദുസ്ഥാനിൽ ഹിന്ദുജാതി ഉണ്ടായത്, "രാഷ്ട്രത്തിന്റെ ആശയമെന്ന വാക്കിനെ പൂർണമായും സഫലീകരിക്കാവുന്ന, എല്ലാ അർഥത്തിലും ഒരു രാജ്യമെന്ന് വിളിക്കാൻ അർഹമായ, ഒരു ഭൂപ്രദേശമായതിനാലാണ്. ചരിത്രാതീത കാലം മുതൽ ഇവിടെ ജീവിക്കുന്ന പ്രാചീനവംശം അഥവാ ഹിന്ദുജാതി പൊതുവായ സ്ഥിതികളാലും പൊതുവായ മഹത്വത്താലും നശീകരണത്താലും ഒരേ സ്വാധീനം മൂലം സമാനമായ ചരിത്രപരവും രാഷ്ട്രീയവും മതപരവും സാമൂഹികവും മറ്റു തരത്തിലുള്ളതുമായ അനുഭവങ്ങളാലും ജീവിക്കുകയും പരിവർത്തനവിധേയമാവുകയും ചെയ്യുന്ന പൊതുവായ ഒരു ഭാഷ, പൊതുവായ ആചാരങ്ങൾ, പൊതുവായ ഉന്നമന കാംക്ഷകൾ എന്നിവകളാൽ ഐക്യപ്പെടുത്തപ്പെട്ടിരിക്കുന്നു."[84]

ആര്യൻ-ജർമൻ വംശത്തിന്റെ പരമാധികാരത്തെ കുറിച്ചുള്ള നാസി സിദ്ധാന്തത്തിന്റെ രൂപരേഖകൾ ഉൾക്കൊള്ളിച്ചിട്ടുള്ള ഹിറ്റ്ലറുടെ ആത്മകഥയായ *മേയ്ൻ കെംപ്ഫ്*ന്റെ ഇംഗ്ലീഷ് പരിഭാഷയായ *മൈ*

സ്ട്രഗിൾ (എന്റെ പോരാട്ടം) 1938 ൽ ലോകവ്യാപകമായി ലഭ്യമായിരുന്നുവെന്ന കാര്യം ഇവിടെ പ്രസക്തമാണ്. (ജർമൻ ഭാഷയിലെ മൂലഗ്രന്ഥം 1924-1926 ൽ രണ്ട് വാല്യങ്ങളായിട്ടാണ് പ്രസിദ്ധീകരിച്ചത്.) അതേ വർഷം തന്നെ ഇറ്റലിക്കാർ ആര്യൻമാരിലെ വംശീയമായ, ഏകജാതീയമായ, യഹൂദന്മാർ, ആഫ്രിക്കയിലെ ലിബിയക്കാർ, എത്യോപ്യക്കാർ തുടങ്ങിയവരെക്കാൾ വൈശിഷ്ട്യമേറിയ ജാതിയാണെന്ന് പ്രഖ്യാപിക്കുന്ന *ചാർട്ടർ ഓഫ് റൈസ്* മുസോളിനി പുറത്തിറക്കി.[55] 1939 ൽ ആര്യൻ വംശത്തിൽപ്പെട്ട ഹിന്ദുക്കൾക്ക് മാത്രം ഹിന്ദുരാഷ്ട്രത്തിൽ പൗരത്വം അനുവദിക്കുന്ന ഗോൾവാൾക്കറുടെ *വീ ഓർ ഒവർ നാഷൻഹുഡ് ഡിഫൈൻഡ്* (നാം അല്ലെങ്കിൽ നമ്മുടെ രാഷ്ട്രത്വം നിർവചിക്കപ്പെട്ടിരിക്കുന്നു) പ്രസിദ്ധീകരിച്ചു.

വംശസിദ്ധാന്തത്തിന്റെ മുഖ്യവക്താവും പ്രയോക്താവുമെന്ന നിലയിൽ ഹിറ്റ്ലർ മനുഷ്യരാശിയെ മൂന്നായി വിഭജിച്ചു: സംസ്കാരത്തിന്റെ സ്ഥാപകർ, അത് നിലനിർത്തുന്നവർ, അതിനെ നശിപ്പിക്കുന്നവർ. ഇതിൽ ആദ്യത്തെ വിഭാഗത്തെ പ്രതിനിധീകരിക്കുന്നവരായി ആര്യൻ ജാതിയെ മാത്രമേ ഗണിക്കാനാവൂ എന്ന് അദ്ദേഹം പ്രഖ്യാപിച്ചു.[56] അക്കാര്യത്തിൽ പിറകിലാകാൻ തയാറല്ലാതിരുന്ന ഗോൾവാൾക്കർ മറ്റ് ജാതികളെ അപേക്ഷിച്ച് ഹിന്ദുജാതിയുടെ വൈശിഷ്ട്യവും പരമാധികാരവും ഉയർത്തിപ്പിടിച്ചു. അദ്ദേഹത്തിന്റെ അഭിപ്രായത്തിൽ, ചിരന്തന യൗവ്വനമുള്ള മരണമില്ലാത്തൊരു ജാതിയിൽപ്പെടുന്നവരാണ് ഹിന്ദുക്കൾ. അതിന് മരിക്കാൻ സാധ്യമല്ല.[57] ലോകത്തിലെ മറ്റുള്ളവരുമായി ഹിന്ദുക്കളെ താരതമ്യം ചെയ്തുകൊണ്ട് അദ്ദേഹം പ്രഖ്യാപിച്ചു:

> നമ്മുടെ ജനങ്ങളുടെ ഉൽപ്പത്തിയും സംസ്കാരം പ്രാപിച്ച ജനതതി എന്ന നിലയിൽ നാം ഇവിടെ ജീവിക്കാൻ തുടങ്ങിയ തീയതിയും ചരിത്ര പണ്ഡിതൻമാർക്ക് അജ്ഞാതമാണ്. ഒരർഥത്തിൽ, തുടക്കമില്ലാത്ത അനാദിയാണ് നാം..... 'യാഥാർഥ്യ'ത്തിന് ശേഷം വാക്കുകൾ നിലവിൽ വന്നതിനാൽ യാഥാർഥ്യത്തെ നിർണയിക്കാൻ കഴിയാത്തതുപോലെ, ഇത്തരമൊരു ജനതതിയെ നിർണയിക്കുക അസാധ്യമാണ്. ഹിന്ദു ജനതതിയുടെ കാര്യവും സമാനമാണ്. ഏതെങ്കിലും പേരിന്റെ ഒരാവശ്യവും ഇല്ലാതിരുന്നപ്പോൾ നാം നിലനിന്നിരുന്നു. നാം നല്ലവരും പ്രബുദ്ധരുമായ ജനതതിയുമാണ്. പ്രകൃതിയുടെയും ആത്മാവിന്റെയും നിയമങ്ങൾ അറിയുന്ന ജനതതിയായിരുന്നു, നാം. നാം ശ്രേഷ്ഠമായൊരു നാഗരികതയും ശ്രേഷ്ഠമായ ഒരു സംസ്കാരവും അതുല്യമായ ഒരു സാമൂഹികക്രമവും നിർമിച്ചു. മനുഷ്യരാശിക്ക് പ്രയോജനപ്രദമായ ഏറെക്കുറെ സകലതിനെയും നാം യഥാർഥ ജീവിതത്തിലേക്ക് കൊണ്ടുവന്നു. അപ്പോൾ മനുഷ്യരാശിയിലെ മറ്റുള്ളവരെല്ലാം കേവലം ഇരുകാലി മൃഗങ്ങളായിരുന്നതിനാൽ നമുക്ക് വേർതിരിച്ചറിയാവുന്ന പേരുകളൊന്നും നൽകിയില്ല.

> ചിലപ്പോഴെല്ലാം മറ്റുള്ളവരിൽ നിന്നും നമ്മുടെ ആളുകളെ വേർതിരിച്ചറിയാൻ ശ്രമിച്ചപ്പോൾ നമ്മെ 'പ്രബുദ്ധർആര്യൻ' എന്നും ബാക്കിയുള്ളവരെ 'മ്ലേച്ഛർ' എന്നും വിളിച്ചു.[58]

യഥാർഥത്തിൽ വേദ-വേദാനന്തര കൃതികളിൽ ഒരിടത്തും 'ഹിന്ദു' എന്ന പദം പരാമർശിക്കപ്പെട്ടിട്ടില്ല എന്നതിനാൽ ആ വിഷയത്തിൽ ഒരു പുത്തൻ വ്യാഖ്യാനം നൽകാനാണ് മുകളിലെ വാദത്തിലൂടെ ഗോൾ വാൾക്കർ ശ്രമിക്കുന്നത്. കൂടാതെ, 'ശ്രേഷ്ഠമായ ഹിന്ദുജാതി' ഒരു വൈ ശിഷ്ട്യമേറിയ ഹിന്ദുമതത്തിൽ വിശ്വസിക്കുന്നതായിരുന്നു എന്ന് വരുത്തി തീർക്കാനുള്ള ശ്രമവും അതിനുണ്ട്. പേരു വിളിക്കാൻ യോജ്യമായ ലോകത്തിലെ ഏക മതമായിരുന്നു അത്. വൈവിധ്യമുണ്ടെങ്കിലും പൂർ ണവും സചേതനവുമായ ഒന്നായിരുന്നു അത്. ആ മതം എല്ലാ മനുഷ്യ രുടെയും, എല്ലാ നിലയിലും തലങ്ങളിലുമുള്ള ഏത് തരം ഇഷ്ടാനിഷ്ട ങ്ങളും കഴിവുകളുമുള്ളവരുടെയും, നന്മ നിറഞ്ഞ ഉന്നമന കാംക്ഷകളെ തൃപ്തിപ്പെടുത്താൻ കഴിവുള്ളതായിരുന്നു. ബോധമുള്ള ഏതൊരാൾ ക്കും അഭിമാനിക്കാവുന്ന ജീവിതത്തിലെ എല്ലാ വേളകൾക്കും അനുയോജ്യമായ വിശിഷ്ടമായ തത്വശാസ്ത്രത്താൽ സമ്പുഷ്ടമായ ആ മതത്തിൽ ഇടമുറിയാത്ത ദിവ്യന്മാരായ, അഥവാ ആത്മീയ ബുദ്ധിജീ വികളുടെ, പരമ്പരയുണ്ടായിരുന്നു. വ്യക്തിഗതവും സാമൂഹികവും രഷ്ട്രീയവുമായ ജീവിതത്തിന്റെ എല്ലാ തലങ്ങളിലും മാർഗദർശിത്വം നൽകുന്ന ഈ മതത്തിന്റെ സഹായത്തോടെ ഈ ജാതി ഉരുത്തിരി ച്ചെടുത്ത സംസ്കാരം അവസാനത്തെ പത്ത് നൂറ്റാണ്ടുകാലം മുസൽമാൻ മാരുടെയും യൂറോപ്യന്മാരുടെയും നികൃഷ്ടമായ നാഗരികതകളുമായി ജീർണതയുണ്ടാക്കുന്ന സമ്പർക്കത്തിലേർപ്പെടേണ്ടി വന്നിട്ടുണ്ടെങ്കിലും ഇപ്പോഴും ലോകത്തിലെ ഏറ്റവും വിശിഷ്ടമായ ഒന്നുതന്നെയാണ്.[59]

ഹിന്ദുരാഷ്ട്രയുടെ ഔന്നത്യം നിലനിർത്താൻ എന്ത് വില കൊടുത്തും ആര്യൻ ഹിന്ദുജാതിയുടെ സംശുദ്ധി അത്യന്താപേക്ഷിത മാണെന്ന് സവർക്കറും ഗോൾവാൾക്കറും വിശ്വസിച്ചിരുന്നുവെങ്കിൽ അത് ഹിറ്റ്ലറുടെ ധാരണയുടെ പ്രതിഫലനം മാത്രമായിരുന്നു. ഹിറ്റ്ലർ പറഞ്ഞു:

> രക്തത്തിന്റെ കൂടിക്കലരലും, അതിന്റെ ഫലമായി, വംശീയ തലത്തിലുണ്ടായ ഇടിവും മാത്രമാണ് പഴക്കമുള്ള നാഗരികത കൾ അപ്രത്യക്ഷമാകാനുള്ള ഏക കാരണം, പരാജയപ്പെട്ട യുദ്ധങ്ങളെല്ലാം മനുഷ്യരാശിയെ നശിപ്പിക്കാനുള്ള ഏക കാരണം. രക്തത്തിന്റെ സംശുദ്ധി നഷ്ടപ്പെട്ടതിലൂടെ ചെറുത്ത് നിൽക്കാനുള്ള ശക്തി മനുഷ്യരാശിക്ക് നശിച്ചു.[60]

ഹിറ്റ്ലർക്കും ഹിന്ദു ദേശീയതാവാദികൾക്കുമിടയിൽ സുപ്രധാന മായ മറ്റൊരു സമാനതയുമുണ്ട്. ഹിറ്റ്ലറുടെ അഭിപ്രായത്തിൽ, ജർമനിയുടെ തകർച്ചയ്ക്കുള്ള പ്രധാനപ്പെട്ടതും ഏറ്റവും നിർണായ കവുമായ കാരണം വംശീയ പ്രശ്നം, കൂടുതൽ കൃത്യമായി പറഞ്ഞാൽ

'യഹൂദശല്യം', ആണ്. ഹിന്ദുദേശീയതാവാദികളുടെ രണ്ട് സൈദ്ധാന്തികൻമാരുടെയും അഭിപ്രായത്തിൽ, ഹിന്ദു ജാതിക്ക് ഏറ്റവും കടുത്ത വംശീയ വെല്ലുവിളി ഉയർത്തുന്ന മുസ്ലീങ്ങൾ അർബ്ബുദമാണ്. വിദേശ ജാതികൾ അഥവാ ന്യൂനപക്ഷങ്ങൾ, കൃത്യമായി പറഞ്ഞാൽ മുസ്ലീങ്ങൾ, ദേശീയജാതിക്ക് പുറത്ത് നിർത്തപ്പെടേണ്ടവരാണ്. അതായത്, ഹിറ്റ്ലർ യഹൂദരെ പുറത്താക്കിയ അതേകാരണം തന്നെയാണ് ഇക്കാര്യത്തിൽ ഹിന്ദുരാഷ്ട്രത്തിന്റെ വക്താക്കൾക്കുമുള്ളത്. ഹിറ്റ്ലർ അതിന് നൽകിയ കാരണമിതാണ്:

"ഒരു സ്റ്റേറ്റിന് കീഴിൽ ജീവിക്കുന്ന ആര്യൻമാരെന്ന നിലയിൽ, നമുക്ക് നമ്മെ മാത്രം ഒരു ദേശീയതയിലെ സചേതമായ വസ്തുക്കളായി കാണാൻ കഴിയും. അത് നമ്മുടെ ദേശീയത ഉറപ്പു വരുത്തി നിലനിർത്തുക മാത്രമല്ല അതിന്റെ ബൗദ്ധികവും ഭാവനാപൂർണവുമായ സ്വാതന്ത്ര്യത്തിലേക്ക് നയിക്കുകയും ചെയ്യും."[61]

ഹിന്ദുരാഷ്ട്രത്തിന്റെ അവകാശ നിഷേധത്തെ പ്രതിരോധിക്കുന്ന സവർക്കറുടെയും ഗോൾവാൾക്കറുടെയും ഭാഷിതങ്ങൾക്ക് ഹിറ്റ്ലറുടെ ഇതേ വാക്കുകളെ പകരം വയ്ക്കാവുന്നതാണ്.

സവർക്കറും ഗോൾവാൾക്കറും ഊന്നിപ്പറയുന്ന ഹിന്ദുരാഷ്ട്രത്തിന്റെ വർഗീയ ഉള്ളടക്കത്തിന് മൂന്ന് പ്രാവശ്യം ഇംഗ്ലണ്ടിന്റെ യാഥാസ്ഥിതിക പ്രധാനമന്ത്രിയായിരുന്ന, തികച്ചും കടുത്ത സാമ്രാജ്യത്വവാദിയായ, സ്റ്റാൻലി ബാൾഡ്വിന്റെ ആശയങ്ങളുമായി വിസ്മയാവഹമായ സാമ്യമുണ്ട്. 1929 ൽ നവമ്പർ 7 ന് ഇംഗ്ലണ്ടിലെ പാർലമെന്റിൽ പ്രസംഗിക്കവേ അദ്ദേഹം വാദിച്ചു: "ഇംഗ്ലീഷുകാരും രജപുത്രരും ബ്രാഹ്മണരും ഒരേ ആര്യൻ ജാതിയിൽ പെടുന്നവരായതിനാൽ ബ്രിട്ടീഷ് ഭരണത്തെ ഏതെങ്കിലും തരത്തിലുള്ള കീഴടക്കുന്ന ശക്തിയായി ഗണിച്ചുകൂടാ." അദ്ദേഹത്തിന്റെ വംശീയ യുക്തിയനുസരിച്ച്,

"ഒന്നിച്ച് പ്രവർത്തിക്കുന്നതിന് ശ്രേഷ്ഠമായ ആര്യൻ പൈതൃകമുള്ള രണ്ട് ശാഖകളെ സർവേശ്വരൻ വീണ്ടും കൂട്ടിയിണക്കിയിരിക്കുന്നു...... ഇന്ത്യയിൽ ബ്രിട്ടീഷ് ഭരണം സ്ഥാപിക്കപ്പെട്ടതോടെ, ദൈവം ബ്രിട്ടീഷുകാരോട് പറഞ്ഞു:'ദീർഘകാലത്തെ വേർപാടിന് ശേഷം നിങ്ങളെയും ബ്രിട്ടീഷുകാരെയും വീണ്ടും ഞാൻ ഒന്നിച്ച് ചേർത്തിരിക്കുന്നു. നിങ്ങൾ ഒരേ മാംസത്തിന്റെ മാംസവും ഒരേ രക്തത്തിന്റെ രക്തവുമാണെന്ന ബോധ്യവുമുണ്ടാകണം. എത്രയും വേഗം സ്വയം അവരുടെ സ്വന്തം തലത്തിലേയ്ക്കുയർത്തേണ്ടതും നിങ്ങളുടെ ചുമതലയാണ്.'"[62]

1929 ൽ സവർക്കർ മുന്നോട്ടു വച്ചതും, പിന്നീട് ഗോൾവാൾക്കർ ഏറ്റെടുത്തതുമായ അവകാശവാദമനുസരിച്ച്, മുസ്ലീം ലീഗും ഉയർത്തിപ്പിടിച്ച ദ്വിരാഷ്ട്ര സിദ്ധാന്തത്തിന്റെ ആശയപരമായ അടിസ്ഥാനത്തിൽ, ഹിന്ദുക്കൾ ഒരു പ്രത്യേക ജാതിയാണെന്ന കാര്യം ഇവിടെ ശ്രദ്ധേയമാണ്. മുസ്ലീംലീഗിന്റെ അലഹബാദ് സമ്മേളനത്തിൽ (1930 ഡിസംബർ) അധ്യക്ഷ പ്രസംഗം നടത്തിയ മുഹമ്മദ് ഇക്ബാൽ, സവർക്കറുടെ

ജാതീയമായ യുക്തി പിന്തുടർന്നുകൊണ്ട്, പശ്ചിമേന്ത്യയലെ മുസ്ലീം ഭൂരിപക്ഷ പ്രദേശങ്ങളെ സംയോജിപ്പിക്കാനുള്ള തന്റെ പദ്ധതി വെളിപ്പെടുത്തി. അദ്ദേഹം പറഞ്ഞു:

"വ്യത്യസ്ത വംശങ്ങളിൽപ്പെട്ട, വ്യത്യസ്ത ഭാഷകൾ സംസാരിക്കുന്ന, വ്യത്യസ്ത മതവിശ്വാസങ്ങളുള്ള മനുഷ്യവിഭാഗങ്ങളുടെ ഒരു ഭൂഖണ്ഡമാണ് ഇന്ത്യ. പെതുവായ ഒരു വംശീയ ബോധത്താൽ അവരുടെ പെരുമാറ്റം നിർവചിക്കാനാവില്ല."[63]

സ്വാതന്ത്ര്യത്തിന് മുമ്പുള്ള ഇന്ത്യയിലെ മത്സരാധിഷ്ഠിത വർഗീയ രാഷ്ട്രീയത്തിന്റെ നിരീക്ഷകനും വിമർശകനുമായിരുന്ന ബി ആർ അംബേദ്ക്കർ അദ്ദേഹത്തിന്റെ നിർവാജ്യമായ വിശ്വാസം വെളിപ്പെടുത്തിയതിങ്ങനെയായിരുന്നു:

> അസാധാരണമായി തോന്നാമെങ്കിലും, ഏകരാഷ്ട്രത്തിനെതിരെ ദ്വിരാഷ്ട്ര വാദത്തെ അന്യോന്യം എതിർക്കേണ്ടതിന് പകരം, അക്കാര്യത്തിൽ ഇരുവരും പൂർണമായും യോജിക്കുന്നു. ഇന്ത്യയിൽ രണ്ട് രാഷ്ട്രങ്ങളുണ്ടെന്ന കാര്യത്തിൽ ഇരുവരും യോജിക്കുന്നു. എന്നു തന്നെയല്ല, നിർബന്ധം പിടിക്കുകയും ചെയ്യുന്നു. അതിലൊന്ന് മുസ്ലീം രാഷ്ട്രവും മറ്റേത് ഹിന്ദു രാഷ്ട്രവുമാണ്. ഇരു രാഷ്ട്രങ്ങളും നിലനിൽക്കാനുള്ള നിബന്ധനകളുടെയും നിയമത്തിന്റെയും കാര്യത്തിൽ മാത്രമേ അവർക്ക് വിയോജിപ്പുള്ളൂ. [64]

ജാതിയെ അടിസ്ഥാനമാക്കിയുള്ള ദേശീയതാവാദത്തെ കൂടുതലായി വികസിപ്പിച്ച ഗോൾവാൾക്കർ ഹിന്ദുത്വത്തിന്റെ പ്രമുഖ പ്രചാരകനായി തീർന്നു. യഥാർഥത്തിലദ്ദേഹം മുസ്ലീം വർഗീയവാദികൾ മുന്നോട്ട് വച്ച അതേ യുക്തി ഉയർത്തിപ്പിടിച്ച് തങ്ങളൊരു പ്രത്യേക വംശമാണെന്നവകാശപ്പെട്ടു. തങ്ങളൊരു പ്രത്യേക രാഷ്ട്രമാണെന്നവകാശപ്പെട്ടുകൊണ്ട് അദ്ദേഹമൊരു പ്രത്യേക 'സ്വരാജ്യം' ആവശ്യപ്പെട്ടു. ഈ അന്യോന്യ ബന്ധം ഗോൾവാൾക്കർക്ക് പ്രത്യേകം സ്വീകാര്യമായിരുന്നു. 1947 ഒക്ടോബറിൽ ബോംബെയിൽ വച്ച് ആർ എസ് എസ് അണികളെ അഭിസംബോധന ചെയ്യവേ, അദ്ദേഹം പ്രഖ്യാപിച്ചു: *സംഘിനോടുള്ള എന്റെ സ്നേഹത്തിന് ഞാൻ മി. ജിന്നയോട് കടപ്പെട്ടിരിക്കുന്നു.*[65]

ഉത്തരേന്ത്യൻ ബ്രാഹ്മണരുടെ പരമാധികാരവും ഗോൾവാൾക്കറുടെ ജാതിസിദ്ധാന്തവും

ഇന്ത്യയിലെ എല്ലാ ഹിന്ദുക്കളെയും പ്രതിനിധീകരിക്കുന്നുവെന്നാണ് ആർ എസ് എസ് എല്ലായ്പോഴും അവകാശപ്പെട്ട് പോന്നിട്ടുള്ളത്. ഈ രാജ്യത്തിലെ ഹിന്ദുക്കളുടെ ഏറ്റവും വലിയ സംഘടനയാണ് തങ്ങളെന്നും അത് അവകാശപ്പെടുന്നു. എന്തായാലും ഗോൾവാൾക്കറെയും ആർ എസ് എസിനെയും സംബന്ധിച്ചിടത്തോളം ഇന്ത്യ എന്നാൽ

ഉത്തരേന്ത്യയിൽ ഒതുങ്ങി നിൽക്കുന്ന ഒന്നാണെന്ന് കണ്ടെത്താൻ പ്രയാസമില്ല. അവർ 'ഹിന്ദു സുവർണ കാല'മെന്ന് പറയുമ്പോൾ അതിനർഥം, 'ഉത്തരേന്ത്യൻ സുവർണകാലം' എന്നാണ്.[66] അവർ മുസ്ലിം ങ്ങളെയും ക്രിസ്ത്യാനികളെയും മാത്രമല്ല, ഉത്തരേന്ത്യൻ ബ്രാഹ്മണ രൊഴികെയുള്ള സകല ഹിന്ദുക്കളെയും ഒഴിവാക്കി നിർത്തിയിരിക്കുന്നു. 1960 ഡിസംബർ 17 ന് ഗുജറാത്ത് സർവകലാശാലയിലെ സ്കൂൾ ഓഫ് സോഷ്യൽ സയൻസിലെ വിദ്യാർഥികളെ അഭിസംബോധന ചെയ്തു കൊണ്ടുള്ള ഗോൾവാൾക്കറുടെ പ്രസംഗം അതിനുദാഹരണമാണ്. ആ പ്രസംഗത്തിൽ ജാതിസിദ്ധാന്തത്തെ കുറിച്ചുള്ള തന്റെ ഉറച്ച വിശ്വാസ ത്തിന് അദ്ദേഹം അടിവരയിടുക മാത്രമല്ല, മുൻകാലങ്ങളിൽ ഇന്ത്യൻ സമൂഹത്തിലുണ്ടായിരുന്ന മനുഷ്യർക്കിടയിലെ സങ്കരസന്താനോൽ പ്പാദനം എന്ന വിഷയം പരാമർശിക്കുകയും ചെയ്യുന്നു. അദ്ദേഹം പറഞ്ഞു:

> ഇന്ന് മൃഗങ്ങളിൽ മാത്രമേ സങ്കരസന്താനോൽപ്പാദനത്തിനുള്ള പരീക്ഷണങ്ങൾ നടക്കുന്നുള്ളു. ഇന്ന് ആധുനിക ശാസ്ത്രജ്ഞ രെന്ന് വിളിക്കപ്പെടുന്നവർ പോലും മനുഷ്യരിൽ അത്തരം പരീക്ഷണങ്ങൾ നടത്താൻ ധൈര്യപ്പെടുന്നവരല്ല. ഇന്ന് മനുഷ്യ രുടെ സങ്കര സന്താനോൽപ്പാദനം നടക്കുന്ന പക്ഷം അത് ശാസ് ത്രീയ പരീക്ഷണങ്ങൾ മൂലമല്ല, മറിച്ച് മാംസനിബദ്ധം മൂലമാ ണുണ്ടാവുന്നത്. *ഇനി ഈ മേഖലയിൽ നമ്മുടെ പൂർവ്വികർ നടത്തിയ പരീക്ഷണങ്ങൾ എന്തായിരുന്നുവെന്ന് നോക്കാം. സങ്കര സന്തത്യുൽപ്പാദനത്തിലൂടെ മനുഷ്യരിലെ ഉപഗണ (Species) ങ്ങളെ മെച്ചപ്പെടുത്താനായി വടക്ക് നിന്നുമുള്ള നമ്പൂതിരി ബ്രാഹ്മണർ കേരളത്തിൽ പാർപ്പുറപ്പിച്ചു. നമ്പൂതിരി കുടും ബത്തിലെ മൂത്ത പുത്രന് കേരളത്തിലെ വൈശ്യ-ക്ഷത്രിയ അല്ലെങ്കിൽ ശൂദ്രന്റെ പുത്രിയെ മാത്രമേ വിവാഹം കഴിക്കാവൂ എന്നൊരു നിയമം പ്രാബല്യത്തിൽ കൊണ്ടുവന്നു. വിവാഹിത യായ ഏതു വിഭാഗത്തിൽപ്പെട്ട സ്ത്രീയുടെയും ആദ്യസന്താനം ഒരു നമ്പൂതിരി ബ്രാഹ്മണൻ മുഖേനയാവണമെന്നും പിന്നീടവർക്ക് സ്വന്തം ഭർത്താവിനെ കൊണ്ട് സന്താനങ്ങളെ സൃഷ്ടിക്കാം എന്നുമുള്ള കൂടുതൽ ധീരമായ മറ്റൊരു നിയമവും പ്രാബ ല്യത്തിൽ കൊണ്ടുവന്നു.* ഇന്ന് ഈ പരീക്ഷണത്തെ വ്യഭിചാര മെന്ന് വിളിക്കപ്പെടും. എന്നാൽ, അങ്ങനെയല്ല. ഇത് ആദ്യത്തെ കുട്ടിയിൽ മാത്രം പരിമിതപ്പെടുത്തിയിരിക്കുന്നു.[67]

നിരവധി കാരണങ്ങളാൽ അങ്ങേയറ്റം ദുഷിച്ചതും ഇടിച്ചു താഴ്ത്തുന്നതുമാണ് മുകളിലുദ്ധരിച്ച ഗോൾവാൾക്കറുടെ പ്രസ്താവന. ഒന്നാമതായി ഇന്ത്യയിൽ വൈശിഷ്ട്യമേറിയൊരു ജാതി അഥവാ വിത്തിനവും സന്താനോൽപ്പാദനത്തിലൂടെ മെച്ചപ്പെടുത്തേണ്ട ആവശ്യ മുള്ള തരംതാണ ഹിന്ദുക്കളും ഉണ്ടായിരുന്നതായി ഗോൾവാൾക്കർ

വിശ്വസിച്ചിരുന്നതായി ഇത് തെളിയിക്കുന്നു. രണ്ടാമതായി, വടക്കു (വടക്കേ ഇന്ത്യ)ള്ള ബ്രാഹ്മണർ, പ്രത്യേകിച്ചും നമ്പൂതിരി ബ്രാഹ്മണർ, പരമാധികാര ജാതിയിൽപ്പെട്ടവരാണെന്ന അദ്ദേഹത്തിന്റെ വിശ്വാസം കൂടുതൽ പ്രശ്നാധിഷ്ഠിതമാണ്. ആ ജാതീയ പരമാധികാരത്തിലൂടെ മാത്രമേ കേരളത്തിലെ തരംതാണ ഹിന്ദുക്കളുടെ, ബ്രാഹ്മണ സ്ത്രീകളുൾപ്പെടെയുള്ളവരുടെ, പ്രജനനം മെച്ചപ്പെടുത്താൻ കഴിയൂ എന്ന് അതിരുകടന്ന പുരുഷാഭിമാനി എന്ന നിലയിൽ ഗോൾവാൾക്കർ വിശ്വസിച്ചിരുന്നു. അദ്ദേഹത്തെ സംബന്ധിച്ചിടത്തോളം, യാതൊരു പവിത്രതയുമില്ലാത്തതാണ് കേരളത്തിലെ ഹൈന്ദവ സ്ത്രീകളുടെ ഗർഭപാത്രം. അവയാകട്ടെ, ഒരുതരത്തിലും ബന്ധമില്ലാത്ത നമ്പൂതിരി ബ്രാഹ്മണരുമായുള്ള ലൈംഗിക വേഴ്ചയിലൂടെ കൂടുതൽ മെച്ചപ്പെട്ട ജാതിക്കാരായ സന്തതികളെ സൃഷ്ടിക്കാനുള്ള വെറും ഉപകരണങ്ങൾ മാത്രവുമായിരുന്നു. മുൻകാലങ്ങളിൽ പുതുതായി വിവാഹിതരാവുന്ന സ്ത്രീകൾ അവരുടെ ആദ്യരാത്രികളിൽ മേൽജാതിക്കാരായ പുരുഷന്മാരുമൊത്ത് ശയിക്കാൻ നിർബന്ധിക്കപ്പെട്ടിരുന്നു എന്ന ആരോപണത്തെ സ്ഥിരീകരിക്കുകയാണ് ഇതിലൂടെ ഗോൾവാൾക്കർ യഥാർഥത്തിൽ ചെയ്യുന്നത്. മുൻകാലങ്ങളിൽ ഫ്യൂഡൽ പ്രഭുക്കൻമാർ താഴ്ന്ന ജാതിക്കാരായ പെൺകുട്ടികളുടെ കന്യകാത്വം നശിപ്പിക്കാൻ ഉയർത്തിപ്പിടിച്ച അതേ കാരണം തന്നെയാണ് അപലപനീയമായ ഈ ആചാരത്തിന് ഗോൾവാൾക്കറും മുന്നോട്ട് വയ്ക്കുന്നത്. പുതുതായി വിവാഹിതരാവുന്ന സ്ത്രീകൾ പലപ്പോഴും ഇന്ത്യയിലെ ഫ്യൂഡൽ പ്രഭുക്കന്മാരുടെ മാളികകളിൽ അവരുടെ ആദ്യരാത്രികൾ ചെലവിടാൻ നിർബന്ധിതരായിരുന്നു എന്നത് ഏവർക്കും അറിയാവുന്ന ഒരു വസ്തുതയാണ്. ഗോൾവാൾക്കർ വർണവെറി പൂണ്ടതും മനുഷ്യത്വ ഹീനവും സ്ത്രീവിരുദ്ധവും സമത്വം നിഷേധിക്കുന്നതുമായ ഈ അഭിപ്രായ പ്രകടനങ്ങൾ നടത്തിയത് വിദ്യാവിഹീനരും വിവരം കെട്ടവരുമായ ഒരാൾക്കൂട്ടത്തിന് മുമ്പിലല്ല, മറിച്ച് ഗുജറാത്തിലെ ഒരു പ്രമുഖ യൂണിവേഴ്സിറ്റിയിലെ ഫാക്കൽറ്റിയും വിദ്യാർഥികളുമടക്കം വിശിഷ്ട വ്യക്തികൾ പങ്കെടുത്ത ഒരു വേദിയിൽ വച്ചായിരുന്നു എന്നത് വിസ്മയമുളവാക്കുന്ന സംഗതിയാണ്. ആർ എസ് എസിന്റെ ഔദ്യോഗിക ജിഹ്വയായ *ഓർഗനൈസറിൽ* പ്രസിദ്ധീകരിച്ച വാർത്തയനുസരിച്ച്, ഓഡിറ്റോറിയത്തിലെത്തിയ ഗോൾവാൾക്കറെ സ്വീകരിച്ചത് ആ വിദ്യാലയത്തിന്റെ ഡയറക്ടറും 'വിഖ്യാത സാമ്പത്തിക ശാസ്ത്ര ജ്ഞനു'മായ ഡോ.ബി ആർ ഷേണായി ആയിരുന്നു.[68] ഫാസിസ്റ്റ് സ്വഭാവമുള്ളതും അപഹാസ്യവുമായ ഇത്തരം ആശയങ്ങൾക്കെതിരെ പ്രതിഷേധത്തിന്റെ ഒരു മുറുമുറുപ്പു പോലുമുയർന്നില്ലെന്ന് പത്രവാർത്ത കൾ വ്യക്തമാക്കുന്നു. ഗുജറാത്തിൽ മേൽജാതിക്കാരനായ പ്രഭാഷകന് ലഭിച്ച ആദരവിന്റെ അളവ് ഇത് വ്യക്തമാക്കുന്നു. ഒപ്പം, ആ പ്രദേശത്ത് എന്തുകൊണ്ട് ഹിന്ദുത്വത്തിന് ആഴത്തിൽ വേരുറപ്പിക്കാൻ കഴിഞ്ഞു വെന്നും ഈ സംഭവം വെളിപ്പെടുത്തുന്നു.

കേരളത്തിലെ സ്ത്രീസമൂഹത്തെ അങ്ങേയറ്റം അപമാനിക്കുന്നതായിരുന്നിട്ടുപോലും ഗോൾവാൾക്കറുടെ 'ശ്രേഷ്ഠമായ ഈ ചിന്തകൾ' 'ഹിന്ദു എക്സ്പിരിമെന്റ്സ് ഇൻ ക്രോസ്ബ്രീഡിംഗ്' (Hindu Experiments in Cross Breeding) എന്ന തലകെട്ടിൽ *ഓർഗനൈസറിൽ* പ്രസിദ്ധീകരിച്ചു.[69] എങ്കിലും സമീപകാലത്ത് ഗോൾവാൾക്കറുടെ ഈ നിബന്ധത്തെ പൂഴ്ത്തിക്കളയാൻ ആർ എസ് എസ് ശ്രമിക്കുകയുണ്ടായി. 2004 ൽ *ശ്രീ. ഗുരുജി സമഗ്രദർശൻ* എന്ന പേരിൽ 12 വാല്യങ്ങളിലായി ഹിന്ദിയിൽ പ്രസിദ്ധീകരിച്ച ഗോൾവാൾക്കറുടെ രചനകളുടെ കളക്ഷനിൽ നിന്നും മുകളിലെ ഉദ്ധരണി ലളിതമായി ഒഴിവാക്കികളഞ്ഞു. വാല്യം 5 ൽ (ഐറ്റം നമ്പർ 10) 28 മുതൽ 32 വരെയുള്ള പേജുകളിൽ മുകളിൽ പരാമർശിച്ചതുൾപ്പെടെയുള്ള ഖണ്ഡികകൾ ഒഴിവാക്കി ഗോൾവാൾക്കറുടെ പ്രസംഗം ഉൾപ്പെടുത്തിയിരിക്കുന്നു. ലൈബ്രറികളിൽ നിന്നും *ഓർഗനൈസറു*ടെ പഴയ ലക്കങ്ങൾ നീക്കം ചെയ്യാൻ കഴിയാതെ പോയത് അവരുടെ ദൗർഭാഗ്യമായിപ്പോയി. എല്ലാവരെയും എല്ലാകാലത്തേക്കും കബളിപ്പിക്കാൻ സാധിക്കുമെന്ന് ആർ എസ് എസ് ഇപ്പോഴും വിശ്വസിക്കുന്നുവെന്നു വേണം കരുതാൻ.

ഗോൾവാൾക്കർക്ക് ജാതീയതയോടുള്ള ദിവ്യപ്രേമം

ഗോൾവാൾക്കറുടെ *വീ ഓർ ഔർ നാഷൻഹുഡ് ഡിഫൈൻഡ്* ന്യൂനപക്ഷ വിരുദ്ധം മാത്രമാണെന്ന് വിശ്വസിക്കുന്നത് പൂർണമായും തെറ്റാണ്. അത് മുസ്ലീങ്ങളെയും ക്രിസ്ത്യാനികളെയും ഒറ്റപ്പെടുത്തുന്നു എന്നത് നേരാണ്. എന്നാൽ, ഹിന്ദു സമൂഹത്തിലെ താഴ്ന്ന ജാതിക്കാരുടെ അഥവാ അയിത്തജാതിക്കാരുടെ സ്ഥിതിയും ഒട്ടും തന്നെ മെച്ചമല്ല. സവർക്കറെ പോലെ, ജാതീയത ഹിന്ദുയിസത്തിന്റെ അവിഭാജ്യ ഘടകമാണെന്ന് ഗോൾവാൾക്കറും വിശ്വസിച്ചിരുന്നു. ജാതീയത എന്നതിന് ഹിന്ദുമതത്തിന്റേതിനും ഹിന്ദു രാഷ്ട്രത്തിന്റേതിനും സമാനമായ അർഥമാണുള്ളതെന്ന് ജീവിതത്തിലുടനീളം ഗോൾവാൾക്കർ വിശ്വസിച്ചിരുന്നു. അദ്ദേഹത്തിന്റെ അഭിപ്രായത്തിൽ,

> ഹിന്ദു ജനതതി..... വിരാട് പുരുഷൻ, സർവശക്തൻ അവനെത്തന്നെ പ്രത്യക്ഷപ്പെടുത്തുന്നതാണ്. അവർ ഹിന്ദു എന്ന പദം ഉപയോഗിക്കുന്നില്ലെങ്കിലും, പുരുഷസൂക്തത്തിൽ സർവശക്തനെക്കുറിച്ചുള്ള വിവരണം വ്യക്തമാക്കുന്നതിന് സൂര്യനെയും ചന്ദ്രനെയും അവന്റെ നാഭിയിൽ നിന്നും സൃഷ്ടിച്ചു. ബ്രാഹ്മണർ അവന്റെ ശിരസും ക്ഷത്രിയൻ കരങ്ങളും വൈശ്യൻ തുടകളും ശൂദ്രൻ പാദങ്ങളുമാണ്. നാല് മടക്കുള്ള ഈ ചിട്ടപ്പെടുത്തൽ, അതായത് ഹിന്ദു ജനതതി, നമ്മുടെ ദൈവമെന്നാണ് ഇതിനർഥം. ദൈവത്തിന്റെ ഈ പരമോന്നത ദൃശ്യമാണ് രാഷ്ട്രത്തെ കുറിച്ചുള്ള നമ്മുടെ ആശയത്തിന്റെ കാതൽ. അത് നമ്മുടെ ചിന്തയെ അന്തർ വ്യാപനം ചെയ്യുകയും നമ്മുടെ സാംസ്കാരിക

> പാരമ്പര്യത്തിന്റെ അതുല്യമായ വ്യത്യസ്ത ആശയങ്ങളെ ഉയർത്തിക്കൊണ്ടുവരികയും ചെയ്യുന്നു.[70]

ഗോൾവാൾക്കറുടെ ദിവ്യമായ വിശ്വാസത്തിന്റെ ഇത്തരം വിത്തുകൾ അദ്ദേഹത്തിന്റെ 1939 ലെ കൃതിയിലും കാണാനാവും. ജാതീയത ഹിന്ദുയിസത്തിന് നാശഹേതുവാണെന്നോ അത് ഹിന്ദുക്കൾക്കിടയിലെ ഐക്യത്തിന് തടസം നിൽക്കുന്നുവെന്നോ അംഗീകരിക്കാനും ഗോൾവാൾക്കർ വിസമ്മതിച്ചു. "ഹിന്ദുക്കൾക്കെതിരെ അപവാദം പ്രചരിപ്പിക്കുന്നവർ ജാതി സമ്പ്രദായം, അന്ധവിശ്വാസങ്ങൾ, നിരക്ഷരത സാമൂഹ്യഘടനയിൽ സ്ത്രീകളുടെ സ്ഥാനം തുടങ്ങിയ ഹിന്ദു സംഘടനയിലെ ശരിയും അല്ലാത്തതുമായ കുറവുകൾ ഉയർത്തി ക്കാട്ടുകയും അവയിൽ മാത്രമാണ് ഹിന്ദുക്കളുടെ ദൗർബല്യം നില കൊള്ളുന്നതെന്ന് പറയുകയും ചെയ്യുന്നു."[71]

> വർണങ്ങളിലൂടെയും ആശ്രമങ്ങളിലൂടെയും അതായത് സമൂഹ ത്തിന്റെ ഹിന്ദുചട്ടക്കൂടിൽ ഒതുങ്ങിക്കഴിയുക, ഹിന്ദുനിയമങ്ങൾ അനുസരിക്കുക, ഹിന്ദുമതത്തെയും സംസ്കാരത്തെയും ആദരിക്കുക ആളുകൾക്ക് സ്വയം പുഷ്ടിപ്പെടുത്താനുള്ള ഇടമാണ് ഹിന്ദു രാഷ്ട്രമെന്നതാണ് പ്രധാനം.[72]

അതായത്, ജാതീയത ഹിന്ദുമതത്തിന്റെയും സംസ്കാരത്തിന്റെയും അടിസ്ഥാനമെന്നാണ് ഗോൾവാൾക്കർ ഇതിലൂടെ പ്രഖ്യാപിക്കുന്നത്.

ജാതീയതയെ പിന്തുണച്ചുകൊണ്ട് അദ്ദേഹം ഉയർത്തിക്കാട്ടിയ സാദൃശ്യം, മഹാഭാരതം പോലുള്ള ഹിന്ദുമതത്തിന്റെ സുവർണകാല ഘട്ടങ്ങളെയും ഹർഷവർധന്റെ ഭരണം പോലുള്ള സംഭവങ്ങളെയുമാ യിരുന്നു. അദ്ദേഹമെഴുതി:

> മഹാഭാരതത്തിന്റെയും ഹർഷവർധന്റെയും പുലികേശിയുടെയും, ജാതീയമായ എല്ലാ തിന്മകളുടേതുമെന്ന് വിളിക്കപ്പെടുന്ന കാലഘട്ടത്തിലേക്കും നിങ്ങൾ നോക്കുക. ഇന്നത്തേക്കാൾ ഒട്ടും കുറവല്ലാത്ത തിന്മകളുണ്ടായിരുന്നിട്ടും അന്നും നാം വിജയശ്രീ ലാളിതവും മഹത്വപൂർണവുമായ ഒരു രാഷ്ട്രമായി നിലനിന്നു. ജാതീയമായ കെട്ടുപാടുകൾ, നിരക്ഷരത തുടങ്ങിയവ ഇന്നത്തെ പോലെ ശിവജിക്ക് കീഴിലെ ഹിന്ദുരാഷ്ട്രത്തിലെ കുഴപ്പങ്ങൾക്കും സാക്ഷ്യം വഹിച്ചില്ലേ? ഇല്ല! ഇതൊന്നും തന്നെ നമ്മുടെ നാശ ഹേതുക്കളല്ല.[73]

തങ്ങളുടെ സാംസ്കാരിക പാരമ്പര്യത്തെ (അഥവാ, തീർച്ചയായും ജാതീയതയെ കണിശമായും ചോദ്യം ചെയ്യപ്പെടാനാവാത്ത സ്ഥിതിയെ) തള്ളിക്കളയുന്നവരെ ദേശവിരുദ്ധരെന്നും അങ്ങേയറ്റം തരംതാണവരെ ന്നും വിളിക്കുന്ന തലത്തോളം ഗോൾവാൾക്കർ എത്തിപ്പെട്ടു. അദ്ദേഹ മെഴുതി:

> ദേശീയപുനരുത്ഥാനവുമായി യാതൊരു ബന്ധവുമില്ലാത്ത മറ്റ് ദേശീയ വിരുദ്ധപ്രവർത്തനങ്ങൾക്കായി എങ്ങനെ ഊർജം പാഴാക്കിക്കളയുന്നു എന്ന് കാണുമ്പോൾ നാം ദുഃഖിതരാവുകയാണ്.... ഇവയൊന്നും തന്നെ ഹിന്ദു സാമൂഹ്യക്രമത്തിനെതിരായ തിരിച്ചടിയല്ല അവയൊന്നും നമ്മുടെ പ്രാചീനമായ മാഹാത്മ്യം തിരിച്ചെടുക്കുന്നതിന് തടസവുമല്ല. അവയെല്ലാം ശരിയായ ദേശീയബോധം ഉളവാക്കുന്നവയാണ്.[74]

ഗോൾവാൾക്കറുടെ ഹിന്ദുരാഷ്ട്രസിദ്ധാന്തത്തിൽ ആഴത്തിൽ വേരുറച്ചുപോയ ഒന്നാണ് ജാതീയത. ജാതിസമ്പ്രദായത്തെ കയ്യൊഴിഞ്ഞതാണ് ഇന്ത്യയിലെ മുസ്ലീം ഭരണത്തിന്റെ വ്യാപ്തിക്ക് കൂടുതൽ അംഗീകാരമുണ്ടാക്കി കൊടുത്തതെന്ന് അദ്ദേഹം വ്യാഖ്യാനിച്ചു.

> ചരിത്രപരമായ വസ്തുതയെന്ന നിലയിൽ, നമ്മുടെ വടക്കുപടിഞ്ഞാറൻ വടക്കുകിഴക്കൻ പ്രദേശങ്ങളിൽ, അതായത് ബുദ്ധമതത്തിന് സ്വാധീനമുണ്ടായ ഇടങ്ങൾ എളുപ്പത്തിൽ മുസ്ലീം ഭരണത്തിന് കീഴടങ്ങി..... എന്നാൽ വളരെ യാഥാസ്ഥിതികവും കടുത്ത ജാതിനിയമങ്ങൾക്ക് വിധേയവുമായിരുന്ന പ്രദേശങ്ങൾ, അവിടം നൂറ്റാണ്ടുകളോളം മുസ്ലീം ഭരണത്തിന്റെ കേന്ദ്രങ്ങളായിരുന്നിട്ട് പോലും, മുഖ്യമായും ഹിന്ദുക്കളുടേതായി തന്നെ നിലകൊണ്ടു.[75]

ഹിന്ദുജാതിയുടെ പരമാധികാരം

സവർക്കറുടെ സാമ്രാജ്യത്വ അധികാര തൃഷ്ണയുടെ കാൽപ്പാടുകൾ പിൻതുടർന്ന ഗോൾവാൾക്കർ ലോകം മുഴുവനും ഹിന്ദു പരമാധികാരത്തിൻ കീഴിലാവുമെന്ന് മോഹിച്ചു. ലോകത്തിന്റെ പരമാധികാരികളാവുന്നതിന് ഹിന്ദുക്കൾ കേവലം അവരുടെ ജാതിബോധവും ദേശീയതാബോധവും പുനരുജ്ജീവിപ്പിച്ചാൽ മതിയെന്ന് അദ്ദേഹം വിശ്വസിച്ചു. ലോകത്തെയാകമാനം ഭരിക്കാൻ ഹിറ്റ്ലറുടേതും മുസോളിനിയുടേതുമായ ആഹ്വാനത്തിന്റെ തുടർച്ചയായി, ഗോൾവാൾക്കറുടെ വാക്കുകൾ മാത്രം ശ്രദ്ധിച്ചാൽ അത് ബോധ്യമാവും:

> ജാതിബോധം ഉണർന്നെണീക്കുകയാണ്. സിംഹം മരിച്ചില്ല, ഉറങ്ങുക മാത്രമായിരുന്നു. വീണ്ടും സടകുടഞ്ഞെഴുന്നേൽക്കുന്നു, അവൻ. പുനരാർജവം സിദ്ധിച്ച ഹിന്ദുരാഷ്ട്രത്തിന്റെ പ്രബലത അതിന്റെ ബലിഷ്ഠമായ കരങ്ങളാൽ ശത്രുവിന്റെ ആതിഥേയരെ അടിച്ചു വീഴ്ത്തുന്നത് ലോകം കാണും. ഉദിച്ചുയരുന്ന സൂര്യൻ കൃത്യതയോടെ ഉച്ചസ്ഥാനത്തേക്ക് കയറിക്കൊണ്ടിരിക്കുകയാണ്. വിദൂരമല്ലാത്തൊരു ദിവസം ലോകം അത് കാണുകയും ഭയത്താൽ വിറകൊള്ളുകയോ ആനന്ദത്താൽ നൃത്തം വയ്ക്കുകയോ ചെയ്യും.[76]

'ഹിന്ദു പതാക-ഭഗവധ്വജ അഥവാ കാവിപതാകയ്ക്ക് ചുറ്റും അണിനിരന്ന് സകല നിശ്ചയ ദാർഢ്യത്തോടെ എതിർക്കുന്ന ശക്തികളെ തുടച്ചു നീക്കാൻ നമ്മുടെ പല്ലുകൾ പ്രയോഗിക്കാനും'[77] അദ്ദേഹം ഹിന്ദുക്കളെ ആഹ്വാനം ചെയ്തു. ഗോൾവാൾക്കറുടെ നിലപാടനുസരിച്ച്, ലോകം മുഴുവനും ഭരിക്കുകയെന്നത് ഹിന്ദു ജാതിക്ക് സിദ്ധിച്ച സ്വർഗീയ ദൗത്യമാണ്. ഭാവിയെക്കുറിച്ച് ഭയപ്പെടാനോ ആകുലരാവാനോ അവർക്ക് കാരണമൊന്നുമില്ല.

> വീണ്ടും സിംഹാസനത്തിൽ കയറിയിരിക്കാൻ നാം ആകെ ചെയ്യേണ്ടത് ഉറങ്ങിയുണർന്ന നമ്മുടെ ജാതിബോധത്തോട് പ്രതികരിക്കുകയും നമ്മുടെ ദേശീയബോധത്തെ പുനഃ പ്രചോദിപ്പിക്കുകയും മാത്രമാണ്. വിജയം നമ്മുടെ കൈപ്പിടി യിലാണ്. നമ്മുടെ വിശുദ്ധന്മാരുടെ മരണമില്ലാത്ത ശബ്ദം വിളി ക്കുന്നു. നമ്മുടെ സിംഹങ്ങളെ സജ്ജമാക്കി നാമവരെ പിന്തു ടരുക. ജാതിയുടെ ആർജ്ജവം നമുക്ക് ദീപം കൊളുത്തുന്നു. ആത്മീ യാലങ്കാരത്തിന്റെ അണയാത്ത ദീപങ്ങളുമായി അത് നമ്മുടെ ധാർമികാന്ധകാരത്തിൽപ്പെട്ട സ്വപ്നസാക്ഷാത്കാരത്തിന്റെ പാതയിൽ വെളിച്ചം പരത്തിയിരിക്കുന്നു. നാം സ്വയം നമ്മുടെ ദേശീയതയിലേക്ക് ഇളക്കി വിടുക. നാം നമ്മുടെ ജാതിബോധ ത്തിന്റെ പാത പിന്തുടർന്ന് കടൽ മുതൽ കടൽ വരെ സകല ദേശവും ഒരൊറ്റ രാഷ്ട്രമെന്ന നമ്മുടെ വേദഗുരുക്കന്മാരുടെ കാഹളധ്വനികളാൽ സ്വർഗങ്ങളെ നിറച്ച് സകല ലോകത്തിനും സമാധാനവും സമൃദ്ധിയും ഉദാരമായി ദാനം ചെയ്യുന്ന മഹത്വപൂർണവും പകിട്ടേറിയതുമായ ഒരു ഹിന്ദു രാഷ്ട്രത്തിനായി മുന്നേറുക.[78]

യഥാർഥത്തിൽ ലോകത്തിന്റെ മിക്ക ഭാഗങ്ങളെയും ഭൂതകാലത്ത് ഹിന്ദുക്കൾ ഭരിച്ചിരുന്നുവെന്നും ജാതിബോധത്തെ വീണ്ടും ഉണർത്തി വിട്ടാൽ വീണ്ടുമവർക്ക് ലോകത്തിന്റെ ഭരണകർത്താക്കളാകാമെന്നും ഗോൾവാൾക്കർ വിശ്വസിച്ചിരുന്നു. ഒരു യഥാർഥ ആഗോളദൗത്യം സഫലീകരിക്കാനാണ് ആർ എസ് എസ് സ്ഥാപിക്കപ്പെട്ടതെന്നും സുവർണഭൂതകാലത്തെ മഹാത്മ്യങ്ങൾ പുനഃപ്രതിഷ്ഠിക്കുകയാണ് അതിന്റെ ഉദ്ദേശ്യമെന്നും ഗോൾവാൾക്കർ പ്രഖ്യാപിച്ചു.

> നമ്മുടെ കരങ്ങൾ ഒരു ഭാഗത്ത് അമേരിക്കവരെയും അത് കൊളമ്പസ് അമേരിക്ക കണ്ടുപിടിക്കുന്നതിനും വളരെ മുമ്പാ യിരുന്നുമറുഭാഗത്ത് ചൈന, ജപ്പാൻ, കമ്പോഡിയ, മലയ, സിയാം, ഇന്തോനേഷ്യ തുടങ്ങിയ തെക്കുകിഴക്കൻ രാജ്യങ്ങൾവരെയും വടക്ക് മംഗോളിയയും സൈബീരിയയും വരെയും വിതിർക്ക പ്പെട്ടിരിക്കുന്നു. നമ്മുടെ പ്രബലമായ രാഷ്ട്രീയ സാമ്രാജ്യവും ഈ തെക്ക്കിഴക്കൻ പ്രദേശങ്ങളിൽ വ്യാപിച്ചു കിടന്നിരുന്നു.

തുടർച്ചയായി 1400 വർഷം നിലനിന്ന അതിൽ ശൈലേന്ദ്ര സാമ്രാജ്യം മാത്രം 700 വർഷക്കാലം നീണ്ടു നിന്നു. ചൈനീസ് വ്യാപനത്തിനെതിരെ പ്രബലമായൊരു കോട്ടയായി അത് നില കൊണ്ടു.[79]

സ്വാതന്ത്ര്യപ്രസ്ഥാനത്തിൽ നിന്നും അകന്നുനിന്നതിനുള്ള ന്യായീകരണം

വീ ഓർ ഔർ നാഷൺഹുഡ് ഡിഫൈൻഡിൽ ഗോൾവാൾക്കർ സംശയത്തിനിടയില്ലാത്ത വിധം വ്യക്തമാക്കിയിട്ടുള്ള ഹിന്ദു രാഷ്ട്രയുടെ സ്വഭാവവും ഘടനയും വച്ച് നോക്കുമ്പോൾ, ഹിന്ദുക്കൾക്കും മുസ്ലീങ്ങൾക്കും മറ്റ് സമൂഹങ്ങൾക്കും തുല്യപങ്കാളിത്തമുള്ള, ബ്രിട്ടീഷുകാർക്കെതിരായ സ്വാതന്ത്ര്യസമരത്തോട് അദ്ദേഹത്തിന് ഏതെങ്കിലും തരത്തിലുള്ള ബന്ധമോ അനുഭാവമോ ഉണ്ടാവുക സാധ്യമല്ല. ഹിന്ദുരാഷ്ട്രത്തിന്റേയോ ജാതിയുടേയോ പരമാധികാരം അംഗീകരിക്കാത്തതിനാൽ സ്വാഭാവികമായും അത്തരമൊരു മതേതര പ്രവർത്തനത്തിൽ അണിചേരാൻ ഗോൾവാൾക്കർ വിസമ്മതിച്ചു. മതപരമായി എന്തൊക്കെ വ്യത്യാസങ്ങളുണ്ടെങ്കിലും ഇന്ത്യയിലെ എല്ലാ ജനങ്ങൾക്കും സ്വാതന്ത്ര്യമാവശ്യപ്പെടുന്ന സ്വാതന്ത്ര്യ സമരത്തിൽ പങ്കെടുക്കാൻ അദ്ദേഹം ആഗ്രഹിച്ചില്ല. അത് ഒരു ഹിന്ദുരാഷ്ട്രത്തിന്റെ രൂപീകരണം ഉറപ്പു നൽകാത്തതിനാൽ കൊളോണിയൽ ഭരണത്തിനെതിരായ സമരത്തിൽ നിന്നും വിട്ടു നിൽക്കാൻ അദ്ദേഹം താഴെ ചേർക്കുന്ന ആശയപരമായ ന്യായീകരണം കണ്ടെത്തി:

> കുത്തഴിഞ്ഞ സ്റ്റേറ്റ് എന്ന രാഷ്ട്രീയാവകാശങ്ങളുടെ കുത്തഴിഞ്ഞ കെട്ടിന് വേണ്ടിയല്ല, ദേശീയ പുനരുത്ഥാനത്തിന് വേണ്ടിയാണ് നാം നിലകൊള്ളുന്നത്. നമുക്കാവശ്യം സ്വരാജ് ആണ്. ഈ 'സ്വ' എന്നതിന്റെ അർത്ഥം നമുക്ക് നിശ്ചയമുണ്ടാവണം. 'നമ്മുടെ രാജ്യം', നാമാരാണ്? ഏറ്റവും സന്ദർഭാനുസാരമായ ഈ ചോദ്യത്തിന് മറുപടി നൽകാനാണ് ഈ ഘട്ടത്തിൽ നാം ശ്രമിക്കേണ്ടത്. ആ ആവശ്യത്തിനായി നാം സാർവത്രികമായി അംഗീകരിച്ചിട്ടുള്ള രാഷ്ട്രത്തിന്റെ ആവശ്യത്തെ വിശകലനം ചെയ്ത്, മനസിലാക്കി, എത്രത്തോളം നമുക്കതിനോട് പൊരുത്തപ്പെടാൻ കഴിയുന്നുവെന്ന് നോക്കണം. നമുക്കതിനോട് പൊരുത്തപ്പെടാൻ കഴിയുന്നില്ലെങ്കിൽ, എന്തുകൊണ്ട്, അത്തരമൊരു വ്യതിചലനം ഏതെങ്കിലും രീതിയിൽ ശരിയാണോ? നമ്മുടെ വിഷയത്തിൽ, സാർവത്രികമായി അംഗീകരിച്ചിട്ടുള്ള ആശയം പ്രയോഗിച്ചുകൊണ്ട്, ദേശീയ പുനരുത്ഥാനത്തിനുള്ള നമ്മുടെ സമരത്തിൽ നമുക്ക് നിർദേശകമായിട്ടുള്ള രാഷ്ട്രത്തെ സംബന്ധിച്ച ആശയം എന്താണെന്നും നാം പരിശോധിച്ചേ മതിയാവൂ. മാത്രമല്ല, നമ്മുടെ

പ്രശ്നത്തെ, ഒന്നല്ല, നിരവധി വീക്ഷണകോണുകളിലൂടെ നാം നോക്കിക്കാണുകയും ചെയ്യും.[80]

ഇന്ത്യൻ ദേശീയതയുടെ മതേതര-ദേശീയവാദ നിലപാടിന് കടകവിരുദ്ധമായ അദ്ദേഹത്തിന്റെ വീക്ഷണമനുസരിച്ച്, ഹിന്ദുമതത്തിനും ജാതിക്കും മാത്രമേ ഇന്ത്യൻ ദേശീയതയുടെ അടിസ്ഥാനമാകാൻ സാധിക്കൂ. മറ്റേത് രീതിയായാലും ദേശീയസ്വഭാവമോ അവകാശമോ ഇല്ലായ്മ ചെയ്യുന്ന (de-nationalisation) പ്രക്രിയയിലേക്കു മാത്രമേ നയിക്കൂ.

> പ്രാചീന ഹിന്ദുസ്ഥാൻ അതിന്റെ ഹിന്ദുദേശീയത മനസിലാക്കിയിരുന്നതിനെ ഇപ്പോൾ നാം നോക്കിക്കാണുമ്പോൾ അതിന്റെ ശാസ്ത്രീയ ആശയത്തെ ഇന്ന് മറന്നുപോയെന്നും ഹിന്ദുദേശിയതാബോധത്തെ ഉത്തേജിപ്പക്കേണ്ടതെങ്ങനെയെന്നുമുള്ള ചോദ്യം സ്വാഭാവികമായി ഉയർന്നുവരുന്നു. നമ്മുടെ നിരവധി പ്രവർത്തകർ വ്യത്യസ്തമായ മാർഗം സ്വീകരിച്ച് അത്തരം ദേശീയതയ്ക്ക് വിനാശകരമായ പ്രവർത്തനങ്ങളിലേർപ്പെട്ടതെന്തുകൊണ്ടായിരുന്നു? ഇന്ന് പരമ്പരാഗതവും ശരിയുമായ ഈ ധാരണ നിരവധി പേർക്ക് ഇഷ്ടപ്പെടാതെ പോവുന്നതും അവരുടെ യഥാർഥ ദേശീയ പ്രകൃതത്തിന്റെ വഴിപിഴച്ച ആശയം സ്വീകരിക്കുന്നതും എന്തുകൊണ്ടാണെന്ന് എങ്ങനെയാണ് നാം കണ്ടെത്തുക? എന്നാൽ, ഈ തെറ്റിദ്ധാരണയെ നിർവചിക്കാൻ പ്രയാസമൊന്നുമില്ല.[81]

ദേശീയ സ്വഭാവമോ അവകാശങ്ങളോ ഇല്ലായ്മ ചെയ്യുന്ന എല്ലാ ജാതിക്കാരുടേതും വിഭാഗങ്ങളുടേതുമായ ഒരു സംയുക്തസ്വാതന്ത്ര്യ സമരം പോലും അദ്ദേഹം ആഹ്വാനം ചെയ്തു. സംയോജിത ദേശീയതയെ പൂർണമായും നിരാകരിച്ചുകൊണ്ട് അദ്ദേഹമെഴുതി.

ഹിന്ദുദേശീയ പുനരുത്ഥാനത്തിനായി നിലകൊള്ളുന്ന നാം ദേശീയരല്ലെന്നും തങ്ങളുടെ സാംസ്കാരിക പാരമ്പര്യത്തെ കയ്യൊഴിഞ്ഞ് വഴിയമ്പലസിദ്ധാന്തത്തിന്റെ അസംബന്ധജഡിലമായ ആധികാരികതയെ ഉയർത്തിപ്പിടിക്കുന്ന മറ്റുള്ളവർ യഥാർഥ രാജ്യസ്നേഹികളാണെന്നും വ്യാജമായി വിശ്വസിക്കാൻ ഹിന്ദുക്കൾ പ്രേരിപ്പിക്കപ്പെട്ടു. ക്രമാനുഗതമായി നമ്മുടെ അവകാശങ്ങളും ദേശീയ സ്വഭാവവും ഇല്ലായ്മ ചെയ്യൽ, നമ്മുടെ ജാതിബോധത്തെ ഉറങ്ങാൻ അനുവദിക്കൽ എന്നിവയാണ് നമ്മുടെ ഇന്നത്തെ ദുഃഖകരമായ സ്ഥിതിയുടെ മൂലകാരണം. ഇപ്പോൾ പോലും നമ്മുടെ യഥാർഥ ദേശീയതയ്ക്ക് നേരെയുള്ള അതേ അലംഭാവമാണ് രാഷ്ട്രത്തെ അതിന്റെ പൂർണമായ മഹത്വത്തിലേയ്ക്കുയരുന്നതിനും ലോകത്തിൽ അതിനർഹമായ സ്ഥാനം തിരിച്ചുപിടിക്കുന്നതിനും തടസമായിട്ടുള്ളത്.[82]

സ്വാതന്ത്ര്യസമരത്തോടുള്ള വഞ്ചന

വീ ഓർ ഔർ നാഷൻഹുഡ് ഡിഫൈൻഡിന് പുറമേ, ബുദ്ധ്യുപദേശകനായിരുന്ന ഹെഡ്ഗേവറെപോലെ, ഗോൾവാൾക്കറും സ്വാതന്ത്ര്യസമരത്തെ എതിർത്തിരുന്നു എന്നതിന് അദ്ദേഹത്തിന്റെ മറ്റ് രചനകളിലും ധാരാളം തെളിവുകളുണ്ട്. ഇന്ത്യക്ക് സ്വാതന്ത്ര്യം ലഭിച്ച് വളരെക്കഴിഞ്ഞ്, 1960 മാർച്ച് 9 ന്, മധ്യപ്രദേശിലെ ഇൻഡോറിൽ ആർ എസ് എസിന്റെ ഉന്നതതലത്തിലുള്ള അണികളെ അഭിസംബോധനചെയ്യവേ, സ്വാതന്ത്ര്യസമരത്തേടുള്ള തന്റെ സമീപനം അദ്ദേഹം ഇപ്രകാരം വ്യക്തമാക്കി:

> പതിവുള്ള പ്രവർത്തനങ്ങളിൽ എല്ലായ്പ്പോഴും ഒതുങ്ങിക്കൂടാൻ മറ്റൊരു കാരണം കൂടിയുണ്ട്. കാലാകാലങ്ങളിൽ രാജ്യത്ത് ഉരുത്തിരിഞ്ഞു വരുന്ന സാഹചര്യങ്ങൾ മൂലം മനസിൽ ചില അസ്വസ്ഥതകളുണ്ടാവാം. അത്തരത്തിലുള്ള ഒന്നായിരുന്നു 1942 ലെ അസ്വാസ്ഥ്യം. അതിന് മുമ്പ് 1930-31 ലും അത്തരമൊരു പ്രസ്ഥാനമുണ്ടായി. ആ വേളയിൽ മറ്റ് നിരവധി പേർ ഡോക്ടർജിക്കടുത്തേക്ക് പോയി. ഈ പ്രസ്ഥാനം സ്വാതന്ത്ര്യം നൽകുമെന്നും സംഘ് പിറകിലാവരുതെന്നും ആ പ്രതിനിധി സംഘം ഡോക്ടർജിയോടപേക്ഷിച്ചു. താൻ ജയിലിൽ പോകാൻ തയാറാണെന്ന് ഒരു മാന്യൻ പറഞ്ഞപ്പോൾ, ഡോക്ടർജി പറഞ്ഞു: 'തീർച്ചയായും പോകൂ. എന്നാൽ അപ്പോൾ ആരാണ് നിങ്ങളുടെ കുടുംബത്തെ പരിപാലിക്കുക?' ആ മാന്യൻ മറുപടി നൽകി: 'രണ്ട് വർഷക്കാലത്തേക്ക് എന്റെ കുടുംബത്തിന് വേണ്ടത് മാത്രമല്ല, ആവശ്യാനുസരണം പിഴകൾ ഒടുക്കാനുമുള്ള വിഭവങ്ങൾ ഞാൻ കരുതിയിട്ടുണ്ട്.' അപ്പോൾ ഡോക്ടർജി അയാളോട് പറഞ്ഞു: 'നിങ്ങൾ വിഭവങ്ങൾ പൂർണമായും സമാഹരിച്ചിട്ടുണ്ടെങ്കിൽ രണ്ട് വർഷക്കാലം സംഘിന് വേണ്ടി പ്രവർത്തിക്കാൻ വരിക.' വീട്ടിൽ തിരിച്ചെത്തിയ ശേഷം ആ മാന്യൻ ജയിലിലേക്ക് പോവുകയോ സംഘിന് വേണ്ടി പ്രവർത്തിക്കാൻ വരികയോ ചെയ്തില്ല.[83]

ആത്മാർഥതയുള്ള ദേശസ്നേഹികളായ വ്യക്തികളെ നിർവീര്യരാക്കാനും സ്വാതന്ത്ര്യ സമരത്തിൽ നിന്നും ഓടിയകലാൻ പ്രേരിപ്പിക്കാനും ആർ എസ് എസ് നേതൃത്വം കച്ചകെട്ടിയിറങ്ങിയിരുന്നുവെന്ന് ഈ സംഭവം വ്യക്തമാക്കുന്നു.

സ്വാതന്ത്ര്യ സമരപ്രസ്ഥാനത്തിലെ മഹത്തായ രണ്ട് നാഴികക്കല്ലുകളായിരുന്നു നിസ്സഹകരണ പ്രസ്ഥാനവും ക്വിറ്റിന്ത്യാപ്രസ്ഥാനവും. ഈ രണ്ട് വലിയ ബ്രിട്ടീഷ്‌വിരുദ്ധ പ്രസ്ഥാനങ്ങളെയും പരസ്യമായി ആക്ഷേപിച്ചുകൊണ്ട് ആർ എസ് എസിന്റെ ശ്രേഷ്ഠഗുരുവായ ഗോൾവാൾക്കർ പ്രസ്താവിച്ചു:

> നിസ്സംശയമായും സമരം മോശപ്പെട്ട ഫലങ്ങളുണ്ടാക്കും. 1920-21 ലെ പ്രസ്ഥാനത്തിന് (നിസ്സഹകരണ പ്രസ്ഥാനം) ശേഷം കുട്ടികൾ

> അനുസരണയില്ലാത്തവരായിത്തീർന്നിരിക്കുന്നു. നേതാക്കൾക്ക് മേൽ ചെളിവാരിയെറിയാനുള്ള ഒരു ശ്രമമല്ല, ഇത്. എന്നാലി തെവിടെയും സമരത്തിന് ശേഷം പ്രതീക്ഷിക്കാവുന്ന ഉൽപ്പന്ന ങ്ങളാണ്. ഈ ഫലങ്ങളെ ശരിയായ വിധത്തിൽ നിയന്ത്രിക്കാൻ നമുക്ക് കഴിഞ്ഞില്ല എന്നതാണ് കാര്യം. 1942 ന് ശേഷം നിയമത്തെക്കുറിച്ച് ചിന്തിക്കേണ്ട ആവശ്യമില്ലെന്ന് പലപ്പോഴും ആളുകൾ ചിന്തിച്ചു തുടങ്ങിയിരിക്കുന്നു.[84]

അതായത്, ഗോൾവാൾക്കർക്ക് ഇന്ത്യക്കാർ മനുഷ്യത്വഹീനരായ ബ്രിട്ടീഷ് ഭരണാധികാരികളുടെ ക്രൂരവും അടിച്ചമർത്തുന്നതുമായ നിയമങ്ങൾ അനുസരിക്കേണ്ടതാവശ്യമായിരുന്നു. തുടർന്ന് നാം കാണു ന്നതുപോലെ, 1942 ലെ ക്വിറ്റിന്ത്യാ പ്രസ്ഥാനത്തിന് നേരെയുള്ള ആർ എസ് എസിന്റെ സമീപനം സാർവത്രികമായി അപലപിക്കപ്പെട്ടിട്ടും, ആ സംഘടനയുടെ നേതൃത്വം (അന്ന് ഗോൾവാൾക്കറായിരുന്നു അതിന്റെ അധ്യക്ഷൻ) സ്വാതന്ത്ര്യസമരത്തിൽ നിന്നും അകന്ന് നിൽക്കുകയെന്ന നിലപാടിൽ അയവു വരുത്തിയില്ലെന്ന് ഗോൾവാൾക്കർ സമ്മതിച്ചിട്ടുണ്ട്:

> 1942 ലും അനേകം പേരുടെ ഹൃദയങ്ങളിൽ തീവ്രമായ വൈകാരിക ചിന്തയുണ്ടായിരുന്നു. ആ സമയത്തും സംഘിന്റെ പതിവുള്ള പ്രവർത്തനങ്ങൾ തുടർന്നുകൊണ്ടിരുന്നു. നേരിട്ട് യാതൊന്നും ചെയ്യരുതെന്ന് സംഘ് പ്രതിജ്ഞയെടുത്തു. എന്നിട്ടും, സംഘ് സന്നദ്ധസേവകരുടെ മനസുകൾ ഇളകി മറിഞ്ഞുകൊണ്ടിരുന്നു. സംഘ് പ്രവർത്തിക്കാത്ത ആളുകളുടെ സംഘടനയാണ്, അവരുടെ വാക്കുകൾ ഉപയോഗശൂന്യമാണ് എന്നൊക്കെ പുറത്തുള്ളവർ മാത്രമല്ല, നമ്മുടെ അനേകം സന്നദ്ധസേവകരും പറഞ്ഞു. അവർക്ക് അങ്ങേയറ്റം വെറുപ്പ് തോന്നുകയുമുണ്ടായി.[85]

എന്തായാലും, ക്വിറ്റിന്ത്യാ പ്രസ്ഥാനത്തിനു വേണ്ടിയോ അന്നും തുടർന്ന് വന്നിരുന്ന സ്വാതന്ത്ര്യസമരപ്രസ്ഥാനത്തിന് വേണ്ടിയോ ആർ എസ് എസ് നേരിട്ടല്ലാതെ നടത്തിയ ശ്രേഷ്ഠമായ പ്രവർത്തനത്തിലേക്ക് അൽപ്പം വെളിച്ചം വീശാവുന്ന സംഘിന്റെ ഒരൊറ്റ പ്രസിദ്ധീകരണമോ രേഖയോ ഇല്ല എന്നതാണ് വസ്തുത. അന്നത്തെ ബഹുജനപ്രക്ഷോഭ ത്തിൽ വ്യക്തിഗതമായി ചില ആർ എസ് എസ് അംഗങ്ങൾ ബ്രിട്ടീഷ് വിരുദ്ധ പ്രസ്ഥാനത്തിൽ പങ്കെടുത്തിരിക്കാൻ സാധ്യതയുണ്ടെങ്കിലും, അവ ഒറ്റപ്പെട്ട സംഭവങ്ങളാണ്. എന്നാൽ, ഒരു സംഘടനയെന്ന നിലയിൽ ബ്രിട്ടീഷ് കൊളോണിയൽ ഭരണത്തിനെതിരെയോ അടിച്ചമർത്തപ്പെട്ട ഇന്ത്യൻ ജനതയുടെ അവകാശങ്ങൾക്കു വേണ്ടിയോ ആർ എസ് എസ് ഒരിക്കലും ഒരു സമരവും ആരംഭിച്ചിട്ടില്ല. അതുപോലെ, ആർ എസ് എസ് നേതൃത്വം ഒരിക്കലും സ്വാതന്ത്ര്യസമരത്തിന്റെ ഭാഗമായിരുന്നിട്ടുമില്ല.

ആർ എസ് എസ് അധ്യക്ഷനെന്ന നിലയിൽ, വിദേശ ഭരണത്തിനെ തിരായ ഏതൊരു പ്രസ്ഥാനത്തോടുമുള്ള എതിർപ്പ് ഒളിച്ചു വയ്ക്കാൻ

ഗോൾവാൾക്കർക്ക് കഴിഞ്ഞിട്ടില്ല. ബ്രിട്ടീഷുകാർ ഇന്ത്യ വിട്ടുപോകാൻ തത്വത്തിൽ തീരുമാനിച്ചു കഴിഞ്ഞ 1947 മാർച്ചിൽ പോലും ഡൽഹിയിൽ നടന്ന ആർ എസ് എസിന്റെ വാർഷിക ദിനപരിപാടിയിൽ പ്രസംഗിക്കവേ, സങ്കുചിത വീക്ഷണമുള്ളവർ ബ്രിട്ടീഷുകാരുടെ അധികാരത്തെ എതിർക്കാൻ ശ്രമിക്കുന്നതായി ഗോൾവാൾക്കർ പ്രസ്താവിച്ചു. അക്കാര്യം കൂടുതൽ വിശദീകരിച്ചുകൊണ്ട്, രാജ്യത്തിലെ കഷ്ടപ്പാടുകൾക്ക് പ്രബലരായ വിദേശികളെ ഉത്തരവാദികളാക്കുന്നത് ശരിയല്ലെന്നദ്ദേഹം പറഞ്ഞു. നമ്മുടെ സന്ദർശകർക്ക് നേരെ നമുക്കുള്ള വിദ്വേഷത്തിന്റെ അടിസ്ഥാനത്തിൽ രാഷ്ട്രീയ പ്രസ്ഥാനങ്ങൾ ആരംഭിക്കുന്ന പ്രവണതയെ അദ്ദേഹം അപലപിച്ചു.[86] ഇക്കാര്യത്തിൽ തന്റെ വീക്ഷണഗതി വ്യക്തമാക്കാൻ അദ്ദേഹം ഒരു സംഭവം വിവരിക്കുക പോലും ചെയ്തു:

> ഒരിക്കൽ ആദരണീയനായ മുതിർന്നൊരു മാന്യൻ നമ്മുടെ ശാഖയിലേക്ക് വന്നു. അയാൾ ആർ എസ് എസ് വളണ്ടിയർമാർക്ക് പുതിയൊരു സന്ദേശവും കൊണ്ടുവന്നു. ശാഖയിലെ വളണ്ടിയർമാരോട് സംസാരിക്കാൻ അവസരം നൽകിയപ്പോൾ, ഗാംഭീര്യമേറിയ ശബ്ദത്തിൽ അയാൾ പറഞ്ഞു: 'ഇപ്പോൾ ഒരു കാര്യം മാത്രം ചെയ്യൂ. ബ്രിട്ടീഷുകാരെ പിടികൂടി, അവർക്ക് അടികൊടുത്ത് പുറത്തേക്ക് വലിച്ചെറിയൂ. എന്ത് സംഭവിച്ചാലും അത് പിന്നീട് നമുക്ക് കാണാം.' അത്രയും പറഞ്ഞശേഷം അയാൾ ഇരുന്നു. സ്റ്റേറ്റിന്റെ അധികാരത്തിന് നേരെയുള്ള കോപവും ദുഃഖവും വിദ്വേഷത്തിൽ അധിഷ്ഠിതമായ പ്രതിലോമപ്രവണതയുമാണ് ഈ ആശയസംഹിതയ്ക്ക് പിന്നിലുള്ളത്. ഇന്നത്തെ രാഷ്ട്രീയ മനോദൗർബല്യത്തിലെ തിന്മയുടെ അടിസ്ഥാനം പ്രതിപ്രവർത്തനം, ദുഃഖവും കോപവും, സൗഹൃദം വിസ്മരിച്ചു കൊണ്ട് വിജയികൾക്ക് നേരെയുള്ള എതിർപ്പ് എന്നിവയാണ്.[87]

പൂർണമായും നീതി പുലർത്തികൊണ്ട് പറയട്ടെ, ആർ എസ് എസ് ബ്രിട്ടീഷ് ഭരണത്തെ എതിർത്തിട്ടുണ്ടെന്ന് ഗോൾവാൾക്കർ ഒരിക്കലും അവകാശപ്പെട്ടിട്ടില്ല. 1960 മാർച്ച് 5 ലെ ഇൻഡോർ പ്രസംഗത്തിനിടെ അദ്ദേഹമത് സമ്മതിച്ചു:

> ബ്രിട്ടീഷുകാരെ പുറത്തേക്കെറിഞ്ഞ് രാജ്യത്തെ സ്വതന്ത്രമാക്കാനുള്ള പ്രചോദനമുൾക്കൊണ്ട് അനേകം പേർ പ്രവർത്തിച്ചു. ബ്രിട്ടീഷുകാരുടെ ഔപചാരികമായ നിർഗമനത്തിന് ശേഷം പ്രചോദനത്തിന്റെ ഒരാവശ്യവുമില്ല. *മതത്തെയും സംസ്കാരത്തെയും പ്രതിരോധിക്കുന്നതിലൂടെയുള്ള രാജ്യത്തിന്റെ സ്വാതന്ത്ര്യത്തെക്കുറിച്ചാണ് നമ്മുടെ പ്രതിജ്ഞയിൽ പറഞ്ഞിട്ടുള്ളതെന്ന കാര്യം നാം ഓർമിക്കണം. അതിൽ ബ്രിട്ടീഷുകാരുടെ നിർഗമനത്തെക്കുറിച്ച് ഒരു പരാമർശവുമില്ല.*[88]

കൊളോണിയൽ മേധാവിത്വം ഒരു അനീതിയാണെന്ന് കരുതാൻ പോലും ആർ എസ് എസ് തയ്യാറായിരുന്നില്ല. മുമ്പൊരിക്കലുമുണ്ടാവാത്ത തരത്തിലുള്ള അടിച്ചമർത്തലിന് ഇന്ത്യ വിധേയമായിക്കൊണ്ടിരുന്ന ഘട്ടത്തിൽ, 1942 ജൂൺ 8 ന്, നാഗ്പൂരിലെ ആർ എസ് എസ് ആസ്ഥാനത്ത് അണികളുടെ അഖിലേന്ത്യ പരിശീലന പരിപാടിയുടെ സമാപനത്തിൽ ഗോൾവാൾക്കർ പ്രഖ്യാപിച്ചു:

> ഇന്നത്തെ സമൂഹത്തിന്റെ തരംതാണ സ്ഥിതിക്ക് ആരെയും കുറ്റപ്പെടുത്തേണ്ട ആവശ്യം സംഘിനില്ല. ആളുകൾ മറ്റുള്ളവരെ കുറ്റപ്പെടുത്താൻ തുടങ്ങുമ്പോൾ, അടിസ്ഥാനപരമായി, അതവരുടെ ദൗർബല്യമാണ്. *ദുർബലരോട് കാണിക്കുന്ന അന്യായത്തിന് പ്രബലരെ കുറ്റപ്പെടുത്തുന്നത് വിഫലമാണ്.... സംഘിന് അതിന്റെ വിലപ്പെട്ട സമയം മറ്റുള്ളവരെ ആക്ഷേപിച്ചോ വിമർശിച്ചോ പാഴാക്കേണ്ട ആവശ്യമില്ല. വൻമത്സ്യം ചെറുമത്സ്യത്തെ ഭക്ഷിക്കുമെന്ന് നമുക്കറിയാമെങ്കിൽ, അതിന് വൻമത്സ്യത്തെ കുറ്റപ്പെടുത്തുന്നത് ശുദ്ധ ഭ്രാന്താണ്. നല്ലതായാലും ചീത്തയായാലും പ്രകൃതിയുടെ നിയമം എല്ലായ്പ്പോഴും സത്യമാണ്. അന്യായമെന്ന് വിളിക്കുന്നതുകൊണ്ട് ആ നിയമം മാറുകയില്ല.*[89]

അതായത്, സ്വാതന്ത്ര്യസമരത്തിലുടനീളം ഗോൾവാൾക്കർക്ക് കീഴിലുള്ള ആർ എസ് എസ് അങ്ങേയറ്റം ദേശദ്രോഹപരമായ രീതിയിലാണ് പെരുമാറിയിട്ടുള്ളതെന്ന് കാണാൻ പ്രയാസമില്ല. എല്ലാ തെളിവുകളും അതിന്റെ വിധ്വംസക പ്രവർത്തനങ്ങളിലേക്കും, ഒരിക്കലുമത് സ്വാതന്ത്ര്യസമരത്തിന്റെ ഭാഗമായിരുന്നില്ല എന്ന വസ്തുതയിലേക്കും വിരൽ ചൂണ്ടുന്നവയാണ്. ഹിന്ദു രാഷ്ട്രമെന്ന ഏറ്റവും കൊടിയ അവകാശനിഷേധ മുദ്രാവാക്യമുയർത്തിപ്പിടിച്ചുകൊണ്ട്, ബ്രിട്ടീഷ് സാമ്രാജ്യത്തിനെതിരായ ഇന്ത്യൻ ജനതയുടെ സംയോജിത സമരത്തെ നിരന്തരം തടസപ്പെടുത്തി എന്നതാണ് ഇന്ത്യൻ സ്വാതന്ത്ര്യസമരത്തിന് ആർ എസ് എസ് നൽകിയ ഏറ്റവും വലിയ സംഭാവന.

രക്തസാക്ഷികളുടെ പാരമ്പര്യത്തെ അധിക്ഷേപിക്കൽ

ഗോൾവാൾക്കർക്ക് കീഴിലുള്ള ആർ എസ് എസ് സ്വാതന്ത്ര്യസമരത്തിൽ നിന്നും പൂർണമായും വിട്ടുനിന്നുവെന്ന് മാത്രമല്ല, രക്തസാക്ഷികളുടെ മുഴുവൻ പാരമ്പര്യത്തെയും അധിക്ഷേപിക്കാനും മടിച്ചില്ല. അതിലൂടെ ഭഗത്സിങ്, ചന്ദ്രശേഖർ ആസാദ്, അഷ്ഫഖുള്ളാഖാൻ, അവരുടെ സഹപ്രവർത്തകർ എന്നിവർ നയിച്ച വിപ്ലവപ്രസ്ഥാനങ്ങളെയും ഇടിച്ചുതാഴ്ത്തി, ഗോൾവാൾക്കർ എഴുതി: "നമ്മുടെ ഭാരതീയ സംസ്കാരം ഒഴികെ മറ്റെല്ലാം തന്നെ രക്തസാക്ഷിത്വത്തെ ആരാധിക്കുകയും ആദർശവൽക്കരിക്കുകയും രക്തസാക്ഷികളെ അവയുടെ വീരനായകൻമാരായി വീക്ഷിക്കുകയും ചെയ്യുന്നു."[90]

"നമ്മുടെ ആരാധനാ വസ്തുക്കൾ എല്ലായ്പോഴും..... വിജയകരമായ ജീവിതങ്ങളായിരുന്നിട്ടുണ്ട്. ജീവിതത്തിൽ പരാജയമാവുന്നവരിൽ ഗുരുതരമായ ചില തകരാറുകളുണ്ടെന്ന കാര്യം തീർച്ചയാണ്. പരാജയപ്പെട്ട ഒരുവന് വെളിച്ചം പകരാനും മറ്റുള്ളവരെ വിജയത്തിലേക്ക് നയിക്കാനും എങ്ങനെയാണ് കഴിയുക?"[91]

ഹെഡ്ഗേവറിന് കീഴിലായാലും ഗോൾവാൾക്കർക്ക് കീഴിലായാലും, വിജയികളായ ബ്രിട്ടീഷുകാരെ ആർ എസ് എസ് ഒരിക്കലും എതിർക്കാതിരിക്കാനുള്ള കാരണം ഇതുതന്നെയാവാം. രക്തസാക്ഷികളുടെ മുഴുവൻ പാരമ്പര്യത്തെയും അധിക്ഷേപിക്കുന്ന ഗോൾവാൾക്കറുടെ മറ്റ് ചില യഥാർഥ ആശയങ്ങൾ ഇതാ:

> രക്തസാക്ഷിത്വം വരിക്കുന്നവർ വീരനായകന്മാരും അവരുടെ തത്വശാസ്ത്രം തികച്ചും ആണത്തമുള്ളതും ആണെന്ന കാര്യത്തിൽ സംശയമില്ല. കേവലം വിധിക്ക് കീഴടങ്ങുകയും അലസൻമാരായി ജീവിക്കുകയും ചെയ്യുന്ന ശരാശരിക്കാരെക്കാൾ വളരെ ഉയർന്ന തലത്തിലുള്ളവരാണവർ. ഇതൊക്കെയാണെങ്കിലും, അത്തരക്കാരെ നമ്മുടെ സമൂഹം ആദർശപുരുഷൻമാരായി വീക്ഷിക്കുന്നില്ല. മനുഷ്യർക്ക് കാംക്ഷിക്കാവുന്ന ശ്രേഷ്ഠതയുടെ ഔന്നിത്യമേറിയൊരു സംഗതിയായി അവരുടെ രക്തസാക്ഷിത്വത്തെ നാം ഗണിക്കുന്നില്ല. എന്തൊക്കെയായാലും, തങ്ങളുടെ ആദർശം സഫലീകരിക്കുന്നതിൽ അവർ പരാജയപ്പെട്ടു. ആ പരാജയം അവരുടെ മാരകമായ ചില തകരാറുകൾ മൂലമാണുണ്ടായത്.[92]

രക്തസാക്ഷികളെ ഇതിലുമധികം അധിക്ഷേപിക്കുന്നതും തരം താഴ്ത്തുന്നതുമായ മറ്റൊരു പ്രസ്താവന ഉണ്ടാവാനുണ്ടോ?

ഗോൾവാൾക്കർ മാത്രമല്ല, മഹാന്മാരായ വിപ്ലവകാരികൾക്കെതിരെ കള്ളക്കഥകൾ പ്രചരിപ്പിച്ചിട്ടുള്ളത്. സ്വാതന്ത്ര്യസമരത്തിൽ ബ്രിട്ടീഷുകാർക്കെതിരെ പോരാടി രക്തസാക്ഷിത്വം വരിച്ചവരെ ആദരിക്കുന്ന ദേശസ്നേഹിയായ ഏതൊരു ഇന്ത്യാക്കാരെനെയും ഞെട്ടിപ്പിക്കുന്ന തരത്തിലുള്ള നിലപാടായിരുന്നു ആ വിഷയത്തിൽ ഹെഡ്ഗേവാറിനുണ്ടായിരുന്നത്. ആർ എസ് എസ് പ്രസിദ്ധീകരിച്ച അദ്ദേഹത്തിന്റെ ജീവചരിത്രമനുസരിച്ച്,

"ജയിലിൽ പോവുന്നത് മാത്രമല്ല ദേശസ്നേഹം. ഉപരിവിപ്ലവമായ അത്തരം ദേശസ്നേഹത്തിന് കീഴ്പ്പെടുന്നത് ശരിയല്ല. സമയം വരുമ്പോൾ മരിക്കാൻ സജ്ജരായിരിക്കുമ്പോൾ തന്നെ രാജ്യത്തിന്റെ സ്വാത്യന്ത്ര്യത്തിനായി സംഘടിപ്പിക്കുമ്പോൾ, ജീവിക്കാനുള്ള ആഗ്രഹമുണ്ടാവേണ്ടതും വളരെ ആവശ്യമാണെന്നും അദ്ദേഹം (ഹെഡ്ഗേവർ) ആവശ്യപ്പെടുമായിരുന്നു."[93]

ഭഗത്സിങ്, രാജ്ഗുരു, സുഖ്ദേവ്, അഷ്ഫാഖുള്ളാഖാൻ, ചന്ദ്രശേഖർ ആസാദ് തുടങ്ങിയ വിപ്ലവകാരികൾ 'രാജ്യസ്നേഹിയായ

ഈ ശ്രേഷ്ഠചിന്തകനു'മായി ബന്ധപ്പെടാൻ ഇടയാവാതെ പോയതിൽ നമുക്ക് അവരോട് സഹതപിക്കാം. അതിനുള്ള 'ശ്രേഷ്ഠമായ' അവസരമുണ്ടായിരുന്നുവെങ്കിൽ ഉപരിപ്ലവത്തിന്റെ പേരിൽ അവർക്ക് ജീവിതം പാഴാക്കേണ്ടി വരില്ലായിരുന്നു. അക്കാരണത്താൽ തന്നെയാവാം, സ്വാതന്ത്ര്യസമരകാലത്ത് രക്തസാക്ഷികളെയോ രാജ്യസ്നേഹികളെയോ സൃഷ്ടിക്കാൻ ആർ എസ് എസിന് കഴിയാതെ പോയി.

ബ്രിട്ടീഷ് ഭരണാധികാരികൾക്കെതിരായ സമരത്തിൽ സകലതും ത്യജിക്കേണ്ടിവന്നവർക്ക് നേരെ ഗോൾവാൾക്കർ സ്വീകരിച്ച സമീപനത്തെ 'ലജ്ജാവഹം' എന്ന് വിളിച്ചാൽ പോലും മതിയാവുകയില്ല. 1857 ലെ ഒന്നാം സ്വാതന്ത്ര്യ സമരകാലത്ത് ദേശസ്നേഹികളായ ഇന്ത്യാക്കാർക്ക് അവസാനത്തെ മുഗളചക്രവർത്തിയായ ബഹദൂർ ഷാ സഫർ നേതാവും വിപ്ലവത്തിന്റെ ചിഹ്നവുമായിത്തീർന്നു. അദ്ദേഹത്തെ പരിഹസിച്ചുകൊണ്ട് ഗോൾവാൾക്കർ എഴുതി:

"1857 ൽ ഇന്ത്യയിലെ അവസാനത്തെ ചക്രവർത്തിയെന്ന് വിളിക്കപ്പെടുന്ന മനുഷ്യൻ കാഹളധ്വനി മുഴക്കി: യോദ്ധാക്കൾ സ്വന്തം ചുമതലയോട് വിശ്വസ്തത പുലർത്തുന്ന കാലത്തോളം ഇന്ത്യയിലെ വാളുകൾ ലണ്ടനിലെ സിംഹാസനം വരെയെത്തും. എന്നിട്ട് ആത്യന്തികമായി എന്തുസംഭവിച്ചു? ഏവർക്കും അത് അറിവുള്ളതാണ്."[94]

രാജ്യത്തിനായി എല്ലാം ത്യജിച്ചവരെക്കുറിച്ച് ഗോൾവാൾക്കർ എന്ത് ചിന്തിച്ചിരുന്നുവെന്ന് താഴെപ്പറയുന്ന വാക്കുകളും വ്യക്തമാക്കുന്നുണ്ട്. ബ്രിട്ടീഷുകാരെ പ്രതിനിധീകരിച്ചുകൊണ്ടെന്ന പോലെ ആ വിപ്ലവകാരികളോട് അദ്ദേഹം ചോദിച്ചു:

> എന്നാൽ അതിലൂടെ പൂർണമായ ദേശീയ താൽപ്പര്യം സഫലീകരിക്കപ്പെട്ടുവെന്ന് ആർക്കെങ്കിലും കരുതാനാവുമോ? രാജ്യതാൽപ്പര്യത്തിന് വേണ്ടി എല്ലാം നഷ്ടപ്പെടുത്താനുള്ള സമൂഹത്തിന്റെ ചിന്തയിൽ ത്യാഗം എന്തെങ്കിലും വർധനവുണ്ടാക്കിയോ? ഇതുവരെയുള്ള അനുഭവം വച്ച് നോക്കുമ്പോൾ ഹൃദയത്തിലെ തീയുടെ തീവ്രത സാധാരണ ജനങ്ങൾക്ക് താങ്ങാനാവാത്തതായി തീർന്നിരിക്കുന്നു.[95]

എം എസ് അനേയ്യുടെ കരുതലുള്ള നിലപാട്

അങ്ങേയറ്റം ന്യൂനപക്ഷ വിരുദ്ധവും നാസിസത്തെയും ഫാസിസത്തെയും അനുകൂലിക്കുന്നതുമായ *വീ ഓർ ഔർ നാഷൻഹുഡ് ഡിഫൈൻഡ്* എന്ന ലഘുഗ്രന്ഥത്തിന് അവതാരികയെഴുതാൻ ലോക് നായക് എന്ന് അറിയപ്പെട്ടിരുന്ന പ്രമുഖ കോൺഗ്രസ് നേതാവ് എം എസ് അനേയ് സമ്മതിച്ചു എന്നത് അത്ഭുതപ്പെടുത്തുന്ന സംഗതിയാണ്. കോൺഗ്രസിന്റെ നേതാവായിരുന്നുവെങ്കിലും, ഹിന്ദുക്കൾ വേറിട്ട ഒരു രാഷ്ട്രമാണെന്നും, അക്കാരണത്താൽ, ഇന്ത്യ ഒരു ഹിന്ദു രാഷ്ട്രമാണെന്നും ഉള്ള ആശയം അനേയ് വച്ചു പുലർത്തിയിരുന്നതിനാൽ

അവതാരികയെഴുതാൻ ഗോൾവാൾക്കർ അദ്ദേഹത്തെ തന്നെ തിരഞ്ഞെടുത്തതിൽ ആശ്ചര്യമില്ല. തന്റെ വിശ്വാസം അവതാരികയിലും അനേയ് ഊന്നിപ്പറഞ്ഞിട്ടുണ്ട്:

> ഹിന്ദുക്കൾ ഒരു രാഷ്ട്രമാണെന്ന വസ്തുതയെ ബോധമുള്ള ആർക്കും ചോദ്യം ചെയ്യാനാവില്ല. ഇവിടത്തെ ജനങ്ങളിലെ മഹാഭൂരിപക്ഷവും ഹിന്ദുക്കളാണെന്ന് അംഗീകരിക്കാനും പ്രയാസമില്ല. അക്കാരണത്താൽ തന്നെ ഇന്ത്യ മുഖ്യമായും ഒരു ഹിന്ദുരാഷ്ട്രമാണ്, ഹിന്ദുസ്ഥാൻ.[96]

ഇതൊക്കെയാണെങ്കിലും, അനേയെപ്പോലെ ഹിന്ദുരാഷ്ട്രത്തോട് അനുഭാവമുള്ള വ്യക്തിക്കു പോലും, ഗോൾവാൾക്കർ ഉയർത്തിപ്പിടിച്ച, ന്യൂനപക്ഷങ്ങളോട് പൂർണമായ വിധേയത്വം ആവശ്യപ്പെടുന്ന, അവരുടെ ഉന്മൂലനം ആഗ്രഹിക്കുന്ന തീവ്രവാദപരമായ ആശയങ്ങൾ അംഗീകരിക്കാനാവുമായിരുന്നില്ല. ഗോൾവാൾക്കർ ഉപയോഗിച്ച ന്യൂനപക്ഷങ്ങൾ, വിദേശികൾ എന്നിവ മുസ്ലീങ്ങളെ മാത്രമാണ് അർഥമാക്കുന്നതെന്ന് ശരിയായി മനസിലാക്കിയ അനേയ് ഗോൾവാൾക്കർ നിഷ്കർഷിച്ച ഏകാധിപത്യപരമായ പരിഹാരങ്ങളിൽ നിന്നും സ്വയം അകന്നുനിൽക്കാൻ ശ്രമിച്ചു.

> മുഹമ്മദീയരുടെ സ്ഥാനത്തിന്റെ പ്രശ്നം കൈകാര്യം ചെയ്യുമ്പോൾ ഹിന്ദുദേശീയതയ്ക്കും ഹിന്ദുപരമാധികാര രാഷ്ട്രത്തിനുമിടയിലെ വേർതിരിവ് ഗ്രന്ഥകാരൻ എല്ലായ്പ്പോഴും മനസിൽ സൂക്ഷിച്ചിട്ടില്ലെന്ന് ഞാൻ കണ്ടെത്തുകയുണ്ടായി. സാംസ്കാരിക ദേശീയത എന്ന നിലയിലുള്ള ഹിന്ദുരാഷ്ട്രയിൽ നിന്നും തികച്ചും വിഭിന്നമാണ് പരമാധികാര രാഷ്ട്രമെന്ന നിലയിലുള്ള ഹിന്ദുരാഷ്ട്രം. സ്വാഭാവികമായോ നിയമം മൂലമോ ഒരിക്കൽ പ്രാകൃതികമാക്കി (Naturalised) ക്കഴിഞ്ഞ് വ്യത്യസ്തദേശങ്ങളിൽ നിന്നുമുള്ള സ്ഥിരതാമസക്കാരായ ന്യൂനപക്ഷങ്ങൾക്ക് ഒരു ആധുനിക രാജ്യവും സ്റ്റേറ്റിന്റെ പൗരത്വാവകാശം നിഷേധിച്ചിട്ടില്ല.[97]

ഏതെങ്കിലും നിയമജ്ഞനോ പൊളിറ്റിക്കൽ ഫിലോസഫർക്കോ ഭരണഘടനാനിയമത്തിന്റെ വിദ്യാർഥിക്കോ ന്യൂനപക്ഷപ്രശ്നം പരിഹരിക്കാൻ ഗോൾവാൾക്കർ മുന്നോട്ട് വയ്ക്കുന്ന നിർദേശം സ്വീകാര്യമാവുകയില്ലെന്നും അനേയ് സമ്മതിച്ചു.

> ഈ ഇരുപതാം നൂറ്റാണ്ടിൽ മതപരിവർത്തനത്തെ ഏതെങ്കിലും അന്യദേശക്കാരനെ പ്രാകൃതികമാക്കാനുള്ള ഒരു ഉപാധിയാക്കാൻ സാധ്യമല്ല. സ്ഥിരതാമസം, സംസർഗം, സമാനമായ മറ്റ് കാര്യങ്ങൾ എന്നിവയുമായി ബന്ധപ്പെട്ട പ്രത്യേക നിബന്ധനകൾ പൂർത്തീകരിക്കുകയാണെങ്കിൽ സ്റ്റേറ്റിനോടുള്ള വിധേയത്വവും പ്രാകൃതികമായും തീർച്ചയായും സാധ്യമാണ്. ഒരു അന്യദേശ

> ക്കാരന്റെ പ്രാകൃതികമാക്കലിന് സ്റ്റേറ്റിന്റെ മതത്തിലേക്കുള്ള പരിവർത്തനം ഒരു ഉപാധിയാക്കിയിട്ടുള്ള ഏതെങ്കിലും ദേശത്തെ കണ്ടെത്താൻ എനിക്ക് കഴിഞ്ഞിട്ടില്ല.[98]

ദേശീയതയെക്കുറിച്ചുള്ള തന്റെ സിദ്ധാന്തത്തോട് യോജിക്കാത്തവർക്കെതിരെ ഗോൾവാൾക്കർ ഉപയോഗിച്ചിട്ടുള്ള രൂക്ഷമായ ഭാഷയെയും അനേയ് അവതാരികയിൽ വിമർശിച്ചിട്ടുണ്ട്.

"ദേശീയതയെ പോലുള്ള സങ്കീർണമായ ഒരു പ്രശ്നത്തിന്റെ ശാസ്ത്രീയമായ പഠനത്തിന്റെ അന്തസ്സത്തയ്ക്ക് നിരക്കുന്നതല്ല ദേശീയതയെക്കുറിച്ചുള്ള തന്റെ സിദ്ധാന്തത്തോട് പൊരുത്തപ്പെടാത്തവർക്ക് നേരെ ഗ്രന്ഥകാരൻ ഉപയോഗിച്ചിരിക്കുന്ന രൂക്ഷമായ ഭാഷ."[99]

അനേയ്യുടെ അവതാരികയിലെ മുകളിൽ പറഞ്ഞ വിമർശനവും വ്യത്യസ്ത കേന്ദ്രങ്ങളിൽ നിന്നും മറ്റുള്ളവരുടെ വിമർശനങ്ങളും[100] ഉണ്ടായിട്ടും സവർക്കറും ഗോൾവാൾക്കറും ഊന്നിപ്പറഞ്ഞ ഹിന്ദുദേശീയതയുടെ തത്വശാസ്ത്രപരമായ ചട്ടക്കൂടിൽ നിന്നും പിറകോട്ടു പോകാൻ ആർ എസ് എസ് കൂട്ടാക്കിയില്ല. ഇംഗ്ലീഷിലും ഹിന്ദിയിലുമുള്ള ഗോൾവാൾക്കറുടെ ലഘുഗ്രന്ഥം 1947 വരെ ആർ എസ് എസ് തുടർന്നും പ്രസിദ്ധീകരിച്ചു.

സ്വാതന്ത്ര്യാനന്തര ആർ എസ് എസിന്റെ വിഷമാവസ്ഥ

ഇതൊക്കെയാണെങ്കിലും, 1947 ൽ സ്വാതന്ത്ര്യം ലഭിച്ചുകഴിഞ്ഞയുടൻ [വർഗീയമായ രീതിയിൽ ഇന്ത്യ വിഭജിക്കപ്പെടുകയും അതിന്റെ ഫലമായി ഇന്ത്യയുടെ കിഴക്കും പടിഞ്ഞാറുമുള്ള ഭാഗങ്ങളിൽ രക്തച്ചൊരിച്ചിലുണ്ടാവുകയും ചെയ്തുവെങ്കിലും], രണ്ട് സുപ്രധാന സംഭവങ്ങളാൽ ആർ എസ് എസിനും അതിന്റെ രാഷ്ട്രീയത്തിനും കനത്ത തിരിച്ചടിയുണ്ടായി. ഒന്നാമതായി, ഹിന്ദുമഹാസഭയുമായും ആർ എസ് എസുമായും പഴയ ബന്ധങ്ങളുണ്ടായിരുന്ന ഹിന്ദുമതഭ്രാന്തനായ നാഥുറാം ഗോഡ്സേ 1948 ജനുവരി 30 ന് ഗാന്ധിജിയെ വധിച്ചു. തുടർന്ന് അക്കൊല്ലം ഫെബ്രുവരി 4ന്[101] ആർ എസ് എസ് നിരോധിക്കപ്പെട്ടു. വിഭജനാനന്തരമുള്ള വർഗീയ സാഹചര്യത്തിൽ ആ സംഘടന അനുഭവിച്ചിരുന്ന ജനപിന്തുണ ഈ രണ്ട് സംഭവങ്ങളും മൂലം ഇടിഞ്ഞു. രണ്ടാമതായി, എല്ലാവരെയും ഉൾകൊള്ളിച്ചുകൊണ്ട് സ്വാതന്ത്ര്യസമരം നടത്തിയ പാരമ്പര്യമുള്ള ഇന്ത്യ കോൺഗ്രസിന്റെ നേതൃത്വത്തിൽ ഒരു മതേതര-ജനാധിപത്യ റിപ്പബ്ലിക്കാവാൻ തീരുമാനിച്ചു. ഇന്ത്യയിലെ മഹാഭൂരിപക്ഷവും ഹിന്ദുക്കളായിരുന്നിട്ടും, ആർ എസ് എസിനെപോലുള്ള സംഘടനകൾ ഒരു ഹിന്ദുരാഷ്ട്രം ആവശ്യപ്പെട്ടിട്ടും, ഇന്ത്യ അത്തരമൊരു തീരുമാനം കൈക്കൊണ്ടതിന് വളരെ പ്രധാന്യമുണ്ട്. ഒരു മതേതര ഇന്ത്യയിൽ തങ്ങൾ ഒരു തൊങ്ങൽ സംഘടനയാണെന്ന് ആർ എസ് എസിന് വളരെ വേഗം ബോധ്യപ്പെട്ടു. ഹിന്ദുദേശീയതയുടെ സിദ്ധാന്തത്തെ പുനർരൂപകൽപ്പന ചെയ്യാൻ അത് നിർബന്ധിതമായി. പുതിയ

രാഷ്ട്രീയ യാഥാർത്ഥ്യങ്ങളിൽ അവതരിപ്പിക്കാൻ അതിന് പുതിയ മുഖംമൂടികൾ ആവശ്യമായിവന്നു.

സ്വാതന്ത്ര്യാനന്തര കാലത്ത് ന്യൂനപക്ഷങ്ങൾക്ക് നേരെയുള്ള ഇത്തരം നാണംകെട്ട ഫാസിസ്റ്റ് സമീപനത്തെ പ്രതിരോധിക്കാൻ ആർ എസ് എസുകാർക്ക് സാധിക്കുമായിരുന്നില്ല. ബ്രിട്ടീഷ് ഭരണകാലത്ത് പരസ്യമായി വിതരണം ചെയ്യുകയും നാല് പതിപ്പുകൾ പുറത്തിറക്കുകയും ചെയ്ത *വീ ഓർ ഔർ നേഷൻഹുഡ് ഡിഫൈൻഡും* അതിന്റെ ഹിന്ദിപതിപ്പായ *ഹമാരി രാഷ്ട്രീയത*യും[102] ആർ എസ് എസിന്റെ ഷെൽഫുകളിൽ നിന്നും പരമരഹസ്യമായി അപ്രത്യക്ഷമായി. അതിന്റെ കർത്തൃത്വം തർക്ക വിഷയമാക്കികൊണ്ട് കഥകൾ പ്രചരിപ്പിച്ചതോടൊപ്പം അത് പിൻവലിക്കുന്നതായുള്ള ആർ എസ് എസിന്റെ അറിയിപ്പുമുണ്ടായി. ആർ എസ് എസ് അതിന്റെ സൗകര്യത്തിനിണങ്ങുന്ന തരത്തിൽ ആ പുസ്തകത്തിന്റെ കർത്തൃത്വത്തെകുറിച്ച് വ്യത്യസ്തമായ കഥകൾ പ്രചരിപ്പിക്കാൻ തുടങ്ങി. രണ്ടാം ലോകമഹായുദ്ധക്കാലത്ത് ബ്രിട്ടീഷുകാർ ജീവൻമരണ പോരാട്ടത്തിലായിരുന്നിട്ടും ജർമൻ ഏകാധിപതിയായിരുന്ന ഹിറ്റ്ലറെയും ഇറ്റാലിയൻ ഏകാധിപതിയായിരുന്ന മുസോളിനിയെയും മഹത്വവൽക്കരിക്കുന്ന ആ പുസ്തകത്തിനെതിരെ ബ്രിട്ടീഷ് ഭരണാധികാരികൾ യാതൊരു നടപടിയും സ്വീകരിച്ചില്ല എന്നത് ദുരൂഹമായിരിക്കുന്നു. വിഭജിച്ചു ഭരിക്കുക എന്ന സാമ്രാജ്യത്വ നയത്തെ വളരെയധികം സഹായിച്ചു എന്നതാവാം ഇത്തരമൊരു ഗ്രന്ഥം വിതരണം ചെയ്യാൻ അനുവദിക്കാനുണ്ടായ കാരണം.

വീ ഓർ നേഷൻഹുഡ് ഡിഫൈൻഡിന്റെ കർത്തൃത്വത്തെക്കുറിച്ചുള്ള വിവാദം

ഈ പുസ്തകത്തിൽ നിന്നും സ്വയം അകലാനുള്ള ആർ എസ് എസിന്റെ ശ്രമം വളരെ രസകരമായൊരു കഥയാണ്. ഇതിനെക്കുറിച്ച് അതിന്റെ പരസ്പര വിരുദ്ധമായ പ്രസ്താവനകൾ-അവയിൽ ചിലത് തുടർന്നുള്ള ഭാഗങ്ങളിൽ പരിശോധനാവിധേയമാക്കുന്നുണ്ട്-അതിനെ 'സന്ദർഭത്തിനനുസരിച്ച് പ്രയോജനശൂന്യമായി സംസാരിക്കുന്ന ഒരു സംഘടനയാക്കി മാറ്റിയിരിക്കുന്നു.'[103] പുസ്തകത്തിൽ നിന്നും അകന്നുപോവാനുള്ള ആർ എസ് എസിന്റെ എല്ലാ പ്രസ്താവനകളും പരിശോധിക്കുന്ന പക്ഷം, ഈ വിശേഷണം ഒട്ടും അധികമായിട്ടില്ലെന്ന് വ്യക്തമാവും. 1998 മാർച്ച് 28 ന് ലോക്സഭയിൽ നടന്ന വിശ്വാസപ്രമേയ ചർച്ചയിൽ പങ്കെടുത്തുകൊണ്ട്, ഈ പുസ്തകത്തിലെ ഫാസിസ്റ്റ് ആശയങ്ങളുടെ പ്രശ്നം മുൻപ്രധാനമന്ത്രി ചന്ദ്രശേഖർ ഉന്നയിക്കുകയുണ്ടായി. ഇതിന്റെ കർത്താവ് ആശയപരമായി ഗുരുവായിട്ടുള്ള ആർ എസ് എസിന്റെ കൽപ്പനകൾ ബി ജെ പി സർക്കാർ പിന്തുടരുന്നു എന്ന വസ്തുതയാണ് അദ്ദേഹത്തെ ആശങ്കാകുലനാക്കിയത്. അദ്ദേഹത്തിന്റെ അഭിപ്രായത്തിൽ, ഫാസിസ്റ്റ് ആശയങ്ങൾ അടങ്ങുന്ന

ഈ പുസ്തകം രാജ്യത്തിന്റെ മതേതര-ജനാധിപത്യ-രാഷ്ട്രീയ സംഘടനയ്ക്ക് അങ്ങേയറ്റം വിനാശകരമായ തരത്തിൽ ന്യൂനപക്ഷങ്ങൾക്കെതിരെ വിദ്വേഷം പ്രചരിപ്പിക്കുന്നതാണ്. അതിലിടപെട്ടുകൊണ്ട് അന്ന് ആഭ്യന്തര മന്ത്രിയായിരുന്ന എൽ കെ അദ്വാനി പറഞ്ഞത്, ആ ഗ്രന്ഥത്തിന്റെ കർത്താവായ ഗോൾവാൾക്കർ അതിൽ നിന്നും സ്വയം അകന്നുവെന്നും അതുമായി യാതൊരു ബന്ധവുമില്ലെന്ന് പ്രഖ്യാപിച്ചിട്ടുണ്ടെന്നുമാണ്. എന്തായാലും, അത് സ്ഥിരീകരിക്കാവുന്ന ഒരു രേഖയും അവതരിപ്പിക്കാൻ അദ്ദേഹത്തിന് കഴിഞ്ഞില്ല.[104]

തുടർന്ന്, ആർ എസ് എസ് ജിഹ്വയായ *ഓർഗനൈസർ* 'ദി ഫാസിസ്റ്റ് ഐഡന്റിഫൈഡ്' (ഫാസിസ്റ്റിനെ തിരിച്ചറിഞ്ഞിരിക്കുന്നു) എന്ന തലക്കെട്ടിൽ, ഡേവിഡ് ഫ്രാലിയുടെ ഒരു ലേഖനം പ്രസിദ്ധീകരിച്ചു. അത് കർത്തൃത്വത്തിന്റെ വിഷയവുമായി ബന്ധപ്പെട്ട് വ്യത്യസ്തമായ ഒരു വ്യാഖ്യാനം നൽകി. അതിപ്രകാരമായിരുന്നു:

> ആർ എസ് എസിനെ ഫാസിസ്റ്റ് എന്ന് വിളിക്കുന്നവർ അത് തെളിയിക്കാൻ ഉയർത്തിക്കാണിക്കുന്നത് ശ്രേഷ്ഠനായ ഇന്ത്യൻ വിപ്ലവകാരിയായ വീര സവർക്കറുടെ മൂത്ത സഹോദരനായ ബി എസ് സവർക്കർ രചിച്ച *വീ ഓർ ഔർ നേഷൻഹുഡ് ഡിഫൈൻഡ്* എന്ന കൃതിയെയാണ്. ഒരു രാഷ്ട്രമെന്ന നിലയിൽ 1930 കളിൽ വലിയ മുന്നേറ്റങ്ങൾ നടത്തികൊണ്ടിരുന്ന ജർമനിയോട് ആ കൃതിയുടെ ചില ഭാഗങ്ങളിൽ അൽപ്പം അനുഭാവം പ്രകടിപ്പിക്കുന്നുണ്ട്. പിന്നീട് 1940 ൽ നേതാവായിത്തീർന്ന ഗോൾവാൾക്കർ 1938 ൽ ആ കൃതി വിവർത്തനം ചെയ്തു. അക്കാലത്തെ പൊതുവായ സാഹിത്യം പരിശോധിക്കുന്നതിന്റെ ഭാഗം മാത്രമായിരുന്നുവെങ്കിലും, ഇടതുപക്ഷക്കാർ ആ കൃതി രചിച്ചത് ഗോൾവാൾക്കറാണെന്ന് ഭാവിക്കുകയും അത് സംഘിന്റെ ദീർഘകാലാടിസ്ഥാനത്തിലുള്ള നയമാണെന്ന് പറയുകയും ചെയ്യുന്നു.[105]

ഈ അവകാശവാദം ശുദ്ധനുണയാണ്. സത്യം മറച്ചുവയ്ക്കാൻ ആർ എസ് എസ് സകലമാർഗങ്ങളും ഉപയോഗിക്കാൻ ശ്രമിക്കുന്നുവെന്ന് ഇത് വ്യക്തമാക്കുന്നു. ആർ എസ് എസും അതിന്റെ അനുഭാവികളും വസ്തുതകൾക്ക് യാതൊരു വിലയും കൽപ്പിക്കുന്നില്ലെന്നും ഫ്രാലിയുടെ അഭ്യർത്ഥന വ്യക്തമാക്കുന്നു. ഗോൾവാൾക്കറുടെ *വീ ഓർ ഔർ നേഷൻഹുഡ് ഡിഫൈൻഡി*നെ ബാബാ സവർക്കർ എന്ന പേരിലും അറിയപ്പെടുന്ന ഗണേശ് ദാമോദർ സവർക്കർ രചിച്ച *രാഷ്ട്ര മീമാംസ: അർത്ഥത് ഹിന്ദുസ്ഥാൻ കാ രാഷ്ട്രീയ സ്വരൂപ്* എന്ന ഗ്രന്ഥവുമായി ബന്ധിപ്പിച്ച് ആശയക്കുഴപ്പമുണ്ടാക്കാൻ ഫ്രാലി മാത്രമല്ല ശ്രമിച്ചിട്ടുള്ളത്. ആർ എസ് എസിന്റെ മറ്റൊരു സൈദ്ധാന്തികനായ രാകേഷ് സിൻഹ അതേ കഥ താഴെക്കാണും വിധം ആവർത്തിച്ചു.

ദേശീയതയുടെയും മതേതരത്വത്തിന്റെയും കാര്യത്തിൽ അദ്ദേഹത്തിന് തുറന്നതും ഉദാരവുമായ സമീപനമായിരുന്നിട്ടും ഇസ്ലാമിക പണ്ഡിതൻമാരും മതേതര സാമൂഹികശാസ്ത്രജ്ഞൻമാരും അദ്ദേഹത്തോട് തികച്ചും അന്യായമായി പെരുമാറി. തെരഞ്ഞെടുത്തതും സംബന്ധമില്ലാത്തതുമായ അദ്ദേഹത്തിന്റെ വീക്ഷണങ്ങൾ ഉദ്ധരിച്ചിട്ടുള്ളതിന് ഇന്ത്യൻ അക്കാദമിക ലോകത്ത് സമാനതകളില്ല. അവർ ഏറ്റവും കൂടുതൽ ഉദ്ധരിച്ചിട്ടുള്ളത് 1939ൽ പ്രസിദ്ധീകരിച്ച *വീ ഓർ ഔർ നേഷൻഹുഡ് ഡിഫൈൻഡ്* എന്ന പ്രബന്ധത്തിൽ നിന്നുമാണ്. വ്യർഥവും കബളിപ്പിക്കുന്നതുമായ ആഭ്യന്തര-അന്താരാഷ്ട്ര രാഷ്ട്രീയം തീർച്ചയായും ആ കൃതിയുടെ ഉള്ളടക്കത്തെ സ്വാധീനിച്ചിട്ടുണ്ട്. ഗുരുജിയെ ആർ എസ് എസിന്റെ ആശയസംഹിതയുടെ ദൗത്യത്തിൽ പരിചയപ്പെടുത്തിയ ശേഷം ഗംഗാനദിയിലൂടെ വളരെ കൂടുതൽ ജലം താഴോട്ടൊഴുകിയില്ലേ? മുതിർന്ന ഗുരുജിയുടെയോ ആർ എസ് എസിന്റെയോ വീക്ഷണങ്ങൾ ആ കൃതി പ്രതിനിധീകരിക്കുന്നില്ല എന്നതാണ് വസ്തുത. ആ കൃതിയിലേത് തന്റെ വീക്ഷണങ്ങളല്ലെന്നും അത് ജി ഡി സവർക്കറുടെ *രാഷ്ട്രമീമാംസ*യുടെ സംഗ്രഹമാണെന്നും അദ്ദേഹം വെളിപ്പെടുത്തിയിട്ടുണ്ട്.[106]

ഗോൾവാൾക്കറുടെ ഫാസിസ്റ്റ് ആശയങ്ങൾക്ക് മറപിടിക്കാൻ ഒന്നിന് പിറകെ മറ്റൊന്നായി കള്ളം പറയാൻ ആർ എസ് എസ് നിർബന്ധിതമായി. ദിവസവും കള്ളങ്ങൾ മെനയാൻ നിർബന്ധിതമായ അത് ഹീനമായ എന്തോ മറച്ചുവയ്ക്കാൻ ശ്രമിക്കുന്നുവെന്ന് വ്യക്തമാണ്. *വീ ഓർ ഔർ നേഷൻഹുഡ് ഡിഫൈൻഡി*ലേക്കോ *രാഷ്ട്രമീമാംസ: അർത്ഥത് ഹിന്ദുസ്ഥാൻ കാ രാഷ്ട്രീയ* സ്വരൂപിലേക്കോ[107] ആർക്കും അഭിഗമ്യമില്ലെന്ന് ആർ എസ് എസ് സൈദ്ധാന്തികൻമാർ വിശ്വസിക്കുന്നു. ഇവയിലെ ആദ്യത്തെ ഗ്രന്ഥത്തിലെ വസ്തുതകൾ നാം ചർച്ച ചെയ്തു കഴിഞ്ഞു. രണ്ടാമത്തെ കൃതിയിലെ ഏതാനും വസ്തുതകൾ അറിയേണ്ടതാവശ്യവുമാണ്.

മറാത്തിയിൽ രാഷ്ട്രമീമാംസ എഴുതിയത് വി ഡി സവർക്കറുടെ ജ്യേഷ്ഠസഹോദരനായ ഗണേശ് ദാമോദർ സവർക്കറാണ്. അദ്ദേഹം ഹെഡ്ഗേവാറുടെ അടുത്ത സഹപ്രവർത്തകനായിരുന്നു എന്ന കാര്യം ഇവിടെ എടുത്തുപറയേണ്ടതാവശ്യമാണ്. അദ്ദേഹം രൂപീകരിച്ച തരുൺ ഹിന്ദുസഭ എന്ന സംഘടന 1931 ൽ ആർ എസ് എസിൽ ലയിച്ചു. അദ്ദേഹം തന്റെ ഗ്രന്ഥം രചിച്ചത് 1944 ൽ ആണ്. എന്നാൽ സാമ്രാജ്യത്വത്തെയും കൊളോണിയൽ യജമാനൻമാരുടെ ദുഷ്ചെയ്തികളെയും കുറിച്ച് പൂർണമായും അത് മൗനംപാലിക്കുന്നു. ആ കൃതി എഴുതിയത് ഒരൊറ്റ ഉദ്ദേശ്യത്തോടെയായിരുന്നുവെന്ന് കാണാവുന്നതാണ്: സംയോജിത ഇന്ത്യൻ ദേശീയതയെക്കുറിച്ചുള്ള ഏത് ചർച്ചയെയും നിരാകരിക്കുക. ഏത് ജാതിയിലോ വിഭാഗത്തിലോ പെട്ടവരായാലും, രാജ്യത്ത്

കാണുന്ന സകല മനുഷ്യരും ഈ രാജ്യത്തിലെ പൗരൻമാരാണ് എന്ന് ചില ആളുകളും സംഘടനകളും വിശ്വസിക്കുന്നു എന്ന വസ്തുതയെ ചൊല്ലി അവതാരികയിൽ ഗോൾവാൾക്കർ പരിതപിച്ചിരിക്കുന്നു.[108]

ബ്രിട്ടീഷുകാരെ എതിർക്കാൻ ഇന്ത്യയിലെ എല്ലാ വിഭാഗക്കാരെയും സംഘടിപ്പിക്കാൻ ശ്രമിച്ച ഇന്ത്യൻനാഷണൽ കോൺഗ്രസിന്റെ ദേശീയ തയെ ഗോൾവാൾക്കർ ശക്തമായി അപലപിച്ചു. സംയോജിത ദേശീയ തയെന്ന ആശയത്തെ ആശയക്കുഴപ്പത്തിൽ അധിഷ്ഠിതമായ ഭാവന യെന്ന് വിളിച്ച അദ്ദേഹം അതിനെ വിഡ്ഢിത്തമെന്നും ആത്മഹത്യാപരമെ ന്നും വിളിക്കുന്ന തലത്തോളമെത്തി.[109] "ഈ മാതൃരാജ്യം, ഹിന്ദുസ്ഥാൻ എന്ന പ്രാചീന രാജ്യം, ഹിന്ദുക്കളുടേത് മാത്രമാണെ"ന്ന് അദ്ദേഹം തീർത്തു പറഞ്ഞു.[110] ഇന്ത്യൻ പൗരന്മാരായിരിക്കാനുള്ള അവകാശം ഹിന്ദുക്കൾക്ക് മാത്രമാവുന്നത് സ്വഭാവികവും ദിവ്യവുമാണെന്നും അദ്ദേഹം അവതാരികയിൽ എഴുതി.[111] മുസ്ലീങ്ങൾ രാജ്യത്തോട് വിധേയത്വമില്ലാത്തവരും അത്തരമൊരു ജാതിയെ ദേശീയജാതിയിൽ ഉൾപ്പെടുത്താൻ സാധ്യമല്ലെന്നും ആ ജാതിയെ പുറത്തു നിന്നുമുള്ള അന്യദേശക്കാരായി കണക്കാക്കണമെന്നും കൂടെ അദ്ദേഹം എഴുതി.[112]

> *വീ ഓർ ഔർ നേഷൻഹുഡ് ഡിഫൈൻഡി*ന് ഗോൾവാൾക്ക റെഴുതിയ ആമുഖത്തിൽ നിന്നുതന്നെ രണ്ട് കൃതികളും വ്യത്യസ്തങ്ങളാണെന്ന് വ്യക്തമാവുന്നു: "ഈ കൃതി തയാറാ ക്കുന്നതിന് അസംഖ്യം ആളുകളിൽ നിന്നും എനിക്ക് സഹായം ലഭിച്ചിട്ടുണ്ട്. അവരെയെല്ലാം ഇവിടെ പരാമർശിക്കാനാവില്ല. അവർക്കെല്ലാം ഞാൻ ആത്മാർഥമായി നന്ദി പറയുന്നു. എന്നാൽ പ്രത്യേകമായി എനിക്കുള്ള കടപ്പാട് എടുത്തുപറയേണ്ട ഒരു വ്യക്തിയുണ്ട്: 'ദേശഭക്ത' ജി ഡി സവർക്കർ. എനിക്ക് പ്രചോ ദനവും സഹായവുമായിരുന്ന ഒരു മുഖ്യസ്രോതസ്സ് അദ്ദേഹ ത്തിന്റെ മറാത്തി രചനയായ *രാഷ്ട്രമീമാംസ*യാണ്.[113]

ഒറിജിനൽ എഡിഷന്റെ ടൈറ്റിൽ പേജിൽ നിന്നുതന്നെ *വീ ഓർ ഔർ നേഷൻഹുഡ് ഡിഫൈൻഡ്* രചിച്ചത് ഗോൾവാൾക്കറാണെന്ന് വ്യക്തമാണ്. അതിൽ രചയിതാവിനെ കുറിച്ചുള്ള വിവരണം ഇപ്രകാര മാണ്: 'എം എസ് ഗോൾവാൾക്കർ, M Sc, L L B, (കുറച്ചുകാലം ബനാറസ് ഹിന്ദു യൂണിവേഴ്സിറ്റിയിൽ പ്രൊഫസർ) [M S Goalwalkar, M Sc, L L B (Sometime Professor Banaras Hindu University)] കൂടാതെ, ആമുഖത്തിൽ തന്നെ തന്റെ ആദ്യസംരംഭമായ ഇതിന് "ഈ ലൈനിൽ അജ്ഞാതനായ ഒരെഴുത്തുകാരന് ലോകനായക് എം എസ് അനേയ് ഒരു അവതാരിക എഴുതിയത് വ്യക്തിപരമായി എനിക്ക് ചാരിതാർഥ്യമുണ്ടാക്കുന്ന സംഗതിയാണ്" എന്ന് എഴുതിയിട്ടുണ്ട്.[114] മാത്രമല്ല, ആർ എസ് എസുമായി അടുപ്പമുള്ള ഒരു പ്രസാധകസ്ഥാപ നമാണ് ഈ കൃതി പ്രസിദ്ധീകരിച്ചതെന്നും ആമുഖത്തിൽ ഗോൾ

വാൾക്കർ വ്യക്തമാക്കുന്നു: "എന്തായാലും യഥാർഥ ദേശീയ വീക്ഷണങ്ങൾ പ്രചരിപ്പിക്കാൻ വേണ്ടി സ്ഥാപിതമായ ഭാരത് പ്രകാശൻ എന്റെ സഹായത്തിന് എത്തിച്ചേരുകയും അതിന്റെ ആദ്യത്തെ പ്രസിദ്ധീകരണമായി ഇത് പുറത്തിറക്കുകയും ചെയ്തു."[115]

ഈ കൃതിയുടെ കർത്താവ് ഗോൾവാൾക്കറായിരുന്നില്ലെങ്കിൽ, മുതിർന്ന കോൺഗ്രസ് നേതാവും സെൻട്രൽ ലെജിസ്ലേച്ചറിലെ ഒരംഗവുമായിരുന്ന, ഗോൾവാൾക്കറുമായും ആർ എസ് എസുമായും അടുത്ത ബന്ധമുണ്ടായിരുന്ന, അനേയ് അതിനൊരു മുഖവുര എഴുതുമായിരുന്നുവെന്നോ, ഒരു ആർ എസ് എസ് പ്രസിദ്ധീകരണശാല അത് പുറത്തിറക്കുമായിരുന്നുവെന്നോ കരുതാനാവില്ല. ഇന്ന് ആർ എസ് എസ് പറയുന്നപോലെ ഗോൾവാൾക്കർ അതിന്റെ രചയിതാവല്ലെങ്കിൽ, അദ്ദേഹം കേവലം വിവർത്തകനാണെങ്കിൽ, വ്യാജമായിട്ടദ്ദേഹം സ്വന്തം പേര് ഗ്രന്ഥകാരൻ എന്ന് അച്ചടിച്ചു എന്ന് വരും. സിൻഹയും കീറും പറയുന്നത് ശരിയാണെങ്കിൽ, അതിനർഥം, ഗോൾവാൾക്കർ ബൗദ്ധികമായ തട്ടിപ്പ് നടത്തിയെന്നും ബാബാ സവർക്കറുടെ രചനയെ മോഷ്ടിച്ചുവെന്നും വ്യാജമായി കൃതി സ്വന്തം പേരിൽ പ്രസിദ്ധീകരിച്ചുവെന്നും ആ വസ്തുത 24 വർഷക്കാലത്തിലധികം രഹസ്യമായി വച്ചുവെന്നുമാണ്.

ഉൽപ്പതിഷ്ണുക്കൾക്കും ജനാധിപത്യവാദികൾക്കും വേണ്ടിയാണ് ഇത്തരം നിരാകരണം നടത്തുന്നത്. ജർമനിയിലും മറ്റിടങ്ങളിലും ദശലക്ഷക്കണക്കിന് യഹൂദൻമാരുടെയും മറ്റ് അധ്വാനിക്കുന്ന വിഭാഗക്കാരുടെയും കൂട്ടക്കൊലയ്ക്ക് ഉത്തരവാദിയായി, നാഗരികതയുടെ എല്ലാ നന്മകളുടെയും വിരോധാർഥമായി, ഹിറ്റ്ലർ ഗണിക്കപ്പെടുമ്പോൾ ലോകത്തിന് മുമ്പിൽ മാനുഷികമായ ഒരു മുഖം പ്രദർശിപ്പിക്കാൻ ഇത്തരം വിശദീകരണങ്ങൾ ആർ എസ് എസിന് സഹായകമായേക്കാം. സർവോപരി *വീ ഓർ ഔർ നേഷൻഹുഡ് ഡിഫൈൻഡി*ന്റെ രചയിതാവ് ആരു തന്നെയായാലും അതിലടങ്ങിയിട്ടുള്ള വീക്ഷണങ്ങൾ ആർ എസ് എസ് നേതൃത്വത്തിന്റെ ആശയങ്ങളെ പ്രതിനിധീകരിക്കുന്നു എന്നത് നിഷേധിക്കാനാവാത്ത വസ്തുതയാണ്.

പരസ്യമായ ഈ നിരാകരണങ്ങളെല്ലാമുണ്ടായിട്ടും, ചരിത്രാതീത കാലം മുതൽ ഇന്ത്യ ഒരു ഹിന്ദുരാഷ്ട്രമാണെന്ന ആശയത്തിന് ശാസ്ത്രീയമായ ഒരടിത്തറ ഉണ്ടാക്കുകയെന്ന ഉദ്ദേശ്യത്തോടെ, ജാഗ്രതയോടെ പിന്തുടരുന്നതിനായി *വീ ഓർ ഔർ നേഷൻഹുഡ് ഡിഫൈൻസ്* എന്ന കൃതി എം എസ് ഗോൾവാൾക്കർ രചിച്ചുവെന്ന് നാഗ്പൂരിലെ ചാരിറ്റി കമ്മിഷണർക്ക് മുമ്പിൽ ആർ എസ് എസിന്റെ ഉന്നതതല ഭാരവാഹികളായ ബാവുസാഹേബ് ദിയോറസും (ആർ എസ് എസിന്റെ മുൻ അധ്യക്ഷന്റെ സഹോദരൻ) പിന്നീട് മുഖ്യനായിത്തീർന്ന രാജേന്ദർസിങ്ങും സത്യവാങ്മൂലം സമർപ്പിച്ചു.

അമേരിക്കൻ ചാരസംഘടനയായ സിഐഎയുടെ ഉന്നതോദ്യോഗസ്ഥരും ആർ എസ് എസിനോട് വളരെ അടുപ്പവും അനുഭാവവുമുണ്ടായിരുന്ന അമേരിക്കക്കാരായ രണ്ട് രചയിതാക്കളുമായി സഹകരിച്ചു

കൊണ്ടാണ് ഗോൾവാൾക്കർ ഈ കൃതി രചിച്ചതെന്ന കാര്യം ഇവിടെ കൂടുതൽ പ്രസക്തമാവുകയാണ്. ഇന്ത്യൻ രാഷ്ട്രീയത്തിൽ "ആർ എസ് എസിനെ കുറിച്ചുള്ള ഒരു പഠനം: സമരോത്സുക ഹിന്ദുയിസം, 1951 ൽ' (Militant Hinduism in Indian Politics : A study of RSS in 1951) എന്ന തലക്കെട്ടിലുള്ള ലേഖനം സി ഐ എയുടെ ഏഷ്യൻ-ആഫ്രിക്കൻ മേഖലകളുടെ തലവനായിരുന്ന ജീൻ എ: കറൻ, ജൂനിയറും, 'ജനസംഘ്: എ ബയോഗ്രഫി ഓഫ് ഏൻ ഇന്ത്യൻ പൊളിറ്റിക്കൽ പാർട്ടി' (Jan Sangh : A Biography of an Indian Political Party) എന്ന തലക്കെട്ടിലുള്ള ലേഖനം ഡൽഹിയിലെ അമേരിക്കൻ എമ്പസിയിൽ പൊളിറ്റിക്കൽ അറ്റാഷേ ആയിരുന്ന സി ഐ എയുടെ ഉദ്യോഗസ്ഥനായ ക്രെയ്സ് ബക്സ്റ്ററും 1969 ൽ ഓരോ ലേഖനങ്ങളെഴുതി. ആർ എസ് എസ് നേതൃത്വവുമായി വളരെ സഹകരിച്ചുകൊണ്ട് ഈ പ്രബന്ധങ്ങൾ തയാറാക്കിയ ഇരുവരും ഗോൾവാൾക്കറുടെ *വീ ഓർ ഔർ നേഷൻഹുഡ് ഡിഫൈൻഡ്* ആർ എസ് എസ് അണികളുടെ വേദപുസ്തകമാണെന്ന കാര്യം അടിവരയിട്ടു പറഞ്ഞു.[117]

ആർ എസ് എസിന്റെ വർത്തമാനകാല പദ്ധതികളുടെയും പ്രവർത്തനങ്ങളുടെയും രൂപീകരണത്തിന്റെ അടിസ്ഥാനം *വീ ഓർ ഔവർ നേഷൻഹുഡ് ഡിഫൈൻഡി*ലെ തത്വശാസ്ത്രവുമായി ബന്ധപ്പെടുത്തി ഊന്നിപ്പറയവേ, 1951 ൽ, കറൻ എഴുതി:

> സംഘിന്റെ യഥാർഥ ആശയസംഹിത അതിന്റെ സ്ഥാപകനായ ഡോ.ഹെഡ്ഗേവാർ രൂപപ്പെടുത്തിയ തത്വങ്ങളെ അടിസ്ഥാനമാക്കിയുള്ളതാണ്. ആ തത്വങ്ങളെ ഇപ്പോഴത്തെ നേതാവ് (ഗോൾവാൾക്ക) 1939 ൽ എഴുതിയ *വീ ഓർ ഔർ നേഷൻഹുഡ് ഡിഫൈൻഡ്* എന്ന് വിളിക്കുന്ന പുസ്തകത്തിലൂടെ സമഗ്രമാക്കുകയും വികസിപ്പിക്കുകയും ചെയ്തിരിക്കുന്നു. നമുക്കതിനെ ആർ എസ് എസ്കാരുടെ വേദപുസ്തകം എന്ന് വിശേഷിപ്പിക്കാവുന്നതാണ്. സംഘ് വാളണ്ടിയർമാരെ അതാക്കിത്തീർക്കാനുള്ള അടിസ്ഥാനപ്രമാണമാണത്. വർത്തമാനകാല ദേശീയ സ്ഥിതിഗതികൾ അന്നത്തെ സാഹചര്യത്തിൽ നിന്നും ഇപ്പോൾ തികച്ചും വ്യത്യസ്തമാണെങ്കിലും, പന്ത്രണ്ട് വർഷം മുമ്പെഴുതിയ ഈ കൃതിയിലടങ്ങിയിട്ടുള്ള തത്വങ്ങൾ മുഴുവനുമായും സംഘിന്റെ അംഗത്വത്തിൽ പ്രസക്തമായി ഇപ്പോഴും ഗണിക്കപ്പെടുന്നു."[118]

കേട്ടുകേഴ്വിയുടെ അടിസ്ഥാനത്തിലുള്ളതല്ല, മറിച്ച്, ആർ എസ് എസിന്റെ ഉന്നതനേതൃത്വവുമായുള്ള സമ്പർക്കത്തിന്റെ ഫലമായിട്ടുള്ളതാണ് മുകളിൽ ചേർത്തിട്ടുള്ള കറന്റെ നിഗമനം. ഗോൾവാൾക്കറുൾപ്പെടെയുള്ള സംഘിന്റെ നേതാക്കളുടെ വിലപ്പെട്ട സഹകരണം എടുത്തുപറയവേ, തന്റെ ഗ്രന്ഥത്തിന്റെ ആമുഖത്തിൽ അദ്ദേഹം പറയുന്നു:

> ഗ്രന്ഥകാരന് തന്റെ ഗവേഷണത്തിൽ ആർ എസ് എസിന്റെ അംഗങ്ങളിൽ നിന്നും ലഭിച്ച സഹായത്തിനുള്ള കൃതജ്ഞത ഒട്ടും അതിശയോക്തിപരമെന്ന് പറയാനാവില്ല. ഈ സംഘടനയുടെ ഓരോ തലത്തിലും, അതിന്റെ നേതാവായ മി. ഗോൾവാൾക്കർ മുതൽ ഏറ്റവും പുതിയ അംഗം വരെയുള്ളവരുടെ കഥ പൊതുവിൽ അതുതന്നെയാണ്. പരിപാടികളെയും പ്രവർത്തനങ്ങളെയും കുറിച്ചുള്ള ചോദ്യങ്ങൾ ചോദിക്കാനും സംഘിന്റെ പ്രവർത്തനങ്ങൾ നിരീക്ഷിക്കാനും വേണ്ടിയുള്ള അവസരങ്ങൾ അവർ നിരന്തരം ലഭ്യമാക്കിക്കൊടുക്കുന്നു. ആർ എസ് എസുമായുള്ള ഒന്നരവർഷക്കാലത്തെ ബന്ധത്തിന്റെ അടിസ്ഥാനത്തിലാണ് ഈ പഠനത്തിന്റെ സിംഹഭാഗവും സാധ്യമായിട്ടുള്ളത്... ആർ എസ് എസ് കേന്ദ്രങ്ങളിൽ നിന്നും ലഭ്യമായിട്ടുള്ള എല്ലാ വസ്തുതകളും ആർ എസ് എസ് നൽകിയിട്ടുള്ള സംഘിന്റേതല്ലാത്ത സ്രോതസുകളുമായും, അല്ലെങ്കിൽ, മറ്റ് വ്യക്തികളുമായും ഗ്രൂപ്പുകളുമായും, ബന്ധപ്പെട്ട് അവയെ തുലനം ചെയ്യുകയും തെളിവുകളില്ലാത്തവയെ ഈ പഠനത്തിൽ നിന്നും ഒഴിവാക്കുകയും ചെയ്തിട്ടുണ്ട്."[119]

ആർ എസ് എസുമായി അടുത്ത് സഹകരിച്ചുകൊണ്ടാണ് ബക്സ്റ്റർ *ദി ജനസംഘ്; ദി ബയോഗ്രാഫി ഓഫ് ഏൻ ഇന്ത്യൻ പൊളിറ്റിക്കൽ പാർട്ടി* എഴുതിയത്. അദ്ദേഹത്തിന്റെ ഗ്രന്ഥത്തിന്റെ ആമുഖത്തിൽ പറയുന്നു:

> ജനസംഘിന്റെ ജീവചരിത്രമെഴുതാൻ ഇന്ത്യയിലും അമേരിക്കയിലുമുള്ള നിരവധി പേരുടെ സഹായം എനിക്ക് ലഭിച്ചിട്ടുണ്ട്. വളരെ കൂടുതൽ ജനസംഘികളുടെ സഹായ സഹകരണങ്ങൾ എനിക്ക് ലഭിച്ചു. അവരുടെയെല്ലാം പേരുകൾ പരാമർശിക്കുന്നത് ആവശ്യമാണെങ്കിലും, എന്നെ സഹായിക്കാൻ വളരെ കൂടുതൽ സമയം ചെലവഴിച്ച മൂന്ന് പേരുണ്ട്. [യു എസ്] എംബസിയിലെ എന്റെ ചുമതലകൾ കാരണം വാരാന്ത്യങ്ങളും ഇടയ്ക്കിടെയുള്ള സന്ധ്യാവേളകളും മാത്രം ഗവേഷണത്തിനായി ചെലവഴിക്കാൻ കഴിയുമായിരുന്ന എനിക്ക് *ഓർഗനൈസറു*ടെ മുൻപതിപ്പുകളുടെ ഫയലുകൾ എന്റെ പാർപ്പിടത്തിൽ ലഭ്യമാക്കിത്തന്ന ഡൽഹി മെട്രോപ്പൊളിറ്റൻ കൗൺസിലിന്റെ ഇപ്പോഴത്തെ ചെയർമാനായ ലാൽചന്ദ് കെ അദ്വാനിയാണ് അവരിലൊരാൾ. പാർട്ടിയുടെ ഒരു പ്രമുഖ അംഗവും ഇപ്പോൾ പാർലമെന്റ് അംഗവുമായ ബൽരാജ് മധോക് നിരവധി മണിക്കൂറുകൾ എനിക്ക് നൽകുകയും പുസ്തകങ്ങൾ കടമായി നൽകുകയും പാർട്ടിയുടെ അനുഭവങ്ങൾ ഞാനുമായി പങ്കുവയ്ക്കുകയും ചെയ്തു. ഓഫീസ് സെക്രട്ടറിയായ ജഗ്ദീശ് മാഥൂർ കേന്ദ്ര ഓഫീസിലുള്ള രേഖകളും ഫയലുകളും

ലഭ്യമാക്കിത്തരികയും അക്ഷീണനായി ചോദ്യങ്ങൾക്ക് ഉത്തരം നൽകുകയുമുണ്ടായി. മെസേഴ്സ് അദ്വാനിയും മാഥൂറും, 1968 ഫെബ്രുവരി 11 ന് മരിക്കുന്നതു വരെ അന്നത്തെ ജനറൽ സെക്രട്ടറിയും പ്രസിഡന്റുമായിരുന്ന ദീൻദയാൽ ഉപാധ്യയും ടെക്സ്റ്റ് പരിശോധിക്കുകയും അതിനെക്കുറിച്ച് വിലപ്പെട്ട അഭിപ്രായങ്ങളറിയിക്കുകയും ചെയ്തു. *ഓർഗനൈസറി*ന്റെ എഡിറ്ററായ കേവൽ ആർ മൽക്കാനി ചില തിരുത്തലുകൾക്ക് വേണ്ടി ഫയലുകൾ ഉപയോഗിക്കാനും അനുവദിച്ചു.[120]

ബക്സ്റ്ററുടെ ഗ്രന്ഥത്തിൽ *ദി ഐഡിയോളജിക്കൽ ആന്റ് ഓർഗനൈസേഷണൽ ആൻസെസ്റ്റർ: ദി ആർ എസ് എസ്* (ആശയ പരവും സംഘടനാപരവുമായ പൂർവികൻ: ആർ എസ് എസ്) എന്ന തലക്കെട്ടിൽ ദൈർഘ്യമേറിയ ഒരധ്യായമുണ്ട്. ആർ എസ് എസിനും ജനസംഘിനുമിടയിൽ നിലനിന്നിരുന്ന വ്യാപ്തിയേറിയ ബന്ധത്തെ ആ അധ്യായം പരിശോധനാവിധേയമാക്കുന്നു. ആർ എസ് എസിന്റെയും ജനസംഘിന്റെയും നേതാക്കൾ ലഭ്യമാക്കികൊടുത്ത രേഖകളെ അവലം ബമാക്കി, *വീ ഓർ ഔർ നേഷൻഹുഡ് ഡിഫൈൻഡ്* രചിച്ചത് ഗോൾ വാൾക്കറാണെന്ന വസ്തുത ഊന്നിപ്പറയുന്നിടത്ത് അദ്ദേഹം എഴുതി:

ഹിന്ദുസ്ഥാനിലെ ഹിന്ദുക്കളല്ലാത്ത ജനങ്ങൾ ഹിന്ദു സംസ്കാ രവും ഭാഷയും സ്വീകരിച്ച്, ഹിന്ദുമതത്തെ ബഹുമാനിക്കാനും ആദരിക്കാനും പഠിക്കണം. ഹിന്ദുസംസ്കാരം, ജാതി തുടങ്ങിയ വയെ മഹത്വവൽക്കരിക്കുന്നതൊഴികെയുള്ള യാതൊരാശയവും അവർക്കുണ്ടായിക്കൂടാ. അവർ ഈ ദേശത്തിനും അതിന്റെ യുഗ ങ്ങളോളം പഴക്കമുള്ള പാരമ്പര്യങ്ങൾക്കും നേരെയുള്ള അസ ഹിഷ്ണുതയുടെയും നന്ദികേടിന്റേതുമായ സമീപനം ഉപേക്ഷി ക്കുക മാത്രമല്ല, പകരം, സ്നേഹത്തിന്റേതും ആരാധനയുടേതു മായ ഗുണപരമായ സമീപനം സൃഷ്ടിച്ചെടുക്കുകയും വേണം. ഒറ്റ വാക്കിൽ പറഞ്ഞാൽ, അവർ വിദേശികളല്ലാതായിത്തീരണം. അല്ലാത്ത പക്ഷം, ഹിന്ദുരാഷ്ട്രത്തിന് പൂർണമായും കീഴ്പ്പെട്ട്, യാതൊന്നും അവകാശപ്പെടാതെ, ഒരവകാശങ്ങൾക്കും അർഹ തയില്ലാത്തവരായി, മുൻഗണനാക്രമത്തിലുള്ള പരിഗണനയൊന്നു മില്ലാതെ, പൗരാവകാശം പോലുമില്ലാത്തവരായി, ജീവിക്കണം. ഇത് 1940 ജൂൺ 21 മുതൽ ആർ എസ് എസിന്റെ സർസംഘ് ചാലക് അഥവാ പരമോന്നത നേതാവായ മാധവ് റാവു സദാശിവ് ഗോൾവാൾക്കറുടെ വാക്കുകളാണ്. ആർ എസ് എസിന്റെ സ്ഥാപ കനും ഒന്നാമത്തെ സർസംഘ്ചാലക്കുമായ ഡോ. കേശവ് ബലിറാം ഹെഡ്ഗേവറുടെ ഒരു ലെഫ്റ്റനെന്റായിരുന്ന ഗോൾ വാൾക്കർ 1939 ലാണ് ഇതെഴുതിയത്... ചുരുക്കത്തിൽ, ഒരു ഹിന്ദുരാഷ്ട്രത്തിൽ ഹിന്ദുക്കളല്ലാത്തവർ അടുത്ത ഹിന്ദുക്കളോ

യില്ലെങ്കിൽ പൗരത്വമില്ലാത്തവർ ആയിത്തീരണം. തുടർന്ന് നാം കാണുന്നത് പോലെ, ഗുരുജി ഗോൾവാൾക്കറുടെ വാക്കുകൾ ആർ എസ് എസിൽ നിയമമാണ്. ഭാരതത്തിൽ ഹിന്ദുക്കളല്ലാത്തവരുടെ സ്ഥാനത്തെക്കുറിച്ചുള്ള ആ സംഘടന ഗോൾവാൾക്കറുടെ വീക്ഷണത്തിൽ മാറ്റം വരുത്തിയതിനുള്ള സൂചനകളൊന്നുമില്ല. 1960 ൽ ബാംഗ്ലൂരിൽ നടത്തിയ ഒരു പ്രസംഗത്തിൽ ന്യൂനപക്ഷസമുദായങ്ങളായ മുസ്ലീങ്ങൾ, ക്രിസ്ത്യാനികൾ, പാർസികൾ തുടങ്ങിയവരെ പരാമർശിച്ചുകൊണ്ട്, അവർ അതിഥികൾ ആണെന്നും, എന്നാൽ, ഈ മണ്ണിന്റെ മക്കളല്ലെന്നും ഗോൾവാൾക്കർ പറഞ്ഞു.[121]

1939 ൽ ഒറിജിനൽ എഡിഷൻ പ്രസിദ്ധീകരിച്ച ഭാരത് പബ്ലിക്കേഷൻ തന്നെ പുറത്തിറക്കിയ *വീ ഓർ ഔർ നേഷൻഹുഡ് ഡിഫൈൻഡി*ന്റെ നാലാം പതിപ്പിൽ (1947) നിന്നുമാണ് ബക്സ്റ്റർ ഗോൾവാൾക്കറെ ഉദ്ധരിച്ചിരിക്കുന്നത് എന്നത് താൽപ്പര്യജനകമായ സംഗതിയാണ്. ആർ എസ് എസിന്റെ സംരക്ഷണത്തോടെ 1947 ൽ പോലും ഈ പുസ്തകം വിതരണം ചെയ്തിരുന്നതായി സംശയലേശമന്യേ ഇത് തെളിയിക്കുന്നു.

ന്യൂനപക്ഷങ്ങളെയും ഇന്ത്യൻ ദേശീയതയെയും പരസ്യമായി അപമാനിക്കുന്ന ഒരു പുസ്തകമെഴുതിയിട്ടുപോലും, ബി ജെ പിയുടെ ഒട്ടുമിക്ക ഓഫീസുകളിലും നിരവധി കേന്ദ്രമന്ത്രിമാരുടെ ഓഫീസുകളിലും, ഗാന്ധിയുടെയും അംബേദ്കറുടെയും ചിത്രങ്ങൾക്കൊപ്പം ഗോൾവാൾക്കറുടെയും ചിത്രം തൂക്കിയിട്ടിരിക്കുന്നത് എന്തുകൊണ്ടാണെന്ന് 2002 ജൂൺ ആറിന് അന്നത്തെ പ്രധാനമന്ത്രിയായിരുന്ന എ ബി വാജ്പേയിക്ക് നേരെ പാർലമെന്റിലുണ്ടായ ചോദ്യം ഈ ബൗദ്ധിക തട്ടിപ്പിന് പുതിയൊരു മാനമുണ്ടാക്കികൊടുത്തു. 'ആ വീക്ഷണങ്ങൾ അദ്ദേഹത്തിന്റേത് മാത്രമാണെ'ന്നും 'ആ കൃതിയുമായി ഞങ്ങൾക്കൊരു ബന്ധവുമില്ലെ'ന്നും 'അതിലെ വീക്ഷണങ്ങൾക്ക് ഞങ്ങളൊരിക്കലും അംഗീകാരം നൽകിയിട്ടില്ലെ'ന്നും വാജ്പേയി പ്രഖ്യാപിച്ചു. എന്നാൽ, എപ്പോഴാണ് ബി ജെ പി (അല്ലെങ്കിൽ, ജനസംഘ്) ഗോൾവാൾക്കറുടെ വീക്ഷണങ്ങൾ കൈയൊഴിഞ്ഞതെന്ന് അദ്ദേഹം വിശദീകരിച്ചില്ല.[122]

സ്വാതന്ത്ര്യസമര പ്രസ്ഥാനത്തിലെ ഒരു പ്രമുഖ നേതാവായിരുന്നു വിഖ്യാത സോഷ്യലിസ്റ്റ് ചിന്തകനായ മധു ലിമായേ. ബ്രിട്ടീഷ് ഭരണത്തെ മാത്രമല്ല, കൊളോണിയൽ യജമാനന്മാർക്കെതിരായ സംഘടിത സമരത്തെ തകർക്കാൻ കച്ചകെട്ടി ഇറങ്ങിയ ആർ എസ് എസിനെയും അദ്ദേഹം വെല്ലുവിളിച്ചു. ഹിന്ദുത്വ ശക്തികളിൽ നിന്നും ആശയപരവും ശാരീരികവുമായ ആക്രമണമുണ്ടായിട്ടും വർഗീയ രാഷ്ട്രീയത്തിന് മുമ്പിൽ അദ്ദേഹം കീഴടങ്ങിയില്ല. ഒരു സോഷ്യലിസ്റ്റ് ചിന്തകനെന്ന നിലയിൽ ആർ എസ് എസിന്റെ പ്രവർത്തനങ്ങളെ അദ്ദേഹം സസൂക്ഷ്മം നിരീക്ഷിച്ചു. ആ സംഘടനയുടെ ദൈനംദിന പ്രവർത്തനങ്ങളിൽ

വീ ഓർ ഔർ നേഷൻഹുഡ് ഡിഫൈൻഡ് വഹിക്കുന്ന പങ്കിനെക്കുറിച്ച് വിശദീകരിക്കവേ, അദ്ദേഹമെഴുതി:

> (ആർ എസ് എസിന്) ഈ കൃതിയുടെ പ്രാധാന്യം [സ്വാതന്ത്ര്യ പ്രാപ്തിക്ക് മുമ്പ് കുറഞ്ഞത് നാല് പതിപ്പുകളെങ്കിലും പ്രസിദ്ധീകരിച്ചു എന്നതിൽ നിന്നും] വ്യക്തമാണ്. 1947 ൽ നാലാം പതിപ്പ് പുറത്തിറങ്ങി. മി. അനേയുടെ വിമർശനപരമായ അവതാരിക ആർ എസ് എസ് ഇഷ്ടപ്പെട്ടില്ല. ആ അവതാരിക നാലാം പതിപ്പിൽ നിന്നും ഒഴിവാക്കിക്കൊണ്ട് അത് അതിന്റെ അതൃപ്തി വെളിപ്പെടുത്തി. അക്കാരണം കൊണ്ടുതന്നെ നാലാം പതിപ്പിന് അവതാരികയില്ല.... ഗോൾവാൾക്കർ തന്റെ വിശ്വാസത്തിൽ മാറ്റം വരുത്തിയതിനാലോ ആർ എസ് എസ് അതിനെ എതിർത്തു കൊണ്ടോ അല്ല അത് രഹസ്യമായി ആ പുസ്തകം പിൻവലിച്ചത്. 1948 ജനുവരി 30 ന് ഗാന്ധിജി വധിക്കപ്പെടുകയും തൊട്ടുപിന്നാലേ ആർ എസ് എസ് നിരോധിക്കപ്പെടുകയുമുണ്ടായി.[123]

നാസിസത്തെ മഹത്വവൽക്കരിക്കുന്ന പ്രസ്താവനകൾ ഈ കൃതിയിലുണ്ടെന്ന കാരണത്താൽ നിരോധനം നീക്കുന്നതിനുള്ള ശ്രമങ്ങൾക്ക് പിന്തുണ ലഭിക്കുന്നില്ലെന്ന് വളരെ വേഗം ആർ എസ് എസിന് ബോധ്യപ്പെട്ടതായി ലിമായേ തുടർന്നു പറയുന്നു. ആ മഹത്വവൽക്കരണം അപകടമുണ്ടാക്കുമെന്ന് തെളിഞ്ഞതിനാൽ പുതിയ പതിപ്പുകൾ പ്രസിദ്ധീകരിച്ചില്ലെന്നു മാത്രമല്ല, പൊതുജനദൃഷ്ടിയിൽ നിന്നും പുസ്തകം നീക്കം ചെയ്യുകയുമുണ്ടായി. എങ്കിലും, ഗോൾവാൾക്കറുടെ ആശയങ്ങളെ ആർ എസ് എസ് ആധികാരികമായി നിരാകരിച്ചില്ല; ഭാവിയിൽ നിരാകരിക്കുകയുമില്ല.

സ്വാതന്ത്ര്യാനന്തര ഇന്ത്യ: മതരാഷ്ട്രത്തെയും ജാതീയതയെയും ഏകാധിപത്യത്തെയും ഗോൾവാൾക്കർ തുടർന്നു ന്യായീകരിച്ചു

വീ ഓർ ഔർ നേഷൻഹുഡ് ഡിഫൈൻഡിന്റെ കർത്തൃത്വത്തെച്ചൊല്ലിയുള്ള മലക്കം മറിച്ചിലുകൾ എന്തൊക്കെയായിരുന്നുവെങ്കിലും, ന്യൂനപക്ഷങ്ങൾ, പ്രത്യേകിച്ചും മുസ്ലീങ്ങളും ക്രിസ്ത്യാനികളും, പൂർണമായും ഹിന്ദുരാഷ്ട്രത്തിന് കീഴ്പ്പെട്ടു കഴിയണമെന്ന ആർ എസ് എസിന്റെ സമീപനത്തിൽ ഒരു മാറ്റവും ഉണ്ടായില്ല. ജാതീയതയോടുള്ള പ്രേമത്തിലും അധികാരത്തോടുള്ള ആർത്തിയിലും മാറ്റം വന്നില്ല. ജനാധിപത്യ-മതേതര ഇന്ത്യയെയും സാമൂഹിക സമത്വത്തെയും അത് തുടർന്നും വെറുത്തു. ഈ വിഷയങ്ങളിൽ ആർ എസ് എസിന്റെ യഥാർഥ വഴികാട്ടിയും താത്വികാചാര്യനുമായി ഗോൾവാൾക്കർ നിലകൊണ്ടു. സ്വാതന്ത്ര്യാനന്തരം പ്രസിദ്ധീകരിച്ചതും ഗോൾവാൾക്കറുടെ രചന

കളുടെയും പ്രസംഗങ്ങളുടെയും പ്രവർത്തനങ്ങളുടെയും സമാഹാരവും ആർ എസ് എസ് അണികളുടെ വേദപുസ്തകവുമായ *ബഞ്ച് ഓഫ് തോട്ട്സ് (Bunch of Thoughts*-ചിന്തകളുടെ കെട്ട്) എന്ന ഗ്രന്ഥത്തിൽ അത് പ്രകടമാവുന്നുണ്ട്.[124]

ദ്വിരാഷ്ട്രസിദ്ധാന്തത്തിൽ വിശ്വസിച്ചിരുന്നത് മുസ്ലീംലീഗ് മാത്ര മല്ലെന്ന് ഗോൾവാൾക്കറുടെ രചനകളും അദ്ദേഹത്തിന് കീഴിലുള്ള ആർ എസ് എസിന്റെ നിലപാടുകളും വ്യക്തമാക്കുന്നു. സ്വാതന്ത്ര്യലബ്ധിക്കും വളരെ മുമ്പു തന്നെ, ഇന്ത്യയിൽ ഹിന്ദുക്കളുടേതും മുസ്ലീങ്ങളുടേതുമായ രണ്ട് രാഷ്ട്രങ്ങളുണ്ടെന്ന് അവകാശപ്പെട്ട രണ്ട് പ്രമുഖ സംഘടനകളാണ് ആർ എസ് എസും ഹിന്ദുമഹാസഭയും. ഇന്ത്യയുടെ വിഭജനത്തിന് തൊട്ടു മുമ്പ്, വിഭജനത്തിന്റെ സ്വാഭാവികമായ അനന്തരഫലമെന്ന നിലയിൽ, ഇന്ത്യയെ ഒരു ഹിന്ദുരാഷ്ട്രമായി പ്രഖ്യാപിക്കണമെന്നാ വശ്യപ്പെട്ട് ഗോൾവാൾക്കറുടെ മാത്രം നേരിട്ടുള്ള നിയന്ത്രണത്തിൻ കീഴിലുള്ള ആർ എസ് എസ് വ്യാപകവും ആക്രമണോത്സുകവുമായ വർഗീയ പ്രചാരണം അഴിച്ചു വിട്ടു. സ്വാതന്ത്ര്യം ലഭിക്കുന്നതിനും ഏതാനും മാസങ്ങൾക്ക് മുമ്പ് മാത്രം ഡൽഹിയിൽ നിന്നും ആർ എസ് എസ് അതിന്റെ ഇംഗ്ലീഷ് മുഖപത്രമായ *ഓർഗനൈസർ* പ്രസിദ്ധീകരിച്ചു തുടങ്ങുമ്പോൾ തന്നെ അത് തികച്ചും പ്രകടമായി. അതിന്റെ ആദ്യലക്കങ്ങളിലൂടെ കടന്നുപോവുമ്പോൾ ആർ എസ് എസിന്റെ ഉദ്ദേശ്യങ്ങളെന്താണെന്ന് വ്യക്തമാവുന്നു. 1947 ജൂലായ് മൂന്നിന്റെ ആദ്യലക്കത്തിന്റെ വലിയ തലക്കെട്ട് *ഗ്ലോറിയസ് ഹിന്ദുരാഷ്ട്ര* (മഹത്വപൂർണമായ ഹിന്ദുരാഷ്ട്രം) എന്നായിരുന്നു. ദ്വിരാഷ്ട്ര സിദ്ധാന്ത ത്തിനുള്ള മുസ്ലീംലീഗിന്റെ പ്രതിരോധത്തെ കടമെടുത്തു കൊണ്ട്, ഹിന്ദു ക്കളുടെ ദേശമായ ഹിന്ദുസ്ഥാനിൽ മുസ്ലീങ്ങൾ തുല്യപങ്കാളികളാണെന്ന് വിശ്വസിച്ച് ഹിന്ദുക്കളും മുസ്ലീങ്ങളും ഒന്നു ചേർന്നാൽ മാത്രമേ ഒരു രാഷ്ട്രമാവുകയുള്ളൂ എന്ന് പ്രചരിപ്പിക്കുന്നത് പോലും ആദ്യലക്കത്തിന്റെ എഡിറ്റോറിയൽ അപലപിച്ചു.

*ഓർഗനൈസറു*ടെ മൂന്നാം ലക്കത്തിലെ (ജൂലായ് 17) 'നാഷണൽ ഫ്ളാഗ്' എന്ന് തലക്കെട്ടുള്ള എഡിറ്റോറിയലിൽ സ്വതന്ത്ര ഇന്ത്യയുടെ ദേശീയ പതാക കാവി പതാകയാവണമെന്ന് ആവശ്യപ്പെട്ടു. ജൂലായ് 31 ലെ ലക്കത്തിൽ 'ഹിന്ദുസ്ഥാൻ' എന്ന് തലക്കെട്ടുള്ള എഡിറ്റോറിയലിൽ ഇന്ത്യക്ക് ഹിന്ദുക്കളെ സൂചിപ്പിക്കുന്ന 'ഹിന്ദുസ്ഥാൻ' എന്ന് നാമകരണം ചെയ്യണമെന്ന് ആവശ്യപ്പെട്ടു. സ്വാതന്ത്ര്യത്തിന്റെ തൊട്ടു തലേന്ന് (ഓഗസ്റ്റ് 14) എങ്ങോട്ട്? (Whither) എന്ന തലക്കെട്ടുള്ള എഡിറ്റോറിയലിൽ ഒരു സംയോജിത രാഷ്ട്രത്തിന്റെ മുഴുവൻ ആശയത്തെയും നിരാകരിച്ചു. അതിങ്ങനെ വാദിച്ചു:

> രാഷ്ട്രത്വത്തിന്റെ വ്യാജമായ ധാരണകൾ സ്വാധീനിക്കാൻ നാമി നിയും നമ്മെ അനുവദിച്ചുകൂടാ. ഹിന്ദുസ്ഥാനിൽ ഹിന്ദുക്കൾ മാത്രമേ രാഷ്ട്രമായിത്തീരുകയുള്ളൂവെന്നും സംരക്ഷിതവും

> പ്രബലവുമായ ആ അടിത്തറയിൽത്തന്നെ ദേശീയഘടന പടുത്തുയർത്തണമെന്നുമുള്ള വസ്തുതയെ പൂർണമായും അംഗീകരിക്കുന്നതിലൂടെ മാനസികമായ മിക്ക ആശയക്കുഴപ്പങ്ങളെയും വർത്തമാനകാലത്തെയും ഭാവിയിലെയും പ്രശ്നങ്ങളെയും ദൂരീകരിക്കാനാവും. നിർബന്ധമായും ഹിന്ദുക്കളുടെ രാഷ്ട്രത്തെ ഹിന്ദു പാരമ്പര്യങ്ങൾക്കും സംസ്കാരത്തിനും ആശയങ്ങൾക്കും ഉന്നമനകാംക്ഷകൾക്കും മേൽ പടുത്തുയർത്തണം.

അതേ ലക്കത്തിൽ 'ഭഗ്വ ധാവജി (കാവി പതാക)ന് പിറകിലെ നിഗൂഢത' എന്ന തലക്കെട്ടിൽ ദൈർഘ്യമുള്ളൊരു ലേഖനമുണ്ടായിരുന്നു. ആ ലേഖനത്തിൽ ഡൽഹിയിലെ ചെങ്കോട്ടയുടെ കൊത്തളങ്ങളിൽ കാവിപതാക ഉയർത്തണമെന്ന് ആവശ്യപ്പെടുകയും ദേശീയ പതാകയെന്ന നിലയിലുള്ള ത്രിവർണ പതാകയുടെ തെരഞ്ഞെടുപ്പിനെ തുറന്ന് അധിക്ഷേപിക്കുകയും ചെയ്തു. ആ ലേഖനം രൂക്ഷമായി പ്രഖ്യാപിച്ചു:

"വിധിയുടെ പിൻവാങ്ങൽ മൂലം അധികാരത്തിലെത്തിയ ത്രിവർണ പതാക നമ്മുടെ കൈകളിൽ തന്നേക്കാമെങ്കിലും അതൊരിക്കലും ആദരിക്കപ്പെടുകയോ ഹിന്ദുക്കളതിനെ സ്വന്തമെന്ന് വിളിക്കുകയോ ചെയ്യുകയില്ല. മൂന്ന് എന്ന വാക്ക് തന്നെ ഒരു തിന്മയാണ്. മൂന്ന് നിറങ്ങളുള്ള പതാക തീർച്ചയായും വളരെ മാനസിക പ്രശ്നങ്ങളുണ്ടാക്കുകയും രാജ്യത്തിന് ക്ഷതമേൽപ്പിക്കുകയും ചെയ്യും."

നാഗ്പൂരിൽ വച്ച്, 1946 ജൂലായ് 14 ന്, ഗുരു പൂർണിമയ്ക്കെത്തിയവരോട് പ്രസംഗിക്കവേ തങ്ങളുടെ ശ്രേഷ്ഠമായ സംസ്കാരത്തെ പൂർണമായും പ്രതിനിധീകരിക്കുന്നത് കാവി പതാകയാണെന്ന് ഗോൾവാൾക്കർ പ്രഖ്യാപിച്ചു: "അത് ദൈവത്തിന്റെ മൂർത്തീമത്ഭാവമാണ്. അവസാനം രാഷ്ട്രം മുഴുവനും ഈ കാവി പതാകയ്ക്ക് മുമ്പിൽ നമിക്കുമെന്ന് നാം ദൃഢമായി വിശ്വസിക്കുന്നു."[125] സ്വാതന്ത്ര്യ ലബ്ധിക്ക് ശേഷം ത്രിവർണ പതാക ദേശീയ പതാകയായിട്ടും, കാവി പതാകയ്ക്ക് മാത്രമേ ആ പദവിക്ക് അർഹതയുള്ളൂവെന്ന കാരണം പറഞ്ഞ്, ത്രിവർണ പതാകയെ അംഗീകരിക്കാൻ ആർ എസ് എസ് വിസമ്മതിച്ചു. ആർ എസ് എസ് പ്രസിദ്ധീകരണമായ *ബഞ്ച് ഓഫ് തോട്സി*ലെ 'ഡ്രിഫ്റ്റിംഗ് ആന്റ് ഡ്രിഫ്റ്റിംഗ്' എന്ന ലേഖനത്തിൽ ദേശീയ പതാകയെക്കുറിച്ച് ചർച്ച ചെയ്യുന്നിടത്ത് ഗോൾവാൾക്കർ പറയുന്നു:

> നമ്മുടെ നേതാക്കൾ നമ്മുടെ രാജ്യത്തിന് വേണ്ടി പുതിയൊരു പതാകയുണ്ടാക്കി. എന്തുകൊണ്ട് അവരങ്ങനെ ചെയ്തു? ഇത് കേവലം ഒഴുക്കിന്റെയും അനുകരണത്തിന്റെയും പ്രശ്നമാണ്. മാഹാത്മ്യമേറിയ ഭൂതകാലമുള്ള പ്രാചീനവും ശ്രേഷ്ഠവുമായൊരു രാജ്യമാണ് നമ്മുടേത്. അപ്പോൾ നമുക്ക് സ്വന്തമായൊരു പതാകയില്ലേ? ഈ ആയിരക്കണക്കിന് വർഷങ്ങളായി നമുക്കൊരു

ദേശീയ ചിഹ്നം ഉണ്ടായിരുന്നില്ലേ? തീർച്ചയായും ഉണ്ടായിരുന്നു. പിന്നെന്തിന് നമ്മുടെ മനസുകളിൽ തികഞ്ഞ ശൂന്യത?[126]

പ്രായപൂർത്തി വോട്ടവകാശത്തിൽ അധിഷ്ഠിതമായിരിക്കും സ്വതന്ത്ര ഇന്ത്യയുടെ രാഷ്ട്രീയ സംഘടനയെന്നും ജനങ്ങൾക്ക് മൗലികാവകാശം ഉറപ്പാക്കുമെന്നും 1947 നവംബറിൽ ഇന്ത്യൻ കോൺസ്റ്റിറ്റ്യൂവന്റ് അസംബ്ലി പ്രഖ്യാപിച്ചപ്പോൾ ആ നടപടികളെ അപലപിക്കാൻ ഗോൾവാൾക്കർ ഒട്ടും അമാന്തിച്ചില്ല. ഡൽഹിയിലെ ഒരു പ്രസംഗത്തിൽ ജനാധിപത്യത്തെ പരിഹസിച്ച അദ്ദേഹം ഈ പ്രഖ്യാപനങ്ങൾ 'പട്ടിക്കും പൂച്ചയ്ക്കും അവകാശങ്ങൾ അനുവദിച്ചു നൽകുന്നതിൽ കൂടുതലായ യാതൊന്നുമില്ലെ'ന്ന് പ്രഖ്യാപിച്ചു.[127]

യഥാർഥത്തിൽ ഇന്ത്യയുടെ ജനാധിപത്യ-മതേതര ഭരണഘടനയെ ഗോൾവാൾക്കർ നിരാകരിച്ചു. അദ്ദേഹം പറഞ്ഞു:

> വ്യത്യസ്ത പാശ്ചാത്യ രാജ്യങ്ങളുടെ ഭരണഘടനകളിൽ നിന്നുമുള്ള വ്യത്യസ്ത ആർട്ടിക്കിളുകൾ തുന്നിച്ചേർത്തുണ്ടാക്കിയ കുഴപ്പംപിടിച്ചതും ഭിന്ന ജാതീയവുമായ ഭരണഘടനയാണ് നമ്മുടേത്. നമുക്ക് സ്വന്തമെന്ന് വിളിക്കാവുന്ന യാതൊന്നും തന്നെ അതിലില്ല. നമ്മുടെ ദേശീയ ദൗത്യം എന്തായിരിക്കണമെന്നതിനെക്കുറിച്ചോ ജീവിതത്തിലെ നമ്മുടെ സുപ്രധാന ഘടകമെന്തായിരിക്കണമെന്നതിനെക്കുറിച്ചോ അതിന്റെ പ്രധാനതത്വങ്ങളിൽ ഒരൊറ്റ പരാമർശമെങ്കിലുമുണ്ടോ? ഇല്ല."[128]

ഒരു ഫെഡറൽ സമ്പ്രദായം വിഭാവനം ചെയ്തിട്ടുള്ള ഇന്ത്യയിലെ ഇന്നത്തെ ഭരണഘടനയ്ക്കെതിരായ രോഷം മറച്ചു വയ്ക്കാൻ ഗോൾവാൾക്കർക്കൊരിക്കലും കഴിഞ്ഞിട്ടില്ല. 1949 ൽ കാൺപൂരിൽ നടന്ന ഒരു പൊതുയോഗത്തിൽ വച്ച് അദ്ദേഹം പറഞ്ഞു:

"ഭരണഘടന രൂപീകരിക്കുമ്പോൾ 'നമ്മെ'യും ഹൈന്ദവീയതയെയും വിസ്മരിച്ചു. ഏകോപിപ്പിക്കുന്ന ആ ഘടകത്തിന്റെ അഭാവത്തിൽ നിർമിച്ച ഭരണഘടന വിഘടനമുണ്ടാക്കും....... ഒരു രാജ്യം, ഒരു രാഷ്ട്രം, ഒരു സ്റ്റേറ്റ് ഉള്ള ഏകമായ രീതിയിലുള്ള ഒരു ഭരണകൂടത്തെ നാം സ്വീകരിക്കണം. മുഴുവൻ രാജ്യത്തിനും വേണ്ടി ഒരൊറ്റ നിയമനിർമണ സഭയും ഒരൊറ്റ മന്ത്രിസഭയും ഉണ്ടാവണം."[129]

ആയുഷ്കാലം മുഴുവനും ഫെഡറൽ ഇന്ത്യ എന്ന ആശയത്തോട് ഗോൾവാൾക്കർക്ക് വെറുപ്പായിരുന്നു. 1973 ൽ ബാംഗ്ലൂരിൽ നടന്ന ഒരു കോൺഫറൻസിൽ പ്രസംഗിക്കവേ അദ്ദേഹം ആവശ്യപ്പെട്ടു:

"അനുയോജ്യമായ തരത്തിൽ ഭരണഘടനാ ഭേദഗതിയിലൂടെ ഏകരൂപത്തിലുള്ള ഒരു ഭരണകൂടം പ്രഖ്യാപിക്കണം. ഭരണപരമായ സൗകര്യത്തിനായി രാജ്യത്തെ വെവ്വേറെ സോണുകളായി വിഭജിക്കാവുന്നതാണ്. ആ സോണുകൾ കുറവായാലും കൂടുതലായാലും പ്രശ്നമൊന്നുമില്ല." [130]

ദേശീയോദ്ഗ്രഥന സമിതിയുടെ ആദ്യത്തെ യോഗത്തിനയച്ച ഒരു കത്തിൽ ഗോൾവാൾക്കർ പ്രഖ്യാപിച്ചു:

"ഒരൊറ്റ രാഷ്ട്രമെന്ന വസ്തുതയെ അംഗീകരിക്കാതിരിക്കുകയും നശിപ്പിക്കുകയും മാത്രമല്ല, ഫെഡറൽ രീതിയിലുള്ള സർക്കാർ വിഘടന വാദം ഉടലെടുക്കാനും വളരാനും കാരണമായിത്തീരുന്നു. അതിനെ മുഴുവനായും പിഴുതെറിഞ്ഞ് ഭരണഘടനയെ സംശുദ്ധീകരിച്ച്, ഏകകരൂപത്തിലുള്ള ഭരണകൂടം സ്ഥാപിക്കണം."[131]

ആർ എസ് എസ് അതിന്റെ സകലശക്തിയുമുപയോഗിച്ച് മഹാരാഷ്ട്ര-ഗുജറാത്ത് സംസ്ഥാനങ്ങളുടെ രൂപീകരണത്തെ എതിർക്കാൻ കാരണം ഫെഡറലിസത്തോടുള്ള ഈ വെറുപ്പു തന്നെയായിരുന്നു. രാഷ്ട്രീയേതര വ്യക്തിയെന്ന് എല്ലായ്പ്പോഴും ഭാവിച്ചു നടന്നിരുന്ന ഗോൾവാൾക്കർ പലപ്പോഴും മഹാരാഷ്ട്ര-ഗുജറാത്ത് സംസ്ഥാന രൂപീകരണ വിരുദ്ധയോഗങ്ങളിൽ അധ്യക്ഷത വഹിച്ചിട്ടുണ്ട്. 1954 ൽ ബോംബെയിൽ നടന്ന അത്തരമൊരു യോഗത്തിൽ അധ്യക്ഷനായിരുന്ന അദ്ദേഹം ആവശ്യപ്പെട്ടു: "ഇന്ത്യയ്ക്കാകമാനം കേന്ദ്രഭരണമായിരിക്കണം. ഭരണപരമായ വീക്ഷണകോണിൽ സംസ്ഥാനങ്ങൾ കേന്ദ്രഭരണ പ്രദേശങ്ങളായിരിക്കണം." [132]

ഇവയൊന്നും തന്നെ ഇന്ത്യൻ ഫെഡറലിസത്തെക്കുറിച്ച് ആർ എസ് എസ് ആചാര്യനായ ഗോൾവാൾക്കറുടെ ഒറ്റപ്പെട്ട ആശയങ്ങളല്ല. ആർ എസ് എസിന്റെ വേദപുസ്തകമായ *ബഞ്ച് ഓഫ് തോട്ട്സിൽ* 'വാണ്ടഡ് എ യൂണിറ്ററി സ്റ്റേറ്റ്' (ഏകകമായ ഒരു സ്റ്റേറ്റ് ആവശ്യമാണ്) എന്ന തലക്കെട്ടിലുള്ള ഒരു പ്രത്യേക അധ്യായമുണ്ട്. ഇന്ത്യയിലെ ഫെഡറൽ സംവിധാനത്തെ തകർക്കാനുള്ള തന്റെ ഫോർമുല അവതരിപ്പിച്ചുകൊണ്ട് ഗോൾവാൾക്കർ എഴുതി:

> ഏറ്റവും പ്രധാനപ്പെട്ടതും കാര്യക്ഷമവുമായ നടപടി നമ്മുടെ രാജ്യത്തിലെ ഭരണഘടനയിലെ ഒരു ഫെഡറൽ ഘടനയെക്കുറിച്ചുള്ള എല്ലാ ചർച്ചയും എന്നെന്നേയ്ക്കുമായി ആഴത്തിൽ കുഴിച്ചുമൂടി, ഒരു സ്റ്റേറ്റിനുള്ളിലെ, അതായത്, ഭാരതത്തിനുള്ളിലെ സ്വയം ഭരണാവകാശമുള്ളതും അർധസ്വയംഭരണാവകാശമുള്ളതുമായ സ്റ്റേറ്റുകളുടെ നിലനിൽപ്പ് തൂത്തെറിഞ്ഞ് ഒരു രാജ്യം, ഒരു സ്റ്റേറ്റ്, ഒരു ലെജിസ്ലേച്ചർ, ഒരു എക്സിക്യൂട്ടിവ് എന്ന് പ്രഖ്യാപിച്ചുകൊണ്ട് തുണ്ടുതുണ്ടായി വിഘടിച്ചുനിൽക്കൽ, പ്രാദേശികത, വിഭാഗീയത, ഭാഷാപരവും മറ്റ് രീതിയിലുള്ളതുമായ അഭിമാനബോധം തുടങ്ങിയവയെ പൊടിപോലും അവശേഷിക്കാത്ത മട്ടിൽ തുടച്ചുമാറ്റണം. ഇവയെല്ലാം തന്നെ ഏകതാനതയ്ക്ക് നാശമുണ്ടാക്കുന്നവയാണ്. നമുക്ക് ഭരണഘടനയെ പുനഃപരിശോധിച്ച് മാറ്റിയെഴുതാം. അങ്ങനെ ഏകരൂപത്തിലുള്ള ഭരണകൂടം സ്ഥാപിക്കാം. അങ്ങനെ ഭൂമിശാസ്ത്രപരമായ കാരണ

ങ്ങളാൽ നിരവധി വ്യത്യസ്ത വംശങ്ങൾ അല്ലെങ്കിൽ ജാതികൾ തൊട്ടടുത്ത് ജീവിക്കുന്നതിന് ബ്രിട്ടീഷുകാർ കണ്ടെത്തിയതും ഇന്നത്തെ ഭരണാധികാരികൾ ഉയർത്തിപ്പിടിക്കുന്നതുമായ വഴിപിഴച്ച പ്രചാരണത്തെ നമുക്ക് കാര്യക്ഷമമായി ചെറുക്കാം.[133]

ന്യൂനപക്ഷങ്ങളിൽ നിന്നും ഇന്ത്യൻ രാഷ്ട്രത്തിന് അയവില്ലാത്ത വിധേയത്വം ഗോൾവാൾക്കർ എല്ലായ്പോഴും ആവശ്യപ്പെട്ടിരുന്നു. എന്നാൽ, അതേ രാഷ്ട്രത്തിന്റെ ഭരണഘടനാ സംവിധാനത്തോട് വിധേയത്വം പുലർത്തേണ്ടത് ആവശ്യമാണെന്ന് അദ്ദേഹത്തിനോ ആർ എസ് എസിനോ തോന്നിയിട്ടില്ല. ആർ എസ് എസ് ശാഖകളിൽ നടന്നു വരുന്ന പ്രാർഥനയും പ്രതിജ്ഞയും പരിശോധിക്കുമ്പോൾ, മുസ്ലീം ലീഗ് ഇസ്ലാമിനെ ദേശീയതയ്ക്ക് പകരം വയ്ക്കുന്നതു പോലെ, ആർ എസ് എസ് ഹിന്ദുയിസത്തെ ഇന്ത്യൻ ദേശീയതക്ക് പകരം വയ്ക്കുന്നതായി കാണാം. അതുപോലെ, മതേതരത്വം അടിസ്ഥാനതത്വമായിട്ടുള്ള ജനാധിപത്യ-മതേതര ഇന്ത്യൻ ഭരണഘടനയുമായി നേരിട്ട് ഏറ്റുമുട്ടുന്ന വയാണ് ആർ എസ് എസിന്റെ പ്രാർഥനയും പ്രതിജ്ഞയും. ഇന്ത്യൻ ഭരണഘടനയെ എതിർക്കുകയോ തള്ളിക്കളയുകയോ ചെയ്യുന്ന മറ്റ് ഗ്രൂപ്പുകൾ എല്ലായ്പോഴും ഇന്ത്യൻ സ്റ്റേറ്റിന്റെ കരുത്തുറ്റ ബുള്ളറ്റുകളോ ജയിലറകളോ എറ്റുവാങ്ങേണ്ടി വന്നിട്ടുണ്ട് എന്ന കാര്യം ഇവിടെ ഓർക്കേണ്ടതാവശ്യമാണ്. മറുവശത്ത്, രാജ്യത്ത് ഭരണഘടനാ സമ്പ്രദായത്തെ പരസ്യമായി തള്ളിക്കളഞ്ഞിട്ടും ഗോൾവാൾക്കറുടെ നേതൃത്വത്തിലുള്ള ആർ എസ് എസിനെ രാജ്യത്ത് സ്വതന്ത്രമായി വിഹരിക്കാൻ അനുവദിക്കുകയാണ് ചെയ്തത്.

ജനാധിപത്യ-മതേതര ഇന്ത്യയുടെ ഐക്യവും അഖണ്ഡതയും ഉയർത്തിപ്പിടിക്കുമെന്ന് പ്രതിജ്ഞചെയ്ത് അധികാരത്തിലേറിയ മുൻപ്രധാനമന്ത്രി വാജ്പേയിയും അദ്വാനിയും ആർ എസ് എസ് അണികളെന്ന നിലയിൽ, അവരുടെ പ്രാർഥനയും പ്രതിജ്ഞയു മനുസരിച്ച്, ഒരു ഹിന്ദുരാഷ്ട്രം സൃഷ്ടിക്കാനും ബാധ്യസ്ഥരാണ് എന്നത് നിസാരമായി തള്ളിക്കളയാവുന്നൊരു വസ്തുതയല്ല. ഗോൾവാൾക്കർ തയാറാക്കിയ പ്രാർഥനയും പ്രതിജ്ഞയും ഇപ്രകാരമാണ്:

പ്രാർഥന : സ്നേഹ വാത്സല്യങ്ങളുള്ള മാതൃഭൂമി, ഞാൻ എന്നെന്നും നിന്നെ നമിക്കുന്നു. അല്ലയോ വിശുദ്ധ ഭൂമീ, നന്മയുടെ ശ്രേഷ്ഠയായ സ്രഷ്ടാവേ, ഞാൻ എന്റെയീ ശരീരം നിനക്കായി സമർപ്പിക്കട്ടെ. ഞാൻ വീണ്ടും വീണ്ടും നമിക്കുന്നു. അല്ലയോ സർവശക്തനായ ഈശ്വരാ ഹിന്ദുരാഷ്ട്രത്തിന്റെ അവിഭാജ്യ ഘടകങ്ങളായ ഞങ്ങൾ അര ചുറ്റിക്കെട്ടുന്നു. അതിന്റെ സഫല തയ്ക്കായി ഞങ്ങളെ അനുഗ്രഹിച്ചാലും.[134]

പ്രതിജ്ഞ : എന്റെ വിശുദ്ധമതത്തിന്റെയും ഹിന്ദുസമൂഹ ത്തിന്റെയും ഹിന്ദുസംസ്കാരത്തിന്റെയും പരിപോഷണത്തിലൂടെ

> ഭാരത വർഷയുടെ സർവതോന്മുഖമായ മാഹാത്മ്യം സഫലമാകുന്നതിനായി ആർ എസ് എസിൽ അംഗമായത്തീരുന്നുവെന്ന് സർവശക്തനായ ഈശ്വരനും എന്റെ പൂർവികർക്കും മുമ്പിൽ ഏറ്റവും ഭയഭക്തിയോടെ പ്രതിജ്ഞ ചെയ്യുന്നു. ഈ ലക്ഷ്യം നേടുന്നതിന് വേണ്ടി എന്റെ ഹൃദയവും ആത്മാവും കൊണ്ട് എന്റെ ആയുഷ്കാലം മുഴുവനും ശ്രമിക്കുകയും സംഘിന്റെ പ്രവർത്തനങ്ങൾ ആത്മാർഥതയോടും നിസ്വാർഥമായും നടത്താൻ ശ്രമിക്കുകയും ചെയ്യും. ഭാരത് മാതാ കീ ജയ്.[135]

അതായത്, ഗോൾവാൾക്കർക്ക് കീഴിലായാലും മറ്റാർക്ക് കീഴിലായാലും ആർ എസ് എസ് അണികൾക്ക് മതേതര ജനാധിപത്യ ഇന്ത്യാരാജ്യത്തോട് ഒരിക്കലും വിശ്വസ്തതയുണ്ടായിട്ടില്ല. പകരം ഒരു ഹിന്ദു മതരാഷ്ട്രം സൃഷ്ടിക്കാൻ എല്ലായ്പ്പോഴും അവർ പ്രതിജ്ഞാബദ്ധരുമാണ്.

ഗോൾവാൾക്കറുടെ രാഷ്ട്രീയ പദ്ധതികൾ

ഇന്ത്യയുടെ സാംസ്കാരിക പുനരുത്ഥാനത്തിനായി ജീവിതമുഴിഞ്ഞു വച്ച ഒരു ആധ്യാത്മിക വ്യക്തിയായിട്ടാണ് ആർ എസ് എസ് ഗോൾവാൾക്കറെ വിവരിക്കുന്നത്. തനിക്ക് യാതൊരു രാഷ്ട്രീയാധികാര തൃഷ്ണയുമില്ലെന്ന് അദ്ദേഹം അവകാശപ്പെട്ടിരുന്നു. മാത്രമല്ല, ആർ എസ് എസ് ഒരു സാമൂഹിക സാംസ്കാരിക സംഘടനയാണെന്നും ഇടയ്ക്കിടെ നാം കേൾക്കാറുണ്ട്. അതിന്റെ അവകാശവാദമനുസരിച്ച്,

"ആർ എസ് എസ് ഒരു രാഷ്ട്രീയ പാർട്ടിയല്ല. അത് തെരഞ്ഞെടുപ്പുകളിൽ പങ്കെടുക്കുന്നില്ല. അതിന്റെ ഭാരവാഹികൾ ഏതെങ്കിലും രാഷ്ട്രീയ പാർട്ടിയുടെ ഭാരവാഹികളാവുകയില്ലെന്ന് പ്രതീക്ഷിക്കപ്പെടുന്നു. തെരഞ്ഞെടുപ്പ് ചിഹ്നമില്ലാത്ത ആർ എസ് എസിന്റെ നേതൃത്വമോ അംഗങ്ങളോ രാഷ്ട്രീയാധികാരത്തിന് ഒരിക്കലും ശ്രമിച്ചിട്ടില്ല. എല്ലാ രാഷ്ട്രീയ പ്രവർത്തനങ്ങൾക്കും പ്രചോദനമേകാൻ ശ്രമിക്കുന്ന ഒരു സാമൂഹ്യ സാസ്കാരിക സംഘടനയാണിത്."[136]

ഈ അവകാശവാദങ്ങളെ ഹെഡ്ഗേവാറിന് ശേഷം ആർ എസ് എസിന്റെ മേധാവിയായിത്തീർന്ന, എക്കാലത്തെയും പരമാചാര്യനായി ഗണിക്കപ്പെടുന്ന, ഗോൾവാൾക്കറുടെ രണ്ട് പ്രസ്താവനകളുമായി താരതമ്യം ചെയ്യേണ്ടതാവശ്യമാണ്. രാഷ്ട്രീയത്തെ ചൂഷണം ചെയ്യാൻ നിയോഗിക്കപ്പെടുന്നവർ ഏത് തരത്തിൽപ്പെട്ടവരാണെന്നും, അവരിൽ നിന്നും ആർ എസ് എസ് എന്ത് പ്രതീക്ഷിക്കുന്നുവെന്നും ഒന്നാമത്തെ പ്രസ്താവന നമുക്ക് പറഞ്ഞു തരുന്നു. 1954 മാർച്ച് 16 ന് വാർധായിലെ സിൻഡിയിൽ നടത്തിയ പ്രസംഗമധ്യേ അദ്ദേഹം പറഞ്ഞു:

> നാം സംഘടനയുടെ ഭാഗമാണെന്നും അതിന്റെ അച്ചടക്കം പാലിക്കുന്നുവെന്നും പറയുകയാണെങ്കിൽ പിന്നെ ജീവിതത്തിൽ

> തെരഞ്ഞെടുപ്പിന് സ്ഥാനമൊന്നുമില്ല. പറയുന്നത് ചെയ്യുക. കബഡി കളിക്കാൻ പറഞ്ഞാൽ കബഡി കളിക്കുക. യോഗം നടത്താൻ പറഞ്ഞാൽ യോഗം നടത്തുക. ഉദാഹരണമായി, പോയി രാഷ്ട്രീയത്തിൽ പ്രവർത്തിക്കാൻ നാം ചില സുഹൃത്തുക്കളോടാവശ്യപ്പെട്ടു. അവർക്കതിൽ വളരെ താൽപ്പര്യമോ പ്രചോദനമോ ഉണ്ടെന്ന് അതിനർഥമില്ല. വെള്ളമില്ലാതെ മീനെന്ന പോലെ രാഷ്ട്രീയത്തിന് വേണ്ടി അവർ മരിക്കുകയൊന്നുമില്ല. രാഷ്ട്രീയത്തിൽ നിന്നും പിൻവാങ്ങാൻ ആവശ്യപ്പെട്ടാലും അവിടെ പരാതിയൊന്നുമുണ്ടാവുകയില്ല. അവരുടെ 'വിവേകം' അക്കാര്യത്തിൽ ആവശ്യമില്ല.[137]

1960 മാർച്ച് 5 ന് ഇൻഡോറിൽ വച്ച് ഉയർന്ന തലത്തിലുള്ള ആർ എസ് എസ് അണികളെ അഭിസംബോധന ചെയ്തുകൊണ്ട് നടത്തിയ രണ്ടാമത്തെ പ്രസ്താവനയ്ക്കും വളരെ പ്രാധാന്യമുണ്ട്:

> നമ്മുടെ ചില സ്വയം സേവകർ രാഷ്ട്രീയത്തിൽ പ്രവർത്തിക്കുന്നതായും നമുക്കറിയാം. അവിടെ അവർ ആവശ്യാനുസരണം പൊതുയോഗങ്ങൾ, ഘോഷയാത്രകൾ തുടങ്ങിയവ സംഘടിപ്പിക്കുകയും മുദ്രാവാക്യങ്ങൾ ഉയർത്തുകയും വേണം. അവയ്ക്കൊന്നിനും നമ്മുടെ പ്രവർത്തനത്തിൽ സ്ഥാനമില്ല. എന്തായാലും, ഒരു നാടകത്തിലെ കഥാപാത്രത്തെ പോലെ അവർ കഴിവിന്റെ പരമാവധി ഭംഗിയായി അവതരിപ്പിക്കണം. എങ്കിലും, ചിലപ്പോഴെല്ലാം അവർ ചുമതലപ്പെടുത്തിയിട്ടുള്ള നടന്റെ പരിധിക്കപ്പുറത്തേക്ക് പോവുകയും തങ്ങളുടെ ഹൃദയങ്ങളിൽ അതിനോടുള്ള ബന്ധം ഊഷ്മളമാക്കിത്തീർക്കുകയും ചെയ്യുന്നു. അത് നല്ലതല്ല."[138]

നടൻ എന്ന നിലയ്ക്ക് ആർ എസ് എസ് അതിന്റെ രാഷ്ട്രീയ സൃഷ്ടികൾക്ക് വാടകയ്ക്ക് നൽകുന്നവരും ആർ എസ് എസിന്റെ താളത്തിനൊത്ത് തുള്ളുന്നവരുമായ സ്വയം സേവകരെ കുറിച്ചാണ് ഗോൾവാൾക്കർ ഇവിടെ പരാമർശിക്കുന്നത്. 1951-ൽ, ബി ജെ പിയുടെ മുൻഗാമിയായ ജനസംഘ് രൂപീകരിച്ച് ഏതാണ്ട് ഒമ്പത് വർഷങ്ങൾക്ക് ശേഷം, 1960-ൽ, രാഷ്ട്രീയ വിഭാഗത്തെ നിയന്ത്രിക്കാനുള്ള ഗോൾവാൾക്കറുടെ മുകളിൽ പറഞ്ഞ രീതി തീരുമാനിക്കപ്പെട്ടു എന്ന വസ്തുത നാം വിസ്മരിച്ചു കൂടാ. രാഷ്ട്രീയത്തെ ചൂഷണം ചെയ്യാൻ ഗോൾവാൾക്കർ ജനപ്രിയമാക്കിത്തീർത്ത ഈ രീതിയാണ് ആർ എസ് എസിന്റെ സംരക്ഷണയിലുള്ള രാഷ്ട്രീയ സംഘടനകൾക്കുള്ളിൽ നിലവിലുള്ള ഉൾപ്പാർട്ടി കലാപങ്ങൾക്ക് കാരണമായിത്തീർന്നത്. അതിലുപരിയായി രാഷ്ട്രീയ നേതൃത്വത്തിന്റെ വിവിധ തലങ്ങളിൽ അനഭിമതർ കയറിപ്പറ്റാനും അത് വഴിതെളിയിച്ചു. ഈ അധഃപതനത്തിന് നേരിട്ട് സാക്ഷ്യം വഹിച്ച മുതിർന്ന സ്വയം സേവക് ആയ ബൽരാജ് മധോക് ഈ വിഷയത്തെക്കുറിച്ച് ധാരാളം എഴുതിയിട്ടുണ്ട്.

ഇന്ത്യൻ രാഷ്ട്രീയവുമായി, പ്രത്യേകിച്ചും ഹിന്ദുത്വ രാഷ്ട്രീയവുമായി, ബന്ധപ്പെട്ട് ബൽരാജ് മധോക്കിന് ഒരു പരിചയപ്പെടുത്തലിന്റെ ആവശ്യമില്ല. ആർ എസ് എസുമായി വളരെ അടുത്ത് ബന്ധമുള്ള അദ്ദേഹം 1942 മുതൽ മിക്കസമയവും പ്രമുഖനായ ഒരു പ്രചാരക് (ആ പദത്തിന്റെ കേവലാർഥം പ്രചാരകൻ എന്നാണെങ്കിലും ആർ എസ് എസിന്റെ പദാവലി അനുസരിച്ച് അത് മുഴുവൻ സമയ സംഘാടകൻ ആണ്) ആയി പ്രവർത്തിച്ചു വരുന്ന വ്യക്തിയാണ്. പ്രചാരക് എന്ന നിലയിൽ വിഭജനത്തിന് മുമ്പ് ജമ്മു-കാശ്മീരിന്റെ ചുമതലയുണ്ടായിരുന്ന അദ്ദേഹം 1948 ൽ ആർ എസ് എസിന്റെ വിദ്യാർഥി സംഘടനയായ അഖിലഭാരതീയ വിദ്യാർഥി പരിഷത് (ABVP) രൂപീകരിച്ചു. പിന്നീട്, 1951-ൽ, ശ്യാമപ്രസാദ് മുഖർജിയുമായി ചേർന്ന് ആർ എസ് എസിന്റെ രാഷ്ട്രീയ വിഭാഗമായ ഭാരതീയ ജനസംഘ് (ബി ജെ എസ്) രൂപീകരിച്ചു. ജനസംഘിന്റെ അഖിലേന്ത്യാ സെക്രട്ടറി (1951-1965), ഡൽഹി ജനസംഘിന്റെ പ്രസിഡന്റ് (1954-1963), അഖിലേന്ത്യാ ജനസംഘിന്റെ പ്രസിഡന്റ് (1965-1967) എന്നീ സ്ഥാനങ്ങൾ അദ്ദേഹം വഹിച്ചു. അദ്ദേഹം തലപ്പത്തുണ്ടായിരുന്ന കാലത്ത് 1968 ൽ, നടന്ന പൊതുതിരഞ്ഞെടുപ്പിൽ കോൺഗ്രസിനെ ന്യൂനപക്ഷമാക്കികൊണ്ട് പല സംസ്ഥാനങ്ങളിലും ജനസംഘ് വലിയ മുന്നേറ്റങ്ങൾ നടത്തി. ഡൽഹിയിൽ നിന്നും രണ്ടുവട്ടം (1961, 1967) അദ്ദേഹം ലോക്സഭയിലേക്ക് തിരഞ്ഞെടുക്കപ്പെട്ടു. 1969ൽ രൂപപ്പെടുത്തിയ വിവാദപരമായ ഭാരവൽക്കരണ 'സിദ്ധാന്ത'ത്തിന്റെ പേരിലും മധോക് അറിയപ്പെടുന്നുണ്ട്.

മാധോക് തന്റെ ആത്മകഥ മൂന്ന് ഭാഗങ്ങളായി പ്രസിദ്ധീകരിച്ചു. അതിന്റെ ആദ്യത്തെ രണ്ട് ഭാഗങ്ങളായ 'സിന്ദഗി കാ സഫർ 1' *(ജീവിത യാത്ര) സിന്ദഗി കാ സഫർ 2* എന്നിവ 1994 ൽ പുറത്തുവന്നു. മൂന്നാമത്തെ ഭാഗമായ *സിന്ദഗി കാ സഫർ 3: ദീൻ ദയാൽ ഉപാധ്യായാ കി ഹത്യ സേ ഇന്ദിരാ ഗാന്ധി കി ഹത്യ തക് (ജീവിത യാത്ര 3: ദീൻ ദയാൽ ഉപാധ്യായുടെ വധം മുതൽ ഇന്ദിരാഗാന്ധിയുടെ വധം വരെ)* 2003 ൽ പ്രസിദ്ധീകരിച്ചു. ജീവചരിത്രപരമായ ഈ രചനകളിൽ ആർ എസ് എസിന്റെ പ്രമുഖചിന്തകനായ ദീൻ ദയാൽ ഉപാധ്യായ 1968 ൽ കൊല്ലപ്പെടുന്നതിന് ഉത്തരവാദികളായ അടൽ ബിഹാരി വാജ്പേയി, ബാലസാഹിബ് ദേവറസ്, നാനാ ദേശ്മുഖ് തുടങ്ങിയ നേതാക്കളെ ഗോൾവാൾക്കർ സംരക്ഷിച്ചുവെന്ന് വ്യക്തമാക്കുന്ന വസ്തുതകൾ അവതരിപ്പിക്കുന്നു. (ഉപാധ്യയായുടെ ജഡം മുഗൾ സരായ് റെയിൽവേ സ്റ്റേഷനിലാണ് കണ്ടെത്തിയത്.)

1968 ഫെബ്രുവരി 1 ന് നടന്ന ഉപാധ്യായ വധം വിശദീകരിക്കുന്നിടത്ത് മധോക് എഴുതി:

"ഒരു കാര്യം വ്യക്തമാണ്. ദീൻ ദയാൽ ഉപാധ്യായയുടെ കൊലയ്ക്ക് പിന്നിലുള്ളത് കമ്യൂണിസ്റ്റുകാരോ ഏതെങ്കിലും കവർച്ചക്കാരോ അല്ല. വാടകക്കൊലയാളികളാണ് അദ്ദേഹത്തെ കൊലപ്പെടുത്തിയത്. സ്വാർഥ

ലോലുപന്മാരും സംഘിലെ കുറ്റവാസനയുള്ളവരുമായ നേതാക്കളാണ് ഗൂഢാലോചന നടത്തി കൊലപാതകം ആസൂത്രണം ചെയ്തത്.''[139]

വസ്തുതകൾ മൂടിവയ്ക്കാൻ കൊലയാളികൾ (അവർ ആർ എസ് എസിൽപ്പെട്ടവരായിരുന്നു) നടത്തിയ സംഘടിത ശ്രമങ്ങളെ കുറിച്ച് മധോക്കിന്റെ ആത്മകഥ തുടർന്ന് വിവരിക്കുന്നു:

> ദീൻ ദയാൽ ഉപാധ്യായയുടെ പേരിന്റെ പ്രയോജനം ലഭിച്ചവരാണെങ്കിലും അദ്ദേഹത്തിന്റെ വധത്തിന് ഗൂഢാലോചന നടത്തിയ അസൂയാലുക്കളും സ്വാർഥ സുഖലോലുപരുമായ ആളുകൾക്ക് നേരെ സംശയത്തിന്റെ വിരൽ നീളുമ്പോൾ കൊലപാതകത്തന്റെ യാഥാർഥ്യം പുറത്തുവരാതിരിക്കാൻ അവർ എല്ലാ ശ്രമങ്ങളും നടത്തുന്നു. എന്തായാലും ദീൻ ദയാൽ ഉപാധ്യായയുടെ രക്തം തിളയ്ക്കുമെന്നും അദ്ദേഹത്തെ കൊലപ്പെടുത്താൻ ഗൂഢാലോചന നടത്തിയവർക്ക് മേൽ ശാപം നിപതിച്ച് അദ്ദേഹത്തിന് നീതി ലഭിക്കുമെന്നും ഞാൻ വിശ്വസിക്കുന്നു.''[140]

ഒരു സ്വയം സേവകനാൽ രചിക്കപ്പെട്ട ഈ ആത്മകഥ ഭാരതീയ ജനസംഘത്തിന്റെ അധ്യക്ഷനായ ദീൻ ദയാൽ ഉപാധ്യായയെ കൊലപ്പെടുത്താനുള്ള ഗൂഢാലോചനയിൽ മുഖ്യപങ്കു വഹിച്ചത് അടൽ ബിഹാരി വാജ്പേയിയും നാനാദേശ്മുഖുമാണ് എന്ന് തുറന്നുപറയാൻ യാതൊരു വൈമുഖ്യവും കാണിക്കുന്നില്ല. "വിവിധ ശ്രോതസുകളിൽ നിന്നും ലഭ്യമായിട്ടുള്ള സംശയത്തിന്റെ നിഴൽ കുറ്റവാളികൾ അവരാണെന്ന വസ്തുതയിലേക്ക് വിരൽ ചൂണ്ടുന്നവയാണ്.''[141]

ഭാരതീയ ജനസംഘിന്റെ അധ്യക്ഷനെന്ന നിലയിൽ ഭാരതീയ ജനസംഘിന്റെ സുപ്രധാന സ്ഥാനങ്ങളിൽ നിന്നും ദീൻദയാൽ ഉപാധ്യായ പുറത്തുനിർത്തിയിരുന്നവരാലാണ് അദ്ദേഹം വധിക്കപ്പെട്ടതെന്ന് മാധോക്കിന്റെ ആത്മകഥ വെളിപ്പെടുത്തുന്നു. 1967 ഡിസംബറിൽ ബൽരാജ് മധോക്കിൽ നിന്നും അധ്യക്ഷസ്ഥാനം ഏറ്റെടുത്ത ശേഷം അടൽ ബിഹാരി വാജ്പേയിയെയും നാനാ ദേശ്മുഖിനെയും പ്രധാനപ്പെട്ട സ്ഥാനങ്ങളിൽ നിന്നും ഉപാധ്യായ അകറ്റി നിർത്തി എന്ന വസ്തുതയ്ക്ക് ഇവിടെ പ്രസക്തിയേറുന്നു. മധോക്കിന്റെ വിവരണമനുസരിച്ച് ഉപാധ്യായ കൊല്ലപ്പെടാൻ കാരണം, "സദാചാര വിരുദ്ധമായ പശ്ചാത്തലമുള്ളവർ ഭാരതീയ ജനസംഘിന്റെ മുൻനിരയിൽ വരാതിരിക്കാൻ അദ്ദേഹം നിരന്തരം പരിശ്രമിച്ചിരുന്നു. അതിലൂടെ, സംഘടനയുടെ മാന്യതയ്ക്ക് കളങ്കമേൽക്കുകയില്ല. അക്കാരണത്താൽ സ്വഭാവ ശുദ്ധിയില്ലാത്തവരും സ്വാർഥ സുഖലോലുപരുമായ ചില ആളുകൾക്ക് അദ്ദേഹം വലിയൊരു വിഘാതമായിത്തീർന്നു.''[142]

സ്വഭാവ ശുദ്ധിയില്ലാത്ത സ്വാർഥ സുഖലോലുപരായ ആളുകളുടെ പേരുകൾ വെളിപ്പെടുത്തുന്നതിൽ മധോക് വാക്കുകളുടെ യാതൊരു ലുബ്ധതയും കാണിക്കുന്നില്ല. അദ്ദേഹത്തിന്റെ ആത്മകഥയനുസരിച്ച്,

ജനസംഘിന്റെ പ്രസിഡന്റെന്ന നിലയിൽ മധോക്കിന് പോലും അടുത്തറിയാവുന്നവരായിരുന്നു അവർ:

> കുറച്ചുകാലം മുമ്പ് ഞാൻ ബി ജെ എസിന്റെ പ്രസിഡന്റായിരുന്ന കാലത്ത് അടൽ ബിഹാരി വാജ്പേയി തന്റെ പാർപ്പിടമായ രാജേന്ദ്ര പ്രസാദ് റോഡിലെ 30-ാം നമ്പർ കെട്ടിടത്തെ അസാന്മാർഗികപ്രവർത്തനത്തിനുള്ള ഒരു കേന്ദ്രമാക്കിയിരിക്കുന്നതായി ആ കെട്ടിടത്തിൽ തന്നെ താമസിക്കുകയായിരുന്ന ജനസംഘിന്റെ കേന്ദ്ര ഓഫീസിന്റെ ചുമതലക്കാരനായ ജഗദീശ് പ്രകാശ് മാഥൂർ എന്നോട് പരാതിപ്പെട്ടു. 'ഓരോ ദിവസവും പുതിയ പെൺകുട്ടികൾ അവിടെ വരികയും പോവുകയും ചെയ്യുന്നു. ഇപ്പോൾ അപവാദം എല്ലാവരെക്കുറിച്ചുമാണ്. ജനസംഘിന്റെ ഒരു മുതിർന്ന നേതാവെന്ന നിലയിൽ ഈ വസ്തുത താങ്കളുടെ ശ്രദ്ധയിൽ കൊണ്ടുവരാൻ ഞാൻ ധൈര്യപ്പെട്ടു.' അടലിന്റെ സ്വഭാവത്തെക്കുറിച്ചുള്ള ചില കാര്യങ്ങൾ എനിക്കറിയാമായിരുന്നു. ഞാൻ അടലിനെ എന്റെ പാർപ്പിടത്തിലേക്ക് വിളിച്ചുവരുത്തി, അര മണിക്കൂർ നേരം, ജഗദീശ് പ്രസാദ് മാഥൂർ ഉന്നയിച്ച കാര്യങ്ങളെക്കുറിച്ച് സംസാരിച്ചു. അതിന് മറുപടിയായി അദ്ദേഹം നൽകിയ വിശദീകരണം മാഥൂർ പറഞ്ഞ കാര്യങ്ങൾ സ്ഥിരീകരിക്കുന്നവയായിരുന്നു. അപ്പോൾ ഞാനദ്ദേഹത്തോട് വിവാഹിതനാവണമെന്ന് ആവശ്യപ്പെടുകയും, മറിച്ചായാൽ, അദ്ദേഹത്തിന് ദുഷ്പേരുണ്ടാവുമെന്ന് ഓർമിപ്പിക്കുകയും ചെയ്തു.[143]

ഹിന്ദുത്വ രീതിയിലുള്ള രാഷ്ട്രീയത്തിന്റെ മുതിർന്ന നേതാവായ മധോക് ഉപാധ്യായയ്ക്ക് ശേഷം ഭാരതീയ ജനസംഘിന്റെ പ്രസിഡന്റായി എ ബി വാജ്പേയിയെ നിയമിക്കാൻ ആർ എസ് എസ് പരമോന്നത നേതൃത്വം തീരുമാനിച്ചതിൽ അത്ഭുതം കൂറുന്നു. ഈ വസ്തുതകളെല്ലാം ബൽരാജ് മധോക് അന്നത്തെ അധ്യക്ഷനായ ഗോൾവാൾക്കർക്ക് മുമ്പിൽ അവതരിപ്പിച്ച ശേഷമാണ് അങ്ങനെ സംഭവിച്ചത്. ആത്മകഥയിലെ വിവരണമനുസരിച്ച്, മധോക്കിനും ഗോൾവാൾക്കർക്കുമിടയിലെ ആ കൂടിക്കാഴ്ച ഡൽഹിയിൽ വച്ച് 1970 ന്റെ ആദ്യപാദത്തിൽ നടന്നു. മധോക്ക് എഴുതുന്നു:

"ഞാൻ പറഞ്ഞത് കേട്ടുകഴിഞ്ഞ് അൽപ്പനേരം നിശ്ശബ്ദനായിരുന്ന അദ്ദേഹം (ഗോൾവാൾക്കർ) പറഞ്ഞു: ഈ ആളുകളുടെ സ്വഭാവത്തിലെ ദൗർബല്യത്തെക്കുറിച്ച് എനിക്കറിയാം. എന്നാൽ, എനിക്കൊരു സംഘടനയെ മുന്നോട്ടു കൊണ്ടു പോവേണ്ടതുണ്ട്. ശിവൻ നിത്യേന വിഷം പാനം ചെയ്യുന്നതുപോലെ എല്ലാവരെയും ഒന്നിച്ച് നിർത്തേണ്ടതെനിക്ക് ആവശ്യമാണ്."[144]

ആർ എസ് എസിന്റെ അടുത്ത സർസംഘ്ചാലക് ആയി ഗോൾവാൾക്കർ തെരഞ്ഞെടുത്ത ബാലസാഹിബ് ദേവറസിനും ഉപാധ്യായയെ കൊലപ്പെടുത്തുന്നതിൽ പങ്കുണ്ടെന്ന് പോലും മധോക് ആരോപിച്ചു. അദ്ദേഹത്തിന്റെ അഭിപ്രായത്തിൽ,

“ഭാരതീയ ജനസംഘിന്റെ അധ്യക്ഷനായിത്തീർന്നശേഷം ശ്രീ. ദീൻദയാൽ ഉപാധ്യായയ്ക്കുള്ള യശസ്സ് വളരെയധികം വർധിച്ചു. അദ്ദേഹം ആർ എസ് എസിന്റെ അടുത്ത മുഖ്യനായിത്തീരാനുള്ള സാധ്യതയെക്കുറിച്ചും ചർച്ചകളുണ്ടായി. സ്വാർഥസുഖലോലുപരായ സംഘിന്റെ ചില ആളുകൾക്ക്, പ്രത്യേകിച്ചും ബാലസാഹേബ് ദേവ റസിന്, ആ സാധ്യത അസ്വീകാര്യമായിരുന്നു. ദീൻദയാൽ മുഖാന്തിരം കൂടുതൽ ഉയർച്ച നേടാനുള്ള തങ്ങളുടെ സാധ്യത അവതാളത്തിലാവു മെന്ന് അവർ കരുതി. ദീൻദയാലിന്റെ കൊലയ്ക്ക് ശേഷം അടൽ ബിഹാരി വാജ്പേയിയെ ബി ജെ എസിന്റെ പ്രസിഡന്റാക്കാൻ നേരിട്ട് താൽപ്പര്യ മെടുക്കാൻ മാത്രമല്ല, ദീൻദയാലിന്റെ കൊലപാതകത്തെ നിസ്സാര വൽക്കരിക്കാനും അദ്ദേഹത്തിനുണ്ടായിരുന്ന കാരണം അതുതന്നെയാ വാൻ സാധ്യതയുണ്ട്. ആ കൊലപാതകത്തെക്കുറിച്ച് സംസാരിക്കുന്ന തിൽ നിന്നും എന്നെ വിലക്കിയ അദ്ദേഹം അതൊരു അപകടമരണമാ ണെന്ന് വിശദീകരിക്കാനും ആഗ്രഹിച്ചു. എന്നാൽ, എന്റെ സ്വന്തം കണ്ണു കൾ കൊണ്ട് കണ്ടതും ഞാൻ സ്ഥിരീകരിച്ചതുമായ വസ്തുതകൾ ഒളിച്ചു വയ്ക്കാൻ ഞാൻ തയ്യാറായിരുന്നില്ല.”[145]

‘ഇരുമ്പു മനുഷ്യനാ’യ എൽ കെ അദ്വാനി നേതൃനിരയിലേക്ക് ഉയർത്തപ്പെട്ടതിനെക്കുറിച്ചും മധോക്കിന്റെ ആത്മകഥ വെളിപ്പെടുത്തുന്നു:

> എൽ കെ അദ്വാനിയുടെ സ്ഥിതി ഒരു പാവയുടേതുപോലെ യായിരുന്നു. നിരവധി മുതിർന്ന നേതാക്കളെ ഒഴിവാക്കിക്കൊണ്ട് [ബി ജെ എസിന്റെ] അധ്യക്ഷസ്ഥാനത്തേക്കുയർത്തുമ്പോൾ അത് കൈകാര്യം ചെയ്യാൻ അദ്ദേഹം പ്രാപ്തനായിരുന്നില്ല. വ്യക്തിപരമായ അനുഭവത്തിൽ നിന്നും അദ്ദേഹം എല്ലില്ലാത്ത ഒരു അത്ഭുതമാണെന്ന് എനിക്കറിയാം. അദ്ദേഹത്തിന് വ്യക്തിപരമായ ആത്മാർഥതയോ അഭിപ്രായമോ ഇല്ല. എങ്കിലുമദ്ദേഹം ഭാഗ്യ വാനാണ്. വാജ്പേയിയുടെയും സംഘിന്റെ ഉദ്യോഗസ്ഥരുടെയും പ്രസാദങ്ങളുടെ ഫലമായി അദ്ദേഹത്തിന് ലഭിച്ച അധികാരം, അതിന്റെ അന്തസ്സിനെ മാറ്റി നിർത്തിയാൽ, ജോലിയേതായാലും ഒരു അടിമ വേലക്കാരന്റേതിന് സമാനമാണ്.[146]

ജാതീയതയിലുള്ള ചിരന്തനവിശ്വാസം

സ്വാതന്ത്ര്യപ്രാപ്തിക്ക് ശേഷവും ഹിന്ദുസമൂഹത്തിലെ ജാതീയ തയെ എങ്ങനെ ഉപയോഗിക്കാം എന്നതിനെക്കുറിച്ച് ആർ എസ് എസ് വളരെ ആകുലമായിരുന്നു. മതേതര-ജനാധിപത്യ-രാഷ്ട്രീയ സംവി ധാനം സ്ഥാപിക്കാൻ ലക്ഷ്യമിടുന്ന ഇന്ത്യൻ ഭരണഘടനയുടെ സ്ഥാനത്ത് ഹിന്ദുസ്ഥാന്റെ നിയമമായി *മനുസ്മൃതി* പ്രഖ്യാപിക്കണ മെന്ന് ഗോൾവാൾക്കറുടെ നേതൃത്വത്തിൻ കീഴിലുള്ള ആർ എസ് എസ് നിരന്തരം ആവശ്യപ്പെട്ടു. ഇന്ത്യയുടെ ഭരണഘടനാ നിർമാണ സഭ ഭരണ

ഘടനക്ക് അന്തിമരൂപം നൽകുമ്പോൾ ആർ എസ് എസ് ഒട്ടും സംതൃപ്തമായിരുന്നില്ല. അതിന്റെ ഇംഗ്ലീഷ് മുഖപ്പത്രം പരാതിപ്പെട്ടു:

> എന്നാൽ നമ്മുടെ ഭരണഘടനയിൽ പ്രാചീന ഭാരതത്തിലെ അതുല്യമായ ഭരണഘടനാ വികാസത്തെക്കുറിച്ച് പരാമർശമൊന്നുമില്ല. സ്പാർട്ടയിലെ ലിക്കർഗസിനും പേർഷ്യയിലെ സോളമനും വളരെക്കാലം മുമ്പാണ് മനുവിന്റെ നിയമങ്ങൾ എഴുതപ്പെട്ടത്. മനുസ്മൃതിയിൽ വിവരിച്ചിട്ടുള്ള നിയമങ്ങൾ ഇന്നും ലോകത്തിന്റെ ആദരവും അനുസരണയും പിടിച്ചു പറ്റിക്കൊണ്ടിരിക്കുന്നു. എന്നാൽ നമ്മുടെ ഭരണഘടനാ പണ്ഡിതന്മാർക്ക് അതിന് യാതൊരർഥവുമില്ല[147]

താഴ്ന്ന ജാതിക്കാരെ മാത്രമല്ല, സ്ത്രീകളെയും അങ്ങേയറ്റം തരംതാഴ്ത്തുന്ന മനുവിന്റെ നിയമങ്ങൾ ഇന്ത്യയിൽ പ്രാബല്യത്തിൽ വരുത്താനുള്ള പ്രചാരണം ആർ എസ് എസ് ഊർജിതമായി തുടർന്നു. 1950 ജനുവരി 26 ന് ഇന്ത്യ ഒരു പരമാധികാര മതേതര ജനാധിപത്യ റിപ്പബ്ലിക്കായി പ്രഖ്യാപിക്കപ്പെടുന്നതിന് തൊട്ടുമുമ്പ് *ഓർഗനൈസറിൽ*, മനുവിന്റെ നിയമങ്ങളോടുള്ള വിധേയത്വം ആവർത്തിച്ചുറപ്പിച്ചുകൊണ്ട്, ഒരു റിട്ടയേർഡ് ഹൈക്കോടതി ജഡ്ജിയായ ശങ്കർ സുബ്ബ അയ്യർ ഒരു സ്പെഷ്യൽ ഫീച്ചർ എഴുതി. അതിൽ ഇങ്ങനെ പറയുന്നു:

> മനുവിന്റെ ദിവസങ്ങൾ അവസാനിച്ചതായി, സമീപകാലത്ത്, ഡോ.അംബേദ്കർ ബോംബെയിൽ പ്രസ്താവിച്ചതായി റിപ്പോർട്ട് ചെയ്യപ്പെട്ടിട്ടുണ്ട്. എന്നാൽ, ഇക്കാലത്ത് പോലും *മനുസ്മൃതി*യിലെയും മറ്റ് സ്മൃതികളിലെയും തത്വങ്ങളും നിയമങ്ങളും ഹിന്ദുക്കളുടെ നിത്യജീവിതത്തിൽ സ്വാധീനം ചെലുത്തിക്കൊണ്ടിരിക്കുന്നു എന്നതാണ് വസ്തുത. യാഥാസ്ഥിതികനല്ലാത്ത ഒരു ഹിന്ദുപോലും ചില കാര്യങ്ങളിൽ സ്മൃതികളിലെ നിയമങ്ങൾ അനുസരിക്കേണ്ടതാണെന്ന് കരുതുന്നു. ഒറ്റയടിക്ക് അവയെ കൈയൊഴിയാൻ അവൻ അശക്തനുമാണ്.[148]

1928 ലെ മഹദ് പ്രക്ഷോഭക്കാലത്ത് *മനുസ്മൃതി*യുടെ ഒരു കോപ്പി അഗ്നിക്കിരയാക്കിയ ചടങ്ങിൽ അംബേദ്കർ പങ്കെടുത്തു എന്ന കാര്യം ഇവിടെ സ്മരണീയമാണ്. യഥാർഥത്തിൽ ഗോൾവാൾക്കറുടെ ബുദ്ധ്യുപദേശകനായിരുന്ന വി ഡി സവർക്കർക്കും മനുവിന്റെ നിയമങ്ങളോട് വളരെ ആദരവുണ്ടായിരുന്നു. *ഹിന്ദുരാഷ്ട്ര*യിൽ അത് പ്രാബല്യത്തിൽ കൊണ്ടുവരണമെന്നും അദ്ദേഹം വാദിച്ചിരുന്നു. മനുസ്മൃതിയെ പ്രകീർത്തിച്ചു കൊണ്ട് ഹിന്ദുത്വത്തിന്റെ തത്വജ്ഞനും വഴികാട്ടിയുമായ സവർക്കർ എഴുതി:

"വേദങ്ങൾ കഴിഞ്ഞാൽ നമ്മുടെ ഹിന്ദുരാഷ്ട്രത്തിന് ഏറ്റവും

ആരാധ്യയമായ വിശുദ്ധഗ്രന്ഥമാണ് *മനുസ്മൃതി.* പ്രാചീനകാലം മുതൽ അത് നമ്മുടെ സംസ്കാരത്തിന്റെയും ആചാരങ്ങളുടെയും ചിന്തയുടെയും പ്രയോഗങ്ങളുടെയും അടിസ്ഥാനമായിത്തീർന്നു. നൂറ്റാണ്ടുകളായി ഈ ഗ്രന്ഥം നമ്മുടെ രാഷ്ട്രത്തിന്റെ ആത്മീയവും ദിവ്യവുമായ മുന്നേറ്റത്തെ നിയമാനുസൃതമായി നിയന്ത്രിച്ചു കൊണ്ടിരുന്നു. ഇന്നും കോടിക്കണക്കായ ഹിന്ദുക്കൾ അവരുടെ ജീവിതത്തിൽ പിന്തുടരുന്ന നിയമങ്ങളും പ്രയോഗങ്ങളും *മനുസ്മൃതി*യെ അടിസ്ഥാനമാക്കിയുള്ളതാണ്. ഇന്ന് ഹിന്ദു നിയമം *മനുസ്മൃതി*യാണ്. അത് മൗലികമാണ്.[149]

ശൂദ്രർക്കായി നിഷ്കർഷിച്ചിട്ടുള്ള നിയമങ്ങളിലേക്കുള്ള ഒരെത്തിനോട്ടത്തിലൂടെ ഏത് തരം സമൂഹം സൃഷ്ടിക്കാനാണ് മനു കൽപ്പിച്ചതെന്ന് മനസിലാക്കാനാവും. ചുവടെ ചേർത്തിട്ടുള്ള, ബ്രാഹ്മണരും മറ്റ് മേൽ ജാതിക്കാരുമായ ദ്വിജൻമാരിൽ നിന്നും ഏകജനായ ശൂദ്രനെ വേർതിരിക്കുന്ന മനുഷ്യോചിതമായ ഗുണങ്ങളില്ലാതാക്കുന്ന, നിയമങ്ങൾ സ്വയം വിശദീകരിക്കുന്നവയാണ്.[150]

1. ലോകങ്ങളുടെ സമൃദ്ധിക്കായി [ദിവ്യനായ അവൻ] ബ്രാഹ്മണൻ, ക്ഷത്രിയൻ, വൈശ്യൻ, ശൂദ്രൻ എന്നിവരെ യഥാക്രമം അവന്റെ വായ, അവന്റെ കരം, അവന്റെ തുടകൾ, അവന്റെ പാദങ്ങൾ എന്നിവയിൽ നിന്നും സൃഷ്ടിച്ചു (*മനുസ്മൃതി*, I : 31)
2. വിനയപൂർവം ഈ [മറ്റ്] മൂന്നുജാതികളെയും സേവിക്കുക എന്നത് മാത്രമാണ് പ്രഭു ശൂദ്രന് വിധിച്ച കർമം. (I : 91)
3. ബ്രാഹ്മണന്റെ പേരിന്റെ ആദ്യഭാഗം ശുഭസൂചകവും ക്ഷത്രിയന്റേത് അധികാരവുമായി ബന്ധപ്പെട്ടതും വൈശ്യന്റേത് സമ്പത്തുമായി ബന്ധപ്പെട്ടതും, എന്നാൽ, ശൂദ്രന്റേത് ഭീകരത ദ്യോതിപ്പിക്കുന്നതുമായിരിക്കണം. (II : 31)
4. ശൂദ്രനാൽ ന്യായം നിർണയിക്കപ്പെടുന്ന രാജാവിന്റെ രാജ്യം ചെളിയിൽ പശുവെന്ന പോലെ [താഴേക്ക്] ആണ്ടുപോവും. (VIII: 21)
5. ശൂദ്രൻ അസംഖ്യമുള്ളതും നാസ്തികരും അഗതികളും വസിക്കുന്നതും, എന്നാൽ ദ്വിജൻമാർ [താമസക്കാരായി] ഇല്ലാത്തതായ രാജ്യം ദാരിദ്ര്യത്താലും ദീനത്താലും അതിവേഗം പൂർണമായും നശിക്കും. (VIII : 22)
6. ഏകജനായ മനുഷ്യൻ (ശൂദ്രൻ) ദ്വിജനായ ഒരുവനെ ക്രൂരമായ വാക്കുകൊണ്ട് അധിക്ഷേപിച്ചാൽ, അവൻ താഴ്ന്ന ഉൽപ്പത്തിയുള്ളവനാകയാൽ, അവന്റെ നാവ് മുറിച്ചു കളയണം. (VIII : 270)
7. അവൻ (ശൂദ്രൻ) അവജ്ഞയോടെ ദ്വിജന്റെ പേരും ജാതിയും പറയുകയാണെങ്കിൽ രാജാവ് പത്തംഗുലം നീളമുള്ള ചുട്ടുപഴുത്ത ഇരുമ്പാണി അവന്റെ വായയിൽ കുത്തിയിറക്കണം. (VIII:271)
8. അവൻ അഹങ്കാരത്തോടെ ബ്രാഹ്മണരെ അവരുടെ ചുമതലകൾ

പഠിപ്പിക്കുകയാണെങ്കിൽ രാജാവ് അവന്റെ വായിലും ചെവിയിലും തിളച്ച എണ്ണ ഒഴിക്കണം. (VIII: 272)

9. താഴ്ന്ന ജാതിക്കാരനായ ഒരുവൻ ഏത് അവയവം കൊണ്ടാണോ ഉയർന്ന മൂന്ന് ജാതികളിലും പെട്ടവരെ ഉപദ്രവിക്കുന്നത്, ആ അവയവം ഛേദിച്ചു കളയണം. ഇത് മനുവിന്റെ അനുശാസനമാണ്. (VIII: 279)

10. കയ്യോ വടിയോ ഉയർത്തുന്നവന്റെ കരം ഛേദിച്ചു കളയണം. കോപം മൂലം കാലുകൊണ്ട് തൊഴിക്കുന്നവന്റെ കാൽ ഛേദിച്ചു കളയണം. (VIII: 280)

11. മേൽ ജാതിക്കാരനൊപ്പം ഒരേ ഇരിപ്പിടത്തിൽ ഇരിക്കാൻ ഒരുങ്ങുന്ന താഴ്ന്ന ജാതിക്കാരന്റെ അരക്കെട്ടിൽ പഴുപ്പിച്ച ലോഹം കൊണ്ട് അടയാളമുണ്ടാക്കി നാടുകടത്തണം. അല്ലെങ്കിൽ രാജാവ് അവന്റെ പൃഷ്ഠഭാഗം ഛേദിച്ചു കളയണം. (VIII : 281)

12. അഹങ്കാരം കൊണ്ട് [മേൽ ജാതിക്കാരന് മേൽ] തുപ്പുന്നവന്റെ രണ്ട് ചുണ്ടുകളും രാജാവ് ഛേദിക്കണം. [മേൽ ജാതിക്കാരന് മേൽ] മൂത്രമൊഴിക്കുകയാണെങ്കിൽ ലിംഗവും അധോവായു വിട്ടാൽ ഗുദഭാഗവും ഛേദിക്കണം. (VIII : 282)

13. അവൻ [മേൽ ജാതിക്കാരന്റെ] കേശത്തിൽ പിടിക്കുകയാണെങ്കിൽ രാജാവ് യാതൊരു വൈമനസ്യവുമില്ലാതെ അവന്റെ കൈകൾ ഛേദിച്ചു കളയണം. അതുപോലെ, കാലിലോ താടിയിലോ കഴുത്തിലോ വൃഷണത്തിലോ പിടിച്ചാലും രണ്ട് കൈകളും ഛേദിക്കണം. (VIII : 283)

14. ബ്രാഹ്മണനല്ലാത്ത ഒരുവൻ ബ്രാഹ്മണിയെ വ്യഭിചരിച്ചാൽ (സംഗ്രഹണം) അവൻ വധശിക്ഷ അനുഭവിക്കണം. നാലു ജാതികളിലെയും ഭാര്യമാരെ എല്ലായ്പ്പോഴും ശ്രദ്ധാപൂർവം കാത്തുസൂക്ഷിക്കേണ്ടതാണ്. (VIII : 359)

15. താഴ്ന്ന ജാതിക്കാരനായ ഒരുവൻ മേൽജാതിയിൽപ്പെട്ട കന്യകയെ പ്രാപിച്ചാൽ അവൻ വധശിക്ഷ അർഹിക്കുന്നു. സ്വന്തം ജാതിയിൽ പ്പെട്ട കന്യകയെ പ്രാപിക്കുന്നവൻ, അവളുടെ പിതാവ് ഇച്ഛിക്കുന്ന പക്ഷം, വിവാഹത്തിനുള്ള ധനം നൽകണം. (VIII : 366)

16. സംരക്ഷിക്കപ്പെടുന്നവളോ സംരക്ഷിക്കപ്പെടാത്തവളോ ആയ മേൽജാതിയിൽ പെട്ട സ്ത്രീയെ പ്രാപിക്കുന്ന ശൂദ്രനെ താഴെ പറയും പ്രകാരം ശിക്ഷിക്കണം. അവൾ അരക്ഷിതയാണെങ്കിൽ അവന്റെ ലിംഗം വിച്ഛേദിക്കുകയും അവന്റെ എല്ലാ സ്വത്തുക്കളും നഷ്ടപ്പെടുത്തുകയും ചെയ്യണം. അവൾ സംരക്ഷിതയാണെങ്കിൽ അവന്റെ ജീവനുൾപ്പെടെ സകലതും നഷ്ടപ്പെടുത്തണം. (VIII:374)

17. ബ്രാഹ്മണന് വധശിക്ഷയ്ക്ക് പകരം [ശിരസ്സ്] മുണ്ഡനം വിധിച്ചിരിക്കുന്നു. മറ്റ് ജാതിക്കാർ വധശിക്ഷ അനുഭവിക്കണം. (VIII:379)

18. സാധ്യമായ ഏത് കുറ്റം ചെയ്താലും ബ്രാഹ്മണനെ കൊല്ലരുത്. അത്തരമൊരു കുറ്റവാളിയെ ശരീരത്തിന് യാതൊരു ക്ഷതവു മേൽപ്പിക്കാതെ സകല സ്വത്തുക്കളോടും കൂടെ നാടുകടത്തണം. (VIII:380)

19. ഒരു ശൂദ്രൻ യജമാനനാൽ മോചിപ്പിക്കപ്പെട്ടവനായാലും അവൻ ദാസ്യത്തിൽ നിന്നും മോചിതനാവുകയില്ല. കാരണം, ദാസ്യവൃത്തി അവന് ജന്മസിദ്ധമാണ്. അവനെ സ്വതന്ത്രനാക്കാൻ ആർക്കാണ് കഴിയുക? (VIII:414).

*മനുസ്മൃതി*യിലെ നിയമങ്ങൾ ഉയർത്തിപ്പിടിക്കാനുള്ള ഉദ്ദേശ്യം പ്രഖ്യാപിക്കാൻ ലഭിച്ചിട്ടുള്ള ഒരവസരവും ഗോൾവാൾക്കറും അദ്ദേഹത്തിന്റെ നേതൃത്വത്തിലുള്ള ആർ എസ് എസും പാഴാക്കിയിട്ടില്ല. ഒരിക്കൽ അദ്ദേഹത്തിന് നേരെ ഒരു ചോദ്യമുണ്ടായി: ആർ എസ് എസ് അനുയായികൾ കർശനമായും സസ്യഭുക്കുകളാണോ? ഗോൾവാൾക്കറുടെ മറുപടി ഇപ്രകാരമായിരുന്നു: "ഇല്ല. ഞങ്ങളുടെ ശാസ്ത്രങ്ങളിൽ അത്തരം നിയമങ്ങളൊന്നുമില്ല. ഔന്നത്യമുള്ള കാര്യങ്ങളേ ശുപാർശ ചെയ്തിട്ടുള്ളൂ. അത്രതന്നെ. മനു പറയുന്നു: ന: മാംസ ഭക്ഷണ ദോഷേണ മദ്യേ ന:ച മൈഥുന/ പ്രവൃത്തി രേഷാം ഭൂതാനാം നിവൃത്തിസ്ടു ഗരീയസി" (ഒരുവൻ സസ്യേതര ഭക്ഷണവും മദ്യവും കഴിക്കുകയും മൈഥുനം നടത്തുകയും ചെയ്യുകയാണെങ്കിൽ അതിൽ തിന്മയൊന്നുമില്ല. അവയെല്ലാം മനുഷ്യജീവികൾക്ക് സ്വാഭാവികമാണ്. എന്നാലവൻ ഉയർച്ച നേടാൻ കാംക്ഷിക്കണം.)[151]

ജീവിതകാലത്തൊരിക്കലും ജാതീയതയുടെ പ്രയോജനത്തിലുള്ള വിശ്വാസത്തിൽ ഗോൾവാൾക്കർ അയവ് വരുത്തിയില്ല. അതിനെ നിരാകരിക്കാൻ അദ്ദേഹം വിസമ്മതിച്ചു. പരമാവധി അദ്ദേഹം പറയുമായിരുന്നത്: "ഞങ്ങൾ ജാതിയെ അനുകൂലിക്കുകയോ പ്രതികൂലിക്കുകയോ ചെയ്യുന്നില്ല." എന്നാൽ ഉടൻ തന്നെ അദ്ദേഹം കൂട്ടിചേർത്തു: "നിർണായകമായ ഘട്ടങ്ങളിൽ അത് ശ്രേഷ്ഠമായ സേവനം ലഭ്യമാക്കിത്തന്നിട്ടുണ്ടെന്ന് ഞങ്ങൾക്കറിയാം."[152] അയിത്തത്തിനെതിരായ സമീപനമെന്താണ് എന്ന് ചോദിച്ചപ്പോൾ അക്കാര്യത്തിൽ ഒരു സമീപനവുമില്ല എന്നായിരുന്നു അദ്ദേഹത്തിന്റെ പ്രതികരണം. അദ്ദേഹത്തിന്റെ നിരവധി രചനകളിൽ കാണാവുന്നതുപോലെ, ജാതീയതയിലുള്ള പൂർണമായ വിശ്വാസമാണ് ഈ സമീപനമില്ലായ്മ യഥാർഥത്തിൽ വെളിപ്പെടുത്തുന്നത്. വർണവ്യവസ്ഥയുടെ നിർമാർജനത്തിനായി പ്രവർത്തിക്കുമോ എന്ന ചോദ്യമുണ്ടായപ്പോഴെല്ലാം ഐക്യമുള്ള ഏകജാതീയമായ ഒരു ഹിന്ദുജനതയെ സൃഷ്ടിക്കാൻ ഞങ്ങൾ ഗുണപരമായി പ്രവർത്തിക്കും എന്നായിരുന്നു കൗശലപൂർവമായ അദ്ദേഹത്തിന്റെ മറുപടി.[153] അദ്ദേഹത്തെ സംബന്ധിച്ചിടത്തോളം ശിരസ്സ് ബ്രാഹ്മണനും കരങ്ങൾ ക്ഷത്രിയനും തുടകൾ

വൈശ്യനും പാദങ്ങൾ ശൂദ്രനും ആയ സർവശക്തൻ പ്രത്യക്ഷീഭവിക്കുന്നവരാണ് ഹിന്ദുജനതകൾ. ഈ നാല് മടക്കുകളുള്ള സംവിധാനം, അതായത് ഹിന്ദുജനത, നമുക്ക് ദൈവമാകുന്നു എന്നാണ് അതിന്റെ അർഥം.[154]

സ്വതന്ത്ര ഇന്ത്യയുടെ ഭരണഘടനാ ശിൽപ്പികൾ പട്ടികജാതി-പട്ടികവർഗക്കാർക്ക് സംവരണം ഏർപ്പെടുത്താനുള്ള വകുപ്പുകളുണ്ടാക്കിയപ്പോൾ, ഹിന്ദുസാമൂഹ്യക്രമത്തിന്റെ വേരുകൾ കുഴിച്ചെടുത്ത്, മുൻകാലങ്ങളിൽ ഉണ്ടായിരുന്ന വ്യത്യസ്ത വിഭാഗങ്ങളുടെ അനന്യതാബോധവും അവർക്കിടയിലുണ്ടായിരുന്ന സ്വരൈക്യവും നശിപ്പിക്കാൻ ഭരണാധികാരികൾ ശ്രമിക്കുകയാണെന്ന് ഗോൾവാൾക്കർ ആരോപിച്ചു.[155]

താഴ്ന്ന ജാതിക്കാരുടെ അവഗണനയുടെ മൂലകാരണം ഹിന്ദുസാമൂഹികക്രമമാണെന്ന സത്യം അംഗീകരിക്കാൻ അദ്ദേഹം വിസമ്മതിച്ചു.[156] നേരെമറിച്ച്, സാമൂഹ്യസംഘർഷങ്ങളുണ്ടാകുന്നതിന് കാരണം പട്ടികജാതിക്കാർക്കുള്ള ഭരണഘടനാപരമായ സംരക്ഷണമാണെന്ന് അദ്ദേഹം വാദിച്ചു. ഭരണഘടനയിൽ ഹരിജനങ്ങൾക്ക് ഉറപ്പ് വരുത്തിയിട്ടുള്ള സംരക്ഷണത്തെയും തുടർന്ന് അതിനുണ്ടാകുന്ന പുതിയ മാനത്തേയും കുറിച്ചുള്ള അഭിപ്രായമെന്താണ് എന്ന് ആരാഞ്ഞപ്പോൾ അദ്ദേഹം പറഞ്ഞു:

> 1950 ൽ റിപ്പബ്ലിക്കായി തീർന്ന ദിവസം മുതൽ പത്ത് വർഷത്തേക്കുള്ള പ്രത്യേക പരിഗണനകളാണ് ഡോ.അംബേദ്കർ വിഭാവനം ചെയ്തത്. എന്നാൽ, ഇപ്പോൾ 1973 ആയിരിക്കുന്നു. അതിനിയും ദീർഘിപ്പിക്കാനാണ് സാധ്യത. ഒരു പ്രത്യേക വിഭാഗമായി തുടരുന്നതിനാൽ ഹരിജനങ്ങളിൽ സ്ഥാപിത താൽപ്പര്യങ്ങൾ സൃഷ്ടിക്കപ്പെടുമെന്നതിനാൽ ജാതിയുടെ മാത്രം അടിസ്ഥാനത്തിലുള്ള പ്രത്യേക പരിഗണനകൾ തുടരുന്നതിനെ ഞങ്ങൾ എതിർക്കുന്നു. അത് ശിഷ്ടസമൂഹവുമായുള്ള അവരുടെ ഉദ്ഗ്രഥനത്തിന് ഹാനികരമാണ്.[157]

ഗോൾവാൾക്കറെ സംബന്ധിച്ചിടത്തോളം, മുൻകാലങ്ങളിൽ ദളിതരോട് കാണിച്ച അനീതിക്ക് പരിഹാരമുണ്ടാക്കുകയെന്നതല്ല യഥാർഥ ആവശ്യം. അവരുടെ വ്യത്യസ്തത നശിക്കാതിരിക്കാൻ കൂടുതൽ ശ്രദ്ധ പതിപ്പിക്കാനാണ് അദ്ദേഹം ശ്രമിച്ചത്.[158]

ഇന്ത്യയിൽ താഴ്ന്ന ജാതിക്കാർ പീഡിപ്പിക്കപ്പെട്ടിരുന്നു എന്ന വസ്തുത ഗോൾവാൾക്കർ ഒരിക്കലും അംഗീകരിച്ചിട്ടില്ല. ദളിത് പീഡനങ്ങളെ കുറിച്ചുള്ള വാർത്തകളോട് പ്രതികരിച്ചുകൊണ്ട് 1972 ഒക്ടോബർ 4 ന് അദ്ദേഹം എഴുതി:

> രാഷ്ട്രീയകാരണങ്ങളാലാവാം, ജനങ്ങളുടെ ഏകത്വത്തിലും ആദർശൈക്യത്തിലും വിള്ളലുണ്ടാക്കുന്നതിനായി, സാധാരണ സംഭവങ്ങൾക്ക് പോലും ഹരിജന-ഹരിജനേതര സംഘട്ടനത്തിന്റെ

നിറം കൊടുക്കുന്നത് ഇക്കാലത്ത് ഒരു പ്രവണതയായിത്തീർന്നിട്ടുണ്ട്. ജനങ്ങളുടെ ദീർഘകാലാടിസ്ഥാനത്തിലുള്ള നന്മയ്ക്ക് പകരം പെട്ടെന്ന് ലാഭം കൊയ്യാനുള്ള ഒരു ശ്രമമാണിത്. നമ്മുടെ പ്രവർത്തനങ്ങളിൽ നാം വിഷമയമായ പ്രവണത തരണം ചെയ്യുകയും അന്തരീക്ഷത്തെ ശുദ്ധീകരിക്കാനായി പരമാവധി ശ്രമിക്കുകയും വേണം.[159]

സാമൂഹിക സംഘലർഷങ്ങൾ സൃഷ്ടിക്കുന്നത് ജാതീയതയല്ലെന്നും രാഷ്ട്രീയാടിസ്ഥാനത്തിലുള്ള ജനസമൂഹത്തിൽ വിഷം കുത്തിവയ്ക്കുന്നത് ജാതിവിരുദ്ധ സമീപനമാണെന്നും അദ്ദേഹം വാദിച്ചു. യഥാർഥത്തിൽ ജാതീയതയ്ക്ക് പ്രാമുഖ്യമുണ്ടായിരുന്ന 'സുവർണ ഭൂതകാലം' പുനഃസൃഷ്ടിക്കുകയെന്ന സ്വപ്നം ആർ എസ് എസ് നേതൃത്വം ഒരിക്കലും മറച്ചു വച്ചിട്ടില്ല. ഭൂതകാലത്തിന്റെ പ്രസക്തി എന്ന വിഷയത്തെക്കുറിച്ച് ഇന്ത്യയുടെ മുൻപ്രധാനമന്ത്രിയായ ജവഹർലാൽ നെഹ്രുവുമായി സംവാദത്തിലേർപ്പെട്ടുകൊണ്ട് *ഓർഗനൈസർ* അഭിപ്രായപ്പെട്ടത്, 'ഇന്ത്യയെ 200 വർഷങ്ങൾക്കു പിന്നിലേക്ക് കൊണ്ടുപോകാൻ ആർ എസ് എസ് ശ്രമിക്കുന്നുവെന്ന് നെഹ്റു പറഞ്ഞത് തെറ്റാണെ'ന്നും "യഥാർഥത്തിൽ ഇന്ത്യയെ കൂടുതൽ പിറകിലേക്ക്, ഒരായിരം വർഷങ്ങൾക്ക് പിന്നിലേക്ക്, കൊണ്ടുപോവുകയാണ് ആവശ്യം" എന്നുമായിരുന്നു.[160]

ഗോൾവാൾക്കറുടെ അനുയായികൾക്ക് ജാതിയോടുള്ള ആഴമേറിയ പ്രേമം അദ്ദേഹത്തിന്റെ അടുത്ത സഹപ്രവർത്തകനായ എം എ വെങ്കട്ടറാവു *ബഞ്ച് ഓഫ് തോട്ട്സി*നെഴുതിയ അവതാരികയിൽ വളരെ പ്രകടമാണ്. ഗോൾവാൾക്കർക്ക് ജാതിയോട് പ്രേമമുണ്ടായിരുന്നുവെങ്കിലും 'ജാതി' എന്നത് വൃത്തിഹീനമായ ഒരു വാക്കായിത്തീർന്നതിനാൽ, മനു നിഷ്കർഷിക്കുന്ന ജാതീയത ഉയർത്തിപ്പിടിക്കുന്നവരെ 'സ്വധർമ' അഥവാ സ്വന്തം മതത്തെ അനുസരിക്കുന്ന "വൊക്കേഷണൽ ഗ്രൂപ്പുകൾ" (തൊഴിൽപരമായ വിഭാഗങ്ങൾ) എന്നാണ് ആ അവതാരികയിൽ പരാമർശിച്ചിട്ടുള്ളത്. ഗോൾവാൾക്കറുടെ നേരിട്ടുള്ള മാർഗദർശിത്വത്തിൻ കീഴിലുള്ള ആർ എസ് എസ് വളർത്തികൊണ്ടു വന്ന ദീൻദയാൽ ഉപാധ്യായയും അതേ പദം തന്നെയാണ് ഉപയോഗിച്ചിരുന്നത്. അതനുസരിച്ച്, ജാതീയത അടിച്ചേൽപ്പിച്ചിട്ടുള്ള ഒന്നല്ല, മറിച്ച്, ഒരുവൻ സ്വന്തം വിശ്വാസമായി പിന്തുടരേണ്ട ഒന്നാണ്. റാവുവിന്റെ അഭിപ്രായത്തിൽ,

"വ്യത്യസ്തമായ തൊഴിലധിഷ്ഠിത ഗ്രൂപ്പുകൾക്ക്, അതായത് 'സ്വധർമ'വുമായി ബന്ധപ്പെട്ട്, നമ്മുടെ സാമൂഹ്യക്രമത്തിൽ വ്യത്യസ്ത ചുമതലകളും അവകാശങ്ങളുമുണ്ട്. സത്യം പറയുക, മോഷ്ടിക്കാതിരിക്കുക, അപകടപ്പെടുത്താതിരിക്കുക തുടങ്ങിയ സാർവലൗകിക മൂല്യങ്ങൾക്ക് പുറമേ, പ്രത്യേക തൊഴിലധിഷ്ഠിത ചിന്തകരെയും

ആരാധനാർഹരായ വ്യക്തികൾ തുടങ്ങിയവരെയും സത്യത്തെയും ദൈവത്തെയും അഥവാ പ്രകൃതിയെയും സ്വന്തമായി ആരാധിക്കുന്നവരെയും യോദ്ധാക്കൾ, ഭരണകർത്താക്കൾ, കാര്യങ്ങൾ നിർവഹിക്കുന്നവർ, വ്യാപാരികൾ, നിർമാതാക്കൾ, ഒരിടത്തു നിന്നും മറ്റൊരിടത്തേക്ക് സാമാനങ്ങൾ എത്തിച്ചുകൊടുക്കുന്നവർ, കൃഷിക്കാർ, കന്നുകാലി വളർത്തുന്നവർ തുടങ്ങിയവരെയും ഇന്ത്യയിലെ ധർമശാസ്ത്രം അംഗീകരിക്കുന്നു. പുരോഗമനാത്മകമായ ഏതൊരു സമൂഹത്തിലെയും സാമൂഹിക വൈവിധ്യവൽക്കരണത്തിലൂടെയാണ് ഈ വർഗങ്ങൾ ഉരുത്തിരിഞ്ഞു വരുന്നത്. ഓരോരുത്തരുടെയും ചുമതലകൾ നിർണയിക്കപ്പെടുകയും സമൂഹം അവരിൽ നിന്നും എന്താണ് പ്രതീക്ഷിക്കുന്നതെന്ന് വ്യക്തമാക്കപ്പെടുകയും എന്തൊക്കെയാണ് അവകാശങ്ങളും ചുമതലകളും എന്ന് ഓരോരുത്തരും അറിയുകയും, തദനുസരണമായി ഏകതാനതയുള്ള ഒരു സാമൂഹികക്രമം സൃഷ്ടിക്കപ്പെടുകയും ചെയ്യും. അതിലൂടെ ഒരുവന്റെ തൊഴിലിലും 'കർമ്മ'ത്തിലും "ഗുണ"ത്തിലും സ്വഭാവത്തിലും പെരുമാറ്റത്തിലും നിന്നും ഉദ്ഭുതമാവുന്ന 'സ്വധർമ്മ'ത്തിന്റെ അഥവാ ചുമതലയുടെ അടിസ്ഥാനത്തിലുള്ള മികവാർജിക്കാനുള്ള അവസരം ഏവർക്കും ലഭ്യമാവുകയും ചെയ്യും."[161]

ആഭ്യന്തരഭീഷണികൾ എന്ന നിലയിൽ മുസ്ലീങ്ങളും ക്രിസ്ത്യാനികളും

'ഇന്റേർണൽ ത്രെറ്റ്സ്' (ആഭ്യന്തരഭീഷണികൾ) എന്ന തലക്കെട്ടിൽ സുദീർഘമായ ഒരു അധ്യായം *ബഞ്ച് ഓഫ് തോട്ട്സി*ലുണ്ട്. അതിൽ മുസ്ലീങ്ങളെ ഒന്നാമത്തെയും ക്രിസ്ത്യാനികളെ രണ്ടാമത്തെയും ആഭ്യന്തരഭീഷണികളായി ഗോൾവാൾക്കർ നിർവചിച്ചിരിക്കുന്നു. ജാതിയോ മതമോ എന്തുതന്നെയായാലും, എല്ലാ പൗരൻമാർക്കും തുല്യത കൽപ്പിച്ചിട്ടുള്ള ഒരു ജനാധിപത്യരാഷ്ട്രീയ സംഘടന നിലനിൽക്കെയാണ് അങ്ങനെ നിർവചിക്കാൻ ഗോൾവാൾക്കർ ധൈര്യപ്പെട്ടത്. കമ്യൂണിസ്റ്റുകാരെ അദ്ദേഹം മൂന്നാം നമ്പർ ശത്രുവെന്ന് വിളിച്ചിരിക്കുന്നു. ആ അധ്യായം തുടങ്ങുന്നത് ഇപ്രകാരമാണ്:

"രാജ്യത്തിനകത്ത് തന്നെയുള്ള ശത്രുത പുലർത്തുന്ന ശക്തികൾ പുറമേനിന്നുള്ള ആക്രമണകാരികളേക്കാൾ ദേശീയ സുരക്ഷിതത്വത്തിന് വളരെ കൂടുതൽ ഉപദ്രവകാരികളാണ് എന്നത് ലോകത്തിലെ നിരവധി രാജ്യങ്ങളുടെ ചരിത്രത്തിലെ ദുഃഖകരമായ പാഠമാണ്."[162]

മുസ്ലീങ്ങളെ ഒന്നാം നമ്പർ ശത്രുവായി ചിത്രീകരിച്ചുകൊണ്ട് ഗോൾവാൾക്കർ പറയുന്നു:

> ഇപ്പോൾ മുസ്ലീം പ്രശ്നമൊന്നുമില്ല. പാകിസ്ഥാനെ അനുകൂലിച്ച കുഴപ്പക്കാരെല്ലാം എന്നെന്നേക്കുമായി ഇവിടം വിട്ടുപോയിരിക്കുന്നു. അവശേഷിച്ച മുസ്ലീങ്ങൾ നമ്മുടെ രാജ്യത്തോട് ഭക്തി

> യുള്ളവരാണ്. എന്തൊക്കെയായാലും വിധേയത്വത്തോടെ തുടരുകയല്ലാതെ അവർക്ക് പോകാൻ വേറെ ഇടമൊന്നുമില്ല എന്ന് പറയുന്ന നിരവധി പേർ ഇന്നുമുണ്ട്. പാകിസ്ഥാൻ രൂപീകരിക്കപ്പെട്ടതോടെ ഒറ്റ രാത്രികൊണ്ട് അവർ ദേശസ്നേഹികളായിത്തീർന്നു എന്ന് വിശ്വസിക്കുന്നത് നമ്മെ സംബന്ധിച്ചിടത്തോളം ആത്മഹത്യാപരമാണ്. നേരെമറിച്ച്, പാകിസ്ഥാൻ രൂപീകരിക്കപ്പെട്ട ശേഷം അവരുടെ ഉപദ്രവം നൂറ് മടങ്ങായി വർധിച്ചിട്ടുണ്ട്. ആ രാജ്യം നമ്മുടെ രാജ്യത്തിന് മേലുള്ള അവരുടെ (മുസ്ലീങ്ങളുടെ) ഭാവിയിലെ ആക്രമണ പദ്ധതികൾക്കുള്ള ഒരു സ്പ്രിംഗ് ബോർഡ് ആയിത്തീർന്നിരിക്കുന്നു.[163]
>
> മുസ്ലീം ശത്രുവിനെക്കുറിച്ച് അദ്ദേഹം തുടർന്ന് പറയുന്നു: "രാജ്യത്തിനകത്ത് നിരവധി മുസ്ലീം പോക്കറ്റുകൾ, അതായത്, "ലഘു പാകിസ്ഥാനുകൾ' ഉണ്ട്. രാജ്യത്തിന്റെ പൊതുനിയമം ചില മാറ്റങ്ങളോട് കൂടിയേ അവിടങ്ങളിൽ നടപ്പിലാക്കാനാവൂ. തെമ്മാടികളുടെ ഇഷ്ടാനിഷ്ടങ്ങളാണ് അവിടത്തെ അവസാന വാക്ക്. നേരിട്ടല്ലെങ്കിൽ പോലും, അതിനെ അംഗീകരിക്കുന്നത് നമ്മുടെ ദേശീയ ജീവിതത്തെ ഒന്നടങ്കം നശിപ്പിക്കാനുള്ള വഴി തുറന്നുകൊടുക്കലാണ്. ഈ രാജ്യത്ത് പാകിസ്ഥാൻ അനുകൂല ഘടകങ്ങളുടെ വ്യാപ്തിയേറിയ ശൃംഖലകളുടെ കേന്ദ്രങ്ങളായി ഈ 'പോക്കറ്റു'കൾപരിണമിച്ചിരിക്കുന്നു... യഥാർഥത്തിൽ സകല ഇടങ്ങളിലും പാകിസ്ഥാനുമായി ട്രാൻസ്മിറ്ററിലൂടെ നിരന്തരം സമ്പർക്കം പുലർത്തുന്ന മുസ്ലീംങ്ങളുണ്ട്.[164]

മുസ്ലീങ്ങളെ ആക്രമണകാരികളായ ദേശവിരുദ്ധരെന്ന് വിളിക്കുന്ന ഗോൾവാൾക്കർ, 2002 ൽ ഗുജറാത്തിൽ കണ്ട നരവംശഹത്യ പോലെയുള്ള, മുസ്ലീം ഉൻമൂലനത്തിനുള്ള ഗൂഢാലോചനയിൽ നേരിട്ട് പങ്കെടുത്തിട്ടുണ്ട് എന്ന വസ്തുത ഇവിടെ എടുത്തു പറയേണ്ടിയിരിക്കുന്നു. സ്വാതന്ത്ര്യ പ്രാപ്തിക്ക് തൊട്ടുമുമ്പ് രാജ്യത്തിന്റെ ഐക്യം തകർക്കാനുള്ള ഗോൾവാൾക്കറുടെയും ആർ എസ് എസിന്റെയും ഹീനമായ തന്ത്രം വ്യക്തമാക്കുന്ന ഒരു സംഭവത്തെക്കുറിച്ച് സ്വാതന്ത്ര്യത്തിന് ശേഷം യു പി യിലെ ആദ്യത്തെ ആഭ്യന്തരസെക്രട്ടറി ആയിരുന്ന രാജേശ്വർ ദയാലിന്റെ ആത്മകഥയിൽ വിവരിച്ചിട്ടുണ്ട്.

"യു പി കാബിനറ്റിന്റെ മന്ദതയും തീരുമാനമെടുക്കാനുള്ള കഴിവില്ലായ്മയും മൂലമുണ്ടായ അതീവ ഗുരുതരമായ ഒരു സംഭവം ഞാനിവിടെ രേഖപ്പെടുത്തേണ്ടതാവശ്യമാണ്. വർഗീയമായ പ്രക്ഷുബ്ധത തികച്ചും ആശങ്കാകുലമായിരുന്ന ആ ഘട്ടത്തിൽ വെസ്റ്റേൺ റേഞ്ചിലെ പോലീസ് ഡെപ്യൂട്ടി ഇൻസ്പെക്ടർ ജനറലും തികഞ്ഞ പക്വതയും പ്രാഗത്ഭ്യവുമുള്ളവനുമായ ബി ബി എൽ ജയ്റ്റ്ലി അതീവ രഹസ്യമായി എന്റെ പാർപ്പിടത്തിലെത്തി. ഒപ്പമുണ്ടായിരുന്ന അദ്ദേഹത്തിന്റെ രണ്ട് ഉദ്യോഗസ്ഥർ സുരക്ഷിതമായി പൂട്ടിയ രണ്ട് വലിയ ഇരുമ്പുപെട്ടികൾ കൊണ്ടു

വന്നു. ആ പെട്ടി തുറന്ന് പ്രവിശ്യയുടെ പടിഞ്ഞാറൻ ജില്ലകളിലുടനീളം ഒരു വർഗീയ വിപത്ത് സൃഷ്ടിക്കാനുള്ള ഹീനമായ ഗൂഢാലോചനയുടെ നിരാകരിക്കാനാവാത്ത തെളിവ് അവർ വെളിപ്പെടുത്തി. തികഞ്ഞ കൃത്യതയോടെയും വൈദഗ്ധ്യത്തോടെയും വിസ്തൃതമായ ആ പ്രദേശത്തിന്റെ ബ്ലൂപ്രിന്റുകൾ കുത്തിനിറച്ചവയായിരുന്നു ആ പെട്ടികൾ. അവയിൽ മുസ്ലീം ഭൂപ്രദേശങ്ങൾ പ്രത്യേകം അടയാളപ്പെടുത്തിയിരുന്നു. വർഗീയ സംഘർഷമഴിച്ചുവിടുന്നതിനെയും വ്യത്യസ്ത ഇടങ്ങളിൽ കടന്നുചെല്ലുന്നതിനെയും കുറിച്ചുള്ള വിശദമായ നിർദേശങ്ങളും അതിലടങ്ങിയിരുന്നു. ഈ വെളിപ്പെടുത്തലുകളിൽ തികച്ചും പരിഭ്രാന്തനായ ഞാൻ ഉടനെ ആ പൊലീസ് സംഘത്തെ പ്രധാനമന്ത്രിയുടെ (മുഖ്യമന്ത്രിയുടെ) പാർപ്പിടത്തിലേയ്ക്ക് കൊണ്ടുപോയി. അവിടത്തെ അടച്ചിട്ട ഒരു മുറിക്കുള്ളിൽ വച്ച് ഇരുമ്പുപെട്ടികളിലെ തെളിവുകളുടെ പിൻബലത്തോടെ തന്റെ കണ്ടെത്തലിനെക്കുറിച്ച് ജയ്റ്റ്ലി സമഗ്രമായ ഒരു റിപ്പോർട്ട് അവതരിപ്പിച്ചു. യഥാസമയം ആർ എസ് എസ് കേന്ദ്രങ്ങളിൽ നടത്തിയ റെയ്ഡുകളിലൂടെയാണ് വൻതോതിലുള്ള ഈ ഗൂഢാലോചന വെളിച്ചം കണ്ടത്. ആ സംഘടനയുടെ മേധാവിയുടെ നേരിട്ടുള്ള നിർദേശങ്ങൾക്കും മേൽനോട്ടത്തിനും വിധേയമായിട്ടായിരുന്നു, ഈ ഗൂഢതന്ത്രം മുഴുവനും രൂപപ്പെട്ടത്. അപ്പോഴും സ്ഥലത്തുണ്ടായിരുന്ന പ്രധാനകുറ്റവാളിയായ ശ്രീ. ഗോൾവാൾക്കറെ അടിയന്തരമായി അറസ്റ്റ് ചെയ്യണമെന്ന് ഞാനും ജയ്റ്റ്ലിയും ആവശ്യപ്പെട്ടു.

"തന്റെ കണ്ണുകൾക്കും ചെവികൾക്കും മുമ്പിലുള്ള തെളിവുകൾ അംഗീകരിക്കാതിരിക്കാൻ പാന്ത്ജി(ജി ബി പാന്ത്)ക്ക് കഴിയുമായിരുന്നില്ല. അദ്ദേഹം കടുത്ത ആശങ്ക പ്രകടിപ്പിച്ചു. എന്നാൽ, ഞങ്ങൾ പ്രതീക്ഷിച്ച പോലെയും, കിദ്വായി ചെയ്യുമായിരുന്ന പോലെയും ലഹളത്തലവനെ അടിയന്തരമായി അറസ്റ്റ് ചെയ്യാൻ സമ്മതിക്കുന്നതിന് പകരം, പരിഗണിക്കാനായി ഇക്കാര്യം കാബിനറ്റിന്റെ അടുത്ത യോഗത്തിൽ വയ്ക്കാമെന്ന് അദ്ദേഹം പറഞ്ഞു. രാഷ്ട്രീയാടിസ്ഥാനത്തിലുള്ള ജനസമൂഹത്തിൽ ആർ എസ് എസ് ആഴത്തിൽ വേരുറപ്പിച്ച് കഴിഞ്ഞിരുന്നതിനാൽ നിസ്സംശയമായും അത് രാഷ്ട്രീയ ദൗർബല്യത്തിന്റെ പ്രശ്നമായിരുന്നു. രാഷ്ട്രീയമായ മറ്റ് കാരണങ്ങളും അതിനുണ്ടായിരുന്നു. പരസ്യമായും രഹസ്യമായും ആർ എസ് എസ് പ്രവർത്തകർ കോൺഗ്രസ് പാർട്ടിയിലും മന്ത്രിസഭയിലും പോലുമുണ്ടായിരുന്നു. ഉപരിസഭയുടെ അധ്യക്ഷനും സ്വയം ആർ എസ് എസിന്റെ ഒരനുഭാവിയുമായിരുന്ന ആത്മാഗോവിന്ദ് ഖേറിന്റെ രണ്ട് പുത്രന്മാരും പരസ്യമായി തന്നെ ആർ എസ് എസ് അംഗങ്ങളാണ് എന്നത് എല്ലാവർക്കും അറിവുള്ളതുമായിരുന്നു.

"മന്ത്രിസഭായോഗത്തിൽ പതിവുള്ള മന്ദതയായിരുന്നു. അനാവശ്യമായി പലതും ചർച്ച ചെയ്യപ്പെട്ടു. പ്രവിശ്യയിലാകമാനം ആളിപ്പടരാവുന്ന വർഗീയ സംഘർഷത്തിനുള്ള ഗൂഢാലേചന പുറത്തുകൊണ്ടുവന്നതിനെക്കുറിച്ചോ ആ ദൗത്യം നിർവഹിച്ച പൊലീസിനെ ശ്ലാഘിക്കു

ന്നതിനെക്കുറിച്ചോ ഗൗരവമുള്ള ചർച്ചകളൊന്നും നടന്നില്ല. തെളിവുകളുടെ അടിസ്ഥാനത്തിൽ ശ്രീ. ഗോൾവാൾക്കർക്ക് ഒരു കത്തു നൽകണമെന്നും അദ്ദേഹത്തിൽ നിന്നും ഒരു വിശദീകരണം ആവശ്യപ്പെടാമെന്നും മാത്രമാണ് മന്ത്രിസഭാ യോഗം തീരുമാനിച്ചത്. എന്റെ നിർബന്ധം മൂലം അത്തരമൊരു കത്ത് നൽകുകയാണെങ്കിൽ, അതിന് കൂടുതൽ ഗൗരവം ജനിപ്പിക്കാൻ, പ്രധാനമന്ത്രിതന്നെ കൈമാറണമെന്ന് ധാരണയായി. പാന്ത്ജി കത്തിന്റെ കരട് തയാറാക്കാൻ എന്നോടാവശ്യപ്പെടുകയും ചെയ്തു. അടിയന്തരമായി കത്ത് കൈമാറണമെന്ന തീരുമാന പ്രകാരം, അതിനായി രണ്ട് ഉദ്യോഗസ്ഥരെ നിയോഗിച്ചു.

"എന്തായാലും, ഇക്കാര്യത്തെക്കുറിച്ച് വിവരം ലഭിച്ച ഗോൾവാൾക്കർ അവിടെനിന്നും സ്ഥലം വിട്ടു. തെക്കോട്ട് സഞ്ചരിച്ച അദ്ദേഹം പിന്തുടർന്നു വന്ന ഉദ്യോഗസ്ഥരെ വെട്ടിച്ച് കടക്കുന്നതിൽ വിജയിച്ചു. വിഫലമായ ഈ പിന്തുടരൽ ഒരിടത്തു നിന്നും മറ്റൊരിടത്തേക്ക് ആഴ്ചകളോളം നീണ്ടു.

"അവസാനം, 1948 ജനുവരി 30 ന്, സമാധാനത്തിന്റെ ശ്രേഷ്ഠ സുവിശേഷകനായ മഹാത്മാ ഒരു ആർ എസ് എസ് മതഭ്രാന്തന്റെ വെടിയുണ്ടയേറ്റു വീണു. ദുരന്തമായ ഈ അധ്യായം എന്നെ മാനസികമായി രോഗിയാക്കിത്തീർത്തു."

ഉത്തർപ്രദേശിന്റെ പടിഞ്ഞാറൻ ഭാഗങ്ങളിൽ നിന്നും എല്ലാ മുസ്ലീങ്ങളെയും ഉന്മൂലനം ചെയ്യാനുള്ള ഗോൾവാൾക്കറുടെ പദ്ധതിയെക്കുറിച്ചുള്ള രാജേശ്വർ ദയാലിന്റെ ഞെട്ടിപ്പിക്കുന്ന വിവരണം മുതിർന്ന ആർ എസ് എസ് പ്രചാരക് ആയ കൃഷ്ണഗോപാൽ രസ്തോഗി സ്ഥിരീകരിച്ചിട്ടുണ്ട്. *പ്രചാരക് ജീവൻ (പ്രചാരക്കിന്റെ ജീവിതം)* എന്ന തന്റെ ആത്മകഥയിൽ റൂർക്കിക്കും ഹരിദ്വാറിനും (ഉത്തർപ്രദേശിന്റെ പടിഞ്ഞാറൻ ഭാഗം) ഇടയിലുള്ള കലിയറിലെ മുസ്ലീങ്ങൾക്കെതിരെ സായുധരായ ഹിന്ദുക്കളെ നേരിട്ട് നയിച്ച സംഭവം വിവരിക്കവേ, യാതൊരു കുറ്റബോധവുമില്ലാതെ, അദ്ദേഹം പറയുന്നു:

> മുസ്ലീങ്ങൾ താമസിക്കുന്ന പഴക്കമുള്ള ഒരു അധിവാസ കേന്ദ്രമാണത്. കഠാര, കുന്തം, തോക്ക് എന്നീ ആയുധങ്ങളാൽ ഏതൊരു സാഹചര്യത്തെയും നേരിടാൻ അവർ സജ്ജരായിരുന്നു. ചില ഹിന്ദുപ്രദേശങ്ങൾ ആക്രമിക്കാനുള്ള അവരുടെ ഉദ്ദേശ്യത്തെക്കുറിച്ചറിഞ്ഞ ഞാൻ അറിയപ്പെടുന്ന ചില ഗുണ്ടകളുൾപ്പെടെ 250 ആളുകളെ സംഘടിപ്പിച്ച് കലിയറിൽ കടന്നാക്രമണം നടത്തി. അപ്പോൾ ഒരു അസാധാരണ സംഭവമുണ്ടായി. ഒരു വീട്ടിൽ ഞങ്ങൾ ആളുകളെ കൊന്നുകൊണ്ടിരിക്കെ, അതീവ സുന്ദരിയായ ഒരു ചെറുപ്പക്കാരിയെ ഞങ്ങളവിടെ കണ്ടു. എന്റെ നേതൃത്വത്തിലുള്ള ആക്രമണകാരികൾ ഒറ്റയടിക്ക് കാമാതുരരായിത്തീർന്നു. ആ പെൺകുട്ടിയെ സ്വന്തമാക്കാൻ അവർ അന്യോന്യം പോരടിക്കുക പോലും ചെയ്തു. ആ സാഹചര്യം എങ്ങനെ കൈകാര്യം ചെയ്യ

> ണമെന്നറിയാതെ ഞാൻ വിഷമിച്ചു. യഥാർഥ പ്രശ്നത്തിലേക്ക് അവരുടെ ശ്രദ്ധ തിരികെ കൊണ്ടുവരാൻ ഞാനെന്റെ കഴിവിന്റെ പരമാവധി ശ്രമിച്ചു. ഞാനവരെ തെറി പറഞ്ഞ് ഭീഷണിപ്പെടുത്തിയെങ്കിലും അവരെന്നെ ശ്രദ്ധിച്ചില്ല. പൊടുന്നനെ ഞാനൊരു പരിഹാരം കണ്ടു. ഈ കുഴപ്പങ്ങൾക്കെല്ലാം കാരണമായ ആ പെൺകുട്ടിയെ വകവരുത്തണം. ഞാനെന്റെ തോക്കെടുത്ത് അവൾക്ക് നേരെ നിറയൊഴിച്ചു. അവൾ മരിച്ചു വീണു. എന്റെ കൂട്ടാളികൾ നടുങ്ങിപ്പോയി. അവർ അവരുടെ ജോലി തുടർന്നു. ഒരു സ്ത്രീയെ ആക്രമിക്കുന്നത് നമ്മുടെ തത്വങ്ങൾക്ക് വിരുദ്ധമാണെങ്കിലും ഒരു അടിയന്തര സാഹചര്യത്തിലാണ് ഞാനത് ചെയ്തത്. അതിൽ ഞാനിപ്പോഴും ദുഃഖിക്കുന്നു.[166]

ഇപ്പോഴത്തെ ആർ എസ് എസ് മുഖ്യനായ കെ എസ് സുദർശൻ പ്രകീർത്തിക്കുന്ന ഒരു ആമുഖത്തോടൊപ്പമാണ് ഈ ആത്മകഥ പ്രകാശനം ചെയ്തത്. 50 ൽ അധികം എം പി മാരുടെ എതിർപ്പുണ്ടായിട്ടും എൻ ഡി എ സർക്കാരിന്റെ കാലത്ത് (1999-2004) മുരളി മനോഹർ ജോഷിക്ക് കീഴിലുള്ള മാനവവിഭവശേഷി വികസന മന്ത്രാലയത്തിന്റെ രണ്ട് കമ്മിറ്റികളിൽ അതേ കൃഷ്ണഗോപാൽ രസ്തോഗിയെ നിയമിച്ചു എന്ന കാര്യം നാമിവിടെ ഓർക്കേണ്ടതാവശ്യമാണ്.

ക്രിസ്ത്യാനികളെ രണ്ടാം നമ്പർ ശത്രുവായി കൈകാര്യം ചെയ്തുകൊണ്ട് ഗോൾവാൾക്കർ എഴുതി:

"അവരുടെ പ്രവർത്തനങ്ങൾ കേവലം മതരഹിതം മാത്രമല്ല, അവർ ദേശവിരുദ്ധരുമാണ്. നമ്മുടെ രാജ്യത്ത് പാർക്കുന്ന ക്രിസ്ത്യാനികളായ മാന്യൻമാരുടെ ഉദ്ദേശ്യം മതപരവും സാമൂഹികവുമായ ക്രമം തകർക്കുക മാത്രമല്ല, വ്യത്യസ്ത പോക്കറ്റുകളിൽ, സാധ്യമെങ്കിൽ രാജ്യത്തുടനീളം, രാഷ്ട്രീയ മേധാവിത്വം കൈവരിക്കുകയുമാണ്."[167]

സ്വാതന്ത്ര്യലബ്ധിക്ക് ശേഷവും, ഇസ്ലാമിലേക്കും ക്രിസ്തുമതത്തിലേക്കും മതപരിവർത്തനം ചെയ്യുന്നവർ തിന്ന ചോറിനോട് നന്ദിയില്ലാത്തവരായതിനാൽ, സ്വാഭാവികമായും ദേശവിരുദ്ധരായി പരിണമിക്കുന്നുവെന്ന് ഗോൾവാൾക്കർ വാദിച്ചുകൊണ്ടിരുന്നു.

> അവർ ഈ ദേശത്ത് ജനിച്ചവരാണ്, സംശയമില്ല. എന്നാലവർ അവരുടെ ചോറിനോട് നന്ദിയുള്ളവരാണോ? അവരെ വളർത്തി വലുതാക്കിയ ഈ ദേശത്തോട് അവർക്ക് നന്ദിയുണ്ടോ? തങ്ങൾ ഈ ദേശത്തിന്റെയും അതിന്റെ പാരമ്പര്യങ്ങളുടെയും സന്തതികളാണെന്നും അവയെ സേവിക്കുന്നത് മഹാഭാഗ്യമാണെന്നും അവർക്ക് തോന്നുന്നുണ്ടോ? ഈ ദേശത്തെ സേവിക്കണമെന്ന് അവർക്ക് തോന്നുന്നുണ്ടോ? ഇല്ല! വിശ്വാസം മാറിയതോടെ രാഷ്ട്രത്തോടുള്ള സ്നേഹവും ആദരവും അവർക്ക് നഷ്ടപ്പെട്ടു. മാത്രമല്ല, ഈ ദേശത്തിന്റെ ശത്രുക്കളുമായി അനന്യത പ്രാപി

> ക്കാനുള്ള വാഞ്ഛയും അവരിലുണ്ടായി. തങ്ങളുടെ വിശുദ്ധ ഇടങ്ങളായി അവർ ചില വിദേശരാജ്യങ്ങളെ വീക്ഷിക്കുന്നു.... അതുകൊണ്ട് അതവരുടെ വിശ്വാസത്തിലുണ്ടായ മാറ്റമായി മാത്രമല്ല, ദേശീയമായ അനന്യതയിലുണ്ടായ മാറ്റമായും നാമവയെ കാണുന്നു: സ്വന്തം മാതൃരാജ്യത്തെ കൈയൊഴിഞ്ഞ് ശത്രുവിന്റെ പാളയത്തിലെത്തുന്നത് ദേശദ്രോഹമല്ലാതെ മറ്റെന്താണ്?[168]

ബ്രിട്ടീഷുകാർ 'വിഭജിച്ച് ഭരിക്കുക' എന്ന നയം പിന്തുടർന്നിരുന്ന കാലത്ത് മാത്രമല്ല അതിന് ശേഷവും ന്യൂനപക്ഷങ്ങൾക്കെതിരായ വിദ്വേഷം ആവർത്തിച്ച് പ്രകടിപ്പിക്കാൻ ഗോൾവാൾക്കർ മടിച്ചിട്ടില്ല.

> ഈ ദേശത്ത് പാർക്കുന്ന ആ വിഭാഗങ്ങളെല്ലാം തന്നെ തിന്ന ചോറിനോട് നന്ദി കാണിക്കാത്തവരും അതിന്റെ സംസ്കാരം ഉൾക്കൊള്ളാത്തവരും നിരവധി നൂറ്റാണ്ടുകളായി ഈ ദേശത്ത് നടപ്പിലുണ്ടായിരുന്ന തരത്തിലുള്ള ജീവിതം നയിക്കാത്തവരും അതിന്റെ തത്വശാസ്ത്രത്തിലും ദേശീയ വീരപുരുഷൻമാരിലും വിശ്വസിക്കാത്തവരും, ചുരുക്കത്തിൽ, നമ്മുടെ ദേശീയ ജീവിതത്തിന് അന്യമായ ജീവിതം നയിക്കുന്നവരുമാണെന്ന നിഗമനത്തിൽ നാം എത്തിച്ചേരുന്നു. വിശുദ്ധഭൂമിയായ ഈ ഭാരതത്തിൽ യാഥാർഥ്യമായതും അച്ചടക്കമുള്ളതും മാഹാത്മ്യമുള്ളതുമായ ദേശീയ ജീവിതം നയിക്കുന്നത് ഹിന്ദുജനങ്ങൾ മാത്രമാണ്.[169]

പൗരൻമാരെ അധിക്ഷേപിക്കുന്നത് നിയമത്താൽ ശിക്ഷാർഹമായ ഒരു ജനാധിപത്യ-മതേതര റിപ്പബ്ലിക്കിലാണ് ഗോൾവാൾക്കർ മുസ്ലീങ്ങൾക്കും ക്രിസ്ത്യാനികൾക്കുമെതിരെ ഈ വിദ്വേഷപ്രചരണം നടത്തിയത്. എന്നിട്ടും ദേശവിരുദ്ധമായ ആ പ്രചാരണത്തിനെതിരെ റിപ്പബ്ലിക് നിശബ്ദത പാലിച്ചു.

വ്യത്യസ്ത പത്രസമ്മേളനങ്ങളിൽ ഉയർന്ന ഗോൾവാൾക്കറുടെ പ്രതികരണങ്ങളുടെ സമാഹാരമാണ് *സ്പോട്ട് ലൈറ്റ്*. അദ്ദേഹത്തിന്റെ മരണശേഷം ആർ എസ് എസ് അത് പ്രസിദ്ധീകരിച്ചു. തന്റെ ജീവിതകാലത്തുടനീളം മുസ്ലീങ്ങളെ ഒരു 'പ്രശ്ന'മായി അദ്ദേഹം ഗണിച്ചിരുന്നുവെന്ന് വ്യക്തമാക്കുന്ന, *ഓൺ ദി മുസ്ലീം പ്രോബ്ലം* എന്ന് തലക്കെട്ടുള്ള ഒരധ്യായം ആ പുസ്തകത്തിലുണ്ട്. 1970 ജൂണിൽ അദ്ദേഹത്തിന് നേരെ ഒരു ചോദ്യമുണ്ടായി: "ഒരു സ്വതന്ത്ര രാജ്യമെന്ന നിലയിൽ ഇത്രയേറെ വർഷങ്ങൾ കഴിഞ്ഞിട്ടും ഇന്ത്യയിൽ വർഗീയ സംഘർഷങ്ങൾക്ക് അയവ് വന്നിട്ടില്ല. അതിനുള്ള കാരണം എന്താണെന്ന് താങ്കൾ കരുതുന്നു?" അദ്ദേഹത്തിന്റെ മറുപടി ഇപ്രകാരമായിരുന്നു:

"ഇന്ത്യയുമായും അതിലെ ജനങ്ങളുമായും സംസ്കാരവുമായും ഇന്ത്യയിലെ മുസ്ലീങ്ങൾക്ക് പൂർണമായും അനന്യത പ്രാപിക്കാൻ

ഇപ്പോഴും സാധിക്കാത്തതാണ് ഹിന്ദു-മുസ്ലീം സംഘർഷത്തിന്റെ പ്രധാന കാരണം. ഇത് തന്റെ രാജ്യമാണെന്നും ഇവിടത്തേത് തന്റെ ജനമാണെന്നും ഇന്ത്യയിലെ മുസ്ലീങ്ങൾക്ക് തോന്നുകയും അങ്ങനെ പറയുകയും ചെയ്യുമ്പോൾ പ്രശ്നം ഇല്ലാതാവും. അവന്റെ മനഃശാസ്ത്രത്തിൽ മാറ്റമുണ്ടാവുകയാണാവശ്യം.''[170]

സവർക്കറെ പോലെ, മുസ്ലീങ്ങളെയും ക്രിസ്ത്യാനികളെയും ഇന്ത്യാ രാജ്യത്തിന്റെ ഭാഗമായി ഗണിക്കാനാവില്ലെന്ന് വിശ്വസിക്കുന്ന, ഹിന്ദുത്വത്തിന്റെ ഒരു പ്രവാചകനിൽ നിന്നുമാണ് ഈ ഉപദേശം ഉണ്ടായത് എന്നത് തികച്ചും കൗതുകകരമാണ്.

ഗാന്ധിയുടെ ഘാതകനായ ഹിന്ദുവായ നാഥുറാം ഗോഡ്സേയെക്കുറിച്ചുള്ള അഭിപ്രായമാരാഞ്ഞപ്പോൾ പോലും മുസ്ലീങ്ങളെ 'പ്രശ്ന'മായി ഗണിക്കുന്നതിൽ നിന്നും ഗോൾവാൾക്കർ മുക്തനായില്ല. മുസ്ലീങ്ങളെ ലക്ഷ്യമിട്ട് ആ വിഷയത്തെ വളച്ചൊടിച്ച അദ്ദേഹം ആർ എസ് എസിനെ ഗാന്ധിയുടെ സംരക്ഷകനായി ചിത്രീകരിച്ചു. ഗാന്ധിയെ കൊലപ്പെടുത്തിയത് ഒരു ഹിന്ദുവാണെന്ന് അംഗീകരിക്കുമ്പോൾ തന്നെ അദ്ദേഹം പ്രഖ്യാപിച്ചു:

''1947 ലെ ശരത്കാലത്ത് ചില പ്രത്യേക ഗ്രൂപ്പുകൾ അദ്ദേഹത്തെ കൊലപ്പെടുത്താൻ ശ്രമിക്കുന്നതായുള്ള റിപ്പോർട്ടുകൾ സർക്കാരിന് ലഭിച്ചുവെന്ന കാര്യം നിങ്ങൾക്കറിയാമായിരിക്കാം. ഡൽഹിയിലുള്ള ബംഗി (ശുചീകരണം നടത്തുന്നവർ) കോളണിയിലെ പാർപ്പിടത്തിൽ മഹാത്മയെ ചില മുസ്ലീങ്ങൾ ഭീഷണിപ്പെടുത്തിക്കൊണ്ടിരുന്നു. കോൺഗ്രസ് നേതാക്കൾ ഞങ്ങളോട് സഹായമാവശ്യപ്പെടുകയും അദ്ദേഹം ബിർളാ ഹൗസിലേക്ക് പോകുന്നതു വരെ ഞങ്ങൾ 24 മണിക്കൂറും സംരക്ഷണം നൽകുകയും ചെയ്തു.''[171]

ഗോഡ്സേക്ക് ആർ എസ് എസുമായും ഹിന്ദുമഹാസഭയുമായും ഉറ്റബന്ധമുണ്ടായിരുന്നുവെന്ന വസ്തുതയിൽ നിന്നും ശ്രദ്ധ തിരിക്കാൻ വേണ്ടിയാണ് ഗോൾവാൾക്കർ ബോധപൂർവം മുസ്ലീങ്ങളെ ഇവിടേക്ക് വലിച്ചിഴച്ചത്.

മുസ്ലീങ്ങളെ ലക്ഷ്യമിടാനും രാജ്യത്തുണ്ടാവുന്ന ഏത് പ്രശ്നത്തിനും അവരെ ഉത്തരവാദികളാക്കാനും ഗോൾവാൾക്കർ സദാ ശ്രദ്ധിച്ചിരുന്നു. ഉദാഹരണമായി, 1966 ൽ അദ്ദേഹത്തോട് ചോദിച്ചു: ''നമ്മുടെ രാജ്യത്ത് പശുക്കളെ കശാപ്പു ചെയ്യാൻ ആരംഭിച്ചതെങ്ങനെയാണ്?'' അദ്ദേഹം പറഞ്ഞു:

''വിദേശ ആക്രമണകാരികൾ നമ്മുടെ രാജ്യത്ത് വന്നതോടെയാണ് അതാരംഭിച്ചത്. ജനങ്ങളെ അടിമകളാക്കാൻ ഹിന്ദുക്കളുടെ ആത്മാഭിമാനത്തിന്റെ സകല അവശിഷ്ടങ്ങളും തുടച്ചു മാറ്റുന്നതാണ് ഏറ്റവും നല്ല മാർഗമെന്ന് അവർ കരുതി. മതപരിവർത്തനം, നമ്മുടെ ക്ഷേത്രങ്ങളുടെയും മഠങ്ങളുടെയും നശീകരണം എന്നിവ പോലുള്ള വ്യത്യസ്ത തരത്തിലുള്ള ക്രൂരതകൾ അവർ കൈക്കൊണ്ടു. ആ രീതിയിലാണ് പശുക്കളെ കശാപ്പു ചെയ്യാനും ആരംഭിച്ചത്.''[172]

ഇതിനെക്കാൾ നഗ്നമായ പച്ചക്കള്ളം വേറെയുണ്ടാവാനില്ല. മുസ്ലീങ്ങളാണ് ഗോഹത്യ ആരംഭിച്ചതെന്ന ഗോൾവാൾക്കറുടെ വാദം ചരിത്ര വസ്തുതകളുടെ പൂർണമായ നിരാകരണവുമാണ്. വേദത്തിന്റെ രീതിയിലുള്ള ചരിത്രവുമായി പോലും അത് പൊരുത്തപ്പെടുന്നില്ല. വേദഗ്രന്ഥങ്ങളും വിവേകാനന്ദന്റെ ചില രചനകളും വായിച്ചിരുന്നുവെങ്കിൽ ഇത്തരമൊരു പച്ചക്കള്ളം പറയുക എന്ന ലജ്ജാവഹമായ അവസ്ഥയിൽ നിന്നും അദ്ദേഹത്തിന് രക്ഷപ്പെടാമായിരുന്നു. എന്നാൽ, മുസ്ലീം ന്യൂനപക്ഷത്തോടുള്ള സ്പർധ വിവേകാനന്ദനും ഹിന്ദു വിശുദ്ധഗ്രന്ഥങ്ങളും പറഞ്ഞ വസ്തുതകളെപ്പോലും മാനിക്കാൻ അദ്ദേഹത്തെ അനുവദിച്ചില്ല.

1900 ഫെബ്രുവരി 2 ന് കാലിഫോർണിയയിലുള്ള പാസഡേനയിലെ ഷേക്സ്പിയർ ക്ലബിൽ 'ബുദ്ധിസ്റ്റിക് ഇന്ത്യ' എന്ന വിഷയത്തെക്കുറിച്ച് പ്രസംഗിക്കവേ, വിവേകാനന്ദൻ പറഞ്ഞു:

"പഴയ ചടങ്ങുകളനുസരിച്ച്, മാട്ടിറച്ചി തിന്നാത്തവൻ ഒരു നല്ല ഹിന്ദുവല്ല എന്ന് ഞാൻ പറഞ്ഞാൽ നിങ്ങൾ അത്ഭുതപ്പെട്ടേക്കാം. ചില പ്രത്യേക അവസരങ്ങളിൽ അവർ ഒരു കാളയെ ബലി കഴിച്ച് അതിനെ ഭക്ഷിക്കേണ്ടതാണ്."[173] വിവേകാനന്ദൻ സ്ഥാപിച്ച രാമകൃഷ്ണ മിഷൻ സ്പോൺസർ ചെയ്ത മറ്റ് ഗവേഷണ പ്രവർത്തനങ്ങളും അത് സ്ഥിരീകരിക്കുന്നു. വേദകാല ഇന്ത്യയെക്കുറിച്ച് ആധികാരിക പഠനങ്ങൾ നടത്തിയിട്ടുള്ള സി കുഞ്ഞൻ രാജാ പ്രാചീന ഇന്ത്യയിൽ വ്യാപകമായി മാട്ടിറച്ചി ഭക്ഷിച്ചിരുന്നു എന്ന വസ്തുത ഊന്നിപ്പറയുന്നു:

> ബ്രാഹ്മണരുൾപ്പെടെയുള്ള വേദകാല ആര്യൻമാർ മത്സ്യവും മാംസവും മാട്ടിറച്ചിയും പോലും, ഭക്ഷിച്ചിരുന്നു. വിശിഷ്ടനായ അതിഥിക്ക് ഭക്ഷണത്തോടൊപ്പം മാട്ടിറച്ചി നൽകി ആദരിച്ചിരുന്നു. വേദകാല ആര്യൻമാർ മാട്ടിറച്ചി തിന്നിരുന്നുവെങ്കിലും അവർ കറവപ്പശുക്കളെ കൊന്നിരുന്നില്ല. പശുവിനെ നിർണയിക്കാൻ ഉപയോഗിച്ചിരുന്ന ഒരു വാക്ക് "അഗ്ബ്ന്യ" (കൊല്ലാൻ പാടില്ലാത്തത്) എന്നായിരുന്നു. എന്നാൽ ഒരു അതിഥി "ഗോഗ്ബ്ന" (പശുവിനെ കൊല്ലുന്നത് ആർക്കു വേണ്ടിയാണോ അവൻ) ആണ്. കാളകളെയും വന്ധ്യകളായ പശുക്കളെയും കന്നുകുട്ടികളെയും മാത്രമേ കൊന്നിരുന്നുള്ളൂ.[174]

സവർക്കറെപോലെ, മുസ്ലീങ്ങളെയും ക്രിസ്ത്യാനികളെയും ഇന്ത്യൻ രാഷ്ട്രത്തിന്റെ ഭാഗമായി കരുതാൻ ഗോൾവാൾക്കറും തയാറായിരുന്നില്ല. അവരുടെ അഭിപ്രായത്തിൽ ഇത് അവകാശനിഷേധമുള്ള ഒരു 'ഹിന്ദുരാഷ്ട്രമാണ്. ഇന്ത്യാരാജ്യത്തെ ഹിന്ദുരാഷ്ട്രമെന്ന് വിളിക്കുന്നതിന് പകരം ഭാരതീയ രാജ്യമെന്ന് വിളിക്കാൻ ആർ എസ് എസ് സമ്മതിക്കാതിരിക്കാൻ കാരണമെന്താണെന്ന് ആരാഞ്ഞപ്പോൾ അദ്ദേഹത്തിന്റെ മറുപടി ഇതായിരുന്നു:

> പുരാതനകാലം മുതൽ ഞങ്ങളുടെ പേര് തന്നെയാണ് ഭാരതീയ

> എന്ന കാര്യത്തിൽ സംശയമില്ല. എന്നാൽ ഇന്ന് ആ വാക്കിനെക്കുറിച്ച് തെറ്റിദ്ധാരണയുണ്ട്. രാജ്യത്ത് പാർക്കുന്ന മുസ്ലീങ്ങളെയും ക്രിസ്ത്യാനികളെയും പോലുള്ള എല്ലാ വിഭാഗങ്ങളും ഉൾക്കൊള്ളുന്ന 'ഇന്ത്യൻ' എന്നതിന്റെ പരിഭാഷയായിട്ടാണ് സാധാരണയായി ആ പദം ഉപയോഗിക്കുന്നത്. അതുകൊണ്ട് ഞങ്ങളുടെ പ്രത്യേക സമൂഹത്തെ സൂചിപ്പിക്കാൻ ഭാരതീയ എന്ന വാക്കുപയോഗിക്കുന്നത് തെറ്റിദ്ധാരണയുണ്ടാക്കിയേക്കും. ഞങ്ങൾ ഉദ്ദേശിക്കുന്നതിന്റെ അർഥം കൃത്യമായും പൂർണമായും വെളിപ്പെടുത്താൻ ഹിന്ദു എന്ന വാക്കിന് മാത്രമേ സാധിക്കൂ.''[175]

ഹിന്ദുയിസവുമായി താരതമ്യപ്പെടുത്തുമ്പോൾ ഇസ്ലാം-ക്രിസ്ത്യൻ മതങ്ങൾ തരംതാണവയാണെന്ന ഉറച്ച വിശ്വാസമാണ് മുസ്ലീങ്ങളോടും ക്രിസ്ത്യാനികളോടുമുള്ള ഗോൾവാൾക്കറുടെ വെറുപ്പിനാധാരം. ആരും ഹിന്ദുവായോ മുസ്ലീമായോ ക്രിസ്ത്യാനിയായോ ജനിക്കുന്നില്ലെന്നും ഈ വേർതിരിവുകളെല്ലാം പിൽക്കാലത്തുണ്ടാവുന്നവയാണെന്നുമുള്ള വസ്തുതയെക്കുറിച്ച് അഭിപ്രായമാരാഞ്ഞപ്പോൾ അദ്ദേഹത്തിൽ നിന്നുമുണ്ടായ മറുപടി ആരെയും അത്ഭുതപ്പെടുത്തുകയില്ല. ഹിന്ദുയിസത്തിന്റെ മാഹാത്മ്യത്തിന് ഊന്നൽ നൽകിക്കൊണ്ട് അദ്ദേഹം പറഞ്ഞു:

> മറ്റുള്ളവരെ സംബന്ധിച്ചിടത്തോളം അത് ശരിയായിരിക്കാം. എന്നാൽ ഒരു ഹിന്ദുവിനെ സംബന്ധിച്ചിടത്തോളം, അവന്റെ ആദ്യത്തെ സംസ്കാരം അമ്മയുടെ ഗർഭപാത്രത്തിലായിരിക്കുമ്പോഴും അവസാനത്തേത് ചിതയിൽ എരിഞ്ഞടങ്ങുമ്പോഴും ലഭിക്കുന്നു. ഒരു ഹിന്ദുവിനെ അവനാക്കിത്തീർക്കുന്ന പതിനാറ് സംസ്കാരങ്ങളുണ്ട്. യഥാർഥത്തിൽ, ഗർഭപാത്രത്തിന് പുറത്ത് വരുന്നതിനുമുമ്പ് തന്നെ നാം ഹിന്ദുക്കളായിത്തീരുന്നു. ലളിതമായി, പേരൊന്നുമില്ലാത്ത മനുഷ്യജീവികളായി ഈ ലോകത്തിലേക്ക് വരുന്ന മറ്റുള്ളവർ പിന്നീട് ലിംഗാഗ്രചർമ്മം ഛേദിക്കുന്നതിലൂടെയോ മാമോദിസയിലൂടെയോ മുസ്ലീംങ്ങളോ ക്രിസ്ത്യാനികളോ ആയിത്തീരുന്നു.[176]

ഇസ്ലാം മതമോ ക്രിസ്തുമതമോ സ്വീകരിക്കുന്നു എന്നതിനർഥം മാതൃരാജ്യത്തിന് കൂടുതൽ ശത്രുക്കളുണ്ടാവുന്നു എന്ന് മാത്രമാണെന്ന് ഗോൾവാൾക്കർ ദൃഢമായി വിശ്വസിച്ചിരുന്നു.[177] മുസ്ലീങ്ങളോടും ക്രിസ്ത്യാനികളോടും ഗോൾവാൾക്കർക്ക് സ്പർധയുണ്ടാവാൻ കാരണം അവർ പുറമേ നിന്നുമുള്ള മതങ്ങളിൽ വിശ്വസിക്കുന്നതും അവരുടെ വിശുദ്ധ ഇടങ്ങൾ അന്യനാടുകളിൽ ആയതിനാലുമാണെന്ന് ആർ എസ് എസ് അനുഭാവികൾ ഇടയ്ക്കിടെ വാദിക്കാറുണ്ട്. എന്നാൽ, സവർക്കറെ പോലെ ഗോൾവാൾക്കറും, ഹിന്ദുക്കൾക്കും അവരുടെ വിശുദ്ധ ഇടങ്ങൾ

ചൈനയിലും (ശിവന്റെ വാസസ്ഥലമായ കൈലാസ മാനസസരോവരം) നേപ്പാളിലും (പശുപതി) ഉണ്ടെന്ന വസ്തുതയ്ക്ക് നേരെ കണ്ണടച്ചു. ഹിന്ദുത്വനയങ്ങളുടെ ഗവേഷകനായ കെ കെ ഗംഗാധരൻ ശരിയായി ത്തന്നെ ചോദിച്ചു:

> ഇതുവരെ (ഹിന്ദുക്കളെ) അവരുടെ സ്വന്തം രാജ്യത്ത് വിദേശികളാക്കുമോ? അസംബന്ധജഡിലമായ ഈ കള്ളന്യായം ഉയർത്തിപ്പിടിക്കുന്ന പക്ഷം, വിദേശരാജ്യങ്ങളിൽ സ്ഥിരതാമസമാക്കിയവരും അവിടങ്ങളിൽ പൗരത്വമുള്ളവരുമായ ദശലക്ഷക്കണക്കിന് ഇന്ത്യക്കാരെ, അവരുടെ വിശുദ്ധ ഇടങ്ങളും വീരനായകൻമാരും ഇന്ത്യയിലാണ് എന്ന കാരണത്താൽ, തുരത്തിയോടിക്കപ്പെടാം. സയ്യിദും ഷേക്കും അറബി പേരുകളാണെന്നും അവ സ്വീകരിക്കുന്ന മറ്റുള്ളവർ രാജ്യദ്രോഹികളാണെന്നും ഗോൾവാൾക്കർ പറയുന്നു. അത് ശരിയാണെങ്കിൽ ഇന്ത്യൻ പേരുകളോ സംസ്കൃത പേരുകളോ സ്വീകരിക്കുന്ന മറ്റുള്ളവരെക്കുറിച്ച് എന്താണഭിപ്രായം?"[178]

വിദേശബന്ധമുള്ളതിനാൽ ഗോൾവാൾക്കർ ഇസ്ലാമിനും ക്രിസ്തുമതത്തിനും എതിരായിരുന്നുവെന്ന് വിശ്വസിക്കുന്നതു ശരിയല്ല. ഇന്ത്യൻ ഉൽപ്പത്തിയുള്ള സിഖുമതം, ബുദ്ധമതം, ജൈനമതം എന്നിവയോടുള്ള അദ്ദേഹത്തിന്റെ സമീപനവും വിഭിന്നമായിരുന്നില്ല. അവയെ വേറിട്ട സ്വതന്ത്രമതങ്ങളായി അംഗീകരിക്കാൻ അദ്ദേഹം തയ്യാറായിരുന്നില്ല.

"ഹിന്ദുക്കളെ സിഖുകാർ, ബുദ്ധമതക്കാർ എന്നിങ്ങനെ ഞങ്ങൾ വിഘടിപ്പിക്കുന്നില്ല. ഈ രാജ്യത്ത് ഉത്ഭവിച്ച്, വ്യത്യസ്ത രീതികളിലൂടെ ദൈവത്തിന്റെ സാമീപ്യം സാധ്യമാക്കുന്ന ബുദ്ധമതക്കാർ, ജൈനർ, സിഖുകാർ, ശൈവർ, വീരശൈവർ, വൈഷ്ണവർ തുടങ്ങിയവരെല്ലാം തന്നെ ഹിന്ദു എന്ന സമഗ്രമായ ഒരു പദത്തിൽ അടങ്ങിയിരിക്കുന്നു."[179]

ഗോൾവാൾക്കറുടെ മുസ്ലീം വിരോധത്തിന് ഒരിക്കലും അൽപ്പം പോലും അയവുണ്ടായിട്ടില്ല. 1939 ൽ എഴുതിയ *വീ ഓർ ഔർ നേഷൻ ഹുഡ് ഡിഫൈൻഡിൽ* ഉള്ള അതേ മുസ്ലീം വിരോധം തന്നെയായിരുന്നു അദ്ദേഹത്തിന് 1960കളിലും. യഥാർഥത്തിലത് കൂടുതൽ ഭ്രാന്തമായി ത്തീരുകയാണുണ്ടായത്. 1960 നവംബർ 30 ന് ബാംഗ്ലൂരിൽ വച്ച് ദക്ഷിണേന്ത്യയിലെ മുതിർന്ന ആർ എസ് എസ് അണികളോട് പ്രസംഗിക്കവേ, അദ്ദേഹം പ്രഖ്യാപിച്ചു:

"ഡൽഹിയിൽ നിന്നും റാംപൂർ വരെ മുസ്ലീങ്ങൾ തിരക്കിട്ട് അപകടകരമായ ഒരു പദ്ധതി ആവിഷ്കരിക്കുകയും ആയുധങ്ങൾ കുന്നുകൂട്ടുകയും അവരുടെ ആളുകളെ സംഘടിപ്പിക്കുകയും, ഒരുപക്ഷേ, രാജ്യത്തിനകത്ത് നിന്നുതന്നെ ആക്രമണമഴിച്ചുവിടാൻ ശ്രമിച്ചു കൊണ്ടിരിക്കുകയും ചെയ്യുന്നു."[180]

ഉത്തർപ്രദേശിന്റെ പടിഞ്ഞാറ് ഭാഗത്ത് പാർക്കുന്ന മുഴുവൻ

മുസ്ലീങ്ങൾക്കുമെതിരെ ഗുരുതരമായ ഈ ആരോപണമുന്നയിച്ച ഗോൾവാൾക്കർ അതിനുപോൽബലകമായി യാതൊരു തെളിവും മുന്നോട്ടുവച്ചില്ല. ഗോൾവാൾക്കർ പറഞ്ഞതിൽ അൽപ്പമെങ്കിലും സത്യമുണ്ടായിരുന്നുവെങ്കിൽ അത് ആ പ്രദേശത്തെ പൊലീസ് സംവിധാനത്തിന്റെ ശ്രദ്ധയിൽപ്പെടുത്തുമായിരുന്നു. സ്വന്തം അണികളുടെ മനസിൽ വിഷം കുത്തിവയ്ക്കാൻ മാത്രം ഉദ്ദേശിച്ചിരുന്ന ഗോൾവാൾക്കറോ ആർ എസ് എസോ അത്തരമൊരു ഭീഷണിയെക്കുറിച്ച് ഒരിക്കലും പൊലീസിന് വിവരം നൽകിയില്ല. മുസ്ലീങ്ങൾക്കെതിരായ ഇത്തരം വിദ്വേഷപ്രചാരണത്തിന്റെ ഫലമായിട്ടാണ് 2002 ൽ ഗുജറാത്തിലെ മുസ്ലീങ്ങൾക്കെതിരായ നരവംശഹത്യ വിജയകരമായി നടപ്പിലാക്കാൻ കഴിഞ്ഞതെന്ന് മനസിലാക്കാൻ പ്രയാസമില്ല.

മുഖ്യമായും ആർ എസ് എസിന്റെ രേഖകളിലുള്ള ഗോൾവാൾക്കറുടെ രചനകളിലൂടെയും പ്രവർത്തനങ്ങളിലൂടെയും കടന്നുപോവുമ്പോൾ, സവർക്കറെ പോലെ, അദ്ദേഹം ജാതീയതയിലും വർണവെറിയിലും സാമ്രാജ്യത്വത്തിലും ദൃഢമായി വിശ്വസിച്ചിരുന്നുവെന്ന നിഗമനത്തിൽ നാമെത്തിച്ചേരുന്നു. അവരതിനെ 'ഹിന്ദുത്വ'മെന്ന് വിളിച്ചു. ജനാധിപത്യവും സാമൂഹികനീതിയും ഉയർത്തിപ്പിടിക്കുന്ന ഒരു വീക്ഷണത്തെയും ഗോൾവാൾക്കർ ഒരിക്കലും ഇഷ്ടപ്പെട്ടില്ല. വൈവിധ്യം, ബഹുമുഖമായ സാംസ്കാരിക അനന്യതകൾ, സഹിഷ്ണുത എന്നിവയെ നിരാകരിക്കുന്ന[181] ഒരു ഇന്ത്യ എന്ന ആശയമുയർത്തിപ്പിടിച്ചു കൊണ്ട് ഇന്ത്യയിൽ ഹിന്ദുഭരണം സ്ഥാപിക്കാൻ അദ്ദേഹം സജീവമായി പ്രവർത്തിച്ചു. ഇന്ത്യയിൽ ഒരു ഹിന്ദുരാഷ്ട്രം സ്ഥാപിക്കുന്നതിനെക്കുറിച്ച് നമ്മുടെ മതേതര ജനാധിപത്യ ഭരണഘടനയുടെ മുഖ്യശിൽപ്പിയായ ബി ആർ അംബേദ്കർ 1946 ൽ പറഞ്ഞത് ഇന്നും പ്രസക്തമാണ്. അത് സ്വാതന്ത്ര്യത്തിനും തുല്യതയ്ക്കും സാഹോദര്യത്തിനും ഉപദ്രവകാരിയാണെന്നും ജനാധിപത്യവുമായി പൊരുത്തപ്പെടാത്തതാണെന്നും വിശദീകരിക്കവേ, അദ്ദേഹമെഴുതി:

"ഹിന്ദുരാജ് എന്നത് ഒരു യാഥാർഥ്യമായിത്തീരുകയാണെങ്കിൽ അത് ഈ രാജ്യത്തിനുണ്ടാവുന്ന ഏറ്റവും വലിയ ദുരന്തമായിരിക്കുമെന്ന കാര്യത്തിൽ ഒരു സംശയവുമില്ല....... എന്തുവിലകൊടുത്തും ഹിന്ദുരാജ് ഒഴിവാക്കപ്പെടേണ്ടതാണ്."

നിർഭാഗ്യവശാൽ, ഒരു മതേതര ജനാധിപത്യ രാഷ്ട്രീയസംഘടനയ്ക്ക് ഭരണഘടനാപരമായി ബാധ്യതപ്പെട്ട ഇന്ത്യൻ സ്റ്റേറ്റ് വലിയൊരളവുവരെ മൂകമായ ഒരു കാഴ്ചക്കാരനായി നിന്നുകൊണ്ട് ഗോൾവാൾക്കറെപ്പോലുള്ള ഹിന്ദുത്വ നേതാക്കൻമാരുടെ ആശയങ്ങൾക്ക് നിയമസാധുത നൽകുകയാണ് ചെയ്യുന്നത്.

റഫറൻസുകളും കുറിപ്പുകളും

1. "Grand opening of Shri. Guruji Birth - Centanary Celebrations in Nagpur,' *Organiser,* മാർച്ച് 12, 2006.
2. അതേ ലക്കം.
3. അതേ ലക്കം.
4. *Organiser,* April 4, 2004.
5. സി പി ഭിഷിക്കർ, *Shri. Guruji : Pioneer of an Era*, ബാംഗ്ലൂർ, സാഹിത്യസിന്ധു, 1999, പേജ് 257.
6. എം എസ് ഗോൾവാൾക്കറുടെ *Bunch of Thoughts* ന്റെ പിൻകവറിൽ ചേർത്തിട്ടുള്ളത്, ബാംഗ്ലൂർ : സാഹിത്യസിന്ധു 1966 ed.
7. അതേ ഗ്രന്ഥം.
8. *Shri. Guruji-A Profile,* എം എസ് ഗോൾവാൾക്കറുടെ *Bunch of Thoughts* ബാംഗ്ലൂർ : (ജാഗരണ, 1980 ലെ പതിപ്പ്) പേജ് XX.
9. അതേ ഗ്രന്ഥം.
10. *Shri. Guruji Samgar Darshan* (ഹിന്ദിയിലുള്ള ഗോൾവാൾക്കറുടെ രചനകളുടെ സമാഹാരം) വാല്യം I, നാഗ്പൂർ : ഭാരതീയ വിചാർ സാധന, 1981, പേജ് 11. 1940 ൽ ആർ എസ് എസ് ആസ്ഥാനത്തു വച്ച് ഉന്നതതലത്തിലുള്ള 1350 അണികളോട് ഗോൾവാൾക്കർ നടത്തിയ പ്രസംഗമാണ് ഇവിടത്തെ പരാമർശ വിഷയം.
12. വി ഡി സവർക്കർ, *Hindutva,* ഡൽഹി, ഭാർതി സാഹിത്യ സദൻ, 1989, 6-ാം പതിപ്പ് 115 f.
13. അതേ ഗ്രന്ഥം, പേജ് 100 f.
14. അതേ ഗ്രന്ഥം, 101
15. അതേ ഗ്രന്ഥം, പേജ് 113.
16. ധനഞ്ജയ് കീർ, *Veer Savarkar,* ബോംബെ, പോപ്പുലർ പ്രകാശൻ, 1988, പേജ് 567.

17. വി ഡി സവർക്കർ, *Hindutva,* പേജ് 3.
18. ഗോൾവാൾക്കർ, *We or Our Nationhood Defined,* നാഗ്പൂർ, ഭാരത് പബ്ലിക്കേഷൻസ്, 1939, പേജ് 6.
19. അതേ കൃതി, പേജ് 39.
20. അതേ കൃതി, പേജ് 6.
21. അതേ കൃതി, പേജ് 21.
22. അതേ കൃതി, പേജ് 22 f.
23. അതേ കൃതി, പേജ് 26.
24. അതേ കൃതി, പേജ് 43.
25. അതേകൃതി.
26. അതേകൃതി.
27. *Wikipedia: The Free Encyclopedia* യുടെ വെബ്സൈറ്റ് അനുസരിച്ച്, 2006 ൽ ലോകത്താകമാനം സംസ്കൃത ഭാഷ നന്നായി സംസാരിക്കാൻ കഴിയുന്നവർ 6106 പേർ മാത്രമാണ്.
28. ബി ആർ അംബേദ്കറുടെ *Dr.Babasaheb Ambedkar Writings and Speaches,* Vol. XII ലെ "Manu and the Shudras' (ബോംബെ, മഹാരാഷ്ട്ര സർക്കാർ, 1993, പേജ് 721.)
29. ബിപിൻ ചന്ദ്രപാൽ, *Begining of Freedom Movement in India,* കൽക്കത്ത, യുഗയാത്രി, 1959, പേജുകൾ 122- 24.
30. ഗോൾവാൾക്കർ, *We or our Nationhood Defined,* പേജ് 22.
31. അതേഗ്രന്ഥം, പേജ് 43 f.
32. കൂടുതൽ വിവരങ്ങൾക്ക്, *All Inida Major Criminal Acts,* അലഹാബാദ്, സെൻട്രൽ ലാ ഏജൻസി, 1991 കാണുക.
33. ഗോൾവാൾക്കർ, *We or our Nationhood Defined,* പേജ് 45.
34. അതേഗ്രന്ഥം, പേജ് 45 f.
35. അതേഗ്രന്ഥം, പേജ് 47.
36. അതേഗ്രന്ഥം, പേജ് 32.
37. അതേഗ്രന്ഥം, പേജ് 32.
38. അതേഗ്രന്ഥം, പേജ് 34 f.
39. അതേഗ്രന്ഥം, പേജ് 47 f.
40. അതേഗ്രന്ഥം, പേജ് 35.
41. വി ഡി സവർക്കർ *Samagra Savakar Wagmaya: Hindu Rashtra Darshan* (സവർക്കറുടെ തെരഞ്ഞെടുത്ത രചനകൾ), വാല്യം VI, പൂന, മഹാരാഷ്ട്രാ പ്രാന്തിക് ഹിന്ദുസഭ, 1963, പേജ് 418.
42. മാർസിയ കാസലോരി, *The Economical and Political Weekly,* ജനുവരി 22,2000, പേജ് 223 ലെ "Hindtva's Foriegn Tie- ups in the 1930's, Archival Evidence' എന്ന ലേഖനം.
43. മുകളിലെ ലേഖനം, പേജ് 223. മഹാരാഷ്ട്രയിലെ ഹിന്ദുദേശീയതാ വാദികളായ നേതാക്കൾക്കും ഇറ്റാലിയൻ ഫാസിസത്തിനുമിടയിലെ ബന്ധങ്ങളെക്കുറിച്ച് കാസലോരി വളരെ ശ്രദ്ധേയമായ പഠനങ്ങൾ നടത്തിയിട്ടുണ്ട്. അവർ പറയുന്നു:

"ചിലരിൽ മാത്രം ഒതുങ്ങി നിന്ന സാന്ദർഭികമായ കൗതുകമായി മാത്രം

ഹിന്ദുദേശീയതാവാദികൾക്ക് ഫാസിസത്തോടും മുസോളിനിയുമായു ണ്ടായിരുന്ന ആഭിമുഖ്യത്തെ കണക്കാക്കി കൂടാ. മറിച്ച്, ഹിന്ദുക്കൾക്ക്, പ്രത്യേകിച്ചും മഹാരാഷ്ട്രയിലെ ദേശീയതാവാദികൾക്ക്, ഫാസിസ്റ്റ് ഏകാധിപ ത്യത്തോടും അതിന്റെ നേതാവിനോടുമുണ്ടായിരുന്ന ആഭിമുഖ്യത്തിന്റെ പാരമ്യതയായി വേണം അതിനെ കാണാൻ. അവരെ സംബന്ധിച്ചിടത്തോളം യാഥാസ്ഥിക വിപ്ലവത്തിന്റെ ദൃഷ്ടാന്തമായിരുന്നു ഫാസിസം."

ന്യൂ ഡൽഹിയിലെ നെഹ്റു മെമ്മോറിയൽ മ്യൂസിയം ലൈബ്രറിയിലുള്ള ബി എസ് മൂൻജേയുടെ ഡയറിൽ അദ്ദേഹം 1931 മാർച്ച് 19 ന് മുസോളി നിയുമായി നടത്തിയ കൂടിക്കാഴ്ചയെക്കുറിച്ചുള്ള വിശദാംശങ്ങൾ ഉള്ളതായി കാസലോരി ചൂണ്ടിക്കാണിച്ചിട്ടുണ്ട്. യൂറോപ്പിൽ നിന്നും മടങ്ങിയെത്തിയ മൂൻജേ ഹിന്ദുക്കളുടെ സൈനികവൽക്കരണ പരിപാടികൾ ആസൂത്രണം ചെയ്യാൻ ഹെഡ്ഗേവറുമായി വളരെ അടുത്ത സമ്പർക്കം പുലർത്തിയിരുന്നു.

44. എം എസ് ഗോൾവാൾക്കർ, *Bunch of Thoughts,* പേജ് 270 f
45. ഗോൾവാൾക്കർ എം എസ്, *Shri.Guruji Samagra Darshan,* വാല്യം 1, നാഗ്പൂർ, ഭാരതീയ വിചാർ സാധന, 1981, പേജ് 11.
46. ഡി ജെ എച്ച് ഹായെസ്, *The Historical Evolution of Modern Nationalism,* ന്യൂയോർക്ക്, റിച്ചാർഡ് ആർ സ്മിത്ത് ഇൻകോർപ്പറേറ്റഡ്, 1931, പേജ് 180.
47. അതേ കൃതിയിൽ ഉദ്ധരിച്ചത്, പേജ് 183
48. ജോർജ്ജ് എച്ച് സാബിൻ, *A History of Political Theory,* ന്യൂയോർക്ക്, ഹോൾട്ട്, റൈൻ ഹാർട്ട് & വിൻസ്റ്റൻ, 1963, പേജ് 905.
49. അതേ ഗ്രന്ഥം, പേജ് 906 f.
50. ചെസ്റ്റർ സി മാക്സി, *Political Phylosophies,* ന്യൂയോർക്ക്, മാക്മില്ലൻ കമ്പനി, 1961, പേജ് 651.
51. അതേ ഗ്രന്ഥത്തിൽ ഹിറ്റ്ലറെ ഉദ്ധരിച്ചത്, പേജ് 652.
52. വി ഡി സവർക്കർ, *Hindutva,* ഡൽഹി, ഭാർതീ സാഹിത്യ സദൻ, 1989, 6ാം പതിപ്പ്, പേജ് 115.
53. അതേ ഗ്രന്ഥം, പേജ് 32 f
54. എം എസ് ഗോൾവാൾക്കർ, *We or Our Nationhood Defined,* പേജ് 40.
55. ഡെനിസ് മാക്ക്സ്മിത്ത് *Mussolini,* ലണ്ടൻ, വീഡെൻഫെൽഡ് & നിക്കോൾസൺ, 1981, പേജ് 221 f.
56. അഡോൾഫ് ഹിറ്റ്ലർ, *My Struggle,* ലണ്ടൻ, പാറ്റർ നോസ്റ്റർ ലൈബ്രറി, 1936, പേജ് 121.
57. എം എസ് ഗോൾവാൾക്കർ, *We or our Nationhood Defined,* പേജ് 66.
58. എം എസ് ഗോൾവാൾക്കർ, *Bunch of Thoughts,* പേജ് 54 f. മ്ലേച്ഛർ എന്നതിന് അർഥം സംസ്കൃത *ഭാഷ* സംസാരിക്കാത്തവരും ആര്യേതര ജാതികളിൽ പ്പെടുന്നവരും തിന്മ ചെയ്യുന്നവരും അഥവാ താഴ്ന്ന ജാതികളിൽ പിറന്നവരും എന്നാണ്. (കലിക പ്രസാദും മറ്റുള്ളവരും ചേർന്ന് തയ്യാറാക്കിയ, 1980 ൽ വാരണാസിയിലെ ഗ്യാൻമണ്ഡൽ പ്രസിദ്ധീകരിച്ച *വ്രബാദ് ഹിന്ദി കോശി* (ഹിന്ദി നിഘണ്ടു), പേജ് 922
59. എം എസ് ഗോൾവാൾക്കർ, *We or our Nationhood Defined,* പേജ് 40, 41.
60. അഡോൾഫ് ഹിറ്റ്ലർ, *My Struggle,* പേജ് 123.
61. അതേ ഗ്രന്ഥം, പേജ് 155.
62. എച്ച് ഡി ശർമ്മ എഡിറ്റ് ചെയ്ത *100 Best Pre-indipentence speaches*

1870-1947 എന്ന ഗ്രന്ഥത്തിൽ സ്റ്റാൻലി ബാൾഡ്വിനെ ഉദ്ധരിച്ചത്, ഡൽഹി, ഹാർപ്പെർ കോളിൻസ്, 1998, പേജ് 212.

63. അതേഗ്രന്ഥത്തിൽ മുഹമ്മദ് ഇക്ബാലിനെ ഉദ്ധരിച്ചത്, പേജ് 212.
64. ബി ആർ അംബേദ്കർ, *Pakistan or the Partition of India*, ബോംബെ, മഹാരാഷ്ട്ര സർക്കാർ 1990 ലെ പുനഃപ്രസിദ്ധീകരണം, പേജ് 142.
65. എച്ച് ഡി മാളവിക, *The danger of right reaction* നിൽ ഉദ്ധരിച്ചത്, ഡൽഹി, എ സോഷ്യലിസ്റ്റ് കോൺഗ്രസ്മേൻ പബ്ലിക്കേഷൻ, 1965, പേജ് 15.
66. ജോഫ്രെ ഹോസ്ക്കിങ്ങും ജോർജ് സ്കോപ്പ് ഫ്ലിനും എഡിറ്റു ചെയ്ത *Myths of Nationhood* ലെ ആന്റണി സ്മിത്തിന്റെ "The golden age and National Renewal' എന്ന ലേഖനം, ലണ്ടൻ ഹർസ്റ്റ് കമ്പനി, 2000 പേജ് 7.
67. 1961 ജനുവരി 2 ാം തീയതിയിലെ *ഓർഗനൈസറിൽ* ഗോൾവാൾക്കറെ ഉദ്ധരിച്ചത് പേജ് 5.
68. അതേ പ്രസിദ്ധീകരണം, പേജ് 5.
69. അതേ പ്രസിദ്ധീകരണം.
70. എം എസ് ഗോൾവാൾക്കർ, *Bunch of Thoughts,* പേജ് 36 f
71. അതേഗ്രന്ഥം, പേജ് 61 f
72. അതേഗ്രന്ഥം, പേജ് 54 f
73. അതേഗ്രന്ഥം, പേജ് 62
74. അതേഗ്രന്ഥം, പേജ് 63 f
75. *R S S & Democracy* യിൽ എൻ എൻ ഗുപ്ത ഉദ്ധരിച്ചത്, ഡൽഹി സമ്പ്രദായികത വിരോധി കമ്മിറ്റി, പേജ് 17.
76. എം എസ് ഗോൾവാൾക്കർ, *We or our Nationhood Defined,* പേജ് 12.
77. അതേഗ്രന്ഥം, പേജ് 13
78. അതേഗ്രന്ഥം, പേജ് 67
79. *Bunch of Thoughts,* പേജ് 7.
80. *We or our Nationhood Defined,* പേജ് 3.
81. അതേഗ്രന്ഥം, പേജ് 57.
82. അതേഗ്രന്ഥം, പേജ് 63.
83. എം എസ് ഗോൾവാൾക്കർ, *Shri.Guruji Samagradarshan,* വാല്യം IV, പേജ് 39 f.
84. അതേഗ്രന്ഥം, പേജ് 41.
85. അതേഗ്രന്ഥം, പേജ് 40.
86. അതേഗ്രന്ഥം, വാല്യം 1, പേജ് 108.
87. അതേഗ്രന്ഥം, പേജ് 109 f
88. അതേഗ്രന്ഥം, വാല്യം IV, പേജ് 2.
89. അതേഗ്രന്ഥം, പേജ് 11, 12.
90. *Bunch of Thoughts,* 1996 ലെ പതിപ്പ്, പേജ് 283.
91. അതേഗ്രന്ഥം, പേജ് 282.
92. അതേഗ്രന്ഥം, പേജ് 283.
93. സി പി ഭിഷിക്കർ, *സംഘ് പരിഷ് കേ ബീജ്: ഡോ. കേശവ് റാവു ഹെഡ്ഗേവർ* (ഹിന്ദി), ഡൽഹി, സുരുചി, 1994, പേജ് 21.
94. എം എസ് ഗോൾവാൾക്കർ *Shri.Guruji Samagradarshan,* വാല്യം I, പേജ് 11 f.

95. അതേഗ്രന്ഥം, പേജ് 61 f.
96. *We or our Nationhood Defined,* പേജ് XIII.
97. അതേഗ്രന്ഥം.
98. അതേഗ്രന്ഥം, പേജ് XV.
99. അതേഗ്രന്ഥം, പേജ് XVIII.
100. കോൺഗ്രസിനകത്തും പുറത്തുമുള്ള സോഷ്യലിസ്റ്റുകളും കമ്യൂണിസ്റ്റുകാരുമാണ് ഈ കൃതിയെ അപലപിച്ചവരിലെ മുൻനിരക്കാർ. ഉദാഹരണമായി, കോൺഗ്രസിലെ പ്രമുഖ സോഷ്യലിസ്റ്റായിരുന്ന ഗോവിന്ദ് സഹായ് *Rashtriya Swayam Sevak Sangh, R S S Hitlers Heirs R.S.S Ideology, Technique, Propaganda* തുടങ്ങിയവ രചിക്കുകയും വ്യാപകമായി വിതരണം ചെയ്യുകയുമുണ്ടായി.
101. 1948 ഫെബ്രുവരി 4 ന് സർദാർ പട്ടേലിന്റെ നേതൃത്വത്തിലുള്ള ഇന്ത്യയിലെ ആഭ്യന്തര മന്ത്രാലയം ആർ എസ് എസിനെ ആദ്യമായി നിരോധിച്ചു. ആർ എസ് എസിനെ നിരോധിക്കാനുള്ള കാരണങ്ങൾ വിശദീകരിക്കവേ സർക്കാർ അറിയിപ്പ് വെളിപ്പെടുത്തിയത് ഇങ്ങനെയാണ്.

സംഘി(ആർ എസ് എസ്)ന്റെ അംഗങ്ങൾ അനാശാസ്യവും അപകടകരവുമായ പ്രവർത്തനങ്ങൾ ആണ് നടത്തിയിട്ടുള്ളത്. രാജ്യത്തിന്റെ വിവിധ ഭാഗങ്ങളിൽ ആർ എസ് എസിലെ അംഗങ്ങൾ വ്യക്തിഗതമായി കൊള്ളയും കൊള്ളിവയ്പ്പും കൊലപാതകവും ഉൾപ്പെടെയുള്ള അക്രമപ്രവർത്തനങ്ങളിൽ ഏർപ്പെട്ടിട്ടുള്ളതായും നിയമവിരുദ്ധമായി ആയുധങ്ങളും വെടികോപ്പുകളും സമാഹരിച്ചിട്ടുള്ളതായും കണ്ടെത്തിയിട്ടുണ്ട്. ഭീകരപ്രവർത്തനങ്ങളിലേർപ്പെടാനും സർക്കാരിനെ തിരെ വിദ്വേഷം സൃഷ്ടിക്കാനും പൊലീസിനെയും സൈന്യത്തെയും ചെറുക്കാനും ജനങ്ങളെ ആഹ്വാനം ചെയ്യുന്ന ലഘുലേഖകൾ അവർ വിതരണം ചെയ്യുന്നതായും കണ്ടെത്തിയിട്ടുണ്ട്. (ഗോൾവാൾക്കറുടെ രചനകളുടെ ഹിന്ദിയിലുള്ള സമാഹാരമായ Shri. Guriji Samagra Darsan ന്റെ രണ്ടാം വാല്യത്തിന്റെ 9 മുതലുള്ള പേജുകളിൽ ഉദ്ധരിച്ചത്)

1948 സെപ്റ്റംബർ11 ന് ആർ എസ് എസിന്റെ സർസംഘ് ചാലക് ആയ ഗോൾവാൾക്കർക്ക് സർദാർ പട്ടേൽ എഴുതിയ കത്തിൽ ഇപ്രകാരം പ്രസ്താവിച്ചിരിക്കുന്നു:

"ഹിന്ദുക്കളെ സംഘടിപ്പിക്കുന്നതും അവരെ സഹായിക്കുന്നതും ഒരു കാര്യമാണ്. എന്നാൽ സ്വന്തം കഷ്ടതകൾക്ക് പ്രതികാരമായി സ്ത്രീ-പുരുഷന്മാരെയും കുട്ടികളെയും കൊലപ്പെടുത്തുന്നത് തികച്ചും വ്യത്യസ്തമായ മറ്റൊരു കാര്യമാണ്. കൂടാതെ, വ്യക്തിത്വവും അന്തസ്സും സാമാന്യ മര്യാദയുമായി ബന്ധപ്പെട്ട സകലതും വിസ്മരിച്ചുകൊണ്ട് തികഞ്ഞ വിദ്വേഷത്തോടെ കോൺഗ്രസിന് നേരെയുള്ള അവരുടെ എതിർപ്പ് ജനങ്ങൾക്കിടയിൽ ഒരു തരം അസ്വസ്ഥത ഉളവാക്കിയിട്ടുണ്ട്. അവരുടെ എല്ലാ പ്രസംഗങ്ങളും വർഗീയ വിഷം വമിക്കുന്നവയാണ്. ഹിന്ദുക്കളെ ഉന്മേഷഭരിതരാക്കാനും അവരുടെ സംരക്ഷണത്തിനായി സംഘടിപ്പിക്കാനും വിഷം പരത്തേണ്ട ആവശ്യമൊന്നുമില്ല. ആ വിഷത്തിന്റെ അവസാന ഫലമെന്ന നിലയിൽ ഗാന്ധിജിയുടെ അമൂല്യമായ ജീവൻ ബലികഴിച്ചുകൊണ്ട് രാജ്യം യാതന അനുഭവിക്കേണ്ടി വന്നു. ആർ എസ് എസിന് വേണ്ടി അനുഭാവത്തിന്റെ ഒരു തരിപോലും സർക്കാരിലോ ജനങ്ങൾക്കിടയിലോ

അവശേഷിച്ചിട്ടില്ല. യഥാർഥത്തിൽ അതിനോടുള്ള എതിർപ്പ് വർധിച്ചു. ഗാന്ധിജിയുടെ വധത്തിന് ശേഷം ആർ എസ് എസുകാർ ആഹ്ലാദപ്രകടനങ്ങൾ നടത്തുകയും മധുരപദാർഥങ്ങൾ വിതരണം നടത്തുകയും ചെയ്തപ്പോൾ ആ എതിർപ്പ് രൂക്ഷമായി തീർന്നു. ഈ ചുറ്റുപാടുകളിൽ ആർ എസ് എസിന് എതിരായ സർക്കാർ നടപടി അനിവാര്യമായിത്തീർന്നു". (1979 ൽ ഡൽഹിയിലെ രാധാകൃഷ്ണ പ്രസിദ്ധീകരിച്ച *Rashtriya Swayam Sevak Sangh* ന്റെ 137 മുതലുള്ള പേജുകളിൽ ഡി ആർ ഗോയൽ ഉദ്ധരിച്ചത്.)

102. മാളവിയ എച്ച് ഡി *The Danger of Right Reaction*, പേജ് 14.
103. *ദി ടൈംസ് ഓഫ് ഇന്ത്യ*യിലെ എഡിറ്റോറിയൽ "Sangh's Triple Speak, 2002 ഓഗസ്റ്റ് 26.
104. *ദി ടൈംസ് ഓഫ് ഇന്ത്യ* 1998 മാർച്ച് 29.
105. *Organiser*, 1998 മേയ് 31.
106. രാകേഷ് സിൻഹ, *Shri Guruji and Indian Muslims*, ഡൽഹി, സുരുചി, 2006, പേജ് 3.
രാകേഷ് സിൻഹ ഇവിടെ തന്റെ അവകാശവാദങ്ങൾക്ക് അവലംബമാക്കിയിരിക്കുന്നത് ഹിന്ദുത്വ ക്യാമ്പുമായി ഉറ്റബന്ധമുണ്ടായിരുന്ന ധനഞ്ജയ് കീർ എഴുതിയ വി ഡി സവർക്കറുടെ ജീവചരിത്രത്തെയാണ്. കീറിന്റെ വിവരണമനുസരിച്ച്, ബാബുറാവു സവർക്കറുടെ രചനയായ *Rashtra Mimasa* യുടെ ഒരു സംഗ്രഹമാണ് താൻ തയ്യാറാക്കിയ *We or our Nationhood Defined* എന്ന് 1963 മേയ് 15 ലെ ഒരു പ്രഭാഷണത്തിന്റെ ടേപ്പിൽ സമ്മതിച്ചതായി പറയുന്നു. (ബോംബെയിലെ പോപ്പുലർ പ്രകാശൻ 1988 ൽ പുറത്തിറക്കിയ കീറിന്റെ *Veer Savarkar* ന്റെ 527 ാം പേജ് കാണുക)
107. ഏതാണ്ട് 50 വർഷങ്ങൾക്ക് മുമ്പ് ഹിന്ദിയിൽ പ്രസിദ്ധീകരിച്ച ഈ കൃതി പിന്നീട് അപ്രത്യക്ഷമായി. ഹിന്ദിയിലുള്ള രണ്ടാം പതിപ്പ് പുറത്തിറങ്ങിയത് 1994 ൽ മാത്രമാണ്. (ജി ഡി സവർക്കർ, *രാഷ്ട്രമീമാംസ: അർഥത് ഹിന്ദുസ്ഥാൻ കാ രാഷ്ട്രീയ സ്വരൂപ്, ഡൽഹി*, രാജധാനി ഗ്രന്ഥഗർ, 1994 2ാം പതിപ്പ്)
108. *രാഷ്ട്രമീമാംസ*, പേജ് 11
109. അതേഗ്രന്ഥം, പേജ് 11 മുതൽ
110. അതേഗ്രന്ഥം, പേജ് 20
111. അതേഗ്രന്ഥം, പേജ് 26
112. അതേഗ്രന്ഥം, പേജ് 26
113. *We or our Nationhood Defined*, പേജ് 4
114. അതേഗ്രന്ഥത്തിന്റെ ആമുഖം, പേജ് 3
115. അതേഗ്രന്ഥം, പേജ് 4
116. ആ സത്യവാങ്മൂലത്തിന്റെ പൂർണരൂപത്തിന് *Secular Democracy*, ഡൽഹി, 1979 ഏപ്രിൽ, പേജ് 13-20 കാണുക.
117. സി ഐ എക്കും ആർ എസ് എസിനുമിടയിലെ ബന്ധത്തിന്റെ കൂടുതൽ വിശദാംശങ്ങൾക്ക് കെ എൻ സേത്തിന്റെ *American Interest in R S S*, ഡൽഹി, 1979, സമ്പ്രദായികത വിരോധി കമ്മിറ്റി കാണുക.
118. ജെ എ കുറൺ, ജൂനിയർ, *Militant Hinduism in Indian Politics: A Study of R S S*, ന്യൂയോർക്ക്, ഇൻസ്റ്റിറ്റ്യൂട്ട് ഓഫ് പെസഫിക് റിലേഷൻസ്,

1951, പേജ് 3
120. ക്രെയ്ഗ് ബക്സ്റ്റർ, *The Jana Sangh: A Biography of an Indian Political Party,* ഫിലാഡെൽഫിയാ, പെൻസിൽവാനിയ യൂണിവേഴ്സിറ്റി പ്രസ്, 1969 പേജ് VIII
121. അതേഗ്രന്ഥം പേജ് 31 മുതൽ
122. നീനാ വ്യാസ്, "Golwalkar' and the B J P, *The Hindu* 10.05.2002.
123. 1993 ജൂൺ 3, 13 ലെ *ജനസത്ത* ദിനപത്രത്തിലെ 'ഏക് കിതാബ് സേ ജൂഡേ ജൂട്ട്' എന്ന മധു ലിമായേയുടെ ഹിന്ദിയിലുള്ള *സംഘ് പരിവാർ കി ലച്ചർ ബന്ധികതാ* (ഡൽഹി സമാജ് വാദി വചാർ മാല, 1994) *ധരം ഔർ രാജനീതി* (ഡൽഹി, സമാജ് വാദി വിചാർ മാല, 1992) എന്നീ ഗ്രന്ഥങ്ങൾ കാണുക.
124. ഇതിന്റെ ആദ്യ പതിപ്പ് 1966 ൽ പുറത്തിറങ്ങി.
125. എം എസ് ഗോൾവാൾക്കർ *Shri. Guruji Samagra Darsan* Vol. I പേജ് 98.
126. ഗോൾവാൾക്കർ, *Bunch of Thoughts,* 1996 ലെ പതിപ്പ്, പേജ് 237 മുതൽ
127. *The Danger of Right Reaction,* എച്ച് ഡി മാളവിയ ഉദ്ധരിച്ചത്, പേജ് 14
128. *Bunch of Thoughts,* പേജ് 238
129. *Shri. Guruji Samagra Darsan,* Vol.II, പേജ് 144.
130. എം എസ് ഗോൾവാൾക്കർ, *Spotlight* ബാംഗ്ളൂർ സാഹിത്യസിന്ധു, 1974, പേജ് 97
131. *Shri. Guruji Samagra Darsan* Vol.III, നാഗ്പൂർ, 1978 പേജ് 32.
132. അതേഗ്രന്ഥം, പേജ് 70.
133. *Bunch of Thoughts,* പേജ് 227.
134. *ആർ എസ് എസ് ശാഖാ ദർശിക* (ഹിന്ദി), ജയ്പൂർ, ഗ്യാൻഗംഗ, 1997, പേജ്2.
135. അതേരേഖ, പേജ് 66.
136. *Organiser,* 06.02.2000
137. *Shri Guruji Samagra Darsan,* Vol.III, നാഗ്പൂർ, 1978, പേജ് 32.
138. അതേഗ്രന്ഥം വാല്യം IV, പേജ് 4,5
139. ബൽരാജ് മധോക്, *സിന്ദഗി കാ സഫർ 3: ദീൻ ദയാൽ ഉപാധ്യായാകി ഹത്യാ സേ ഇന്ദിരാഗാന്ധി കി ഹത്യാ തക്,* ഡൽഹി ദിൻ മൻ പ്രകാശൻ, 2003 പേജ് 22.
140. അതേഗ്രന്ഥം, പേജ് 15
141. അതേഗ്രന്ഥം, പേജ് 23
142. അതേഗ്രന്ഥം, പേജ് 145
143. അതേഗ്രന്ഥം, പേജ് 25
144. അതേഗ്രന്ഥം, പേജ് 62
145. അതേഗ്രന്ഥം, പേജ് 21
146. അതേഗ്രന്ഥം, പേജ് 146
147. *Organiser,* ഡൽഹി, 30.11.1949 പേജ് 3.
148. "Manu Rules our Hearts,*Organiser,* 06.02.1950, പേജ് 7.
149. വി ഡി സവർക്കർ, "മനുസ്മൃതിയിൽ സ്ത്രീകൾ,' *സവർക്കർ സമാഗർ* (ഹിന്ദിയിലുള്ള സവർക്കറുടെ ലേഖന സമാഹാരം), വാല്യം 4, ഡൽഹി പ്രഭാത്, 2000 പേജ് 416.
150. ശൂദ്രരെ മാത്രമല്ല, സ്ത്രീകളെയും അങ്ങേയറ്റം തരംതാഴ്ത്തുന്നവയാണ് മനുവിന്റെ നിയമങ്ങൾ. അത് നടപ്പിലാക്കാൻ ആർ എസ് എസ് കച്ചകെട്ടി

ഇറങ്ങിയാൽ ഹിന്ദുസ്ത്രീകളുടെ സ്ഥിതി എന്തായിത്തീരുമെന്ന് താഴെക്കൊടുക്കുന്ന നിയമങ്ങളിൽ നിന്നും നമുക്ക് ഊഹിക്കാവുന്നതാണ്.

1. പെൺകുട്ടിയായിരിക്കുമ്പോഴോ യുവതിയായിരിക്കുമ്പോഴോ വൃദ്ധയായാൽ പോലുമോ, ഒരുവൾ സ്വന്തം ഭവനത്തിൽ പോലും സ്വതന്ത്രമായി യാതൊന്നും ചെയ്തുകൂടാ. (*മനുസ്മൃതി*, V ാമദ്ധ്യായം 147 ാം നിയമം).
2. ബാല്യത്തിൽ പിതാവിനും യൗവനത്തിൽ ഭർത്താവിനും അവന്റെ മരണശേഷം പുത്രന്മാർക്കും വിധേയമായി ജീവിക്കേണ്ട സ്ത്രീ ഒരിക്കലും സ്വതന്ത്രയായിക്കൂടാ. (V -148)
3. രാപ്പകൽ [സ്വന്തം] കുടുംബത്തിലെ പുരുഷന്മാരുടെ ആശ്രിതയായി സൂക്ഷിക്കേണ്ട സ്ത്രീക്ക് ലൈംഗിക താൽപ്പര്യങ്ങളുണ്ടായാൽ ഒരുവന്റെ നിയന്ത്രണത്തിൻ കീഴിൽ സൂക്ഷിക്കണം. (IX-2)
4. ബാല്യത്തിൽ പിതാവും യൗവനത്തിൽ ഭർത്താവും വാർദ്ധക്യത്തിൽ പുത്രന്മാരും അവളെ സംരക്ഷിക്കുന്നു. ഒരു സ്ത്രീ ഒരിക്കലും സ്വാതന്ത്ര്യത്തിന് യോജ്യയല്ല. (IX-3)
5. എത്രതന്നെ നിസ്സാരമായി തോന്നാമെങ്കിലും തിന്മ നിറഞ്ഞ ചിന്തകളിൽ നിന്നും സ്ത്രീയെ കാത്തുസൂക്ഷിക്കണം. മറിച്ചായാൽ രണ്ട് കുടുംബങ്ങൾക്ക് അവൾ ദുഃഖം കൊണ്ടുവരും. (IX-5)
6. എത്രതന്നെ ദുർബലനായ ഭർത്താവായാലും സ്വന്തം ഭാര്യമാരെ കാത്തുസൂക്ഷിക്കുന്നത് ഏറ്റവും ഉന്നതമായ ചുമതലയായി എല്ലാ ജാതികളും ഗണിക്കണം (IX-6).
7. സ്വയം ശ്രദ്ധാപൂർവം കാത്തുസൂക്ഷിക്കുന്ന ഭർത്താവ് അവന്റെ സന്തതികളെയും (അവരുടെ സംശുദ്ധിയെയും) മികവുറ്റ സ്വഭാവത്തെയും, അവന്റെ കുടുംബത്തെയും അവനെത്തന്നെയും ഔന്നത്യം ആർജിക്കാനുള്ള അവന്റെ മാർഗത്തെയും സംരക്ഷിക്കുന്നു (IX-7).
8. ഒരു ഭർത്താവിൽ നിന്നും ഒരു സ്ത്രീ വേർപെടുന്നതിന് തുല്യമാണ് അവർ പ്രസവക്കുന്ന മകൻ വേർപെടുന്നതും അക്കാരണത്താൽ അവന്റെ സന്താനത്തിന്റെ സംശുദ്ധി കാത്തുസൂക്ഷിക്കാൻ അവനവളെ ശ്രദ്ധാപൂർവം കാത്തുസൂക്ഷിക്കണം. (IX-9)
9. ഒരു പുരുഷനും ബലാൽക്കാരമായി പൂർണമായും സ്ത്രീയെ കാത്തുസൂക്ഷിക്കാനാവില്ല. എന്നാൽ, താഴെപ്പറയുന്ന രീതികളുപയോഗിച്ച് അവളെ കാത്തുസൂക്ഷിക്കാനാവും.
10. തന്റെ ഭാര്യയെ അവന്റെ സമ്പത്തിന്റെ ധനം സംഭരിച്ച് സൂക്ഷിക്കുന്നതിനും മതചടങ്ങുകൾ പൂർത്തീകരിക്കുന്നതിനും അവനായി ഭക്ഷണങ്ങളുണ്ടാക്കാനും ഗൃഹോപകരണങ്ങൾ സംരക്ഷിക്കാനുമുള്ള ചുമതല അവൻ അവളെ ഏൽപ്പിക്കണം. (IX-10,11)
11. വിശ്വസ്തരും അനുസരണയുള്ളവരുമായ സേവകരുടെ സംരക്ഷണയിൽ ഏൽപ്പിച്ചാലും സ്ത്രീകൾ തികച്ചും സുരക്ഷിതരല്ല. എന്നാൽ, സ്വയം സംരക്ഷിക്കുന്ന സ്ത്രീകളാണ് ഏറ്റവും സുരക്ഷിതർ (IX-12)
12. ആ സ്ത്രീകൾ പുരുഷന്റെ പ്രായത്തെയോ സൗന്ദര്യത്തെയോ കാര്യമാക്കുന്നില്ല. അവൻ ഒരു പുരുഷനായിരിക്കണമെന്നേ ആ സ്ത്രീകൾ ആഗ്രഹിക്കുന്നുള്ളൂ. അവർ വൃത്തിഹീനരോ സുമുഖരോ അല്ലങ്കിലും അവർ കീഴ്പ്പെട്ട് ജീവിക്കണം. (IX-14)
13. ഇവിടെ [ഈ ലോകത്തിൽ] എത്രതന്നെ സംരക്ഷിക്കപ്പെട്ടാലും പുരുഷ

ന്മാരോടുള്ള ആർത്തിമൂലവും പ്രകൃതിദത്തമായ ഹൃദയശൂന്യതയാലും അവർ (സ്ത്രീകൾ) ഭർത്താവിനോട് വിധേയത്വമില്ലാത്തവരായിത്തീരാം. (IX-15)

14. അവരുടെ സ്വഭാവം അറിഞ്ഞുകൊണ്ടുതന്നെ സൃഷ്ടിയുടെ ഘട്ടത്തിൽ ഭർത്താവ് അവരെ സദാകാലവും കാത്തുസൂക്ഷിക്കണമെന്ന് സൃഷ്ടാവ് നിർണയിച്ചു.

15. സൃഷ്ടിക്കുമ്പോൾ തന്നെ മനു അവർക്ക് ഒരു കിടക്കയും (അതിനോടുള്ള ഭ്രമവും) [അവരുടെ] ഇരിപ്പിടവും ആഭണരണവും അവിശുദ്ധമായ മോഹങ്ങളും കോപാകുലതയും ആത്മാർഥതയില്ലായ്മയും വൈരാഗ്യ ബുദ്ധിയും ചീത്തസ്വഭാവങ്ങളും കൽപ്പിച്ചു നൽകി. (IX-17) സ്ത്രീകളുടെ ജാതി, കർമം തുടങ്ങിയ ക്രിയകൾ വേദമന്ത്രങ്ങളോടെ നടത്താൻ പാടില്ലെന്നാണ് നിയമം. സ്ത്രീകൾ ധർമപ്രമാണങ്ങളായ ശ്രുതി-സ്മൃതികൾക്ക് അർഹതയില്ലാത്തവരും പാപം നശിപ്പിക്കുന്ന തരത്തിലുള്ള മന്ത്രങ്ങൾക്ക് അനർഹരും (അതിനാൽ പാപം നശിപ്പിക്കാൻ അശക്തകളും) ആയതിനാൽ അസത്യം പോലെ അശുഭകളുമാണ് എന്ന് ശാസ്ത്രം വിധിച്ചിരിക്കുന്നു (IX-18)
മാക്സ്മുള്ളറുടെ *Laws of Manu* (ഡൽഹി, എൽ പി പബ്ലിക്കേഷൻസ്,1996 ആദ്യപ്രസിദ്ധീകരണം: 1886)വിൽ നിന്നുമുള്ള തെരഞ്ഞെടുത്ത ഉദ്ധരണികളാണിവ. The Sacred Books of the East എന്ന പരമ്പരയിൽ ഉൾപ്പെടുത്തിയാണ് 1886 ൽ ജർമൻകാരനായ ഇന്തോളജിസ്റ്റ് മാക്സ്മുള്ളറുടെ ഈ വിവർത്തനം പ്രസിദ്ധീകരിച്ചത്. വ്യത്യസ്ത യൂറോപ്യൻ ഭാഷകളിൽ മറ്റ് അന്താരാഷ്ട്ര ഭാഷകളുമുണ്ടായിട്ടുണ്ട്. ഇന്ത്യയിൽ ഏറെക്കുറെ എല്ലാ ഭാഷകളിലും ഇതിന്റെ വിവർത്തനങ്ങളുണ്ടായിട്ടുണ്ട്).

151. എം എസ് ഗോൾവാൾക്കർ, *Spotlight*, പേജ് 36 മുതൽ.
152. അതേഗ്രന്ഥം പേജ് 110.
153. അതേഗ്രന്ഥം 183.
154. *Bunch of Thoughts* പേജ് 36 മുതൽ
155. *R S S & Democracy* യിൽ എൻ എൽ ഗുപ്ത ഉദ്ധരിച്ചത്. പേജ് 36 മുതൽ
156. *Bunch of Thoughts* പേജ് 363.
157. *Spotlight,* പേജ് 16
158. അതേഗ്രന്ഥം പേജ് 184.
159. *Shri. Gunruji Samagra Darsan,* Vol.VII, 1974, നാഗ്പൂർ, പേജ് 244.
160. *Organiser* 26.01.1962
161. *Bunch of Thoughts,* പേജ് XVII.
162. അതേഗ്രന്ഥം, പേജ് 177
163. അതേഗ്രന്ഥം, പേജ് 177 മുതൽ
164. *Bunch of Thoughts,* പേജ് 185
165. രാജേശ്വർ ദയാൽ, *A Life of Our Times,* ഡൽഹി, ഓറിയന്റ് ലോങ്മാൻ 1999 പേജ് 93, 94.
166. 12.5.2005 ലെ *Hindustan Times* ലെ കോളത്തിൽ ഖുഷ്വന്ത് സിങ് ഉദ്ധരിച്ചത്.
167. *Bunch of Thoughts* പേജ് 190, 193.
168. അതേഗ്രന്ഥം, പേജ് 125 മുതൽ.
169. അതേഗ്രന്ഥം, പേജ് 154.
170. *Spotlight,* പേജ് 43

171. അതേഗ്രന്ഥം, പേജ് 44 മുതൽ
172. അതേഗ്രന്ഥം, പേജ് 98 മുതൽ
173. സ്വാമി വിവേകാനന്ദൻ, *The Works of Swami Vivekananda* യിലെ Budhistic India എന്ന ലേഖനം. കൽക്കത്ത, അദ്വൈത ആശ്രമം, 1997 ലെ പതിപ്പ്, പേജ് 536.
174. കുമാർ ഘോഷും മറ്റുള്ളവരും ചേർന്ന് എഡിറ്റ് ചെയ്ത *The Cultural Heritage of India* I-ാം വാല്യത്തിലെ സി കുഞ്ഞൻ രാജയുടെ *Vedic India* എന്ന ലേഖനം (കൽക്കത്ത, ദി രാമകൃഷ്ണ മിഷൻ, 1997 ലെ പതിപ്പ്, പേജ് 217). ആര്യന്മാർ മാട്ടിറച്ചി തിന്നിരുന്നതായി വ്യക്തമാക്കുന്ന ആധികാരിക രേഖകൾ ഡോ. ബി ആർ അംബേദ്കർ സമാഹരിച്ചിട്ടുണ്ട്. ആ ദിശയിലേക്കുള്ള കൂടുതൽ വിവരങ്ങൾക്കായി *Untouchables? വാല്യം 7*, ബോംബെ, മഹാരാഷ്ട്ര സർക്കാർ, 1990 ലെ പതിപ്പ്, പേജ് 323-328 കാണുക.
175. *Spotlight,* പേജ് 106 മുതൽ
176. അതേഗ്രന്ഥം, പേജ് 113 മുതൽ.
177. അതേഗ്രന്ഥം, പേജ് 147
178. കെ കെ ഗംഗാധരൻ, *Golwalkerism,* ഡൽഹി, സാമ്പ്രദായികതാ വിരുദ്ധ കമ്മിറ്റി, 1971, പേജ് 17.
179. ഗോൾവാൾക്കർ, *Spotlight,* പേജ് 171
180. 1960 ഡിസംബർ 12 ലെ *Organisere* ലെ "From Delhi to Rampur Muslims Conspiring എന്ന ലേഖനം.
181. എൻ റാം, *The Hind* 03.01.2004.
182. ബി ആർ അംബേദ്ക്കർ, *Pakistan or Partition of India. Dr. Baba Sahib Ambedker Writtings and Speaches*, Vol.8, ബോംബെ, മഹാരാഷ്ട്ര സർക്കാർ, 1990 ലെ പതിപ്പ്, പേജ് 358.

അനുബന്ധം

നാം അഥവാ നമ്മുടെ രാഷ്ട്രത്വം നിർവ്വചിക്കപ്പെടുന്നു

എം എസ് ഗോൾവാൾക്കർ

Bharat Publications
1
We
or
Our Nationhood Defined
M S Golwalkar

ആമുഖം

തികഞ്ഞ ചാരിതാർത്ഥ്യത്തോടെ ലഘുവായ ഈ രചന ഞാൻ വായനക്കാരുടെ കരങ്ങളിൽ സമർപ്പിക്കുന്നു. തുടർന്നുള്ള പേജുകളിൽ എഴുതിയിട്ടുള്ളതിൽ കൂടുതലായി പ്രത്യേകിച്ചെന്തെങ്കിലും ദീർഘമായെഴുതുന്നത് ഉപരിപ്ലവമായി ഞാൻ കരുതുന്നു. എന്തായാലും ഈ ലഘുഗ്രന്ഥം എഴുതുമ്പോൾ എനിക്കുണ്ടായിരുന്ന പരിമിതികൾ വിശദീകരിക്കാൻ ആമുഖത്തിലെ ഈ അവസരം ഞാൻ വിനിയോഗിക്കുന്നു. തികച്ചും ഒഴിവാക്കാനാവാതെ വന്നപ്പോൾ മാത്രം സ്റ്റേറ്റ് എന്ന സംയോജിതമായ ആശയം ഉപയോഗിച്ചിട്ടുള്ളതൊഴികെ ഈ രചനകളിലുടനീളം യാതൊരു വീഴ്ചയുമില്ലാതെ രാഷ്ട്രം (Nation) എന്ന ആശയമാണ് ഞാൻ ഉയർത്തിപ്പിടിച്ചിട്ടുള്ളത്. തീർച്ചയായും അന്യോന്യം വളരെയധികം വ്യാപിച്ചു കിടക്കുന്നുണ്ടെങ്കിലും സാംസ്കാരിക യൂണിറ്റായ രാഷ്ട്രവും രാഷ്ട്രീയ സമ്പ്രദായമായ സ്റ്റേറ്റും തികച്ചും വിഭിന്നമായ ആശയങ്ങളാണ്. ഹിന്ദു സ്റ്റേറ്റിനെ അഥവാ ആളുകൾ ഇപ്പോൾ വിളിക്കാൻ ഇഷ്ടപ്പെടുന്ന ഇന്ത്യൻ സ്റ്റേറ്റിനെക്കുറിച്ചുള്ള പരിഗണനകൾ കരുതലോടെയാണ് കൈകാര്യം ചെയ്തിട്ടുള്ളത്. സാധ്യമാവുമെങ്കിൽ, ആ ചോദ്യം മറ്റൊരു കൃതിക്ക് വിഷയീഭവിക്കാം. എങ്കിലും, നമ്മുടെ ഇന്നത്തെ ചുറ്റുപാടുകളിൽ രാഷ്ട്രമെന്ന ആശയം പ്രയോഗിക്കുമ്പോൾ, ഹിന്ദുരാഷ്ട്രത്തിന് വിവിധ സമുദായങ്ങളുമായുള്ള ബന്ധത്തെക്കുറിച്ചുള്ള ഒരു ചർച്ച നടന്നുവരുന്നുണ്ട്. എന്നാൽ രാഷ്ട്രമെന്ന ആശയം വീക്ഷണകോണിലൂടെയുള്ളതല്ല. ചില വായനക്കാർക്ക് മറിച്ച് തോന്നാമെങ്കിലും സ്റ്റേറ്റിന്റെ രാഷ്ട്രീയ വീക്ഷണകോണിൽ നിന്നുമല്ലാത്ത രാഷ്ട്രം എന്ന് വിളിക്കുന്ന യൂണിറ്റിന്റെ വീക്ഷണകോണിലൂടെ മാത്രമുള്ള ആശയമാണത്. അക്കാരണത്താൽ, ഈ രചനയിൽ പ്രത്യക്ഷപ്പെടുന്നത് പോലുള്ള രാഷ്ട്രത്തിനും ന്യൂനപക്ഷ സമുദായങ്ങൾക്കും ഇടയിലെ ബന്ധത്തെക്കുറിച്ചുള്ള അഭിപ്രായങ്ങൾ ന്യൂനപക്ഷങ്ങളെ രാഷ്ട്രത്തിന്റെ ശരീരത്തിൽ ഉൾപ്പെടുത്തിയോ ഉൾപ്പെടുത്താതെയോ അവരുടെ രാഷ്ട്രീയ സ്ഥിതിയെക്കുറിച്ചുള്ള ചോദ്യവുമായി കൂട്ടിക്കുഴയ്ക്കാതെ വേണം മനസിലാക്കാൻ.

അത്തരത്തിലുള്ള തലമാണ് ഈ ഗ്രന്ഥത്തിന്റേത്. രാഷ്ട്രമെന്ന ആശയത്തെ വിശകലനം ചെയ്യാനും, അതിനെ നമ്മുടെ വർത്തമാനകാല പ്രശ്നങ്ങളിൽ പ്രയോഗിക്കാനും, ഈ രാജ്യത്ത് നമ്മുടെ രാഷ്ട്രം എന്നതിന്റെ ശരിയായ അർഥം ഊന്നിപ്പറയാനും മാത്രമാണ് ഞാൻ ലക്ഷ്യമിടുന്നത് എന്ന് ഓർമിക്കാൻ ഞാൻ വായനക്കാരോടഭ്യർഥിക്കുന്നു. ഒപ്പം, ഭൂരിപക്ഷത്തെക്കുറിച്ചുള്ള ചോദ്യത്തിൽ നിന്നും സ്വതന്ത്രമായി അത് ഹിന്ദുരാഷ്ട്രം എന്ന് മാത്രം അർഥമുള്ളതാണെന്നും വേറെ യാതൊന്നുമല്ലെന്നും ഇവിടെ വ്യക്തമാക്കേണ്ടിയിരിക്കുന്നു.

അങ്ങനെ ചെയ്യുന്നതിനിടെ, യാദൃച്ഛികമായി, കോൺഗ്രസിന്റെ രൂപീകരണത്തിലേക്ക് നയിച്ച ഉദ്ദേശ്യങ്ങൾ തുറന്നു കാണിക്കാൻ, ശക്തമായ ചില അഭിപ്രായങ്ങൾ പ്രകടിപ്പിക്കാൻ ഞാൻ നിർബന്ധിതനായിട്ടുണ്ട്. എങ്കിലും, വൈകല്യങ്ങളുണ്ടെങ്കിൽ പോലും, ഇത്രയേറെ വർഷങ്ങളായി മാതൃരാജ്യത്തിന് വേണ്ടി ധീരമായി പോരാടിയ ദേശീയതാ വാദികളായ മഹാരഥൻമാരെ വിനയപൂർവം ആദരിക്കാൻ ഞാൻ ആഗ്രഹിക്കുന്നു. അവരിൽ ചിലരെ ഞാൻ പരാമർശിച്ചിട്ടുണ്ടെങ്കിലും, ആദരവില്ലാത്തതിനാലല്ല, മറിച്ച്, എന്റേതായ ചില കാരണങ്ങളാൽ അവരിൽ അസംഖ്യം ആളുകളെ ഞാൻ പേരെടുത്തു പറഞ്ഞിട്ടില്ല. അതുപോലെ, നമ്മുടെ രാജ്യത്തിന്റെ ദേശീയമായ നാഡിമിടിപ്പ് അവിരാമം കാത്തുസൂക്ഷിക്കാൻ ശ്രമിച്ചവരും ശ്രമിച്ചുകൊണ്ടിരിക്കുന്നവരുമായ മഹാത്മാക്കളെ വിലയിടിക്കുന്ന തരത്തിലുള്ള എന്തെങ്കിലും പരാമർശം ബോധപൂർവമല്ലാതെ ഈ പുസ്തകത്തിൽ കടന്നുകൂടിയിട്ടുണ്ടെന്ന് തോന്നുന്ന പക്ഷം എന്നോട് ക്ഷമിക്കാൻ വിനീതമായി ഞാനപേക്ഷിക്കുന്നു.

എന്റെ ഈ ആദ്യ സംരംഭത്തിൽ ഈ പാതയിൽ അജ്ഞാതനായ ഒരു ഗ്രന്ഥകാരനെ ലോകനായക് എം എസ് അനേയ്യുടെ ഒരു ഉപക്രമത്താൽ ധന്യനാക്കി എന്നതിൽ എനിക്ക് വ്യക്തിപരമായ ചാരിതാർഥ്യമുണ്ട്. ശ്രേഷ്ഠനും നിസ്വാർഥനുമായ രാജ്യസ്നേഹിയും ശ്രേഷ്ഠനായ പണ്ഡിതനും ആഴമേറിയ ചിന്തകനുമായ അദ്ദേഹത്തിന്റെ ഉപക്രമം, ഞാൻ പ്രതീക്ഷിച്ചിരുന്ന പോലെ തന്നെ, ഈ ഗ്രന്ഥത്തിന്റെ മൂല്യം വസ്തുതാപരമായി ഉയർത്തി. ഗ്രന്ഥകാരനുമായി വിയോജിപ്പുള്ള കാര്യങ്ങൾ യാതൊരു മറയുമില്ലാതെ അദ്ദേഹം വെളിപ്പെടുത്തി. എന്നാൽ, ഇത്തരം ബൗദ്ധികത ഉളവാക്കുന്ന ഒരു പ്രബന്ധം അദ്ദേഹത്തിന്റെ അറിവ് വർധിപ്പിക്കുകയും അദ്ദേഹത്തെ ചിന്തിക്കാൻ പ്രേരിപ്പിക്കുകയും ചെയ്യുമെന്ന കാര്യത്തിൽ വായനക്കാർ യോജിക്കാതിരിക്കില്ല. ഹിന്ദുസ്ഥാനിലെ ഹിന്ദുരാഷ്ട്രത്വത്തിന്റെ പ്രധാന പ്രമേയത്തെ സംബന്ധിച്ചിടത്തോളം, അദ്ദേഹം യാതൊരു ലുബ്ധുമില്ലാതെ അതിനെ സാധൂകരിക്കുകയും സ്വന്തം വീക്ഷണങ്ങൾക്കൊപ്പം പല ആധുനിക തത്വചിന്തകൻമാരുടെയും വീക്ഷണങ്ങൾ കൂട്ടിച്ചേർക്കുകയുമുണ്ടായി. എനിക്കദ്ദേഹത്തോടുള്ള കൃതജ്ഞത മതിയായ അളവിൽ പ്രകടിപ്പിക്കാൻ എങ്ങനെയാണ് കഴിയുക? കഴിഞ്ഞ ചില ആഴ്ചകളായി കോൺഗ്രസ് സമ്മേളനത്തിന്റെ പ്രവർത്തനങ്ങളിൽ വ്യാപൃതനായിരുന്നുവെങ്കിലും ഈ ഉപക്രമം എഴുതാമെന്ന് അദ്ദേഹം സമ്മതിക്കുകയും കൃത്യസമയത്ത് തന്നെ എനിക്കയച്ചു തരികയും ചെയ്തു. അതിന് അദ്ദേഹത്തോട് കൃതജ്ഞതാപൂർവം ആഴത്തിലുള്ള കടപ്പാട് എനിക്കുണ്ട്. എനിക്കെങ്ങനെ ആ കടം വീട്ടാൻ സാധിക്കും? വാക്കുകൾ കുറവായ, പ്രകടനപരതയില്ലാത്ത എന്റെ

ഹൃദയംഗമായ നന്ദി സ്വീകരിക്കാൻ അദ്ദേഹത്തോട് പ്രാർഥിക്കാൻ മാത്രമേ എനിക്ക് കഴിയൂ.

ഈ കൃതി തയ്യാറാക്കുന്ന വേളയിൽ, വെവേറെ പരാമർശിക്കാൻ എളുപ്പമല്ലാത്ത തരത്തിൽ അസംഖ്യം കേന്ദ്രങ്ങളിൽ നിന്നും എനിക്ക് സഹായം ലഭിച്ചിട്ടുണ്ട്. അവരോടെല്ലാം ആത്മാർഥമായി ഞാൻ നന്ദി പറയുന്നു. എങ്കിലും അവരിൽ ഒരാളോടുള്ള നന്ദി പ്രത്യേകമായി പ്രകടിപ്പിക്കാതിരിക്കാൻ എനിക്ക് കഴിയുകയില്ല. ദേശഭക്ത വി ഡി സവർക്കറാണദ്ദേഹം. മറാത്തിയിലുള്ള അദ്ദേഹത്തിന്റെ രചനയായ രാഷ്ട്രമീമാംസ എനിക്ക് പ്രചോദനത്തിനും സഹായത്തിനുമുള്ള മുഖ്യസ്രോതസുകളിൽ ഒന്നായിരുന്നു. അതിന്റെ ഇംഗ്ലീഷ് പരിഭാഷ വൈകാതെ പുറത്തിറങ്ങുന്നുണ്ട്. ഈ ഗ്രന്ഥത്തിലെ വിഷയത്തെക്കുറിച്ച് കൂടുതൽ വ്യാപ്തിയുള്ള പഠനത്തിന് ആ പരിഭാഷ വായിക്കാൻ വായനക്കാരനോട് ആവശ്യപ്പെടാൻ ഈ അവസരം ഞാൻ വിനിയോഗിക്കുന്നു.

ഈ കൃതിയുടെ കയ്യെഴുത്തുപ്രതി 1938 നവംബർ ആദ്യവാരത്തിൽ തന്നെ തയ്യാറായെങ്കിലും, എത്രതന്നെ അഭികാമ്യമായിരുന്നുവെങ്കിലും, നിരവധി ബുദ്ധിമുട്ടുകൾ കാരണം പ്രസിദ്ധീകരണം വൈകി. ഇപ്പോഴാണെങ്കിൽ പോലും ഒറ്റയ്ക്ക് ഇത് പ്രസിദ്ധീകരിക്കാൻ എനിക്ക് കഴിയുമായിരുന്നില്ല. എന്നാൽ, ഇത്തരം പ്രബന്ധങ്ങൾ പ്രബോധിപ്പിക്കാനും യഥാർഥത്തിൽ ദേശീയ വീക്ഷണങ്ങൾ പ്രചരിപ്പിക്കാനും വേണ്ടി സ്ഥാപിക്കപ്പെട്ട ഭാരത് ഇതിനെ അതിന്റെ ആദ്യത്തെ പ്രസിദ്ധീകരണമാക്കാൻ തീരുമാനിച്ചു. കൃത്യസമയത്ത് പ്രവർത്തനം പൂർത്തിയാക്കിയ ആ സ്ഥാപനം ഉത്തരവാദിത്വമേറ്റെടുത്ത ഏതാനും ദിവസങ്ങൾക്കകം ഇത്രയേറെ ഗംഭീരമായ രീതിയിൽ പുസ്തകം പുറത്തിറക്കുകയുണ്ടായി. യഥാസമയത്തുള്ള സേവനത്തിന് എനിക്ക് ആ സ്ഥാപനത്തോട് നന്ദി പറയാതിരിക്കാനാവില്ല.

ഈ രചന അതിന്റെ ദൗത്യം പൂർത്തീകരിക്കുമെന്നാണ് പ്രതീക്ഷിക്കപ്പെടുന്നത്. ഇത് ചിന്തയെ ഉത്തേജിപ്പിക്കുകയും കാര്യങ്ങൾ ഗ്രഹിക്കാൻ പൊതുജനങ്ങളെ ഉത്സുകരാക്കുകയും ശരിയായ ദേശീയതാവാദരൂപീകരണം സ്വീകരിക്കാൻ പ്രേരിപ്പിക്കുകയും ചെയ്യുമെങ്കിൽ എന്റെ അധ്വാനത്തിനുള്ള മുഴുവൻ പ്രതിഫലവുമായി.

ഇതിന്റെ യോജ്യതയോ അയോജ്യതയോ എന്തു തന്നെയായാലും, ദിവ്യമാതാവിന്റെ ഹിന്ദു രാഷ്ട്രത്തിന്റെ വിശുദ്ധമായ പാദങ്ങളിൽ, അവളുടെ അനർഹനായ സ്വന്തം കുട്ടിയിൽ നിന്നുമുള്ള ഈ ആരാധനയെ അവൾ സസന്തോഷം സ്വീകരിക്കുമെന്ന നിലയിൽ, അവൾക്കുള്ള വിനീതമായ നേർച്ചയെന്ന നിലയിൽ, ഈ രചനയെ ഞാൻ പൊതുജനങ്ങൾക്ക് സമർപ്പിക്കുന്നു. ബാക്കിയെല്ലാം പൊതുജനങ്ങൾ വിധിക്കട്ടെ.

നാഗ്പൂർ
വർഷ പ്രതിപാദ 1861 — **എം എസ് ഗോൾവാൾക്കർ**
മാർച്ച് 22, 1939

അവതാരിക

ഗൗരവമേറിയതും സുപ്രധാനവുമായ ഒരു വിഷയത്തെക്കുറിച്ചുള്ള ചർച്ചയ്ക്ക് താൽപ്പര്യജനകവും വിസ്മയാവഹവുമായ ഒരു സംഭാവന ഈ പ്രബന്ധം ലഭ്യമാക്കിത്തരുന്നു. രാഷ്ട്രം, ദേശീയത, ദേശീയതാവാദം എന്നീ പദങ്ങളെ എഴുത്തുകാരും പ്രഭാഷകരും അയഞ്ഞമട്ടിൽ ഉപയോഗിച്ച് പോരുന്നുണ്ട്. അവരിൽ മിക്കവർക്കും അവയുടെ ശരിയായ അർഥമോ അവയെക്കുറിച്ച് ധാരണയോ ഇല്ലെന്ന് പറയാൻ ഞാൻ ആഗ്രഹിക്കുന്നു.

രാഷ്ട്രം (Nation) എന്ന പദം എങ്ങനെ 'പീഡകമായ അവ്യക്തത' യുള്ളതാണെന്ന് ദേശീയതാവാദത്തെക്കുറിച്ചുള്ള തന്റെ വിഖ്യാതമായ പ്രബന്ധങ്ങളിൽ പ്രൊഫസർ കാൾട്ടൺ ജെ എച്ച് ഹയെസ് വരച്ചു കാണിച്ചിട്ടുണ്ട്. അദ്ദേഹം പറയുന്നു: "നൂറ്റാണ്ടുകൾ കടന്നു പോയപ്പോൾ ഒരു ചതുപ്പു നിലമായി പരിണമിച്ച പഴക്കമേറിയ ഒരു പദമാണത്. ലാറ്റിനിലെ 'നാഷ്യോ' (Natio) യിൽ നിന്നുമുത്ഭവിച്ച ആ പദത്തിനർഥം ജനനമെന്നോ വംശമെന്നോ ആണ്. യഥാർഥത്തിലുള്ളതോ കാൽപ്പനികമോ ആയ രക്ത ബന്ധമുള്ള ഒരു സമുദായത്തിൽ അധഃസ്ഥിതമായ ഒരു ഗോത്രത്തെയോ സാമൂഹ്യസംഘടനയെയോ അത് വെളിപ്പെടുത്തുന്നു. അതിന് തെളിവില്ലാത്ത ഭാഷാപരമായ ഐക്യമുണ്ട്. പിന്നീട് വോട്ട് ചെയ്യാനുള്ള സൗകര്യാർഥം, ചില മധ്യകാല സർവകലാശാലകളിൽ പിറന്ന ഇടത്തിന്റെ അടിസ്ഥാനത്തിൽ വിദ്യാർഥികളുടെ ഒരു വിഭാഗത്തെ നിർണയിക്കാൻ ആ പദം ഉപയോഗിച്ചു. "ഇംഗ്ലീഷ് സാഹിത്യത്തിൽ ഒരു സമാഹാരം, വർഗം അല്ലെങ്കിൽ വംശം എന്നീ അർഥങ്ങളിൽ മാത്രം പ്രശസ്തരായ ചില എഴുത്തുകാർ ആ പദം ഉപയോഗിച്ചു. *ഫയെറി ക്യൂൻ* (Faery Queen) എന്ന കൃതിയിൽ എഡ്മണ്ട് സ്പെൻസർ *പക്ഷികളുടെ ഒരു രാഷ്ട്ര* (Nation of Birds)ത്തെക്കുറിച്ച് പറഞ്ഞു. ബെൻ ജോൺസൻ ഭിഷഗ്വരൻമാരെ ഒരു വിദഗ്ധ രാഷ്ട്രമെന്ന് വിശേഷിപ്പിച്ചപ്പോൾ നിയമജ്ഞരെ പരാമർശിക്കുന്നിടത്ത്, അവരെ "താർക്കികതയ്ക്ക് തങ്ങളുടെ തൊഴിൽ തുറന്നുകൊടുക്കുന്നതിന് തികഞ്ഞ കൗശലം കാണിക്കുന്ന ഒരു രാഷ്ട്രം" എന്ന് സാമുവൽ ബട്ട്ലർ വിളിച്ചു.

സമീപകാലത്ത് ദേശീയതാവാദത്തിന്റെ വ്യത്യസ്തതലങ്ങളെ കുറിച്ച് സുപ്രധാന സംഭാവനകളുണ്ടായിട്ടുണ്ടെങ്കിലും, ദേശീയതയുടെയും ദേശീയതാവാദത്തിന്റെയും പ്രകൃതവും ചരിത്രവുമായി ബന്ധപ്പെട്ട വിഷയത്തെ മുഴുവനായും ചിട്ടയോടെ കൈകാര്യം ചെയ്തിട്ടുള്ള പണ്ഡിതോചിതമായ രചനകൾ ഒരു ഭാഷയിലുമില്ല. മുമ്പെന്നത്തേക്കാളും യൂറോപ്യൻ മഹായുദ്ധത്തിന് ശേഷമാണ് ഈ വിഷയം പാശ്ചാത്യപണ്ഡിതൻമാരുടെ ഗൗരവമുള്ള ശ്രദ്ധയാകർഷിച്ചത്. മധ്യ യൂറോപ്പിലെ പ്രദേശങ്ങളെ വ്യത്യസ്തങ്ങളായ ചെറിയ ദേശീയതകൾക്ക് വിഭജിച്ച് നൽകി, പരാജയപ്പെട്ട ജർമനിയെ സ്ഥിരമായി ക്ഷതമേൽപ്പിക്കാനുള്ള നടപടികൾ വിജയികളായ സഖ്യരാജ്യങ്ങൾ കൈക്കൊണ്ടു. അതിന് ശേഷം ദേശീയതയുടെയും ദേശീയതാവാദത്തിന്റെയും പ്രശ്നങ്ങളുടെ ഒന്നോ അതിലധികമോ തലങ്ങളെ കൈകാര്യം ചെയ്തുകൊണ്ട് പ്രശസ്തരായ എഴുത്തുകാർ നിരന്തരം എഴുതി. ഈ വിഷയത്തെക്കുറിച്ചുള്ള ജി പി ഗൂച്ച്, ജി പി സ്റ്റോക്സ്, ഇസ്രായേൽ സങ്വിൽ, സിമ്മെർമാൻ, മുയ്ർ, എസ് ഹ്യൂബർട്ട്, ബർണാർഡ് ജോസഫ് തുടങ്ങിയവരുടെ ഇംഗ്ലീഷിലുള്ള ലേഖനങ്ങൾ വ്യാപകമായി വായിക്കപ്പെടുകയും ദേശീയതാവാദമെന്ന സങ്കീർണമായ പ്രശ്നവുമായി ബന്ധപ്പെട്ട ചർച്ചകൾക്കുള്ള ഏറ്റവും വിലപ്പെട്ട സംഭാവനയെന്ന നിലയിൽ അവ അംഗീകരിക്കപ്പെടുകയുമുണ്ടായി. ബ്ലണ്ട്ഷ്‌ലി, മസിനി, ലിറ്റെൻ, ജോൺ സ്റ്റുവർട്ട് മിൽ തുടങ്ങിയ പഴയ എഴുത്തുകാരുടെ രാഷ്ട്രീയ തത്വശാസ്ത്രത്തെക്കുറിച്ചുള്ള രചനകളിൽ ദേശീയതാവാദത്തിന്റെ ആശയങ്ങൾ കൈകാര്യം ചെയ്യുന്നതും വിശദീകരിക്കുന്നതുമായ നല്ല ശകലങ്ങൾ ചിതറിക്കിടപ്പുണ്ട്.

ദേശീയതയുടെ ഏറ്റവും ശ്രേഷ്ഠമായ വ്യാഖ്യാതാവായി ഇന്നും പൊതുവിൽ ഗണിക്കപ്പെടുന്നത് മസിനിയെയാണ്. ദുരന്തത്തിന്റെയും പുനർനിർമാണത്തിന്റെയും കാലത്ത് മാത്രമാണ് ലോകത്തെങ്ങുമുള്ള ചരിത്രകാരൻമാരും വിൽപ്പനക്ക് പരസ്യപ്പെടുത്തുന്നവരും സൈക്കിസ്റ്റുകളും സൈക്കോളജിസ്റ്റുകളും സോഷ്യോളജിസ്റ്റുകളും നിരവധി നൂറ്റാണ്ടുകൾക്ക് ശേഷം സ്റ്റേറ്റിന്റെ പരമാധികാരത്തിനോ പ്രകൃതത്തിനോ അർഹമായ പ്രാധാന്യം കൽപ്പിക്കാൻ തുടങ്ങിയതെന്ന് മി. ഗൂച്ച് ശരിയായി പറഞ്ഞിട്ടുണ്ട്. പ്രായോഗിക രാഷ്ട്രീയത്തിലും രാഷ്ട്രീയശാസ്ത്രത്തിലും ഇന്ന് ദേശീയതാവാദം സജീവമായ മുഖ്യപ്രശ്നങ്ങൾക്കിടയിൽ പ്രമുഖമായൊരു സ്ഥാനം കൈവരിച്ചിരിക്കുന്നു.

ദേശീയതാവാദത്തിന്റെ പ്രയോജനവും പരിണാമവും അത് നിലനിൽക്കേണ്ട കാലത്തിലധികം നിലനിന്നുവെന്നും, മാനവികതയുടെ പുരോഗതി ആവശ്യപ്പെടുന്ന തരത്തിൽ, ദേശീയതാവാദത്തിന്റെ സ്ഥാനത്ത് പവിത്രമായ മാനവികതയെ അല്ലെങ്കിൽ അന്താരാഷ്ട്രീയതയെ സ്ഥാപിക്കണമെന്നുമുള്ള ചിന്തയ്ക്ക് പടിഞ്ഞാറൻ രാജ്യങ്ങളിൽ പ്രചാരമേറിവരികയാണ്. ദേശീയതാവാദത്തിന്റെ പ്രവാചകനും അതിനാൽ പ്രചോദിതനുമായ മസിനി ഒരു നൂറ്റാണ്ടിന് മുമ്പ് തന്നെ ശ്രേഷ്ഠമായ ആശയങ്ങളായ ദേശീയതാവാദത്തിന്റെയും മാനവികതയുടെയും ആപേക്ഷികമായ പരസ്പരാശ്രിതത്വത്തെക്കുറിച്ച് വളരെ ഖണ്ഡിതമായി വിശദീകരിച്ചിട്ടുണ്ട്. ആളുകളുടെ കൂടിച്ചേരലാണ് മാനവികത. അത് സമാധാനത്തിന്റേതും സ്നേഹത്തിന്റേതുമായ സ്വന്തം ദൗത്യം നിർണയിക്കാൻ വേണ്ടിയുള്ള ആളുകളുടെ ഒരു സഖ്യമാണ്. മാനവികതയെ വിസ്മരിക്കുന്നത് നമ്മുടെ

അധ്വാനങ്ങളുടെ ലക്ഷ്യത്തെ തടയലാണ്. രാഷ്ട്രത്തെ നിരാകരിക്കുന്നത് ആ ലക്ഷ്യം കൈവരിക്കാനുള്ള ഉപകരണത്തെ ചെറുക്കലുമാണ്.

ഡോ. ജോസഫ് ബർണാർഡ്, ദേശീയതയെക്കുറിച്ചുള്ള തന്റെ ഏറ്റവും മൂല്യവത്തായ ഗ്രന്ഥത്തിൽ, അതിന്റെ പ്രകൃതവും പ്രശ്നങ്ങളും വിശദീകരിച്ചുകൊണ്ട്, മനുഷ്യന്റെയും മാനവികതയുടെയും പുരോഗതിക്ക് അത്യന്താപേക്ഷിതമായ ഘടകം ദേശീയതയാണെന്ന വാദത്തെ ഉയർത്തിപ്പിടിക്കുന്നു. മനുഷ്യനും മാനവികതയ്ക്കുമിടയിലെ കണ്ണിയാണ് ദേശീയത. കുടുംബത്തെപ്പോലെ, രാഷ്ട്രം സാംസ്കാരികതയുടെ തൂണുകളിലൊന്നാണ്. അതിനെ ഇല്ലായ്മ ചെയ്യുന്നത് പുരോഗതിയുടെ പാതയിൽ തടസം സൃഷ്ടിക്കും. ഭൂതകാലത്തിലെ ആശയങ്ങളെയും സ്ഥാപനങ്ങളെയും മൊത്തത്തിൽ ഉന്മൂലനം ചെയ്യുകയല്ല, മറിച്ച്, അവയെ സ്വീകരിക്കലാണ് പുരോഗതിയുടെ പാതയിൽ പ്രധാനം. ഭൂതകാലത്തിന്റെ അടിത്തറയിൽ നിർമാണം നടത്തുന്നതിന്റെയും പുത്തൻ ഘടനകളും മനോഹരമായ കെട്ടിടങ്ങളും കെട്ടിപ്പടുക്കുന്നതിന്റെയും ഫലമായി പുരോഗതിയുണ്ടാവുന്നു. നാശോന്മുഖമായ പ്രവണതകൾ മുമ്പൊരിക്കലും പുരോഗതിക്ക് സഹായകമായിരുന്നിട്ടില്ല. പല കാലഘട്ടങ്ങളിലും മനുഷ്യന്റെ വിജ്ഞാനം, ഭൗതികസ്വത്തുകൾ, ധാർമികത, ആധ്യാത്മികത എന്നീ മേഖലകളിലെ പുരോഗതിക്ക് അത് കണിശമായും തിരിച്ചടിയുണ്ടാക്കിയിട്ടുണ്ട്.

ദേശീയതയുടെ പ്രശ്നത്തെ സമീപിക്കുമ്പോൾ ഒരു രാജ്യത്തിനും രാഷ്ട്രത്തിനുമിടയിൽ അതിസൂക്ഷ്മവും, അതേസമയം, സുവ്യക്തവുമായ വ്യത്യാസം കണ്ടെത്താൻ ആധുനിക കാലത്തെ എഴുത്തുകാർ ശ്രമിക്കാറുണ്ട് എന്ന വസ്തുത നാം ഓർക്കേണ്ടതാവശ്യമാണ്. ദേശീയതയുടെ അല്ലെങ്കിൽ ദേശീയതാവാദത്തിന്റെയും സ്റ്റേറ്റിന്റെയുമായ രണ്ട് ആശയങ്ങളെയും അകറ്റിനിർത്താത്തിടത്തോളം അവയെക്കുറിച്ചുള്ള വിശകലനപഠനം അസാധ്യമോ തികച്ചും വിഷമമേറിയതോ ആണ്. ഇവയിൽ ആദ്യം ജന്മം കൊണ്ടത് ഏത് ആശയമാണ് എന്നത് ഇന്നും ഒരു വിവാദവിഷയമാണ്. ദേശീയതയുടെ സത്ത ഒരു സ്വയം ഭരണാധികാരമുള്ള രാജ്യത്തിലെ ജനങ്ങളുടെ സാംസ്കാരിക ബോധത്തിന്റെ വ്യാപനം ആണെന്ന് കരുതുന്നവർ പ്രകടമായിത്തന്നെ ദേശീയത ഒരു പൊളിറ്റിക്കൽ സ്റ്റേറ്റിന്റെ ഉൽപ്പന്നമാണ് എന്ന സിദ്ധാന്തത്തിൽ കടിച്ചു തൂങ്ങുന്നവരാണ്.

താനും തന്നോട് സമാനതയുള്ളവരുമായി ചേർന്ന്, സാധാരണയായി അറിയപ്പെടുന്ന ഗോത്രം എന്ന രീതിയിൽ തന്റെ പ്രാകൃതാവസ്ഥയിൽ നിന്നും പുറത്തു വരാൻ ശ്രമിച്ചതാണ് മനുഷ്യൻ കൈക്കൊണ്ട ആദ്യത്തെ ധീരമായ നടപടി. മനുഷ്യരിലെ സൃഷ്ടിപരമായ താഴ്ന്ന തലത്തിലുള്ള വർഗബോധത്തിന്റെ പ്രതിഫലനമാണിത്. നിരവധി ഗോത്രസംഘങ്ങൾ ആത്യന്തികമായി വൈവിധ്യമുള്ളതും അനവധിയായതുമായ ഒരു ദേശീയത രൂപപ്പെടുത്തുമെന്ന ആശയം ശരിയാണെങ്കിൽ സ്റ്റേറ്റെന്ന സ്ഥാപനവുമായി ബന്ധപ്പെട്ട ദേശീയതയുടെ അടിസ്ഥാനകാരണങ്ങൾ വളരെയെളുപ്പം കണ്ടെത്താനാവും. എന്നാൽ, സ്റ്റേറ്റിന്റെയും ദേശീയതയുടെയും വ്യത്യസ്തമായ ആശയങ്ങൾ സമകാലികവും ഒന്നിച്ച് നിലനിൽക്കുന്നതുമാണെന്ന ധാരണ ശരിയല്ല. ഒരു പരമാധികാര സ്റ്റേറ്റ് എന്ന നിലയിലുള്ള സ്വതന്ത്രമായ നിലനിൽപ്പില്ലാതെ തന്നെ ദേശീയത രൂപപ്പെട്ടിട്ടുള്ളതിന് ഉദാഹരണങ്ങൾ പലതുമുണ്ട്. അതിനുള്ള ഏറ്റവും നല്ല ഉദാഹരണം യുണൈറ്റഡ് കിംഗ്ഡം (യു കെ അഥവാ ബ്രിട്ടൻ) തന്നെയാണ്. സ്കോച്ച്, വെൽഷ്, ഇംഗ്ലീഷ് എന്നിവ ഒരു

പരമാധികാര രാജ്യത്തിനുള്ളിലെ വ്യത്യസ്തമായ മൂന്ന് ദേശീയതകളാണ്. ഏതെങ്കിലും രാഷ്ട്രീയ ഐക്യമില്ലാതെ സ്വതന്ത്രമായി നിലനിൽക്കുന്ന ദേശീയതയ്ക്കുള്ള മറ്റൊരുദാഹരണമാണ് പോളണ്ടിലെയും ബൊഹീമിയയിലെയും പ്രസ്ഥാനങ്ങൾ. പ്രൊഫസർ ഹായെസ് പറയുന്നു: "ദേശീയത പ്രാഥമികമായി സാംസ്കാരികവും സാന്ദർഭികമായി രാഷ്ട്രീയവുമായിരിക്കുമ്പോൾ സ്റ്റേറ്റ് കണിശമായും രാഷ്ട്രീയ ഐക്യമാണ്..... ദേശീയത സംസ്കാരത്തിന്റെ ഒരു തലമാണ്. റഷ്യക്കാർ, ജർമൻകാർ, ഗ്രീക്കുകാർ, ജപ്പാൻകാർ തുടങ്ങിയ ദേശീയതകളുടെ സവിശേഷമായ ലക്ഷണങ്ങൾ വംശീയതയുടെയോ ഭൂമിശാസ്ത്രപരമായ യാദൃച്ഛികതയുടെയോ അനുബന്ധങ്ങളല്ല. അവ സാമൂഹിക സാഹചര്യങ്ങളുടെയും സാംസ്കാരിക പാരമ്പര്യങ്ങളുടെയും സൃഷ്ടികളാണ്. അത്തരത്തിൽ വീക്ഷിക്കുമ്പോൾ, രാഷ്ട്രീയമായ ഐക്യത്തോടൊപ്പമോ അല്ലാതെയോ ദേശീയത നിലനിൽക്കാം. ആധുനികകാലത്ത്, രാഷ്ട്രീയമായ ഐക്യത്തിനും സ്വാതന്ത്ര്യത്തിനും ഇണങ്ങുന്ന തരത്തിൽ സ്വത്വബോധമുള്ള ഏതൊരു ദേശീയതയ്ക്കും ഒരു പൊളിറ്റിക്കൽ സ്റ്റേറ്റിനെ സംശ്ലേഷിക്കാൻ കഴിയും എന്നാണിത് വ്യക്തമാക്കുന്നത്.

ഇതിനകം നാം കണ്ടുകഴിഞ്ഞതനുസരിച്ച്, സ്റ്റേറ്റും ദേശീയതയുമായി ബന്ധപ്പെട്ട ആശയങ്ങളെ കൂട്ടിക്കുഴച്ചു കൂടാ എന്ന് പറയുന്നതിനൊപ്പം, ദേശീയതയുടെ മനഃശാസ്ത്രപരവും ആത്മീയവുമെന്ന് വിളിക്കപ്പെടുന്ന സിദ്ധാന്തങ്ങളിലേക്ക് വായനക്കാരുടെ ശ്രദ്ധ ക്ഷണിക്കാൻ ഞാനാഗ്രഹിക്കുന്നു.

ഈ സിദ്ധാന്തമനുസരിച്ച്, ദേശീയത ഒരു മാനസിക പ്രതിഭാസം അഥവാ മനസിന്റെ സ്ഥിതിയാണ്. ഏകതാനതാപരമായ ബാഹ്യലക്ഷണം, ആശയങ്ങൾക്ക് പൊതുവായിട്ടുള്ള രീതി, പൊതുവായ ചിന്താപദ്ധതിയും പൊതുവായ താൽപ്പര്യങ്ങളും എന്നിവയിൽ നിന്നും ഉദ്ഭൂതമാണത്. ഈ സൈദ്ധാന്തികരുടെ വീക്ഷണത്തിൽ, ഒരു വ്യക്തിക്ക് വ്യക്തിത്വം എന്താണോ അതാണ് ഒരു സോഷ്യൽ ഗ്രൂപ്പിന് ദേശീയത. ഈ സിദ്ധാന്തം പ്രകടമായിത്തന്നെ ദേശീയതയുടെ രൂപീകരണവും വികാസവുമായി പരിസ്ഥിതി, സംസ്കാരം, ഭാഷ, മതം, രാഷ്ട്രീയ സ്ഥാപനങ്ങൾ എന്നിവയെ ബന്ധിപ്പിക്കുന്നു. ദേശീയതയുടെ ഈ മനഃശാസ്ത്ര സിദ്ധാന്തത്തെ റെനനും മറ്റുള്ളവരും ആത്മീയമായൊരു തലത്തിലേക്ക് വികസിപ്പിച്ചു. ദേശീയത ഒരു ആത്മാവോ ആത്മതത്വമോ ആണെന്നവർ വാദിക്കുന്നു. അതിലൂടെ സാമാന്യമായ ഓർമകളുടെ സമ്പുഷ്ടമായ പാരമ്പര്യവും ഒന്നിച്ച് ജീവിക്കാനുള്ള ആഗ്രഹവും ലഭ്യമായിട്ടുള്ള പൈതൃകം തുടർന്നും നിലനിർത്താനുള്ള വാഞ്ഛയും കൈവരിക്കപ്പെടുന്നു. അത്തരം ഒരു ആത്മീയ തത്വത്തെ കൈകാര്യം ചെയ്യാൻ വംശം, ഭാഷ അല്ലെങ്കിൽ പൊതുവായ താൽപ്പര്യങ്ങളിലുള്ള ഐക്യം എന്നിവ പോലുള്ള ഭൗതിക കാര്യങ്ങൾ മാത്രം മതിയാവുകയില്ലെന്ന് റെനൻ അവകാശപ്പെട്ടു. സംസ്കാരം പ്രാപിച്ച ഓരോ രാഷ്ട്രത്തിനും ഒരു ദൗത്യം പൂർത്തിയാക്കാനുണ്ട് എന്ന ആശയമാണ് ദേശീയതയുടെ ജീവനാഡിയായ ഈ ആത്മീയ തത്വം. മുകളിൽ ഉദ്ധരിച്ചതിന് പുറമേ മി.ബർണാർഡ് ജോസഫിന്റെ ഗ്രന്ഥത്തിൽ നിന്നുമുള്ള മറ്റൊരു ഭാഗം ഇവിടെ ഉദ്ധരിക്കാൻ ഞാനാഗ്രഹിക്കുന്നു. ദേശീയതയുടെ ആത്മീയതത്വം വിശദീകരിക്കുന്ന ആ ഭാഗം എസ് ലെവിയുടെ *ഔട്ട് ഓഫ് ബോണ്ടേജ്* എന്ന ഗ്രന്ഥത്തിൽ നിന്നുമുള്ളതുമാണ്.

"ശത്രു ഒരു രാജ്യത്തെ നശിപ്പിച്ചുവെന്ന് വരാം. എന്നാൽ ശത്രുവിന് നിയന്ത്രിക്കാനാവാത്ത ചിലത് ഓരോ രാഷ്ട്രവും ആർജിച്ചിട്ടുണ്ട്. ജനങ്ങളുടെ

ആർജവം പോലുള്ള ചിലതൊക്കെയാണത്. അതിന്റെ ജീവിതം, കലകൾ, സാഹിത്യം, ആചാരങ്ങൾ, രുചിഭേദങ്ങൾ തുടങ്ങിയ ജനങ്ങളുടെ സൃഷ്ടികളുടെ ആയിരക്കണക്കിന് മാർഗങ്ങളിലൂടെ അത് ആ ആർജവത്തെ വെളിപ്പെടുത്തുന്നു. സ്വന്തം രാഷ്ട്രത്വം സംരക്ഷിക്കുന്നതിനായി ജനങ്ങൾ അതേ പരീക്ഷണങ്ങളിലൂടെയും കഷ്ടപ്പാടുകളിലൂടെയും പീഡനങ്ങളിലൂടെയും കടന്നുപോയിട്ടുള്ളതിന് ചരിത്രത്തിന്റെ താളുകളിൽ അനവധി ഉദാഹരണങ്ങളുണ്ട്. എല്ലാ കഷ്ടപ്പാടുകളെയും അപകടങ്ങളെയും അതിജീവിക്കാനും അവയ്ക്ക് മേൽ വിജയം കൈവരിക്കാനും അവരെ സഹായിച്ച, കീഴടക്കാനാവാത്ത, ആ ആർജവം ലോകചരിത്രം പഠിക്കുന്നവർക്ക് ശ്രദ്ധിക്കാതിരിക്കാൻ അസാധ്യമായ ഒരു പ്രതിഭാസമാണ്. ദേശീയതാവാദത്തിന്റെ ഈ ആത്മീയ വീക്ഷണം കൂട്ടിവായിക്കേണ്ടതാവശ്യമാണ്. ഒരു സംഘത്തിന്റെ ദേശീയത നഷ്ടപ്പെടാതെ തന്നെ സംഘത്തിലെ ഭൂരിപക്ഷത്തിന്റെയും സംഘബോധം ദീർഘകാലം സചേതനമായി നിലനിന്നിട്ടുണ്ട് എന്ന വസ്തുതയ്ക്ക് നിരക്കുന്നതല്ല ഈ സിദ്ധാന്തം. അതിനെക്കുറിച്ച് യഹൂദ സൈദ്ധാന്തികനായ അഹദാത്ത ഇപ്രകാരം വിശദീകരിച്ചിട്ടുണ്ട്:

> ബോധപൂർവമല്ലാതെ തന്നെ ഒരു ജനതയിലെ ആളുകൾ ദേശീയമായ ആർജവത്തിൽ നിന്നും അകന്നുപോവുകയും അങ്ങനെ 'അന്യവൽക്കരിക്കപ്പെടു'ന്നതിലൂടെ അവർക്ക് ചുറ്റുമുള്ള ജനങ്ങളുടേതിന് സമാനരായ പുതിയ ദൈവങ്ങളെ സൃഷ്ടിക്കുകയും ചെയ്യുമ്പോൾ, ഒറ്റപ്പെട്ടുപോവുന്നവരും ചരിത്രപരമായി ദേശീയതയോട് പ്രതിബദ്ധത പുലർത്തുന്നവരുമായ ഒറ്റപ്പെട്ട വ്യക്തികൾ വർത്തമാനകാലത്തെ ദേശീയ പാരമ്പര്യത്തിന്റെ അനന്തരാവകാശികളായിത്തീരുന്നു. ചരിത്രപരമായ കണ്ണി കൈവശം സൂക്ഷിക്കുന്ന അവർ അത് വിഛേദിക്കപ്പെടാൻ അനുവദിക്കുന്നില്ല.

സമ്പന്നമായ പൈതൃകം കാത്തുസൂക്ഷിക്കുന്ന അവർ അനുകരണത്തിനുള്ള കേന്ദ്രങ്ങളായിത്തീരുകയും അവരിലൂടെ നിർജീവമായിപ്പോയ ദേശീയമായ ആർജ്ജവം പൊടുന്നനെ ഉണർന്നെണീക്കുകയും ഭൂരിപക്ഷത്തിന്റെ ദേശീയതയെക്കുറിച്ചുള്ള അവബോധം ത്വരിതഗതിയിലാക്കുകയും ചെയ്യും.

ഏകാംഗീകൃത അവബോധത്തിന്റെ ആശയം എന്ന് വിളിക്കപ്പെടുന്ന ദേശീയതയെക്കുറിച്ചുള്ള മറ്റൊരു സിദ്ധാന്തവും നിലവിലുണ്ട്. അത് ദേശീയതയെ 'ജന്മഭൂമി, അതിന്റെ സാഹിത്യം, വീരനായകൻമാരും ബുദ്ധിജീവികളും, ഭാഷ, ചോദനകൾ, പാരമ്പര്യങ്ങൾ, വസ്ത്രധാരണരീതികൾ തുടങ്ങിയവ ഒരുവന്റെ സ്വന്തം ദേശീയതയുമായി ബന്ധപ്പെട്ട അനുഭാവവും കെട്ടുപാടുകളുമായി നോക്കി കാണുന്നു.' ഇതിൽ ദേശീയത ഒരു സംഘത്തിലെ അംഗങ്ങൾക്കിടയിൽ സംഘവുമായി ബന്ധപ്പെട്ട കാര്യങ്ങൾക്ക് നേരെ ചില പ്രത്യേക മുൻഗണനയും ആഭിമുഖ്യവും പ്രകടമാക്കുന്ന സ്വാഭാവിക ഏകാംഗീകൃത അവബോധമാണ്. പ്രൊഫസർ സിമ്മെറിൻ അതിനെക്കുറിച്ച് ഇപ്രകാരം വിശദീകരിച്ചിരിക്കുന്നു:

> നിർണയിക്കുന്നതിലുപരി ഒരു ദേശക്കാരന് അനുഭവിച്ചറിയാവുന്ന സംഗതിയാണ് ദേശീയത. അത് ഒരു പ്രവർത്തനത്തെക്കാളും പ്രമാണത്തെക്കാളും പെരുമാറ്റ രീതിയെക്കാളും കൂടുതലായ ഒന്നാണ്.

അതൊരു നൈസർഗികമായ ബന്ധമാണ്. അത് അപ്രത്യക്ഷരായ രക്ഷിതാക്കളുടെയും സുഹൃത്തുക്കളുടെയും പഴക്കം ചെന്ന ആചാരങ്ങളുടെയും ആദരവുകളുടെയും പാർപ്പിടത്തിന്റെയും അമൂല്യമായ ഓർമകൾ ഉണർത്തുന്ന ഒരന്തരീക്ഷം ലഭ്യമാക്കിത്തരുന്നു. മനുഷ്യജീവിതത്തിന്റെ ഹ്രസ്വമായ ഘട്ടത്തെ പിറകോട്ടും മുമ്പോട്ടുമുള്ള അനേകം തലമുറകൾക്കിടയിലെ ഒരു കണ്ണിയെന്ന നിലയിൽ നമുക്ക് മുമ്പിൽ അവതരിപ്പിക്കുന്നു.”

ഭാഷ, രാഷ്ട്രീയ സ്ഥാപനങ്ങൾ, ആചാരങ്ങൾ തുടങ്ങിയ ദേശീയതയുടെ എല്ലാ ഘടകങ്ങൾക്കുമുള്ള സംയോജിതമായ പേരാണ് ഈ ദേശീയതയോടുള്ള ആഭിമുഖ്യമെന്നത്. മുഖ്യമായും അത് സമ്പുഷ്ടമായ പൈതൃകത്തെ അവലംബമാക്കുന്നു. അത് സ്വയം അവബോധത്തിന് ഊന്നൽ നൽകുകയും അതിലെ അംഗങ്ങൾക്കിടയിലെ ബന്ധം സുദൃഢമാക്കുകയും ചെയ്യുന്നു. സ്വന്തം നിലനിൽപ്പിൽ നിന്നും വിഭിന്നമായി ഭൗതിക ഘട്ടങ്ങളിൽ നിന്നും ഊർജം സ്വീകരിക്കുന്ന ആ ബോധം സ്വന്തം സംഘത്തെ ക്ഷതമേൽക്കാതെ നിലനിർത്താൻ വേണ്ടി പോരാടാനും തനിക്കുള്ളതെന്തും ത്യജിക്കാനും മനുഷ്യനെ പ്രേരിപ്പിക്കുന്ന ഒരു നൈസർഗികതയായി പരിണമിക്കുന്നു. അങ്ങനെ വരുമ്പോൾ വ്യക്തിയെ സംഘം എന്ന പേരിലറിയപ്പെടുന്ന ഒരു വലിയ യന്ത്രത്തിന്റെ ഭാഗമാക്കിത്തീർക്കുന്നു. അവൻ ഒരു ജൈവരൂപത്തിന്റെ ജീവനുള്ള ഒരവയമായിത്തീരുകയും ചെയ്യുന്നു.

ഈ അഭീഷ്ടം പടുത്തുയർത്തുന്നതിൽ പുറമേ നിന്നുള്ള ശക്തികളുടെ പീഡനം ഗൗരവമേറിയ ഒരു പങ്ക് വഹിച്ചിട്ടുണ്ട്. ദേശീയതയുടെ അടിസ്ഥാനം സാംസ്കാരികതയും മറ്റ് ഭൗതിക ഘടകങ്ങളും മാത്രമായിരുന്നുവെങ്കിൽ സ്വന്തം ദേശീയത നിലനിർത്താൻ സംഘാംഗങ്ങൾ സഹിച്ച വിലപ്പെട്ട ത്യാഗങ്ങൾ വിശദീകരിക്കേണ്ട ആവശ്യമുണ്ടാവുമായിരുന്നില്ല. മനുഷ്യന്റെ വൈകാരിക ഘടനയോളം ആഴത്തിൽ ഇറങ്ങിച്ചെല്ലുന്ന വേരുകളാണ് അഭീഷ്ടത്തിനുള്ളത്.

പ്രൊഫസർ സിമ്മെറിൻ പറയുന്നു:

> മനുഷ്യന്റെ ദേശീയത ലജ്ജ കൂടാതെ നിരാകരിക്കാനോ വഞ്ചിക്കാനോ അസാധ്യമായ തരത്തിൽ അവന് ഏറ്റവും സുപ്രധാനമായ സംഗതിയാണ്. തീവ്രവും ഏറ്റവും ഊഷ്മളവുമായ ഒരു അഭീഷ്ടമാണത്. പ്രാചീന പാരമ്പര്യമെന്ന നിലയിൽ വളരെയധികം ആർജവം പകരുന്നതും ഭൂതകാലവുമായി മനുഷ്യനെ ബന്ധിപ്പിക്കുന്നതുമായ, ഏറ്റവും തീവ്രതയുള്ള, മനുഷ്യന്റെ സമ്പാദ്യങ്ങളിൽ ഒന്നുമാണത്. ദേശീയതയുടെ അഭീഷ്ടമെന്ന സങ്കൽപ്പവുമായി ഒരുവന് താദാത്മ്യം പ്രാപിക്കണമെങ്കിൽ ഒരു പ്രത്യേക സംഘത്തിന്റെ വിശ്വാസങ്ങളിൽ പൊതുവായ ചില ഘടകങ്ങളുണ്ടായിരിക്കണം. അതാകട്ടെ, പൊതുവായ ഒരു സംഘജീവിതത്തിന് അഭികാമ്യമായ തരത്തിലുള്ള, ഒരു സംഘത്തിന് പ്രത്യേകമായ, സ്വത്തുക്കൾ അഥവാ സവിശേഷതകൾ ഉയർത്തിപ്പിടിക്കുന്നതും മറ്റ് സംഘങ്ങളിൽ നിന്നും വേർതിരിച്ചു നിർത്തുന്നതുമായ പ്രത്യേകതകളുമാണ്.

ഒരു ഏകാംഗീകൃത അഭീഷ്ടമെന്ന നിലയിൽ ദേശീയതയെന്ന ആശയം ദേശീയതയുടെ യഥാർഥ സത്തയും മൗലികമായ അടിത്തറയുമാണെന്ന

മി.ബർണാഡ് ജോസഫിന്റെ അഭിപ്രായത്തോട് ഞാൻ പൂർണമായും യോജിക്കുന്നു. അത് സംഘബോധത്തിന്റെയോ മനഃശാസ്ത്രപരമായ പൊരുത്തത്തിന്റെയോ സിദ്ധാന്തങ്ങളെക്കാൾ വളരെ സമഗ്രമാണ്. ഒപ്പം, സാംസ്കാരികത, മതം, ഭാഷ തുടങ്ങിയ ദേശീയതയുടെ വൈവിധ്യമുള്ള മറ്റ് ഘടകങ്ങൾക്ക് അത് കൂടുതൽ പ്രാമുഖ്യം കൽപ്പിക്കുകയും ചെയ്യുന്നു.

അതേ ഗ്രന്ഥകാരൻ, ദേശീയതയുടെ സത്തയും ഉൽപ്പത്തിയും പ്രവർത്തനവുമായി ബന്ധപ്പെട്ട എല്ലാ സിദ്ധാന്തങ്ങളെയും വിശകലന വിധേയമാക്കുകയും ഏകാംഗീകൃത അഭീഷ്ടത്തിന്റെ മാഹാത്മ്യത്തെക്കുറിച്ചുള്ള സ്വന്തം അഭിപ്രായം രേഖപ്പെടുത്തുകയും ചെയ്തശേഷം ദേശീയതയെ താഴെ പറയുന്ന രീതിയിൽ നിർവചിച്ചിരിക്കുന്നു:

> ഒരു ഗുണമെന്ന നിലയിൽ ദേശീയത മനുഷ്യരാശിയിലെ സംസ്കാരം പ്രാപിച്ച ഒരു പ്രത്യേക വിഭാഗത്തിലെ ഭൂരിപക്ഷത്തിനും പ്രത്യേകമായ അനന്യത ലഭ്യമാക്കികൊടുക്കുന്ന, സുസ്ഥിരമായ, ഒരു ആത്മനിഷ്ഠ ഏകാംഗീകൃത അഭീഷ്ടമാണ്. അതേസമയം, വസ്തുതാപരമായി, ജന്മദേശം, ഭാഷ, മതം, ചരിത്രം, സാംസ്കാരികത അഥവാ പാരമ്പര്യം തുടങ്ങിയ സംയോജിതമായ പ്രത്യേക സവിശേഷതകളുള്ള വേറിട്ടൊരു സംഘവുമാണത്. അങ്ങനെ നിർണയിക്കപ്പെട്ടിട്ടുള്ള ദേശീയതയുടെ ഗുണങ്ങളുള്ള സുദൃഢമായ പദവിയാണ് ദേശീയതയ്ക്കുള്ളത്.

ആയിരക്കണക്കിന് വർഷങ്ങളായുള്ള ചരിത്രത്തിലൂടെ നമുക്ക് ലഭ്യമായിട്ടുള്ള സ്ഥിതിവിവരക്കണക്കുകളും ഇന്നത്തെ ഹിന്ദുക്കളുടെ സ്ഥിതിയെക്കുറിച്ചുള്ള ശ്രദ്ധേയവും വികാരരഹിതവുമായ നിരീക്ഷണങ്ങളും ഹിന്ദുക്കൾ ഒരു രാഷ്ട്രം അഥവാ ദേശീയതയാണെന്ന് തീർത്തു പറയാൻ നമുക്ക് അവസരം നൽകുന്നു. വേറിട്ട സാംസ്കാരിക സവിശേഷതകൾ അവർക്കുണ്ട്. അവരുടെ ജീവിതത്തെ അതിന്റെ സൂക്ഷ്മമായ വിശദാംശങ്ങളിൽ പോലും ഭരിക്കുകയും നിയന്ത്രിക്കുകയും ചെയ്യുന്ന പൊതുവായൊരു സാംസ്കാരിക ഭാഷയും പൊതുവായൊരു സാംസ്കാരിക സാഹിത്യവും അവർക്കുണ്ട്. മറ്റേതൊരു ജനവിഭാഗത്തിൽ നിന്നും തികച്ചും വിഭിന്നമായി പൊതുവായൊരു ജീവിതവീക്ഷണം അവർ വികസിപ്പിച്ചെടുത്തിട്ടുണ്ട്. ലോകത്തിലെ മറ്റൊരു രാജ്യത്തിനും അവകാശപ്പെടാൻ കഴിയാത്ത തരത്തിൽ പ്രകൃതി ദത്തമായിത്തന്നെ അടയാളപ്പെടുത്തിയിട്ടുള്ള അതിർത്തികളുള്ള ഒരു ജന്മദേശം അവർക്കുണ്ട്. വടക്കും പടിഞ്ഞാറും നിന്നുമുള്ള കിരാതൻമാരുടെ ആക്രമണങ്ങളും കീഴടക്കലുകളുമുണ്ടായിട്ടുണ്ടെങ്കിലും കഴിഞ്ഞ മൂവായിരത്തിലേറെ കൊല്ലങ്ങളായി മഹത്വപൂർണമായൊരു സ്ഥിതിയിലേക്കുയരാൻ സഹായകമായ തരത്തിൽ ഒരു ഏകാംഗീകൃത അഭീഷ്ടം വികസിപ്പിച്ചെടുക്കാൻ അവർക്ക് കഴിഞ്ഞിട്ടുണ്ട്. സാഹിത്യ സേവനത്തിന്റെയും തത്വശാസ്ത്രത്തിന്റെയും മേഖലകളിൽ ശ്രേഷ്ഠമായ നേട്ടങ്ങൾ കൈവരിക്കാൻ അവർക്ക് സാധിച്ചു. ഉപരിപ്ലവമായ വ്യത്യാസങ്ങളുണ്ടെങ്കിൽ പോലും വടക്കും തെക്കുമുള്ള ഹിന്ദുക്കൾക്ക് അവരുടെ ഗാംഭീര്യമേറിയ ശിൽപ്പനിർമാണം, ചിത്രരചന, സംഗീതം, നൃത്തം തുടങ്ങിയ നിരവധി ലളിത കലകൾക്ക് പൊതുവായ ഒരു സ്ഥിതിയുമുണ്ട്.

ഹിന്ദുക്കൾ ഒരു രാഷ്ട്രമാണെന്ന വസ്തുതയെ ചോദ്യം ചെയ്യാൻ ബോധമുള്ള ആർക്കും സാധ്യമല്ല. ജനസംഖ്യയിലെ മഹാഭൂരിപക്ഷവും

ഹിന്ദുക്കളാണെന്ന് അംഗീകരിക്കാനും പ്രയാസമൊന്നുമില്ല. അക്കാരണത്താൽ, ഇന്ത്യ കണിശമായും ഒരു ഹിന്ദുരാഷ്ട്രം അഥവാ ഹിന്ദുസ്ഥാൻ ആണ്.

ഈ നിഗമനങ്ങളുടെ പ്രായോഗിക യാഥാർഥ്യങ്ങൾ രാഷ്ട്രീയക്കാർക്ക് വളരെയധികം പ്രശ്നങ്ങൾ സൃഷ്ടിക്കുന്നുണ്ട്. അവയെ ശ്രദ്ധാപൂർവം, നിർവികാരതയോടെ, സമീപിക്കേണ്ടതാവശ്യവുമാണ്. ഈ ഗ്രന്ഥത്തിൽ മുഹമ്മദീയരുടെ പ്രശ്നം കൈകാര്യം ചെയ്യുമ്പോൾ, ഹിന്ദുദേശീയതയ്ക്കും ഹിന്ദുപരമാധികാര സ്റ്റേറ്റിനുമിടയിലെ വേർതിരിവ് ഗ്രന്ഥകാരൻ എല്ലായ്പ്പോഴും മനസിൽ കരുതിയിട്ടില്ലെന്ന് പറയേണ്ടിയിരിക്കുന്നു. ഒരു പരാമാധികാര സ്റ്റേറ്റ് എന്ന നിലയിലുള്ളഹിന്ദുരാഷ്ട്രം സംസ്കാരിക ദേശീയത എന്ന നിലയിലുള്ള ഹിന്ദു രാഷ്ട്രത്തിൽ നിന്നും തികച്ചും വിഭിന്നമാണ്. സ്വാഭാവികമായോ നിയമാനുസരണമോ പൗരത്വം അഥവാ പ്രാകൃതികമാക്കപ്പെടുന്ന വ്യത്യസ്ത ദേശീയതകളുള്ള ന്യൂനപക്ഷങ്ങൾക്ക് സ്റ്റേറ്റിന്റെ പൗരത്വം നിഷേധിച്ചിട്ടുള്ള ഒരു ആധുനിക രാജ്യവുമില്ല. യുദ്ധാനന്തരം ന്യൂനപക്ഷങ്ങളുടെ അവകാശങ്ങൾ കാത്തുസൂക്ഷിക്കണമെന്ന അവരുടെ വാദം തികച്ചും അപ്രസക്തമാണ്.

സാംസ്കാരികത, ഭാഷ, മതം എന്നിവയെ നിലനിർത്താൻ പ്രത്യേക സൗകര്യങ്ങളൊരുക്കിക്കൊണ്ട്, ന്യൂനപക്ഷങ്ങൾക്ക് എല്ലാ പൗരാവകാശങ്ങളും നൽകി അവയെ പ്രത്യേക ദേശീയതയായി പരിഗണിക്കുകയെന്നത് ഒരു സ്റ്റേറ്റിന്റെ പരമാധികാരത്തിന് നിരക്കാത്ത സംഗതിയാണ്. പ്രാകൃതികമാക്കപ്പെടുന്നതോടെ ന്യൂനപക്ഷവിഭാഗങ്ങൾക്ക് ഭൂരിപക്ഷവുമായുള്ള എല്ലാ വ്യത്യാസങ്ങളും ഭരണപരവും രാഷ്ട്രീയവുമായ കാരണങ്ങളാൽ അപ്രത്യക്ഷമാകുന്നു. ഈ ഗ്രന്ഥത്തിലെ അഞ്ചാമത്തെ അധ്യായത്തിലെ ഗ്രന്ഥകാരന്റെ നിലപാടിനോട് ആധുനിക കാലത്തെ ഏതെങ്കിലും നിയമ പണ്ഡിതനോ രാഷ്ട്രീയ തത്വചിന്തകനോ ഭരണഘടനാനിയമ വിദ്യാർഥിക്കോ യോജിക്കാനാവില്ല. ആ നിലപാട് ഇപ്രകാരമാണ്:

> രാഷ്ട്രത്തെ സംബന്ധിച്ചിടത്തോളം, അതിന്റെ പഞ്ചതല ആശയത്തിന്റെ പരിധിക്ക് പുറത്ത് നിൽക്കുന്ന ഏതൊരാൾക്കും, അവരുടെ വ്യത്യസ്തതകൾ കൈയൊഴിഞ്ഞ്, ദേശീയമായ മതം, ദേശീയമായ സാംസ്കാരികത, ദേശീയമായ ഭാഷ എന്നിവ സ്വീകരിക്കാത്തിടത്തോളം ദേശീയജീവിതത്തിലും വംശത്തിലും സ്ഥാനമൊന്നുമില്ല. അവർ സ്വന്തം വംശീയത, സാംസ്കാരികവും മതപരവുമായ വ്യത്യസ്തതകളും നിലനിർത്തുന്ന കാലത്തോളം, രാഷ്ട്രത്തോട് സൗഹൃദമോ ശത്രുതയോ ഉള്ള വിദേശികളല്ലാതെ മറ്റൊന്നുമല്ല.

ലീഗ് ഓഫ് നേഷൻസിന്റെ ന്യൂനപക്ഷപ്രമാണങ്ങൾ നിഷ്പക്ഷമായി പഠിക്കുന്ന ഏതൊരാളും പ്രാമാണികതയോടെ ഗ്രന്ഥകാരൻ ഉയർത്തിപ്പിടിക്കുന്ന അവകാശവാദത്തെ നിരാകരിക്കുമെന്ന കാര്യത്തിൽ എനിക്ക് ഒരു സംശയവുമില്ല. സ്റ്റേറ്റിന്റെ പൊതുവായ ധാർമികതയ്ക്കും നയങ്ങൾക്കുമിണങ്ങുന്ന തരത്തിൽ, സാംസ്കാരികമായി വ്യത്യസ്തമായ, മത-സാംസ്കാരിക ചിന്തകൾ സംരക്ഷിക്കാനുള്ള അവകാശം ഒരു പരമാധികാരസ്റ്റേറ്റിലെ ന്യൂനപക്ഷങ്ങൾക്കുണ്ട് എന്ന വസ്തുത ഇവിടെ ഊന്നിപ്പറയേണ്ടതാവശ്യമാണ്. സ്വാഭാവികമായും, മേധാവിത്വം പുലർത്തുകയും നിയന്ത്രിക്കുകയും ചെയ്യുന്ന ഒരു ജനവിഭാഗത്തിന്റേതിൽ നിന്നും വിഭിന്നമായ ഒരു

മതവിശ്വാസം പിന്തുടരുന്നു എന്ന കാരണത്താൽ ഈ മണ്ണിൽ തന്നെ ജനിച്ചു വളർന്നവരും എല്ലാ പൗരാവകാശങ്ങളും അനുഭവിച്ചിരുന്നവരുമായ ആളുകളുടെ പിൻഗാമികളെ ഒരു ആധുനിക രാജ്യവും വിദേശികളായി ഗണിച്ചിട്ടില്ല. ഈ ഇരുപതാം നൂറ്റാണ്ടിൽ പ്രാകൃതികമാക്കുന്നതിന് മതപരിവർത്തനത്തെ ഒരു ഉപാധിയാക്കിക്കൂടാ. പാർപ്പിടം, സംഘം ചേരൽ തുടങ്ങിയ ചില പ്രത്യേക നിബന്ധനകൾ പൂർത്തീകരിക്കപ്പെടുമ്പോൾ, പ്രാകൃതികവൽക്കരണത്തിലൂടെ, ഒരു അന്യദേശക്കാരന് സ്റ്റേറ്റിനോടുള്ള വിധേയത്വം സാധ്യമായേ മതിയാവൂ. എന്നാൽ, സ്റ്റേറ്റിന്റെ മതത്തിലേക്കുള്ള പരിവർത്തനം ഒരു വിദേശിയുടെ ആധുനിക സ്റ്റേറ്റിന്റെ പൗരത്വത്തിലേക്കുള്ള അംഗീകാരമായി ഗണിക്കപ്പെട്ടിട്ടുള്ളതായി കേൾക്കാൻ ഇന്നോളം എനിക്ക് കഴിഞ്ഞിട്ടില്ല.

"ഒരുപക്ഷേ, വിശ്വാസത്തെ പ്രമാണമായി അംഗീകരിച്ചിട്ടുള്ള ഇസ്ലാം മതത്തെ സ്റ്റേറ്റിന്റെ മതമായി അംഗീകരിച്ചിട്ടുള്ളതും മുഹമ്മദീയർക്ക് മറ്റ് മതവിശ്വാസികൾക്ക് മേൽ ആധിപത്യം ഉറപ്പാക്കിയിട്ടുള്ളതുമായ രാജ്യങ്ങളിലൊഴികെ, സംസ്കാരം പ്രാപിച്ചിട്ടുള്ള ഒരു രാജ്യത്തും ഇത്തരത്തിലുള്ള മതമൗലികവാദപരമായ ഈ നിലപാടിന് യാതൊരംഗീകാരവും പ്രതീക്ഷിച്ചു കൂടാത്തതാണ്."

> ആദ്യകാലങ്ങളിൽ മതം ദേശീയതയുടെ ഒരു മുഖ്യഘടകമായിരുന്നു എന്ന കാര്യത്തിൽ സംശയമൊന്നുമില്ല. എങ്കിലും, ദേശീയ ജീവിതത്തിലെ ഒരു ശക്തിയെന്ന നിലയിലുള്ള അതിന്റെ പ്രബലത പിൽക്കാലത്ത് നഷ്ടപ്പെടുകയും വർത്തമാനകാലത്ത് അതൊരു ശക്തിയല്ലാതായിത്തീരുകയും ചെയ്തു. മിക്ക സ്റ്റേറ്റുകളിലും ഇന്ന് സ്റ്റേറ്റിന്റേതായ ഒരു മതവുമില്ല. വിശ്വാസം വ്യക്തിഗതമായ ഒരു തെരഞ്ഞെടുപ്പ് മാത്രമായി പരിണമിച്ചു. ഭൂരിപക്ഷം ദേശീയതകളിലും വൈരുധ്യമേറിയ മതങ്ങളുണ്ട്. മതം കടന്നു ചെല്ലാത്ത ദേശീയതയുടെ നല്ലൊരുദാഹരണമാണ് അമേരിക്ക. സ്വാതന്ത്ര്യപ്രഖ്യാപനമുണ്ടായ ശേഷം എല്ലായ്പ്പോഴും മതവിശ്വാസത്തിനും ആരാധനയ്ക്കും അവിടെ പൂർണസ്വാതന്ത്ര്യമുണ്ടായിരുന്നു. തുടക്കം മുതൽ തന്നെ അമേരിക്കയുടെ ദേശീയജീവിതം മതത്തിൽ നിന്നും പൂർണമായും സ്വതന്ത്രമായിരുന്നു. മതസഹിഷ്ണുതയുടെ പ്രമാണം ദേശീയതകളുടെ ജീവിതത്തിൽ മതത്തിന് മുമ്പുണ്ടായിരുന്ന പ്രാധാന്യം ഇല്ലാതാക്കി. ഒരു ദേശീയമതമെന്ന സമ്പ്രദായത്തിൻ കീഴിൽ പൂർണമായ മതസഹിഷ്ണുത കൈവരിക്കാൻ സാധിക്കുമ്പോൾ ദേശീയമായ ഐക്യം വളരെ വർധിക്കുന്നു എന്നത് ഒരു അംഗീകൃത തത്വമായിത്തീർന്നു."

ബർണാർഡ് ജോസഫിന്റെ ഗ്രന്ഥത്തിലെ 'ദേശീയതയുടെ ഘടകമെന്ന നിലയിൽ മതം' എന്ന അധ്യായത്തിൽ നിന്നുമുള്ളതാണ് മുകളിലെ ഉദ്ധരണി. ദേശീയതയുടെ രൂപീകരണത്തിൽ മതത്തിനുള്ള പ്രാധാന്യത്തിന്റെ തോതുമായി ബന്ധപ്പെട്ട് ആധുനിക പണ്ഡിതൻമാർക്കും ഈ കൃതിയുടെ കർത്താവിനുമിടയിലെ വ്യത്യാസം വ്യക്തമാക്കാൻ ഈ ഉദ്ധരണി മതിയാവും. ദേശീയതയുടെ സൃഷ്ടിയിലും തുടർച്ചയിലും ഇടയ്ക്കിടെ മതം നടത്താറുള്ള സുപ്രധാന പ്രവർത്തനങ്ങളെ നിരീക്ഷിച്ചുകൊണ്ട്, ദേശീയതയുടെ പ്രശ്നത്തിൽ മതത്തിനുള്ള സ്ഥാനം വിശകലനം ചെയ്യുന്ന പ്രൊഫ.ബർണാർഡ്

ജോസഫ്, അപൂർവം സന്ദർഭങ്ങളിലൊഴികെ ദേശീയ ഐക്യത്തിന്റെ അടിത്തറ രൂപപ്പെടുമ്പോൾ മതത്തിന് പറയത്തക്ക പ്രാധാന്യമൊന്നുമില്ലെന്നും വ്യക്തമാക്കുന്നു.

ഇന്ത്യൻ ദേശീയ പ്രസ്ഥാനത്തിലെ അതികായൻമാരായ രാജ്യസ്നേഹികളാണ് ഇന്ത്യൻ നാഷണൽ കോൺഗ്രസ് രൂപീകരിച്ചത്. മതപരമായ സംഘാടനത്തിലൂടെയല്ലാതെ ഇന്ത്യയിൽ ദേശീയ പ്രസ്ഥാനം വികസിപ്പിക്കാനുള്ള അവരുടെ ശ്രമം പാശ്ചാത്യ നിയമപണ്ഡിതൻമാരുടെ വീക്ഷണങ്ങളുമായി തികച്ചും പൊരുത്തപ്പെടുന്നുവെന്ന് ഞാൻ ഉറച്ച് വിശ്വസിക്കുന്നു. ദുഷ്ടലാക്കോടെയുള്ള ലക്ഷ്യങ്ങളാണെന്നാരോപിച്ചുകൊണ്ട്, കോൺഗ്രസിന്റെ സ്ഥാപനത്തിനും അതിന്റെ ആദ്യകാലങ്ങളിലെ വളർച്ചയ്ക്ക് സഹായിച്ച മഹാത്മാക്കളും വിഖ്യാതരുമായ ഇംഗ്ലീഷുകാരെ കുറ്റപ്പെടുത്തിയതിലൂടെ തീർച്ചയായും പ്രബന്ധകാരൻ അനീതിയാണ് കാണിച്ചിട്ടുള്ളത്.

കമ്യൂണൽ അവാർഡ് പോലുള്ള നയപരമായ ചില പ്രധാന പ്രശ്നങ്ങളിൽ ഇന്നത്തെ മുതിർന്ന കോൺഗ്രസുകാരുമായി എന്തൊക്കെ അഭിപ്രായ വ്യത്യാസങ്ങളുണ്ടെങ്കിലും, ഇന്ത്യയിൽ ഇന്ന് നിലനിൽക്കുന്ന ദേശീയതയുടെ അഭീഷ്ടം കഴിഞ്ഞ അമ്പതിലേറെ വർഷങ്ങളിൽ കോൺഗ്രസ് പ്രസ്ഥാനത്തിന് നേതൃത്വം നൽകിയ മഹാരഥൻമാരുടെ പ്രവർത്തനഫലമാണെന്ന് ഇവിടെ ഉറപ്പിച്ചു പറയേണ്ടത് ആവശ്യമാണെന്ന് ഞാൻ കരുതുന്നു.

ദേശീയതയെ കുറിച്ചുള്ള തന്റെ സിദ്ധാന്തത്തോട് യോജിക്കാത്തവർക്ക് നേരെ പ്രബന്ധകാരൻ ഉപയോഗിച്ചിരിക്കുന്ന രൂക്ഷവും വികാരശൂന്യവുമായ ഭാഷ ദേശീയതയെപ്പോലുള്ള സങ്കീർണമായ ഒരു വിഷയത്തിന്റെ ശാസ്ത്രീയമായ പഠനത്തിന്റെ അന്തസ്സിന് യോജിച്ചതല്ലെന്ന് കൂട്ടിച്ചേർക്കാനും ഞാൻ ആഗ്രഹിക്കുന്നു. ഈ അവതാരികയിൽ ഇത്തരം നിരീക്ഷണങ്ങൾ നടത്തേണ്ടി വന്നതിൽ എനിക്ക് ദുഃഖമുണ്ട്. എന്നാൽ, മുകളിൽ പറഞ്ഞ എന്റെ അഭിപ്രായം സുവ്യക്തമായ മറയില്ലാതെ രേഖപ്പെടുത്താതിരിക്കുന്നത് എന്നോടുതന്നെയുള്ള അസത്യവും അന്യായവുമാണെന്ന് ഞാൻ കരുതുന്നു.

ഇക്കാര്യങ്ങളൊഴിച്ചാൽ ഈ ലഘുഗ്രന്ഥത്തിലെ മിക്ക കാര്യങ്ങളിലും രചയിതാവിനോട് ഞാൻ യോജിക്കുന്നു. ദേശീയതയുടെ ആശയത്തിലെ പ്രധാന ഘടകങ്ങളുടെ സംഗ്രഹ രൂപത്തിലുള്ള ധാരണ ലളിതവും മനോഹരവുമായ രീതിയിൽ വിശദീകരിക്കാൻ അദ്ദേഹം വളരെയധികം ശ്രമിച്ചിട്ടുണ്ട്. ഇന്ത്യയിൽ നിലനിൽക്കുന്ന സാഹചര്യത്തിന്റെ വെളിച്ചത്തിൽ മുകളിലെ പഠനത്തിലെ തത്വങ്ങൾ പരിശോധിക്കുന്നതിലും ഇന്ത്യൻ ദേശീയതാവാദികൾ അഭിമുഖീകരിക്കുന്ന പ്രശ്നങ്ങൾക്ക് പരിഹാരം നിർദേശിക്കുന്നതിലും അദ്ദേഹം വിജയിച്ചിട്ടുണ്ട്.

ചിന്തയെ ഉദ്ദീപിപ്പിക്കാനും ഇതുവരെ താരതമ്യേന അവഗണിക്കപ്പെട്ടിരുന്ന ഒരു പ്രശ്നത്തിന്റെ ശാസ്ത്രീയ പഠനത്തിന്റെ ആർജവം പകരാനും ഈ കൃതിക്ക് കഴിയും. നിർഭാഗ്യവശാൽ, ദേശീയതാവാദികൾക്ക് ആവശ്യമാണെന്ന് ഇതുവരെ തോന്നിയിട്ടില്ലാത്ത, ദേശീയതാവാദത്തിന്റെയും ദേശീയ പ്രസ്ഥാനങ്ങളുടെയും പഠനത്തിനുള്ള, പുതിയതും സുപ്രധാനവുമായ, ഒരു വീക്ഷണം വായനക്കാർക്ക് മുമ്പിൽ അവതരിപ്പിച്ചതിൽ ലേഖകൻ അഭിനന്ദനമർഹിക്കുന്നു. മതംകൊണ്ട് കേവലം ഹിന്ദുക്കളായിരിക്കുന്നതുമൂലം മാത്രമല്ല, മതപരവും സാംസ്കാരികവുമായ സ്വാതന്ത്ര്യം ലഭിക്കുമെന്ന ഉറപ്പിൻമേൽ, ഹിന്ദുസ്റ്റേറ്റിലെ വിധേയത്വമുള്ള പൗരൻമാരായിരിക്കാൻ സന്നദ്ധതയുള്ളതുകൊണ്ടും ദേശീയതാവാദികളെല്ലാം തന്നെ തങ്ങൾ ഹിന്ദു

രാഷ്ട്രത്തിലെ അംഗങ്ങളാണെന്ന് എന്നെന്നേക്കുമായി മനസിലാകട്ടെ. ഹിന്ദുമതക്കാരോ ക്രിസ്തുമതക്കാരോ മുഹമ്മദീയമതക്കാരോ ആയിക്കോട്ടെ, ന്യൂനപക്ഷങ്ങൾക്ക് അവരുടെ മതപരവും സാംസ്കാരികവുമായ സ്വാതന്ത്ര്യമനുഭവിക്കാൻ എല്ലാ അവകാശങ്ങളുമുണ്ട്. എന്നാൽ ഈ സൗജന്യം ഭാഷയും സാഹിത്യവും പഠിക്കുന്നതുൾപ്പെടെയുള്ള സാംസ്കാരിക പാരമ്പര്യങ്ങൾ സംരക്ഷിക്കുന്നതിൽ ഒതുങ്ങി നിൽക്കുമെന്നും സ്റ്റേറ്റിന്റെ കാര്യങ്ങളിലെ പങ്കാളിത്തത്തിനുള്ള ഒരവകാശം അനുവദിക്കപ്പെടുകയില്ലെന്നുമുള്ള നിബന്ധനയ്ക്ക് വിധേയമായിട്ടായിരിക്കണം.

വിഘടിപ്പിക്കാൻ അസാധ്യമായ ഒരു യൂണിറ്റാണ് സ്റ്റേറ്റ്.

സ്റ്റേറ്റിനെ വിഘടിപ്പിക്കാനുള്ള അവകാശം ഒരു വിഭാഗത്തിനും അവകാശപ്പെടാനാവില്ല. അത് സ്റ്റേറ്റിലെ ഭൂരിപക്ഷം ജനങ്ങളുടെയും ദേശീയതയുടെ പരമാധികാരത്തിൻ കീഴിലായിരിക്കണം. മറ്റുള്ളവരെ സംബന്ധിച്ചിടത്തോളം, അവരുടെ മതവും സംസ്കാരവും സംരക്ഷിക്കാവുന്ന തരത്തിലുള്ള പ്രത്യേക സംവിധാനങ്ങൾ ഏർപ്പെടുത്തിക്കൊണ്ട് ഭൂരിപക്ഷത്തിന് പൗരാവകാശങ്ങളുണ്ടായിരിക്കണം. എന്റെ അഭിപ്രായത്തിൽ, നീതിനിഷ്ഠവും ഏറ്റവും പ്രായോഗികവുമായ നടപടി അതുമാത്രമാണ്. എന്റെ അഭിപ്രായത്തിൽ, സാധാരണയായി മഹാത്മാഗാന്ധിയും അദ്ദേഹത്തെപ്പോലെ ചിന്തിക്കുന്നവരും ഉയർത്തിപ്പിടിക്കുന്ന 'ബ്ലാങ്ക് ചെക്ക്' സിദ്ധാന്തത്തിനുള്ള സ്വാഭാവികവും വളരെ ആവശ്യവുമായ മറുപടിയാണ് ഈ കൃതി. ഇത് ശ്രദ്ധാപൂർവം വായിക്കുന്ന പക്ഷം വായനക്കാരുടെ മനസിലെ അനഭികാമ്യമായ നിരവധി മുൻവിധികൾ അപ്രത്യക്ഷമാവുകയും പ്രതിഫലനത്തിനുള്ള സമൃദ്ധമായ വിഭവം ലഭ്യമാവുകയും ചെയ്യും.

ഇന്ത്യയിൽ അല്ലെങ്കിൽ ഹിന്ദുസ്ഥാനിൽ ഹിന്ദുരാഷ്ട്ര മേധാവിത്വപരമായ പദവിയിൽ നിലനിൽക്കുന്നത് ഹിന്ദുക്കളുടെ മാത്രം രക്ഷാമാർഗമല്ല. അതിന് മാത്രമേ ഈ രാജ്യത്ത് ജീവിക്കുന്ന വ്യത്യസ്ത രാഷ്ട്രങ്ങളായ ന്യൂനപക്ഷങ്ങളുടെ മതപരവും സാംസ്കാരികവുമായ അവകാശങ്ങൾ സംരക്ഷിക്കാനാവൂ.

മതസഹിഷ്ണുതയും വിശ്വസിക്കാനുള്ള സ്വാതന്ത്ര്യവുമാണ് ഹിന്ദുതത്വശാസ്ത്രത്തിന്റെ സത്ത. ന്യൂനപക്ഷങ്ങൾ എത്രയും വേഗം സത്യം മനസിലാക്കുമെന്നും ഇന്ത്യയിലെ എല്ലാ ഭൂരിപക്ഷ-ന്യൂനപക്ഷ രാഷ്ട്രങ്ങൾക്കും മാതൃരാജ്യമായ ഭാരതവർഷയുടെ മഹത്വത്തിനായി ഭൂരിപക്ഷത്തോടൊപ്പം തോളോടുതോൾ ചേർന്ന് പ്രവർത്തിക്കാൻ തീരുമാനിക്കുമെന്നും ഞാൻ ആശിക്കുകയും വിശ്വസിക്കുകയും ചെയ്യുന്നു. സിഖിസം, ബുദ്ധിസം, ജൈനിസം എന്നിവയുൾപ്പെടെയുള്ള ഹിന്ദുയിസത്തിലോ ഇസ്ലാമിലോ ക്രിസ്തുമതത്തിലോ സോരാഷ്ട്രയിസത്തിലോ മറ്റേതെങ്കിലും മതങ്ങളിലോ വിശ്വസിക്കുന്ന എല്ലാ ദേശീയതാവാദികളുടെയും ലക്ഷ്യം രാഷ്ട്രീയ ഐക്യമായിരിക്കണം. ചെറിയ തെറ്റുകൾ ക്ഷമിക്കാനുള്ള സന്നദ്ധതയും സഹജീവികളോട് അനുഭാവവും എല്ലാവർക്കുമുണ്ടാവുകയാണെങ്കിൽ മിക്കവരും കരുതുന്ന സമയത്തിന് മുമ്പ്, വളരെപ്പെട്ടെന്ന്, നമുക്ക് ലക്ഷ്യത്തോടടുക്കാൻ സാധിക്കും.

എം എസ് അനേയ്
13, ഫിറോസ്ഷാ റോഡ്
ന്യൂഡൽഹി, മാർച്ച് 4, 1939

പ്രസ്താവന

അസാധാരണമായ കാലഘട്ടത്തിലാണ് നാം ജനിച്ചത്. ഒരുപക്ഷേ, വർത്തമാനകാലസ്ഥിതിയിൽ ജനിച്ചതിൽ നാം ഭാഗ്യവാൻമാരായിരിക്കാം. അല്ലെങ്കിൽ, അങ്ങനെ ജനിച്ചതിൽ നാം ഏറ്റവും ഭാഗ്യഹീനരാകാം. ഇതെല്ലാം തന്നെ നമ്മുടെ വീക്ഷണകോണിനെ ആശ്രയിച്ചിരിക്കുന്നു. ലോകത്തിൽ സമാധാനവും സമൃദ്ധിയും അധികാരവും മാഹാത്മ്യവുമുള്ള ഒരു രാഷ്ട്രത്തിലേക്ക് വരാൻ കഴിഞ്ഞത് അപൂർവസൗഭാഗ്യമായി ചിലർ കരുതിയേക്കാം. മറ്റ് ചിലർ മറിച്ച് ചിന്തിക്കുകയും ഇവിടത്തെ വാസത്തിനിടയിൽ കഷ്ടപ്പാടുകളെയും ഇല്ലായ്മകളെയും എതിർപ്പുകളെയും പ്രശ്നങ്ങളെയും നേരിട്ട് സമൃദ്ധി കൈവരിക്കാൻ സമരം നടത്തുകയുമായിരിക്കാം. ധാരാളിത്തത്തിൽ ജനിക്കുകയും മരിക്കുകയും ചെയ്യുന്ന നമുക്ക് ഒരുപക്ഷേ അത് മാത്രമാണ് ജീവിതം. എന്നാൽ, പ്രതികൂല സാഹചര്യങ്ങളിൽ നമ്മുടെ കഴിവുകൾ മുഴുവനും ഉപയോഗിക്കാനും നമ്മുടെ പൗരുഷം പരിശോധിക്കാനും വിജയത്തിലും പരാജയത്തിലും വ്യക്തിത്വത്തോടെയും ഗാംഭീര്യത്തോടെയും ലോകത്തിന് മുമ്പിൽ നിവർന്നുനിൽക്കാനും നമുക്ക് ഒരവസരം ലഭിക്കുന്നു. നമ്മുടെ പൂർണമായ ശരീരഉയരത്തിലേക്ക് പൊങ്ങാനും മനുഷ്യഭാവനയ്ക്ക് വിഭാവനം ചെയ്യാവുന്നതിലും ഉയരത്തിലേക്ക് വികസിക്കാനുമുള്ള അവസരം നമുക്ക് വാഗ്ദാനം ചെയ്യപ്പെടുന്നു. അതെന്തായാലും, ഒരുകാര്യം തീർച്ചയാണ്: ഇന്നത്തെ ഭാരതവർഷയിൽ വന്യമായ കാലഘട്ടത്തിലാണ് നാം ജീവിക്കുന്നത്.

അസാധാരണായ കാലഘട്ടത്തിൽ തീർച്ചയായും നാം ജീവിക്കുകയല്ല, മറിച്ച്, കേവലം നിലനിൽക്കുകയാണ്. നൂറ്റാണ്ടുകളിലൂടെ നമുക്ക് കണിശമായ ആശയങ്ങൾ പകർന്നു തന്ന വാക്കുകളുടെ അർഥം മാറിയിരിക്കുന്നു. വ്യാപകമായി വക്രീകരിക്കൽ നടക്കുന്നു. ഉത്തമമായ പദങ്ങൾ അത്യുദാരവും ഉദാത്തത പരിതാപകരവുമായിത്തീർന്നിരിക്കുന്നു. സ്വാർഥതയും അത്യാഗ്രഹവും കാപട്യവും അങ്ങുമിങ്ങും അഹങ്കാരത്തോടെ തലയുയർത്തുകയും

മൂല്യങ്ങൾ അവഗണിക്കപ്പെടുകയും ചെയ്യുന്നു. ഉദാത്തമായ യോഗ്യത നിരുത്സാഹപ്പെടുത്തപ്പെടുന്നു. ചുരുക്കത്തിൽ, ജീർണതയുടെ അടിപ്പരപ്പില്ലാത്ത ആഴത്തിലേക്ക് ഭയാനകമായ വേഗതയിൽ നാം ഉരുണ്ടുപോവുമ്പോഴും 'പുരോഗതി'യുടെ പേരിൽ നാം നമ്മെ സ്വയം അഭിനന്ദിക്കുന്നു. അത്തരത്തിലുള്ളതാണ് നമ്മുടെ ഇന്നത്തെ സ്ഥിതി.

ദേശദ്രോഹികൾ ദേശീയ ധീരനായകൻമാരായി സിംഹാസനത്തിലിരിക്കുമ്പോൾ ദേശസ്നേഹികളെ നിസ്സാരൻമാരാക്കുന്ന തികഞ്ഞ അസാധാരണത്വം. അതാണ് കാര്യം. ഒരു വർഗത്തിലുള്ള ആളുകളെ ദേശസ്നേഹികളെന്നും രാഷ്ട്രത്തിന്റെ രക്ഷകരെന്നും വിളിക്കാൻ നാം പഠിച്ചു. യഥാർഥത്തിൽ അക്കാര്യത്തെക്കുറിച്ച് നാം നന്നായി ചിന്തിച്ചിട്ടുണ്ടോ? യഥാർഥത്തിൽ ദേശീയം എന്നാലെന്തെന്ന് നാം മനസിലാക്കിയിട്ടുണ്ടോ? അല്ലെങ്കിൽ, സത്തയെന്തെന്ന് നിർണയിക്കാതെ കേട്ടു പഴകിയ ഒരു മുദ്രാവാക്യത്തെ നാം വെറുതെ ഏറ്റു പറയുകയാണോ?

ദേശീയ പുനർനിർമാണത്തിന്റെയും സ്വാതന്ത്ര്യത്തിന്റെയും മറ്റും പേരിൽ നമ്മെക്കുറിച്ച് ഒരുപാട് ഒച്ചപ്പാടുകളുണ്ടായിട്ടുള്ളതായി നാം കാണുന്നു. ഇത്തരമൊരു പൊടിപടലം-പദങ്ങൾ എന്നാണ് ഞാൻ അർഥമാക്കുന്നത്-ഒന്നിനെ പത്താക്കി ഉയർത്തിക്കൊണ്ട് ഒരുതരം മോഹാലസ്യത്തിൽ ചലിക്കുന്ന നമുക്ക് നാം ചെയ്യുന്നതെന്താണെന്നറിഞ്ഞു കൂടാ. നാമെന്തിന് വേണ്ടിയാണ് പരിശ്രമിക്കുന്നത്? അർഥങ്ങളിൽ നിന്നും സ്വതന്ത്രമായി എന്ത് നേടിയെടുക്കാനാണ് നാം ഇറങ്ങിത്തിരിച്ചിരിക്കുന്നത്? സ്വരാജ്? സ്വാതന്ത്ര്യം? എന്താണ് സ്വരാജ്? ആരുടെ സ്വാതന്ത്ര്യമാണ് നാം ലക്ഷ്യമിടുന്നത്? നമ്മുടെ രാഷ്ട്രത്തെ മഹത്വപൂർണമാക്കാനാണോ അല്ലെങ്കിൽ കേവലം ഇന്നത്തെ ഭരണാധികാരികളല്ലാത്തവരുടെ കരങ്ങളിൽ കേന്ദ്രീകൃതമായ പ്രത്യേക രാഷ്ട്രീയ സാമ്പത്തികാധികാരമുള്ള ഒരു സ്റ്റേറ്റ് സൃഷ്ടിക്കാനാണോ നാം പരിശ്രമിക്കുന്നത്? രാഷ്ട്രത്തിന്റേതും സ്റ്റേറ്റിന്റേതുമായ രണ്ട് ആശയങ്ങളും തികച്ചും വ്യത്യസ്തങ്ങളാണെന്ന വ്യക്തമായ ധാരണ നമുക്കുണ്ടോ? ഇല്ലെങ്കിൽ, വെറുതെ ഇരുട്ടിൽ തപ്പുന്ന നാം നമ്മുടെ ഹൃദയത്തിന് ഏറ്റവും വിലപ്പെട്ടതിനെ നശിപ്പിക്കുകയാണ് ചെയ്യുന്നത്. ഇന്നത്തെ ചുറ്റുപാടിൽ അത്തരമൊരു നശീകരണം എപ്പോഴുമുണ്ടാവാം എന്നതിനാൽ, ആ ദുരന്തമൊഴിവാക്കാൻ, നാം മതിഭ്രമത്തിൽ നിന്നും നമ്മെ മോചിപ്പിക്കേണ്ടതും ലക്ഷ്യവും അതിലേക്കുള്ള പാതയും വ്യക്തമായി നോക്കിക്കാണേണ്ടതും ആവശ്യമാണ്.

ദേശീയമായി നാം ബോധമുള്ളവരായിത്തീരുകയും പ്രവർത്തനനിരതരായിത്തീരുകയും ചെയ്തിട്ടുള്ള ഇപ്പോൾ പ്രത്യേകിച്ചും, നാം നമ്മോട് തന്നെ ഉറക്കെ ചോദിക്കേണ്ട ഒരു ചോദ്യമുണ്ട്: "എവിടേക്കാണ് നാം നീങ്ങിക്കൊണ്ടിരിക്കുന്നത്? ഇത് നമ്മെ നമ്മുടെ ശരിയായ ലക്ഷ്യത്തിലെത്തിക്കുമോ? അതോ അത് ആഴമുള്ള ആശയക്കുഴപ്പത്തിൽ നമ്മെ തള്ളിവിടുമോ?" ഈ ഉദ്ദേശ്യം മുന്നിൽ കണ്ടുകൊണ്ടാണ് തുടർന്നുള്ള ശ്രമം നടത്തിയിട്ടുള്ളത്.

സ്റ്റേറ്റെന്ന രാഷ്ട്രീയാവകാശങ്ങളുടെ ആകസ്മിക ഭാണ്ഡത്തിന് വേണ്ടിയല്ല, മറിച്ച്, ദേശീയ പുനരുത്ഥാനത്തിന് വേണ്ടിയാണ് നാം നിലകൊള്ളുന്നത്. നമുക്കാവശ്യം 'സ്വരാജാ'ണ്. ഇതിലെ 'സ്വ' എന്തിനെ അർഥമാക്കുന്നു എന്നതിനെക്കുറിച്ച് നമുക്ക് നിശ്ചയമുണ്ടായിരിക്കണം.

'നമ്മുടെ രാഷ്ട്രം.' ആരാണ് നാം? ഈ ഘട്ടത്തിൽ ഏറ്റവും സുപ്രധാനമായ ആ ചോദ്യത്തിന് ഉത്തരം കണ്ടെത്താനാണ് നാം ശ്രമിക്കേണ്ടത്. അത് നാം ചെയ്യുന്നില്ലെങ്കിൽ, എന്തുകൊണ്ട് അത്തരമൊരു ഉദാസീനത ഏതെങ്കിലും തരത്തിൽ ഉചിതമാവും? നമ്മുടെ കാര്യത്തിൽ സാർവലൗകികമായ ആശയം പ്രയോഗിച്ചുകൊണ്ട് ദേശീയ പുനരുത്ഥാനത്തിനുള്ള നമ്മുടെ സമരത്തിൽ രാഷ്ട്രമെന്ന ആശയം നമുക്കെന്താണെന്ന് നാം കാണുകയും വേണം. മാത്രമല്ല, നമ്മുടെ പ്രശ്നത്തെ ഒന്നിലധികം വീക്ഷണകോണുകളിലൂടെ നാം നോക്കിക്കാണുകയും ചെയ്യും.

അധ്യായം ഒന്ന്

ഇങ്ങനെ ആരംഭിക്കാം: രാഷ്ട്രങ്ങളുടെ ആയുസ്സ് വർഷങ്ങളിൽ കണക്കാക്കി കൂടാ. മനുഷ്യന്റെ ജീവിതത്തിലെ ദിവസങ്ങളോ വർഷങ്ങളോ, നൂറ്റാണ്ടുകൾ പോലും, രാഷ്ട്രങ്ങളുടെ ആയുഷ്കാലമാണ്. ഹിന്ദുസ്ഥാനിലെ രാഷ്ട്രത്തിന്റെ കാര്യത്തിൽ പ്രത്യേകിച്ചുമത് ശരിയാണ്. ചൈനയെ ഒഴിച്ചു നിർത്തിയാൽ ഇന്ന് ലോകത്തിലെ എല്ലാ മുഖ്യരാഷ്ട്രങ്ങൾക്കും അവയുടെ സാംസ്കാരിക ജീവിതത്തിന്റെ (അർധ-പ്രാകൃത ജീവിതമെന്ന് ഞാൻ അതിനെ വിളിക്കുന്നു.) ചരിത്രം ചികഞ്ഞെടുക്കാനും ഏറിയാൽ ഏതാനും ആയിരം വർഷങ്ങൾ പിന്നിലേക്ക് പോകാനും കഴിയും. എന്നാൽ, ഹിന്ദുസ്ഥാനിലെ നാം എപ്പോൾ, കാലത്തിന്റെ ഏത് പ്രത്യേക ഘട്ടത്തിൽ പ്രാകൃതത്വമുപേക്ഷിച്ച് ചിട്ടയുള്ളതും സംസ്കാരസമ്പന്നവുമായ ദേശീയ ജീവിതം ആരംഭിച്ചു എന്ന് പറയാൻ നമുക്ക് കഴിയുകയില്ല. നാം ഒരിക്കലും പ്രാകൃതരായിരുന്നിട്ടില്ലാത്ത പോലെയാണ് കാണപ്പെടുന്നത്. ഇന്നുള്ള സാഹിത്യത്തിൽ വച്ച് ഏറ്റവും പ്രാചീനമായ വേദങ്ങളിൽ ഏറ്റവും സംഘടിതവും സംസ്കാരം പ്രാപിച്ചതുമായ ഒരു ജനതയുടെ ഉദാത്തമായ ആശയങ്ങൾ ഉൾക്കൊള്ളുന്നു. ബൗദ്ധികമായ ഗവേഷണത്തിന്റെ കാര്യത്തിൽ പ്രാഗത്ഭ്യമേറിയവരാണെങ്കിലും പാശ്ചാത്യ പണ്ഡിതർക്ക്, നമ്മുടെ ഋഷിമാർ സമ്പൂർണതയോടെ കാണുകയും തങ്ങളിൽ സന്നിവേശിപ്പിക്കുകയും ചെയ്ത ജ്ഞാനത്തിന്റെ മഹോന്നതയായ ദേവിയുടെ വസ്ത്രത്തിന്റെ അരികുപാളി കാണാൻ പോലും സാധിച്ചിട്ടില്ല. കൂടാതെ, വേദങ്ങൾ നിലവിൽ വന്നപ്പോൾ നാം അനുമാനത്തെ മാത്രം വിഫലമായി ആശ്രയിക്കാൻ നിർബന്ധിതരായിരുന്നു. ചരിത്രം കടന്നുചെല്ലാൻ ധൈര്യപ്പെടാത്ത നിഗൂഢതകളുടേതായ മങ്ങിയ ഭൂതകാലത്തെ വിട്ട് ഇതിഹാസകാലമെന്നറിയപ്പെടുന്ന ഘട്ടത്തിലേക്ക് നമുക്ക് കടക്കാം. ഈ രണ്ട് ഘട്ടങ്ങൾക്കുമിടയിൽ കടന്നുപോയ അതിദീർഘമായ കാലത്തെപ്പോലും നമുക്ക് അവഗണിച്ചു കളയാം. ആ കാലഘട്ടങ്ങൾ അറിയപ്പെടുന്ന പേരുകളായ *രാമായണ-മഹാഭാരത* ഇതിഹാ

സങ്ങളിൽ *മഹാഭാരത*ത്തെ മാത്രം നമുക്ക് പരഗണിക്കാം.* ഈ ഇതിഹാസത്തിന്റെ കാലം എപ്പോഴായിരുന്നു? മഹായുദ്ധം നടന്നത് എന്നായിരുന്നു? ആ ഇതിഹാസത്തിലെ ചിരന്തനമായ *ശ്രീമദ്ഭഗവത് ഗീത* എപ്പോഴാണ് എഴുതപ്പെട്ടത്? ബുദ്ധൻ ജനിക്കുന്നതിന് മുമ്പ് 1500-2000 വർഷങ്ങൾക്കിടയിലാണ് *ഗീത* എഴുതപ്പെട്ടതെന്ന് പൂർവദേശ ചരിത്രപണ്ഡിതൻമാർ ഉറപ്പിച്ച് പറയുന്നു. മാത്രമല്ല ബുദ്ധൻ ജീവിച്ചിരുന്നത് ബി.സി.600 നോടടുപ്പിച്ചാണ്. *മഹാഭാരത*ത്തിന് 4500-5000 വർഷങ്ങളുടെ പഴക്കമുണ്ടെന്ന് ഇതെല്ലാം വ്യക്തമാക്കുന്നു. അധികാരത്തിന്റെ ഉച്ചകോടിയിൽ അങ്ങേയറ്റം സംഘടിതവും വ്യാപ്തിയേറിയതും സംസ്കാരം പ്രാപിച്ചതുമായ ഒരു സമൂഹത്തെ *മഹാഭാരത*ത്തിൽ ചിത്രീകരിക്കുന്നത് നാം പരിഗണിക്കുകയാണെങ്കിൽ, ആ ഘട്ടത്തിലെത്തിച്ചേരാൻ ആ വംശത്തിനാവശ്യമായിരുന്ന കാലഘട്ടം കണ്ടെത്താൻ നാം ശ്രമിക്കുന്ന പക്ഷം, നിശ്ചയമായും അജ്ഞാതമായ ഭൂതകാലത്തിലെ നിരവധി ആയിരം വർഷങ്ങൾക്ക് പിന്നിലേക്ക് നാം പോകേണ്ടി വരും. അത്തരം സങ്കീർണമായൊരു സാംസ്കാരികത ഒറ്റ ദിവസത്തിൽ സൃഷ്ടിക്കപ്പെടാൻ ഇടയില്ല. 2000 വർഷത്തെ പുരോഗതിക്കും പ്രകൃതിയെ കീഴടക്കിയതിനും ക്രിസ്തുവിന്റെ മാനുഷികതയുടേതായ സ്വാധീനത്തിനും ശേഷം ഇന്നും പാശ്ചാത്യ

---

* പ്രാചീന ചരിത്രത്തെക്കുറിച്ച് പാശ്ചാത്യചരിത്രകാരൻമാർക്കുള്ള കൊടിയ അജ്ഞത ശ്രദ്ധിക്കുന്നത് കൗതുകകരമാണ്. സംസ്കൃത കാവ്യത്തിന്റെ പിതാവായ വാൽമീകി രചിച്ചതാണ് *രാമായണ*മെന്നും അത് സംസ്കൃതത്തിലെ ആദ്യത്തെ സാഹിത്യകൃതിയാണെന്നും ഹിന്ദുസ്ഥാനിലെ ഓരോ കൊച്ചു കുട്ടിക്കുമറിയാം. വളരെ കാലത്തിന് ശേഷമുണ്ടായ രചനയാണ് *മഹാഭാരതം*. *മഹാഭാരത*ത്തിലെ വീരനായകൻമാരിൽ വളരെ പഴക്കമുള്ള ഒരു വ്യക്തിയുടെ കഥയാണ് *രാമായണ*മെന്നും ഓരോ കൊച്ചു കുട്ടിക്കുമറിയാം. *മഹാഭാരത*ത്തിൽ *രാമായണം* പരമാർശിക്കപ്പെടുമ്പോൾ ഭരതന്റെ രാജവംശത്തെക്കുറിച്ച് വാൽമീകി പരാമർശിച്ചിട്ടില്ല എന്നതു തന്നെ *മഹാഭാരതം* പിന്നീട് രചിക്കപ്പെട്ടതാണെന്ന് തെളിയിക്കുന്നു. രണ്ട് രചനകളിലെയും ഭാഷയും *മഹാഭാരത*വും പിന്നീടെഴുതിയതാണെന്നതിന് തെളിവാണ്. എന്നാൽ, ആര്യന്മാർ കാസ്പിയൻ തീരത്തു നിന്നോ ആർട്ടിക് മേഖലയിൽ നിന്നോ മറ്റെവിടെ നിന്നോ വന്നവരാണെന്നും കൊള്ളക്കാരായ അവർ ഈ ദേശത്തെ ആക്രമിച്ച് പിന്നീട് പഞ്ചാബിൽ സ്ഥിരതാമസമാക്കിയെന്നും ക്രമേണ ഗംഗാതീരത്ത് കൂടെ കിഴക്കോട്ട് നീങ്ങി അയോധ്യ ഉൾപ്പെടെയുള്ള വ്യത്യസ്ത ഇടങ്ങളിൽ രാജ്യങ്ങൾ സ്ഥാപിച്ചുവെന്നുമുള്ള ആശയത്തെ മുറുകെ പിടിക്കുന്ന ചരിത്രകാരൻമാർ ഇത് കാലപ്പൊരുത്തമില്ലാത്ത സംഗതിയാണെന്ന് കരുതുന്നു. *രാമായണ*ത്തിലെ അയോധ്യ രാജ്യം കൂടുതൽ പടിഞ്ഞാറ് ഹസ്തിനപുരത്തുള്ള പാണ്ഡവരാജ്യത്തെക്കാൾ പഴക്കമുള്ളതാണ്. കൊടിയ അജ്ഞതമൂലം *മഹാഭാരതം* കൂടുതൽ പഴക്കമുള്ളതാണെന്ന് അവർ നമ്മെ പഠിപ്പിക്കുന്നു. നിർഭാഗ്യവശാൽ രാജ്യത്തിലെ യൂണിവേഴ്സിറ്റികളിലെ പാഠപുസ്തകങ്ങളിലുള്ള തെറ്റായ ആശയങ്ങൾ നമ്മുടെ യുവാക്കളുടെ മസ്തിഷ്കത്തിൽ കുത്തിവയ്ക്കപ്പെടുകയാണ്. നാം ചരിത്രം പഠിക്കുകയും മനസിലാക്കുകയും എഴുതുകയും വക്രീകരിച്ച ഇത്തരം വിവരങ്ങളെ നിരാകരിക്കുകയും ചെയ്യേണ്ട സമയം അതിക്രമിച്ചിരിക്കുന്നു. (മൂലകൃതിയിലുള്ളത്)

രാജ്യങ്ങൾക്ക് അവയുടെ പൂർവികരുടെ കിരാതമായ ചെയ്തികളുടെ കറ കഴുകിക്കളയാൻ കഴിയില്ലെന്നിരിക്കേ, അതിനും വളരെ കാലത്തിന് മുമ്പ് നാം ജീവിച്ചിരുന്നുവെന്നും ചിരന്തനമായ കാവ്യങ്ങളിൽ വർണിച്ചിട്ടുള്ള തരത്തിൽ കുറ്റമറ്റ സാമൂഹ്യഘടന കെട്ടിപ്പടുക്കാനും പുരോഗതി പ്രാപിക്കാനും നമുക്ക് കഴിഞ്ഞുവെന്ന് തീർത്തുപറയാവുന്നതാണ്. അപ്പോൾ നമുക്ക്, ഹിന്ദുകൾക്ക്, വിദേശവംശത്തിൽപ്പെട്ട ഏതെങ്കിലും ആക്രമണകാരികൾ ഇവിടെയെത്തുന്നതിനും എട്ടോ പത്തോ ആയിരം വർഷങ്ങൾക്ക് മുമ്പ് ഈ ദേശത്തിന്റെ തർക്കമറ്റതും ഉപദ്രവമില്ലാത്തതുമായ കൈവശാവകാശമുണ്ടായിരുന്നുവെന്ന കാര്യം തീർച്ചയാണ്.

അപ്പോൾ, ഹിന്ദുക്കൾ, അതായത് ആര്യൻ ജാതി, തദ്ദേശീയരാണോ അല്ലയോ എന്ന പരിഗണന മാറ്റി നിർത്തിയാൽ ഒരു കാര്യം തീർച്ചയാണ്. ഈ ദേശത്ത് ഏറ്റവും പുരോഗമനാത്മകവും സംസ്കാരം പ്രാപിച്ചതുമായ രാഷ്ട്രമായി അന്നത്തെ ലോകത്തിലെ ഏക രാഷ്ട്രമായി നാം നിലനിന്നിരുന്നുവെന്നും, അക്കാരണത്താൽ, ഹിന്ദുക്കളുടെ രാജ്യമായ ഹിന്ദുസ്ഥാൻ എന്ന പേരിൽ അതറിയപ്പെട്ടുവെന്നും ചരിത്രത്തിന്റെ ആദ്യത്തെ താളിൽ തന്നെ രേഖപ്പെടുത്തിയിട്ടുണ്ട്.

ഇതിനെല്ലാമുപരിയായി, കുടിയേറ്റക്കാരല്ലെന്ന് തെളിയിക്കാൻ ആവശ്യപ്പെടാൻ ആർക്ക് എന്ത് അവകാശമാണുള്ളത്? പാശ്ചാത്യ പണ്ഡിതരുടെ വ്യാജമായ സാക്ഷ്യമാണോ അതിനടിസ്ഥാനം? വെള്ളക്കാരന്റെ സുപ്പീരിയോരിറ്റി കോംപ്ലെക്സ് അവന്റെ ദർശനത്തിന് മങ്ങലേൽപ്പിച്ചിരിക്കുന്നുവെന്ന വസ്തുത ഇവിടെ അവഗണിച്ചു കൂടാത്തതാണ്. അവരുടെ ഒരു ജനതയെ ഇപ്പോൾ ഉദ്യുക്തരാക്കുന്ന, ഒരു രാഷ്ട്രത്തിന്റെ മാഹാത്മ്യത്തെയും പഴമയെയും അംഗീകരിക്കാൻ അവർക്ക് കഴിയുമോ? അത്തരമൊരു ഉദാരതയോ സത്യത്തോടുള്ള സ്നേഹമോ ഇല്ല. ഇന്നലെ വരെ നഗ്നമായ ശരീരങ്ങളിൽ പച്ചകുത്തിയും ചായം തേച്ചും കാട്ടിൽ അലഞ്ഞു നടന്നവരായിരുന്നു, അവർ. അക്കാലത്ത് ലോകത്തിലെ എല്ലാ ജനങ്ങളും അവരെപ്പോലെയോ അതിലും വഷളായ സ്ഥിതിയിലുള്ളവരോ ആയിരുന്നുവെന്ന് ലോകത്തിന് കാണിച്ചുകൊടുക്കേണ്ടത് അവരുടെ ആവശ്യമായിരുന്നു. ഹിന്ദുസംസ്കാരത്തിന്റെ പരമോന്നതമായ ബൗദ്ധിക-ആത്മീയ ഫലങ്ങൾ നിഷേധിക്കാനാവാത്തതിനാൽ, ഉൽപ്പത്തിയിൽ അവർ മറ്റെവിടെയോ ഉള്ള ആര്യൻ ജാതിയിൽ പെടുന്നവരാണെന്നും അവർ യൂറോപ്പിലോ പേർഷ്യയിലോ യൂറേഷ്യയിലോ ഉള്ള ആര്യൻജാതിയിൽപെട്ടവരായിരുന്നുവെന്നും യൂറോപ്യൻ സ്റ്റോക്കിൽപ്പെട്ടവർ പുരോഗമിച്ചപ്പോൾ തദ്ദേശീയരുമായി കൂടിക്കലർന്ന് ഹിന്ദുശാഖ അതിന്റെ സംശുദ്ധി നഷ്ടപ്പെട്ട് തരംതാണവരായെന്നും പ്രചരിപ്പിക്കാനും അവർ ശ്രമിച്ചു. വീണ്ടുമിവിടെ മറ്റൊരുകാര്യം കൂടി പരിഗണിക്കേണ്ടതായിട്ടുണ്ട്. വെള്ളക്കാർ അമേരിക്കയിലും ഓസ്ട്രേലിയയിലും മറ്റിടങ്ങളിലുമെന്നത് പോലെ, ഹിന്ദുക്കൾ പിന്നീട് വന്നവരും രാജ്യത്ത് അതിക്രമിച്ച് വ്യാപിച്ചവരും ആണെന്ന് കാണിച്ചുകൊണ്ട് അവർ(വെള്ളക്കാർ)ക്ക് ഇവിടെ അവകാശം സ്ഥാപിച്ചെടുക്കാമെന്ന് വ്യക്തമാക്കുന്ന ഒരുദ്ദേശ്യവും ഇതിലുണ്ട്. അങ്ങനെ വരുമ്പോൾ, ഹിന്ദുക്കളോ യൂറോപ്യൻമാരോ തദ്ദേശീയവരല്ലാത്തവരായിത്തീരുകയും ഈ ദേശം സ്വന്തമാക്കാൻ പാടില്ലാത്തവരുമാണ്. അത് മേധാവിത്വപരമായ പ്രബലതയുടെ മാത്രം പ്രശ്നമായിത്തീരുന്നു. ഒരു ജാതിക്കും അതിക്രമത്തിന്റെ ക്രമത്തിൽ

ലോകത്തിന്റെ ഒരു പ്രദേശത്തും വിഘാതം നടത്താനുള്ള മെച്ചപ്പെട്ട അവകാശം കടന്നുകയറ്റത്തിന്റെ കേവലമായ മുൻഗണനയിലൂടെ ലഭിക്കുന്നില്ല. ഞങ്ങൾ കേവലമായി സ്വപ്നം കാണുകയും ലക്ഷ്യങ്ങൾ ഉയർത്തിപ്പിടിക്കുകയുമാണെന്ന് മറ്റുള്ളവർ പറഞ്ഞേക്കാം. എന്നാൽ (സ്വന്തം നേട്ടത്തിനും ഇഷ്ടാനുസരണവും) ഈ ദേശത്ത് സ്ഥിരതാമസമാക്കിയതായി നടിക്കുന്ന യൂറോപ്യൻമാരായ തോട്ടമുടകളെയും വ്യാപാരികളെയും ഹിന്ദുക്കളിൽ നിന്നും വിഭിന്നമായ വർഗമായി അംഗീകരിച്ച് ഇപ്പോഴത്തെ (1935) ഭരണഘടനയിൽ ന്യൂനപക്ഷാവകാശങ്ങൾ അനുവദിച്ചത് എങ്ങനെയാണെന്ന് വിശദീകരിക്കാമോ?

ഹിന്ദുക്കൾ ഈ മണ്ണിന്റെ മക്കളാണെന്നും യൂറോപ്യൻമാർ ഈ മണ്ണിൽ അതിക്രമിച്ചെത്തിയവരും, അക്കാരണത്താൽ വിനാശം വിതച്ചവരും ആണെന്ന് യൂറോപ്യൻമാർ അംഗീകരിക്കുകയാണെങ്കിൽ ഇത്തരമൊരു അസംബന്ധത്തിൽ അവർക്ക് കടിച്ചു തൂങ്ങാനാവുമോ? ഇല്ല. യൂറോപ്യന്, പ്രത്യേകിച്ചും ഇംഗ്ലീഷുകാരന്, ഈ മണ്ണിൽ അവനെക്കാൾ കൂടുതൽ അവകാശം നമുക്കില്ലെന്ന് പറഞ്ഞ് കബളിപ്പിക്കുന്നത് അവസാനിപ്പിക്കാൻ ഒരിക്കലും കഴിയുകയില്ല.

എന്നാൽ, ലോകമാന്യതിലകൻ ഊന്നിപ്പറഞ്ഞതനുസരിച്ച്, ആര്യൻമാർക്ക് ആർട്ടിക്ക് (ഉത്തരധ്രുവം) ഉൽപ്പത്തിയുണ്ടാവാം. ആര്യൻമാർ, അഥവാ ഹിന്ദുക്കൾ, യഥാർഥത്തിൽ ഉത്തരധ്രുവപ്രദേശത്തുള്ളവരാണെന്ന കാര്യത്തിൽ നാമദ്ദേഹത്തോട് യോജിച്ചെന്നു വരാം. എന്നാൽ, പ്രാചീനകാലത്ത് ഉത്തരധ്രുവ പ്രദേശത്തിന്റെ സ്ഥാനം ഇന്നെവിടെയാണോ അവിടെയായിരുന്നില്ല എന്ന വസ്തുതയെക്കുറിച്ച് അദ്ദേഹം ബോധവാനായിരുന്നില്ല. യൂറോപ്പിലെ ഒരു പ്രത്യേക പുരാജീവി ശാസ്ത്രജ്ഞൻ എത്തിച്ചേർന്ന നിഗമനങ്ങളെ താൻ സ്ഥിരീകരിച്ച സംഭവം വിവരിക്കുന്ന ഒരു പഠന ക്ലാസ് ലഖ്നൗ സർവകലാശാലയിലെ അറിയപ്പെടുന്ന സസ്യശാസ്ത്രജ്ഞനായ ഡോ.ബർബൽ സാഹ്നി ബനാറസ് ഹിന്ദു യൂണിവേഴ്സിറ്റിയിൽ (1932 ഫെബ്രുവരിയിൽ) നടത്തുകയുണ്ടായി. ആ പഠനഫലത്തിന്റെ ചുരുക്കം ഇതാണ്: 'ഉത്തരധ്രുവം സുസ്ഥിരമായ ഒരിടത്തല്ല. അനതിവിദൂര ഭൂതകാലത്ത് അത് ഇന്ന് ബീഹാറെന്നോ ഒറീസയെന്നോ അറിയപ്പെടുന്ന ഇടത്തായിരുന്നു. പിന്നീടത് വടക്ക്-കിഴക്ക് ദിശയിലും ചിലപ്പോൾ പടിഞ്ഞാറോട്ടും ചിലപ്പോൾ വടക്കോട്ടും നീങ്ങി ഇപ്പോഴത്തെ സ്ഥാനത്തെത്തിച്ചേർന്നു.' അത് ശരിയാണെങ്കിൽ നാം ഉത്തരധ്രുവ പ്രദേശത്ത് നിന്നും ഹിന്ദുസ്ഥാനിലേക്ക് വന്നവരാണോ, മറിച്ച്, ധ്രുവപ്രദേശം നമ്മെ വിട്ട് അങ്ങോട്ടുമിങ്ങോട്ടും നീങ്ങി ഇന്നത്തെ സ്ഥാനത്തെത്തിച്ചേർന്നതാണോ? ഈ വസ്തുത ലോകമാന്യതിലകന്റെ ആയുഷ്കാലത്ത് കണ്ടെത്തിയിരുന്നുവെങ്കിൽ വേദങ്ങളിലെ 'ഉത്തരധ്രുവ പാർപ്പിട'മെന്ന ആശയം ഹിന്ദുസ്ഥാൻ തന്നെയാണെന്നും ഹിന്ദുക്കൾ ഉത്തരധ്രുവത്തിൽ നിന്നും വന്നവരല്ലെന്നും, മറിച്ച്, അത് ഹിന്ദുസ്ഥാനിലെ ഹിന്ദുക്കളെ വിട്ടുപോയതാണെന്നുമുള്ള വസ്തുത വൈമനസ്യമൊന്നുമില്ലാതെ അംഗീകരിക്കുമായിരുന്നുവെന്ന് ഞങ്ങൾക്ക് ഉറപ്പുണ്ട്.

അതവിടെ നിൽക്കട്ടെ. അക്കാലത്തെ മനുഷ്യന്റെ അറിവ് ആകസ്മികതയെ അടിസ്ഥാനപ്പെടുത്തിയുള്ളതായിരുന്നു. തെളിയിക്കപ്പെടാവുന്ന മൂല്യമില്ലാത്ത കേവലമായ അനുമാനങ്ങളാണ് അവൻ മുന്നോട്ടു വച്ചത്. അനുമാനങ്ങൾ സത്യമല്ല. അസംഖ്യം വരുന്ന അനുമാനങ്ങളൊക്കെയും

നിരാകരിച്ചുകൊണ്ട്, ഹിന്ദുക്കളായ നാം മറ്റൊരിടത്ത് നിന്നും വന്നവരല്ലെന്നും ചരിത്രാതീത കാലം മുതൽ ഈ മണ്ണിന്റെ മക്കളായ തദ്ദേശീയരാണെന്നും രാജ്യത്തിന്റെ സ്വാഭാവിക ഉടമകളാണെന്നുമുള്ള നിലപാടിനെ നാം ഗുണപരമായി ഊന്നിപ്പറയുന്നു. ഇവിടെ നാം നമ്മുടെ അജയ്യമായ വേദങ്ങൾ രചിക്കുകയും പരമസത്യത്തിന്റെ തത്വശാസ്ത്രത്തിന് സാധ്യതയുണ്ടാക്കുകയും നമ്മുടെ ശാസ്ത്രങ്ങളും കലകളും ശിൽപ്പങ്ങളും പടുത്തുയർത്തുകയും ചെയ്തു. ഇവിടെ നാം കൃഷിയിലും വ്യവസായത്തിലും വാണിജ്യത്തിലും പുരോഗമിക്കുകയും ശ്രേഷ്ഠമായൊരു ജാതിയുടെ ശ്രേഷ്ഠമായ രാജ്യമായി പുഷ്ടിപ്പെടുകയും സമ്പൽസമൃദ്ധമായിത്തീരുകയും, സത്തയിൽ കാപട്യമില്ലാത്തൊരു മതം ഉയർത്തിപ്പിടിക്കുകയും കണ്ണു തുറന്ന് കാണുന്നവർക്ക് നിരാകരിക്കാനാവാത്ത തരത്തിലുള്ള ഒരു സംസ്കാരം പടുത്തുയർത്തുകയും ചെയ്തു. ദിവ്യമായ സ്വാധീനത്തിൻ കീഴിൽ നൂറുകണക്കിന് വരുന്ന ജനങ്ങളെ ഒരിക്കലും ഒരു കള്ളംപറഞ്ഞിട്ടില്ലാത്തതും മോഷ്ടിച്ചിട്ടില്ലാത്തതും ഏതെങ്കിലും ധാർമിക അപചയമുണ്ടാവാത്തതുമായ, ഓരോ വ്യക്തിയെയും മാനുഷികതയുടെയും സത്യത്തിന്റെയും ഉദാരതയുടെയും ഉദാത്ത മാതൃകകളാക്കിത്തീർത്ത, ഒരു സംസ്കാരമാണിത്. ഇതൊക്കെ സംഭവിച്ചത് പാശ്ചാത്യർ പച്ചമാംസത്തിന് പകരം പൊരിച്ച മാംസം തിന്നാൻ പഠിക്കുന്നതിന് മുമ്പാണ്. മാത്രമല്ല, നാം ഒരൊറ്റ രാഷ്ട്രമായിരുന്നു. 'കടൽ മുതൽ കടൽ വരെയുള്ള മുഴുവൻ പ്രദേശങ്ങളും ഒരൊറ്റ രാജ്യമാണ്' എന്നതാണ് പ്രാചീന വേദങ്ങളിലെ കാഹളനാദം.

*മഹാഭാരത*ത്തിന് ശേഷം അംഗീകൃതമായ ചരിത്രത്തിന് മുഴുമിപ്പിക്കാനാവാത്ത നിരവധി നൂറ്റാണ്ടുകൾ കടന്നുപോയി. എങ്കിലും, ഗുരുതരമായ സംഭവവികാസങ്ങളൊന്നുമില്ലാതെ രാഷ്ട്രം ആ കാലത്തും അതിന്റെ സാധാരണ ജീവിതം തരണം ചെയ്തുവെന്ന് ഉറപ്പായും നമുക്ക് വിശ്വസിക്കാം. പിന്നീട് ബുദ്ധനും ഗുപ്തരാജവംശത്തിലെ മഹാൻമാരായ ചക്രവർത്തിമാരും അശോകനും ഹർഷവർധനനും വിക്രമാദിത്യനും പുലികേശിയും മറ്റുള്ളവരും സമാധാനപരമായും അധികാരത്തോടെയും സമൃദ്ധിയോടെയും ഭരണം നടത്തിയതിന് തിരസ്കരിക്കാനാവാത്ത തെളിവുകൾ നമുക്കുണ്ട്. ലോകജേതാവായ അലക്സാണ്ടറുടെ ആക്രമണം കേവലമൊരു തുരുമ്പായിരുന്നു. യഥാർഥത്തിലദ്ദേഹം രാജ്യത്തെ ആക്രമിച്ചുവെന്ന് പറയാനാവില്ല. അത്ര തിടുക്കത്തിലായിരുന്നു അദ്ദേഹത്തിന്റെ പിൻമാറ്റം. എന്തായാലും, കാലം കടന്നുപോയപ്പോൾ സുരക്ഷിതത്വബോധത്തിന്റെ നിശ്ശേഷ്ടമായ സ്വാധീനം രാഷ്ട്രത്തിൽ മുഴുവൻ വ്യാപിക്കുകയും നാശകാരിയായ കാലത്തിന്റെ ബലിഷ്ഠ കരങ്ങൾ ജനങ്ങൾക്ക് മേൽ അമരുകയും ചെയ്തു. അശ്രദ്ധ മൂലം ചെറിയ സംരക്ഷിത ഭരണപ്രദേശങ്ങൾ രൂപംകൊണ്ടു. ഒരു ഹിന്ദുരാഷ്ട്രത്വത്തെ കുറിച്ചുള്ള ബോധത്തിന് അയവുണ്ടായപ്പോൾ പുറമേ നിന്നുള്ള ആക്രമണങ്ങൾക്ക് വംശം ഇരയായിത്തീർന്നു. ബുദ്ധമതസ്വാധീനം ആ ശ്രേഷ്ഠഗുരുവിന്റെ ശിക്ഷണത്തെക്കുറിച്ചുള്ള തെറ്റിദ്ധാരണ ജനങ്ങളുടെ മനസിൽ സ്വന്തം വിശ്വാസാചാരങ്ങൾ കൈവിടുന്നതിൽ നാശോന്മുഖരായ സ്വാധീനമുളവാക്കി. തുടർന്ന് മതത്തിന്റെ മേഖലയിലെ അമിതമായ വ്യക്തിത്വവൽക്കരണമുണ്ടാവുകയും, അതിന്റെ ഫലമായി, വ്യക്തിക്ക് സമൂഹത്തേക്കാൾ, അതായത് രാഷ്ട്രത്തേക്കാൾ, പ്രാമുഖ്യം ലഭിക്കുകയും ചെയ്തു. യഥാർഥമതബോധം തീവ്രമായി സ്പർശിച്ചിട്ടില്ലാ

ത്തവരെ സംബന്ധിച്ചിടത്തോളം, മുഴുവൻ സമൂഹത്തിന്റെയും ക്ഷേമത്തിന്റെ ചെലവിലുള്ള ദുഃസ്വാർഥത പോലുമായിരുന്നു അത്. എങ്കിലുമപ്പോഴും ജാതിബോധം പൂർണമായും നഷ്ടപ്പെട്ടില്ല. അത്രയെളുപ്പം നശിക്കാവുന്ന തരത്തിൽ ദുർബലമായ ഒന്നല്ല ജാതിബോധം. കൊള്ളക്കാരായ മുസൽമാൻമാരുടെ സംഘങ്ങളുടെ ആദ്യത്തെ യഥാർഥ ആക്രമണമുണ്ടായപ്പോൾ, രാഷ്ട്രം അന്യോന്യം വിഘടിച്ചു നിൽക്കുന്നതായി അവർ കണ്ടെത്തുകയും അവർ കൊണ്ടുവന്ന നശീകരണത്തെ ചെറുക്കാൻ അത് അശക്തമായിത്തീരുകയും ചെയ്തു. വിജയനഗരത്തിലെ ശ്രേഷ്ഠമായ സാമ്രാജ്യവും ചിറ്റോറിലെ ധീരനായ റാണാ പ്രതാപും അവരുടെ അവസാന തുള്ളി ചോര വരെ പോരാടി. അതിന് ശേഷം മഹാനായ ശിവജിക്ക് കീഴിൽ ഹിന്ദു പുനരുത്ഥാനത്തിന്റെ ശ്രേഷ്ഠമായ കാലഘട്ടം ആരംഭിച്ചു. ഒപ്പം, സിന്ധുനദി വരെയുള്ള മുസ്ലീം ആധിപത്യത്തെ തൂത്തെറിയുകയും മുസ്ലീം വിജയത്തിന്റെ ചിഹ്നമായ മുഗള സിംഹാസനത്തെ പിടിച്ചു കുലുക്കുകയും ചെയ്ത വിഖ്യാതരായ ഹിന്ദു യോദ്ധാക്കളും രംഗത്ത് വന്നു. ഏതാണ്ട് അതേകാലത്ത് തന്നെ, പഞ്ചാബിൽ, ചിരഞ്ജീവികളായ ഗുരുക്കൻമാരുടെ നേതൃത്വത്തിൽ ഹിന്ദു നായകൻമാരായ സിഖുകാരും പോർക്കളത്തിലെത്തി. ഈ രണ്ട് ഹിന്ദു ശക്തികളെയും ഒന്നാക്കി ഇണക്കിച്ചേർക്കാൻ കഴിയുമായിരുന്നുവെങ്കിലും, ഔറംഗസീബുമായി ജീവൻമരണ പോരാട്ടത്തിലിരിക്കുമ്പോഴാണ്, കുറച്ചുവൈകി, ഗുരു ഗോവിന്ദ് സിങ്ജി മഹാരാഷ്ട്രയിലെത്തിയത്. നമ്മുടെ ഹിന്ദുരാഷ്ട്രത്തിന്റെ ദൗർഭാഗ്യമെന്ന് പറയട്ടെ, ഇരുപത്തഞ്ചോളം വർഷങ്ങൾക്ക് മുമ്പ് ഛത്രപതി ശിവജി അന്തരിച്ചു. അദ്ദേഹത്തിന്റെ പുത്രനെ ഔറംഗസീബ് വഞ്ചനാപരമായി പിടികൂടി കൊലപ്പെടുത്തി. ആ പ്രദേശമാകെ കത്തിക്കാളുകയായിരുന്നു. രണ്ട് ശക്തികളെയും ഇണക്കിച്ചേർത്ത് അജയ്യമായ ഒരു സേന രൂപീകരിക്കുകയെന്ന ദൗത്യം പൂർത്തീകരിക്കാൻ കഴിയാതിരുന്ന ഗുരു ഗോവിന്ദ് സിങ്ജി നദി (ഇപ്പോൾ നൈസാമിന്റെ ഭരണപ്രദേശം)ൽ വച്ച് ജീവാർപ്പണം നടത്തി. എന്നാലും പ്രായോഗികമായി അവർ ലക്ഷ്യം നേടി. ആക്രമണകാരികളുടെ പ്രബലത പൂർണമായും തകർക്കപ്പെടുകയും ഈ 800 വർഷക്കാലത്തെ യുദ്ധത്തിൽ ഹിന്ദുരാഷ്ട്രം വിജയത്തോടടുക്കുകയും ചെയ്തു. എന്നാൽ, ശ്രേഷ്ഠമായ ആ വിജയത്തിന്റെ ഫലം കൊയ്യും മുമ്പ്, രാഷ്ട്രത്തിന് ശക്തി സമാഹരിക്കാനും സംഘടിക്കാനുമുള്ള സമയം ലഭിക്കും മുമ്പ്, ഒരു പുതിയ ശത്രു 'സ്റ്റേറ്റ്' തികച്ചും അപ്രതീക്ഷിതമായ ഒരു കേന്ദ്രത്തിൽ നിന്നും പതുങ്ങിപ്പതുങ്ങി വഞ്ചനാപരമായി ദേശത്ത് പ്രവേശിക്കുകയും മുസൽമാൻമാരുടെയും ദേശദ്രോഹികളായ ഭരണാധികാരികളായ ഒരു ജയ്ചന്ദ് റത്തോഡിന്റെയും ഒരു സുമർസിങിന്റെയും ചന്ദ്രറാവു മോറേയുടെയും, അവരെപ്പോലുള്ള മറ്റുള്ളവരുടെയും, സഹായത്തോടെ ദേശത്തെ കൈവശപ്പെടുത്താനാരംഭിക്കുകയും ചെയ്തു. അപ്പോഴും, ദീർഘകാലത്തെ യുദ്ധത്താൽ ക്ഷീണിതമായിരുന്ന ഹിന്ദുരാഷ്ട്രം ധീരമായി പോരാടുകയും, ചിലപ്പോൾ വിജയിക്കുകയും ചിലപ്പോൾ പരാജയപ്പെടുകയും, അവസാനം അതിന്റെ പ്രബലത വളരെയധികം ക്ഷയിച്ചപ്പോൾ, ആക്രമണകാരികൾ ദേശത്തെ മുഴുവനായും അപഹരിച്ചെടുക്കുകയും ചെയ്തു. സ്വന്തം ശക്തി കൂടുതൽ കൂടുതലായി വർധിപ്പിക്കാൻ തുടങ്ങിയ ആ വിദേശികൾക്ക് സ്വയം പിടിച്ചു നിൽക്കാൻ സാധിച്ചു. എന്നാൽ, രാഷ്ട്രത്തെ, ഹിന്ദുരാഷ്ട്രത്തെ, കീഴടക്കാൻ അവർക്ക് കഴിഞ്ഞില്ല. അത് ശത്രുവിന്റെ പാദങ്ങളിൽ മുട്ടുമടക്കിയില്ല. ഇല്ല, ഒരിക്കൽ

കൂടി ദുർബലമായിരുന്നുവെങ്കിലും അത് വീണ്ടും ഉണർന്നെണീക്കുകയും 1857 ൽ തുരത്താൻ പോരാടുകയും ചെയ്തു. ലഹളയെന്ന് വിളിക്കുന്ന അത് ദീർഘകാലത്തെ യുദ്ധമവസാനിപ്പിക്കാനുള്ള അവസാനത്തെ ദേശവ്യാപകമായ ശ്രമമായിരുന്നു എന്ന് പറയാം. ശ്രമം പരാജയപ്പെട്ടുവെങ്കിലും ആ പരാജയത്തിൽ പോലും ഉദാത്തമായ ഹിന്ദുദേശസ്നേഹികളുടെ ഒരു മുഴുവൻ താരഗണം തന്നെ ഉയർന്നു നിൽക്കുന്നു. രാഷ്ട്രത്തിന്റെ ആരാധനയ്ക്കുള്ള മാഹാത്മ്യമേറിയ വസ്തുക്കളാണവർ.

കുറഞ്ഞപക്ഷം ഇപ്പോഴെങ്കിലും, ഹിന്ദുസ്ഥാൻ കീഴടക്കൽ പൂർണമാണോ? ഹിന്ദുരാഷ്ട്രം വിധേയമാക്കപ്പെട്ടുവോ? ചരിത്രം സംസാരിക്കട്ടെ. 1906 മുതൽ ഇന്നുവരെ രാജ്യത്തുടനീളം അവരുടെ മാതാവിന്, ഹിന്ദുജാതിക്കും രാഷ്ട്രത്തിനും, വേണ്ടി പോരാടിയ വാസുദേവ് ബൽവന്ത്, അന്നാസാഹിബ് പട്വർധൻ, ബംഗാളിലെയും പഞ്ചാബിലെയും യു പി യിലെയും മഹാരാഷ്ട്രയിലെയും മദ്രാസിലെയും രക്തസാക്ഷികൾ തുടങ്ങിയവരുടെ മുഴുവൻ വംശത്തിന്റെ ചിത്രങ്ങളും നമ്മുടെ കൺമുമ്പിലേക്ക് വരുന്നു. കൂടാതെ മറ്റുള്ള ആയുധങ്ങളോടെ ധീരമായി പോരാടിയ ലോക്മാന്യ തിലകും ലാലാ ലജ്പത് റായിയും ബിപിൻചന്ദ്രപാലും മറ്റനേകരും ഇന്നത്തെ എം കെ ഗാന്ധിയും മറ്റുള്ളവരും-എല്ലാം ഹിന്ദുപ്രവർത്തകർ- ദേശീയമായ ഭാവിയെക്കുറിച്ച് ശരിയായ ബോധമുണ്ടെങ്കിലും ഇല്ലെങ്കിലും, ശത്രുവിനെതിരെ ആത്മാർഥവും ശക്തവുമായ പോരാട്ടത്തിലേർപ്പെട്ടിരിക്കുന്നു. തീർച്ചയായും ഹിന്ദുരാഷ്ട്രം കീഴടക്കപ്പെട്ടിട്ടില്ല. അത് പോരാട്ടം തുടർന്നു കൊണ്ടിരിക്കുന്നു. മുസ്ലീങ്ങൾ ഹിന്ദുസ്ഥാനിൽ കാലുകുത്തിയ തിന്മ നിറഞ്ഞ ദിവസം മുതൽ ഈ നിമിഷം വരെ ഉപദ്രവകാരികളെ തുരത്തിയോടിക്കാൻ ഹിന്ദുരാഷ്ട്രം ധീരമായി പൊരുതിക്കൊണ്ടിരിക്കുന്നു. ഭാഗ്യം അങ്ങോട്ടുമിങ്ങോട്ടും, മാറിയും മറിഞ്ഞും ഉണ്ടാവുന്ന യുദ്ധമാണിത്. എങ്കിലും, മുന്നോട്ടുപോവുന്ന യുദ്ധം ഇതുവരെ ഒരു തീരുമാനത്തിലെത്തിയിട്ടില്ല. നമുക്ക് ദോഷകരമായി അത് തീരുമാനിക്കപ്പെടുമെന്ന ഒരു ഭയവും ഇവിടെയില്ല. ജാതിബോധം ഉണർന്നെണീറ്റു കഴിഞ്ഞു. സിംഹം മരിച്ചിട്ടില്ല, ഉറങ്ങുക മാത്രമായിരുന്നു. അത് വീണ്ടും സട കുടഞ്ഞെണീറ്റിരിക്കുന്നു. പുനരുദ്ധരിച്ച ഹിന്ദുരാഷ്ട്രയുടെ പ്രബലതയും അത് പ്രബലമായ കരങ്ങളാൽ ശത്രുവിന്റെ ആതിഥേയരെ അടിച്ചമർത്തുന്നതും ലോകം കാണും. ഉദിച്ചുയർന്ന സൂര്യൻ യാതൊരു വിഘാതവുമില്ലാതെ ഉച്ച സ്ഥാനത്തേക്ക് കയറിക്കൊണ്ടിരിക്കുന്നു. വിദൂരമല്ലാത്തൊരു ദിവസം ലോകമത് കാണുകയും ഭയത്താൽ വിറകൊള്ളുകയോ ആനന്ദത്താൽ നൃത്തം വയ്ക്കുകയോ ചെയ്യും. ഇതെല്ലാം തന്നെ അത് പ്രകാശം ചൊരിയുന്നവരുടെ പ്രകൃതത്തെ ആശ്രയിച്ചിരിക്കുന്നു.

അപ്പോൾ ഹിന്ദുസ്ഥാന്റെ ചരിത്രം നമുക്ക് മനസിലാവുന്നുണ്ടോ? ചുരുക്കത്തിൽ, ഗാംഭീര്യമേറിയ സംസ്കാരികതയുള്ള ശ്രേഷ്ഠമായ ഒരു രാഷ്ട്രത്തിൽ, നമ്മുടേതായ ഈ ദേശത്ത്, എത്രകാലമായി നാം പാർത്തു വരുന്നുവെന്ന് ദൈവത്തിനേ അറിയൂ. അവസാനത്തെ ആയിരമോ അതിലും കുറഞ്ഞതോ ആയ വർഷങ്ങളിൽ ദേശത്തിന്റെ വിവിധ ഭാഗങ്ങളിൽ ഉപദ്രവകാരികളായ ഘാതകസംഘങ്ങളുടെ ബാധയുണ്ടായെങ്കിലും രാഷ്ട്രം കീഴടക്കപ്പെടുകയോ വിധേയമാക്കപ്പെടുക പോലുമോ ഉണ്ടായില്ല. ഈ എല്ലാ വർഷങ്ങളിലൂടെയും ആ കീടത്തിൽ നിന്നും ദേശത്തെ മോചിപ്പിക്കാൻ കടുത്ത പോരാട്ടത്തിലേർപ്പെട്ടിട്ടുള്ള രാഷ്ട്രം ഇരുപക്ഷത്തും വ്യത്യസ്തമായ

വിജയങ്ങളോടെ, വിട്ടുവീഴ്ചയില്ലാതെ യുദ്ധം നയിച്ചുകൊണ്ടിരിക്കുന്നു. ചുരുക്കത്തിൽ, ആയിരക്കണക്കിന് വർഷങ്ങളായി തഴച്ചു വളരുന്ന നമ്മുടെ ഹിന്ദു ദേശീയജീവിതത്തിന്റെയും പിന്നീട് അവസാനത്തെ പത്ത് നൂറ്റാണ്ടുകളായി തുടർന്നുപോരുന്നതും ഇനിയും തീരുമാനിക്കപ്പെടാത്തതുമായ അയവില്ലാത്ത യുദ്ധത്തിന്റെ കഥയാണ് നമ്മുടെ ചരിത്രം. അപ്പോൾ ശരിയായ രീതിയിൽ നാം നമ്മുടെ ചരിത്രം മനസിലാക്കുമ്പോൾ, ഇന്ന് വിശ്വസിക്കാൻ നമ്മെ പഠിപ്പിച്ച പോലുള്ള, ജീർണതബാധിച്ചവരോ അധഃസ്ഥിതരോ സംസ്കാരശൂന്യരോ ആയ അടിമകളല്ലെന്നും ഒരു രാഷ്ട്രമാണെന്നും കഴിഞ്ഞ ആയിരം വർഷങ്ങളായി നശീകരണ ശക്തികൾക്കെതിരെ പോരാടുന്നവരും അവസാനംവരെ സമരം ചെയ്യാൻ തീരുമാനിച്ചിട്ടുള്ളവരാണെന്നും നാം നമ്മെ കണ്ടെത്തുന്നു. ദേശീയ ബോധം സുശക്തമായി മുന്നോട്ട് കൊണ്ടുപോകാനും, ഹിന്ദുക്കളായ നാം ഹിന്ദുപതാകയായ ഭഗവദ്ധ്വജ (കാവിപതാക) യ്ക്ക് ചുറ്റും അണിനിരന്ന് എതിർക്കുന്ന ശക്തികളെ തുടച്ചു നീക്കാനുള്ള നിശ്ചയദാർഢ്യത്തോടെ നമ്മുടെ പല്ലുകളെ സജ്ജമാക്കാനും ജാതിബോധം നമ്മെ ആഹ്വാനം ചെയ്യുന്നു.

കീഴടക്കുന്ന ഈ ബോധത്തെ പ്രതിരോധിക്കാനും നമ്മുടെ ശരിയായ ഹിന്ദുദേശീയ ബോധത്തെ കെടുത്താനും നാം ഒരിക്കലും ഒരു രാഷ്ട്രമായിരുന്നിട്ടില്ലെന്നും മുഗളഭരണാധികാരികളുടെ കാലത്തോടെയാണ് നമ്മുടെ യഥാർഥ ചരിത്രം ആരംഭിക്കുന്നതെന്നും മഹാരാഷ്ട്രയിലെയും പഞ്ചാബിലെയും ഹിന്ദു അധികാരത്തിന്റെ ഉയർച്ച കവർച്ചക്കാരയ നാട്ടുമുഖ്യൻമാരുടെ വിമതത്വമായിരുന്നുവെന്നും 1857 ലെ സമരം ഒരു കലാപമായിരുന്നുവെന്നും ആധുനിക രക്തസാക്ഷികളുടെ ത്യാഗങ്ങൾ ദേശദ്രോഹികൾക്ക് അർഹമായ ശിക്ഷയായിരുന്നുവെന്നും നമ്മുടെ ചരിത്രങ്ങൾ നമ്മെ പഠിപ്പിക്കുന്നു. മാത്രമല്ല, ദേശത്ത് ആദ്യമായി സമാധാനമുണ്ടായത് ബ്രിട്ടീഷ് അധികാരം സംസ്ഥാപിതമായ ശേഷമാണെന്നും അവ പറയുന്നു അതുകൊണ്ടും അവർ തൃപ്തരായില്ല. എങ്കിലും, ഉടനെയല്ലെങ്കിൽ പിന്നീടെങ്കിലും പൂച്ച സഞ്ചിയിൽ നിന്നും പുറത്തുചാടുമെന്നും ആസൂത്രിതമായി വളച്ചൊടിച്ച ഇത്തരം വിശദീകരണങ്ങളുടെ കാപട്യം വെളിപ്പെടുത്തുമെന്നുമുള്ള കാര്യം തീർച്ചയാണ്. ജാതിയെ തെറ്റായ പാളത്തിൽ പ്രതിഷ്ഠിക്കാനുള്ള മറ്റൊരു ശ്രമവും നടക്കുന്നുണ്ട്. നിർഭാഗ്യവശാൽ, ആ ശ്രമം കയ്പ്പേറിയ ഫലങ്ങളുളവാക്കിയതായാണ് കാണുന്നത്. ജനങ്ങൾ ഒരു ദേശീയജീവിതം നയിക്കാൻ പോവുകയാണെന്നും രാജ്യത്തിലെ രാഷ്ട്രം അവിടെ ജീവിക്കുന്ന എല്ലാ ജനങ്ങളുമടങ്ങുന്നതാണെന്നും അക്കാരണത്താൽ പൊതുവായ ഒരു 'ദേശീയ' വേദിയിൽ വരുന്ന എല്ലാ ജനങ്ങളുടെയും ഐക്യമാണെന്നും ഭരണഘടനാപരമായ മാർഗങ്ങളിലൂടെ സ്വാതന്ത്ര്യം നേടിയെടുക്കാനാവുമെന്ന ആശയം ആദ്യമായി പ്രചരിപ്പിക്കപ്പെട്ടിരിക്കുന്നു. ജനാധിപത്യത്തിന്റെ തെറ്റായ ധാരണകൾ ഈ വീക്ഷണത്തെ പ്രബലപ്പെടുത്തിയിരിക്കുന്നു. ഇന്ത്യൻ എന്ന മോടിയേറിയ പേരിന് കീഴിൽ നമ്മുടെ പഴയ ആക്രമണകാരികളുമായും ശത്രുക്കളുമായും നമ്മെ കൂട്ടിയിണക്കാനും നമ്മുടെ സമരത്തിൽ നമുക്കൊപ്പം പങ്കെടുക്കാൻ അവരെ ആകർഷിക്കാനുമുള്ള ശ്രമമാരംഭിച്ചിരിക്കുന്നു. നമ്മുടെ ശത്രുക്കൾ നമ്മുടെ മിത്രങ്ങളാണെന്ന് വിശ്വസിക്കാൻ സ്വയം കബളിപ്പിക്കലിലൂടെ നമ്മെ അനുവദിച്ച നാം നമ്മുടെ സ്വന്തം കരങ്ങളാൽ യഥാർഥ ദേശീയതയെ നശിപ്പിക്കുകയാണ് ചെയ്യുന്നത്. നാം സ്വയം വിസ്മരിക്കുന്നതും പഴക്കമേറിയ

നമ്മുടെ കൊടിയ ശത്രുക്കളെ മിത്രങ്ങളായി വിശ്വസിക്കുന്നതുമാണ് ഇന്നത്തെ യഥാർഥ അപകടം. ഹിന്ദുസ്ഥാനിൽ ഹിന്ദുക്കളായ നാം ഒരുവശത്ത് മുസ്ലീങ്ങളുമായും മറുവശത്ത് ബ്രിട്ടനുമായും ഒരു ത്രികോണയുദ്ധത്തിലേർപ്പെട്ടിരിക്കുന്നു എന്നതാണ് വസ്തുത. മുസ്ലീങ്ങൾ തെറ്റിദ്ധരിപ്പിക്കപ്പെട്ടിട്ടില്ല. അവർ കീഴടക്കുന്ന ആക്രമണകാരികൾക്കൊപ്പം നിന്നുകൊണ്ട് അധികാരം കൈക്കലാക്കുന്നു. നാം നമ്മുടെ ആത്മവഞ്ചനയിൽ വിദേശികളെ ദേശീയവൽക്കരിക്കാനുള്ള പ്രതീക്ഷയിൽ കൂടുതൽ കൂടുതലായി വിജയിക്കുകയും സകലതും വിഴുങ്ങുന്ന അവരുടെ ആർത്തി വർധിപ്പിക്കുന്നതിൽ വിജയികളാവുകയും ചെയ്യുന്നു. നം കൂടുതൽ കൂടുതലായി വഴി തെറ്റിപ്പോവുന്നതും ദേശീയമായ വീണ്ടെടുക്കലെന്ന, നാം സ്നേഹിക്കുന്ന ലക്ഷ്യം കാണാമറയത്താക്കുകയും ചെയ്യുന്നു എന്നതാണ് അതുകൊണ്ട് നമുക്കുണ്ടാവുന്ന അനന്തരഫലം. ഹിന്ദുക്കളെന്ന് സ്വയം വിളിക്കുന്ന നാം ദേശീയസ്വഭാവമോ അവകാശങ്ങളോ ഇല്ലാത്തവരായിത്തീരുമോ എന്ന് പോലും ഭയപ്പെടാൻ തുടങ്ങിയിരിക്കുന്നു. രാജ്യത്ത് ഒരു യഥാർഥ ജനാധിപത്യ സ്റ്റേറ്റ് സ്ഥാപിക്കുകയെന്ന കാട്ടുകോഴിക്ക് പിന്നാലെ പാഞ്ഞ് നമ്മുടെ യഥാർഥ ഹിന്ദു രാഷ്ട്രത്വമെന്ന ലക്ഷ്യം ഏറെക്കുറെ പൂർണമായും നഷ്ടപ്പെടുത്തിയത് സർ. വില്യം വെഡ്ഡർബൺ, സർ ഹെൻട്രി കോട്ടൺ, മി.ഹ്യൂം എന്നിവരെപ്പോലുള്ളവരാണ്. അവരുടെ ലക്ഷ്യങ്ങൾ സഫലീകരിക്കപ്പെട്ടിരിക്കുന്നു. ദേശീയതയെ തിളപ്പിക്കുന്ന ഒരു സേഫ്റ്റി വാൽവ് എന്ന നിലയിലും ഉണർന്നെണീക്കുന്ന ഭീമാകാരനെ മയക്കത്തിലേക്ക് തള്ളിയിടാനുള്ള ഒരു കളിപ്പാട്ടമെന്ന നിലയിലും ദേശീയബോധം നശിപ്പിക്കാനുള്ള ഒരു ഉപകരണമായും അവർ രൂപീകരിച്ച കോൺഗ്രസ്, അവരെ സംബന്ധിച്ചിടത്തോളം ഒരു വിജയമാണ്. ദേശീയതയെന്ന പേരിന് കീഴിൽ നമ്മുടെ സ്വന്തമായ ദേശീയ സ്വഭാവവും അവകാശങ്ങളും ഇല്ലായ്മ ചെയ്യൽ അതിന്റെ പൂർത്തീകരണത്തോട് അടുത്തുകൊണ്ടിരിക്കുന്നു. നമ്മുടെ രാഷ്ട്രത്വത്തെ ഏറെക്കുറെ പൂർണമായും നാം വിസ്മരിച്ചിരിക്കുന്നു.

അധ്യായം രണ്ട്

'രാഷ്ട്ര'ത്തെക്കുറിച്ച് ജനാധിപത്യ സ്റ്റേറ്റുകൾക്കുള്ള ധാരണയെന്താണ്? ഹിന്ദുസ്ഥാനിൽ നാം മനസിലാക്കുന്ന അർഥത്തിലുള്ള സുഹൃത്തും ശത്രുവും യജമാനനും തസ്കരനും ചേർന്നുള്ള ഒരു യാദൃച്ഛിക കൂട്ടിക്കെട്ടാണോ അത്? അല്ലെങ്കിൽ പാശ്ചാത്യരായ രാഷ്ട്രീയ ചിന്തകൻമാർ മറിച്ച് ചിന്തിക്കുന്നുണ്ടോ?

രാഷ്ട്രസങ്കൽപ്പത്തെക്കുറിച്ചുള്ള ഇന്നത്തെ നമ്മുടെ വിവരണം അസംബന്ധജഡിലമാണെന്ന് ഞങ്ങൾ വിശ്വസിക്കുന്നു. അവ പാശ്ചാത്യ രാഷ്ട്രീയ ശാസ്ത്രജ്ഞരുടെ വീക്ഷണങ്ങളുമായി പൊരുത്തപ്പെടുന്നില്ലെന്നും നാം അനുകരിക്കുകയാണെന്നും ഞങ്ങൾ വിശ്വസിക്കുന്നു. അക്കാരണത്താൽ, സാർവത്രികമായ രാഷ്ട്രത്തിന്റെ ആശയങ്ങളെക്കുറിച്ചുള്ള പാശ്ചാത്യ പണ്ഡിതൻമാരുടെ പ്രസ്താവന നാം മനസിലാക്കേണ്ടതും സ്വയം തിരുത്തേണ്ടതും ഈ ഘട്ടത്തിൽ ഒരാവശ്യമാണ്. ആ വീക്ഷണം മനസിൽ വച്ചുകൊണ്ട്, ലോകത്തിലെ അംഗീകൃത രാഷ്ട്രസങ്കൽപ്പത്തെ വിശകലനം ചെയ്ത് നമുക്കിനി മുന്നോട്ടുപോകാം.

'രാഷ്ട്രം' എന്ന വാക്ക് പല ഘടകങ്ങൾ ചേർന്നുണ്ടായ ഒന്നിനെ വ്യക്തമാക്കുന്നു. വ്യത്യസ്തഘടകങ്ങളെ വേർപിരിക്കാനാവാത്ത മട്ടിൽ പൂർണതയുള്ള ഒന്നായി ഇണക്കിച്ചേർത്ത് നിലനിൽക്കുന്ന കാലത്തോളം ആ ഘടകങ്ങൾ ഏകതാനതയോടെ വർത്തിക്കുന്ന ഒന്നാണത്. വിഭിന്നമായ വാക്കുകളിൽ വ്യത്യസ്ത രാഷ്ട്രീയ തത്വചിന്തകൾ അതിനെ നിർവചിച്ചിട്ടുണ്ടെങ്കിലും അവയുടെയെല്ലാം സത്ത ഒന്നുതന്നെയാണ്. ആധുനിക നിഘണ്ടുകളും, അതേ അർഥം തന്നെയാണ് നൽകിയിട്ടുള്ളത്. ഫവ്ളർ 'രാഷ്ട്രം' എന്ന പദത്തെ നിർവചിച്ചതിപ്രകാരമാണ്: "സാമൂഹികമായി ഉൽപ്പത്തി, ഭാഷ, ചരിത്രം അല്ലെങ്കിൽ രാഷ്ട്രീയ സ്ഥാപനങ്ങൾ എന്നിവകളാൽ വേർതിരിച്ചറിയാവുന്ന ഒരു ജനതയോ വംശമോ ആണ് രാഷ്ട്രം." വ്യത്യസ്ത രാഷ്ട്രീയ ശാസ്ത്രജ്ഞർ നൽകിയിട്ടുള്ള നിർവചനങ്ങൾ കൂടുതൽ സമഗ്രവും കൂടുതൽ

വ്യക്തവുമാണ്. വളരെ കൂടുതൽ ഗ്രന്ഥകാരൻമാരെ എളുപ്പം ഉദ്ധരിക്കാനാവുമെങ്കിലും, ഞങ്ങളിവിടെ ഏതാനുംപേരെ മാത്രം ഉദ്ധരിച്ചുകൊണ്ട്, അവയുടെ സത്തയിലെ സമാനതകൾ എന്തൊക്കെയാണെന്ന് കണ്ടെത്തി പരിശോധിക്കുന്നു.

പ്രൊഫ.ഹോൾ-കോംബിന്റെ അഭിപ്രായത്തിൽ, അത് (ദേശീയത) സുനിശ്ചിതമായ ഒരു ദേശവുമായി ബന്ധപ്പെട്ട ഒരുതരം 'സഹജീവി സ്നേഹം' അഥവാ 'അന്യോന്യ അനുഭാവമായ ഏകാംഗീകൃത അഭീഷ്ടമാ'ണ്. ശ്രേഷ്ഠമായ നേട്ടങ്ങളുടേതും മാഹാത്മ്യത്തിന്റേതുമായാലും, ദുരന്തത്തിന്റേതും കഷ്ടപ്പാടിന്റേതുമായാലും, ഓർമകളുടെ പൊതുവായ പൈതൃകത്തിൽ നിന്നും അത് ഉദ്ഭൂതമാവുന്നു. രാഷ്ട്രമെന്നാൽ ബർഗസ് അർഥമാക്കുന്നത്, "ഭൂമിശാസ്ത്രപരമായി ഐക്യപ്പെട്ട ഒരു പ്രദേശത്ത് പാർക്കുന്നവരും, പൊതുവായൊരു ഭാഷയും സാഹിത്യവും, പൊതുവായ ആചാരങ്ങളും, ശരിയെയും തെറ്റിനെയും കുറിച്ച് പെതുവായ ബോധമുള്ളവരും ആയ ഒരു ജനത" എന്നാണ്. പ്രമുഖ ജർമൻ രാഷ്ട്രീയ ലേഖകനായ ബ്ലണ്ട്സ്ലി രാഷ്ട്രത്തെ ഇങ്ങനെ നിർണയിച്ചിരിക്കുന്നു. "പൊതുവായ ലക്ഷ്യമുള്ളവരും ഒരു വ്യത്യസ്ത സാമൂഹിക സ്ഥിതിയിലുള്ളവരുമായ ജനങ്ങളുടെ ഒരു സംയുക്താവസ്ഥയാണത്. സ്റ്റേറ്റിൽ നിന്നും തികച്ചും വിഭിന്നമായി, ഐക്യത്തിന്റെ ബോധവും എല്ലാ അന്യരിൽ നിന്നും വ്യതിരിക്തവും, പ്രത്യേകിച്ചും, ഒരു ഭാഷയും പൊതുവായൊരു സാംസ്കാരികതയിലെ ആചാരങ്ങളും, രാഷ്ട്രത്തിന്റെ ധാരണകളെയും വംശീയതയെയും അന്യോന്യം ബന്ധിപ്പിച്ചിരിക്കുന്നു. 'രാഷ്ട്രീയ ശാസ്ത്രത്തിലേക്കുള്ള പരിചയപ്പെടുത്തലി'ൽ (Introduction to Political Science) ഈ ആശയത്തെക്കുറിച്ചുള്ള ഗെറ്റെലിന്റെ അഭിപ്രായം സുവ്യക്തമാണ്." "വംശം, ഭാഷ, പാരമ്പര്യം, ചരിത്രം എന്നിവകളാൽ പൊതുവായ ബന്ധുത്വമുള്ള ഒരു ജനതയെ ദേശീയത സൂചിപ്പിക്കുന്നു. ഈ സ്വാധീനങ്ങൾ ഐക്യത്തിന്റെ ബോധം സൃഷ്ടിക്കുകയും ഒരു ദേശീയതയ്ക്കുള്ളിൽ ഒതുങ്ങിക്കൂടാൻ വ്യക്തികളെ നിർബന്ധിതരാക്കുകയും ചെയ്യുന്നു." വളരെ ഹ്രസ്വമാണെങ്കിലും ഏറ്റവും പ്രാധാന്യമുള്ള നിർവചനമാണ് ഗുംപ്ലോവിക് രാഷ്ട്രത്തിന് നൽകിയിട്ടുള്ളത്: "സാംസ്കാരികതയുടെ ജനസമൂഹം." രഷ്ട്രീയത്തെക്കുറിച്ചുള്ള നമ്മുടെ സ്വന്തം എഴുത്തുകാരനായ മി.കാലേ *ഇന്ത്യൻ അഡ്മിനിസ്ട്രേഷനിൽ* ഇപ്രകാരം പറയുന്നു: "ജാതീയവും വംശീയവും മതപരവും ഭാഷാപരവുമായ ബന്ധങ്ങളാൽ പൊതുവായ ബന്ധുത്വമുള്ള അംഗങ്ങളുള്ള ഒരു ജനവിഭാഗമാണ് ഒരു രാഷ്ട്രം."

ഉദ്ധരണികളുടെ എണ്ണം ഇനിയും കൂട്ടേണ്ട ആവശ്യമില്ല. ആശയത്തിന്റെ സാരമെന്താണെന്ന് നമുക്ക് പരിശോധിക്കാം. എല്ലാവരും നിരവധി വാക്കുകളിൽ സുനിശ്ചിതമായ അവശ്യകത എടുത്തുപറഞ്ഞിട്ടുണ്ടെങ്കിലും ഒരു രാഷ്ട്രത്തിന് സുനിശ്ചിതമായ ജന്മഭൂമിയും ഭൂമിശാസ്ത്രപരമായി ഐക്യപ്പെട്ട ഒരു ഭൂപ്രദേശവും ഒഴിവാക്കാനാവില്ല എന്നത് വ്യക്തമാണ്. ആശയത്തിന്റെ സത്തയെന്ന നിലയിൽ ഉയർന്നു വരുന്ന മറ്റൊരു സുപ്രധാന സംഗതി വംശം (ജാതി), പരമ്പരാഗത സമൂഹം, മതപരമായ ബന്ധങ്ങൾ, ഓർമകളുടെ പൊതുവായ പൈതൃകം എന്ന് നിർണയിച്ചിട്ടുള്ള പൊതുവായ സാംസ്കാരികത, പാരമ്പര്യവുമായും ചരിത്രവുമായുള്ള പൊതുവായ ബന്ധുത്വം, അവസാനമായി, ഭാഷാപരമായ ഐക്യം എന്നിവയാണ് ഈ

ആശയത്തിന്റെ സുപ്രധാനമായ മറ്റ് മൂന്ന് ഘടകങ്ങളായി ലോകത്തിലെ മഹാ പണ്ഡിതൻമാർ അവതരിപ്പിച്ചിട്ടുള്ളത്. ചുരുക്കത്തിൽ, വിഘടിപ്പിക്കാനാവാത്ത തരത്തിൽ 'രാഷ്ട്രം' എന്ന പദത്തിൽ സംയോജിക്കപ്പെട്ടിട്ടുള്ള അഞ്ച് ഘടകങ്ങൾ ഇവയാണ്: ഭൂമിശാസ്ത്രപരമായ പ്രദേശം (രാജ്യം), വംശീയത (ജാതി), മതം, സാംസ്കാരികത, ഭാഷ. ഇവയെ ഓരോന്നായെടുത്ത് നമുക്ക് പരിശോധിക്കാം.

രാജ്യം

ഏതൊരു ജാതിക്കും ഒരു രാഷ്ട്രമായി ജീവിക്കണമെങ്കിൽ, പരമാവധി, ഭൂമിശാസ്ത്രപരമായി അതിർത്തികളുള്ള സ്വന്തമായൊരു ഭൂപ്രദേശം അത്യന്താപേക്ഷിതമാണ്. അത് ചോദ്യം ചെയ്യാനാവാത്ത വസ്തുതയാണ്. ഏത് ദേശീയജീവിതത്തിനും അത്തരമൊരു പ്രദേശം അതിനുള്ള ഭൗതികമായ അടിത്തറയുമാണ്. ഒരു ജാതിക്ക് പാർക്കാൻ സുനിശ്ചിതമായൊരു പ്രദേശം സ്വന്തമായി ഉണ്ടാവുമ്പോൾ മാത്രമേ അതിന്റെ പ്രത്യേകമായ സംസ്കാരവും, അതിന്റെ ഫലമായി, രാഷ്ട്രത്വവും വളരുകയും വികസിക്കുകയും ചെയ്യൂ. സ്വന്തമായി രാജ്യമുണ്ടാക്കി, സ്വയം രൂപപ്പെടുത്തി, കാലക്രമേണ ജാതികൾ രാഷ്ട്രങ്ങളായിത്തീർന്നതിന് ചരിത്രത്തിൽ ധാരാളം രേഖകളുണ്ട്. അനേകം യൂറോപ്യൻമാർ സ്ഥിരതാമസമാക്കുകയും സ്വയം ഒരു തദ്ദേശീയ ജനതയായി ത്തീർന്നിട്ടുമുള്ള അമേരിക്കയിൽ പോലും അവർക്ക് വേറിട്ട ഒരു രാജ്യ മുണ്ടായതിന്റെ ഫലമായി മാത്രം സ്വതന്ത്രമായ രാഷ്ട്രത്വം കൈവരിക്കാൻ സാധിച്ചു എന്നു പറയാവുന്നതാണ്. മറിച്ചായിരുന്നുവെങ്കിൽ അമേരിക്കയിൽ സന്താനങ്ങളിൽ നിന്നും അവരുടെ രക്ഷിതാക്കളുടെ പൈതൃകം തിരിച്ചറിയാൻ യാതൊന്നും ഉണ്ടാവുമായിരുന്നില്ല. അതേസമയം, വ്യത്യസ്തമായൊരു രാജ്യത്തിലെ സ്വതന്ത്രമായ ജീവിതം കാലാന്തരത്തിൽ വ്യത്യസ്തമായ താൽപ്പര്യങ്ങൾ സൃഷ്ടിക്കുന്നതും മാതൃജാതിയെ പുതിയൊരു സംസ്കാരം മാറ്റി പ്രതിഷ്ഠിച്ചുകൊണ്ട് പുതിയൊരു രാഷ്ട്രം ഉയർന്നു വരുന്നതും എങ്ങനെയാണെന്ന് വ്യക്തമാക്കുന്ന ഉദാഹരണങ്ങളുണ്ട്. സ്വന്തം മാതൃരാജ്യം നഷ്ടപ്പെട്ടതിന്റെ ഫലമായി ദേശീയത നഷ്ടപ്പെട്ട പ്രാചീന രാജ്യങ്ങളുടെ ശ്രദ്ധേ യമായ ഉദാഹരണവും ചരിത്രം രേഖപ്പെടുത്തിയിട്ടുണ്ട്. ഉദാഹരണത്തിന്, യഹൂദൻമാരെ പരിശോധിക്കാം. സമ്പൽസമൃദ്ധമായ ഒരു രാഷ്ട്രമായിരുന്നു യഹൂദൻമാർ. എന്നാൽ കാലം മാറി. ആ രാഷ്ട്രം കീഴടക്കപ്പെടുകയും റോമ ക്കാരുടെ ഏകാധിപത്യ ഭരണത്തിൻ കീഴിൽ വിധേയരാക്കപ്പെടുകയുമുണ്ടായി. തങ്ങളുടെ പ്രാചീന മതത്തെയും സാംസ്കാരത്തെയും നിലനിർത്തികൊണ്ട് ആ ചുറ്റുപാടുകളിൽ ജീവിക്കുന്നത് പ്രയാസമേറിയ സംഗതിയാണെന്ന് കണ്ടെ ത്തിയ കുറച്ചധികം യഹൂദൻമാർ അവരുടെ രാജ്യമായ പലസ്തീൻ വിട്ട് ഹിന്ദുസ്ഥാനിലേക്ക് വന്നു. അവർ ഇസ്രായേലിലെ പിതാക്കൻമാരുടെ ഏറ്റവും സംശുദ്ധരായ മക്കളായിരുന്നു. ഇന്നുമവർ ഹിന്ദുക്കളുടെ ഈ രാജ്യത്ത് അധിവസിക്കുന്നുണ്ട്. (ബോംബെ പ്രസിഡൻസിയിലെ ബെനെ ഇസ്രാ യേലികൾ). പിന്നീട് ഇസ്ലാമിന്റെ പേരിന് കീഴിലുള്ള നശീകരണ യന്ത്രങ്ങൾ ഉരുണ്ടു നീങ്ങി അവരുടെ അവകാശങ്ങൾ പൂർണമായും നശിപ്പിക്കുകയും അവർക്കേറ്റവും പ്രിയപ്പെട്ട മതത്തെയും സംസ്കാരത്തെയും സംരക്ഷിക്കാൻ ഇവിടം വിട്ട് ചിതറിയോടുകയും ലോകത്തിന്റെ എല്ലാ ഭാഗങ്ങളിലുമായി സ്വയം പ്രാകൃതികവൽക്കരിക്കാൻ വിധേയരാക്കപ്പെടുകയും ചെയ്തു.

അങ്ങനെ ചിതറിപ്പോയ അവർ ഇന്നും ജീവിക്കുകയും അവർക്കൊപ്പം, അവരുടെ മതവും സംസ്കാരവും ഭാഷയും ജീവിക്കുകയും ചെയ്യുന്നു. അവരിപ്പോഴും അതേ പഴയ യഹൂദൻമാർ തന്നെയാണ്. സ്വന്തം രാജ്യത്തിൽ നിന്നുമുള്ള പ്രവാസികളും പോകാൻ സ്വന്തമെന്ന് വിളിക്കാവുന്ന ഒരിടമില്ലാത്തവരുമാണ് എന്നതൊഴിച്ചാൽ അവരിൽ യാതൊരു മാറ്റവും വന്നിട്ടില്ല. മാത്രമല്ല, അവരിലെല്ലാവരും തന്നെ സമ്പത്തും പുരോഗതിയും പ്രാപിച്ച ഒരു ജനതയാണ്. എന്നാൽ അവരൊരു ജനതതിയാണെങ്കിലും പൂർണമായ തോതിൽ ലോകം അറിയുന്ന തരത്തിലുള്ള ഒരു രാഷ്ട്രമല്ല. പലസ്തീനിൽ യഹൂദമായ, അതിന്റെ പ്രാചീന ജനതയെ പുനരധിവസിപ്പിക്കാനുള്ള സമീപകാലശ്രമങ്ങൾ പൊട്ടിപ്പോയ പ്രതീകങ്ങളെ പുനർനിർമിക്കാനും മരിച്ച ഹീബ്രൂ ദേശീയ ജീവിതത്തിന് പുത്തനൊരാർജവം പകർന്നു കൊടുക്കാനുമുള്ള ശ്രമങ്ങൾക്കുപരിയായ യാതൊന്നുമല്ല. പാർസികളുടേതാണ് മറ്റൊരു ഉദാഹരണം. പഴയ ഇസ്ലാമിക ആക്രമണപരത അതിന്റെ കൂട്ടക്കൊലകൾക്കും നശീകരണത്തിനും കൊള്ളയ്ക്കും കൊള്ളിവയ്പ്പിനും; എല്ലാ വിശുദ്ധ ഇടങ്ങളുടെയും, മതത്തിന്റെയും സാംസ്കാരികതയുടെയും അവിശുദ്ധീകരണത്തിനും സദാനേരവും സന്നദ്ധമായിട്ടുള്ള വിശ്വാസത്തിന്റെ ആരാച്ചാർമാരായ ഇസ്ലാമിന്റെ വ്യാപനത്തിന് കൈകോർത്ത് നിന്ന സകലതിനും കൂട്ടുനിന്നു. ആ ഇസ്ലാം ഇറാനിലെ സകല തിന്മകൾക്കും മറപിടിച്ചു. ഇസ്ലാമിക ക്രൂരതകളേക്കാൾ വിശ്വസനീയമായത് പ്രകൃതിയിലെ ക്രൂരമായ ഘടകങ്ങളാണെന്ന് മനസിലാക്കിയ ദൃഢചിത്തരായ ചില പാർസികൾ അവരുടെ വിശുദ്ധാഗ്നിയുമായി അവരുടെ നല്ല രാജ്യമായ ഇറാനും ആ രാജ്യത്തിന്റെ കിരീടം ധരിച്ചവർക്കുമിടയിൽ നിന്നും അകലേക്ക് തുഴഞ്ഞു പോവുകയും ചെയ്തു. അവർ ഉദാരമതികളായ ഹിന്ദുക്കളുടെ ഹിന്ദുസ്ഥാനിൽ എത്തിച്ചേരാൻ ഇടയായി. ഹിന്ദുക്കളവർക്ക് നേരെ പൈതൃക സ്നേഹത്തിന്റെ കരം നീട്ടിപ്പിടിക്കുകയും അവർക്ക് ആശ്വാസവും സംരക്ഷണവും നൽകുകയും ചെയ്തു. ഇന്നാകട്ടെ, അവർ ഈ പുതിയ രാജ്യത്ത് സ്വന്തം മതത്തിനും സംസ്കാരത്തിനും യാതൊരു പോറലുമേൽക്കാതെ ജീവിക്കുകയും ഒരു സമ്പന്ന വർഗമായി പരിണമിക്കുകയും ചെയ്തിരിക്കുന്നു. എന്തുകൊണ്ട്? പാർസികളുടെ ഇറാനിലെ രാഷ്ട്രം ഇന്ന് നിലവിലില്ല. എന്തുകൊണ്ട്? അവർക്ക് സ്വന്തം രാജ്യം നഷ്ടപ്പെട്ടതും; തർക്കരഹിതമായ കൈവശാവകാശമുള്ളതും സ്വന്തമെന്ന് വിളിക്കാവുന്ന ഭൂമിശാസ്ത്രപരമായ ഒരു ഭൂപ്രദേശമില്ലാത്തതും; അക്കാരണത്താൽ, തങ്ങളുടേതായ സ്വാഭാവിക പ്രവണതകൾക്കനുസൃതമായി അവരുടെ സംസ്കാരികതയെയും രാഷ്ട്രത്വത്തെയും വികസിപ്പിക്കാൻ കഴിയാതെ പോയതും മൂലമാണ് അങ്ങനെ സംഭവിച്ചത്. എന്തായാലും ശ്രദ്ധേയമായ ഈ രണ്ട് ഉദാഹരണങ്ങളും അവിടെ നിൽക്കട്ടെ. ഒരു ജനതയും രാഷ്ട്രവുമാകണമെങ്കിൽ ഒരു പരമ്പരാഗത ഭൂപ്രദേശവും സമുദായത്തിന്റെ സുനിശ്ചിതവും വിഘടിപ്പിക്കാനാവാത്തതുമായ ഒരു ജന്മദേശവും അനിവാര്യമാണെന്ന കാര്യത്തിൽ ഒരു തർക്കത്തിനും സാധ്യതയില്ല.

വംശം (ജാതി)

രാഷ്ട്രസങ്കൽപ്പത്തിൽ ജാതീയമായ ഐക്യം ഊന്നിപ്പറയുന്നത് ആവശ്യമില്ലാത്തൊരു സംഗതിയാണ്. ഒരു ജാതിയെന്നാൽ പരമ്പരാഗത

സമൂഹത്തിൽ പെതുവായ ആചാരങ്ങൾ, പൊതുവായ ഭാഷ, മാഹാത്മ്യത്തിന്റെയോ നാശത്തിന്റെയോ പൊതുവായ ഓർമകൾ എന്നിവയെ കാത്തുസൂക്ഷിക്കുന്ന ഒന്നാണ്. ചുരുക്കത്തിൽ, ഒരു സംസ്കാരികതയ്ക്ക് കീഴിൽ പൊതുവായ ഉൽപ്പത്തിയുള്ള ഒരു ജനതതിയാണെന്നത് ഏതർഥത്തിൽ നോക്കിയാലും, ഇത്തരം സുപ്രധാന ഘടകങ്ങളുള്ള ഒന്നാണ് രാഷ്ട്രത്തിലെ ജാതി. വിദേശ ഉൽപ്പത്തിയുള്ള ജനങ്ങളുണ്ടെങ്കിൽ പോലും അവർ വിഘടിപ്പിക്കാനാവാത്ത തരത്തിൽ ദേശീയ ജാതിയിൽ അലിഞ്ഞു ചേരണം. അവർ സാമ്പത്തികവും രാഷ്ട്രീയവുമായ ജീവിതത്തിൽ മാത്രമല്ല, മതം, ഭാഷ, സംസ്കാരം എന്നിവകളിലും യഥാർഥ ദേശീയജാതിയുമായി ഒന്നായിത്തീരണം. മറിച്ചായാൽ, ചില പ്രത്യേക സാഹചര്യങ്ങളിൽ രാഷ്ട്രീയമായ ആവശ്യങ്ങൾക്കായി ഇത്തരം വിദേശജാതികൾ പരിഗണിക്കപ്പെടാമെങ്കിലും, അവർക്കൊരിക്കലും ദേശീയ ശരീരത്തിന്റെ ഭാഗമായിത്തീരാൻ കഴിയുകയില്ല. ജാതിയിലെ വ്യക്തികൾ മൂലമോ, നിലനിൽപ്പിനാവശ്യമായ തത്വം കൈമോശം വരുന്നതിലൂടെയോ മാതൃജാതി നശിപ്പിക്കപ്പെടുകയാണെങ്കിൽ അതിന്റെ മതവും ഭാഷയും, രാഷ്ട്രം തന്നെയും, ഒരന്ത്യത്തിലെത്തുന്നു. ജാതി രാഷ്ട്രത്തിന്റെ ഉടലെന്നതിനാലും അതിന്റെ തകർച്ചയോടെ നിലവിലില്ലാതാവും എന്നതിനാലും ഈ പരമമായ സത്യം തെളിയിക്കേണ്ടത് ആവശ്യമാണെന്ന് ഞങ്ങൾ കരുതുന്നില്ല.

മതവും സംസ്കാരവും

മതം ജീവിതത്തെ തന്നെ, അതായത്, ഒരു ജനതയുടെ ജീവശ്വാസത്തെ തന്നെ, രൂപീകരിക്കുന്നതിനാലും വ്യക്തിയുടെ മാത്രമല്ല, മുഴുവൻ സമൂഹത്തിന്റെയും സകലപ്രവർത്തനങ്ങളെയും ഭരിക്കുന്നതിനാലും, ചുരുക്കത്തിൽ, അത് ഭൗതികവും ആത്മീയവുമായ സകല പ്രവർത്തനങ്ങളെയും രൂപപ്പെടുത്തുന്ന ഏകചോദനയായതിനാൽ, ഈ രണ്ട് ഘടകങ്ങളെയും സുവ്യക്തമായി വേർതിരിക്കാൻ വളരെ പ്രയാസമാണ്. മുമ്പെന്നുമുണ്ടായിരുന്നപോലെ, അവ ഒന്നായിത്തീരുന്നു. തലമുറകളോളം പഴക്കമുള്ള ആചാരങ്ങളുടെയും പാരമ്പര്യങ്ങളുടെയും ചരിത്രപരവും അല്ലാത്തതുമായ, എറ്റവും പ്രത്യേകമായി, മതവിശ്വാസത്തിന്റെയും അനുബന്ധതത്വശാസ്ത്രത്തിന്റെയും (അത്തരം തത്വശാസ്ത്രം നിലവിലുള്ള ഇടങ്ങളിൽ) ആകെത്തുകയാണ് സംസ്കാരം. അത് സാമൂഹ്യമനസിൽ പ്രത്യേകമായ ഒരു ജാതിബോധം (അത് വിശദീകരിക്കാൻ എളുപ്പമല്ല) സൃഷ്ടിക്കുന്നു. അത് സാമൂഹ്യബോധത്തിന് മേൽ തലമുറ തലമുറകളോളം സ്വന്തം മുദ്ര പതിപ്പിക്കുന്ന, മുഖ്യമായും, മതത്തിന്റെയും തത്വശാസ്ത്രത്തിന്റെയും ഫലമായിട്ടാണുണ്ടാവുന്നത്. എന്നാൽ, സാധാരണയായി മതം കേവലമായ ഒരു രൂപമോ അതിലും മോശമായ തരത്തിലുള്ള ആഡംബരപരതയുള്ളൊരു കളിപ്പാട്ടമോ ആയിരിക്കുന്നിടത്ത് പ്രാമുഖ്യം സിദ്ധിക്കുന്ന സംസ്കാരത്തെ മതത്തിൽ നിന്നും എളുപ്പത്തിൽ വേർതിരിച്ചറിയാനാവും. ഉദാഹരണമായി, തുർക്കിയും ആധുനിക റഷ്യയുമൊഴിച്ചുള്ള യൂറോപ്പിൽ മുഴുവൻ ക്രിസ്തുമതം പ്രചരിക്കുന്നു. എന്നാൽ, ജനങ്ങളുടെ മനസുകളെ രൂപപ്പെടുത്താതെ, പ്രായോഗികമായി, അത് ഒരു അലങ്കാരമായി നിലകൊള്ളുന്നു. അതുപോലെ, ക്രിസ്ത്യാനികൾക്ക് അന്യോന്യം സമാനതയുണ്ടായിരിക്കുമ്പോൾ തന്നെ ഒരോ രാഷ്ട്രവും പ്രത്യേകമായ സ്വന്തം സംസ്കാരം

വികസിപ്പിക്കുകയും ക്രിസ്തുമതത്തിന് മുമ്പുള്ള പൂർവികരുടെ ജാതിബോധം പരിവർത്തിപ്പിക്കുകയും ചെയ്യുന്നു. മാത്രമല്ല. ഇത്തരം സവിശേഷമായ വേർതിരിവുകളിൽ അഭിമാനംകൊള്ളുന്ന ഓരോ രാഷ്ട്രവും അവയെ വളരെ ശ്രദ്ധാപൂർവം കാത്തുസൂക്ഷിക്കുകയും ചെയ്യുന്നു. മതം പ്രാമുഖ്യമേറിയ ഘടകമായിത്തീരാത്ത ഇടങ്ങളിൽ സാംസ്കാരികത രാഷ്ട്രത്തിന്റെ മറ്റ് ഘടകങ്ങൾക്കൊപ്പം പ്രാമുഖ്യം കൈവരിക്കുകയും വേറിട്ട ദേശീയതയുടെ പ്രധാന ഘടകമായിത്തീരുകയും ചെയ്യുന്നു. മറുവശത്ത്, ഹിന്ദുസ്ഥാനിൽ സകലതിനെയും സ്വാംശീകരിക്കുന്നൊരു സ്വരൂപമാണ് മതം. ജീവിതത്തിന്റെ പ്രബലമായ സൈദ്ധാന്തികാടിത്തറയിൽ അധിഷ്ഠിതമായിട്ടുള്ളതിനാൽ (തീർച്ചയായും മതം അങ്ങനെ തന്നെയായിരിക്കണം) ജാതിയുടെ ജീവിതത്തിൽ ഇഴപിരിക്കാനാവാത്ത ആ അടിത്തറയുടെ ഭാഗമായിത്തീരുന്നു. നമ്മുടെ ജീവിതത്തിലെ വ്യക്തിഗതവും രാഷ്ട്രീയവും സാമൂഹികവുമായ ഓരോ പ്രവർത്തനങ്ങൾക്കും മേൽ മതത്തിന്റെ ആജ്ഞാശക്തിയുണ്ട്.നാം യുദ്ധവും സമാധാനവുമുണ്ടാക്കുന്നതും കലാ-ശിൽപ്പ നിർമാണ പ്രവർത്തനങ്ങളിലേർപ്പെടുന്നതും സമ്പത്ത് സ്വരൂപിക്കുന്നതും അത് ദാനം ചെയ്യുന്നതും, ചുരുക്കത്തിൽ, ജനിക്കുന്നതും മരിക്കുന്നതും പോലും മതപരമായ ചട്ടങ്ങൾക്ക് വിധേയമായിട്ടാണ്. അപ്പോൾ സ്വാഭാവികമായും നമ്മുടെ ശ്രേഷ്ഠമതം നിർമിച്ചതെന്താണോ അതാണ് നാം. നമ്മുടെ ജാതിബോധം നമ്മുടെ മതത്തിന്റെ സന്തതിയാണ്. അതിനാൽ നമ്മുടെ സംസ്കാരം സർവസമഗ്രമായ മതത്തിന്റെ ഉൽപ്പന്നവും അതിന്റെ ശരീരത്തിന്റെ ഒരു ഭാഗവും അതിൽ നിന്നും വേർതിരിച്ച് കാണാനാവാത്തൊരു ഘടകവുമാണ്.

എന്നാൽ ഇവയ്ക്ക് മതത്തെയും സംസ്കാരത്തെയും വേർതിരിച്ച് കാണിക്കാൻ കഴിഞ്ഞാലുമില്ലെങ്കിലും, അവയിലൊന്ന് മറ്റേതിന്റെ അനുബന്ധമായിരുന്നാലും, ഒരു രാഷ്ട്രമെന്ന് നാം വിളിക്കുന്ന ഓരോ യൂണിറ്റുകളും ഒരു ദേശീയമതത്തെയും സംസ്കാരത്തെയും പ്രചരിപ്പിക്കുകയും നിലനിർത്തുകയും ചെയ്യുന്നു. രാഷ്ട്രത്തിന്റെ ആശയം സഫലീകരിക്കാൻ ഇവ ആവശ്യവുമാണ്.

എന്തായാലും, മതം വ്യക്തിഗതമായൊരു ചോദ്യമാണെന്നും അതിന് പൊതു രാഷ്ട്രീയ ജീവിതത്തിൽ സ്ഥാനമൊന്നുമില്ലെന്നും ഊന്നിപ്പറയാനുള്ള ഒരു പ്രവണത വർത്തമാനകാലത്തുണ്ട്. മതത്തെക്കുറിച്ചുള്ള തെറ്റായ ധാരണയിൽ നിന്നുമാണ് തെറ്റായ ഈ ധാരണ ഉണ്ടായിട്ടുള്ളത്. ഒരു ജനപഥമെന്ന നിലയിൽ, ഒരു മതത്തിനും അതിന്റെ പേരിന് അർഹമായ തരത്തിലുള്ള മൂല്യമില്ലെന്ന ധാരണയിൽ നിന്നുമാണ് ആ വിശ്വാസം ഉത്ഭവിച്ചിട്ടുള്ളത്. ഈ പ്രശ്നം ഈ ഘട്ടത്തിൽ പരിശോധിക്കുന്നത് പ്രയോജനരഹിതമല്ല. മറ്റൊരു ലോകമുണ്ടെങ്കിൽ, മതം ആ മറ്റേ ലോകത്തെ മാത്രം സംബന്ധിച്ചൊരു വിഷയമാണെങ്കിൽ, സന്ദേഹവാദി ഇങ്ങനെ പറയും: 'അപ്പോൾ തീർച്ചയായും, അതിന് ഈ ലോകത്തിലെ കാര്യങ്ങളിൽ സ്ഥാനമൊന്നുമില്ല.' അപ്പോൾ, ഓരോരുത്തരും സ്വന്തം വ്യക്തഗതമായ രീതിയിൽ സ്വജീവിതത്തിന്റെ സ്വകാര്യതയിൽ പരിഹരിക്കേണ്ട ഒരു ചോദ്യമായി ഇത് പരിണമിക്കും. യൂറോപ്പിൽ, പ്രായോഗികമായി പറഞ്ഞാൽ, ഹിന്ദുസ്ഥാനിലൊഴികെ ലോകത്തെല്ലായിടത്തും, ഏതാനും അഭിപ്രായങ്ങൾ പ്രാമാണികമായി സകലരുടെയും തൊണ്ടയിൽ കുത്തിയിറക്കുന്നതാണെന്നല്ലാതെ മതത്തിന് അർഥമൊന്നുമില്ല. അത് വ്യക്തിഗതമായ രുചിഭേദങ്ങളെ

പരിഗണിക്കുകയോ ആധുനിക വിജ്ഞാനവുമായി പൊരുത്തപ്പെടുന്ന തരത്തിൽ ശിക്ഷണം നൽകുകയോ ചെയ്യുന്നില്ല. സകലർക്കും നിഷ്കർഷിച്ചിട്ടുള്ള മാർഗമാണത്. അതായത്, ഒരേ ആകൃതിയിലും വലിപ്പത്തിലുമുള്ള പന്തുകൾക്ക് ചതുരാകൃതിയിലുള്ള ഒരു ദ്വാരം. അത് വ്യക്തിക്ക് ആത്മീയ പ്രയോജനമുണ്ടാകാവുന്ന തരത്തിൽ, വ്യക്തിക്കും ദൈവത്തിനുമിടയിൽ നേരിട്ട് ബന്ധം സ്ഥാപിക്കാനുള്ള ശ്രമങ്ങളാണ്. ഈ മതവീക്ഷണമനുസരിച്ച്, മതത്തിന് രാഷ്ട്രീയത്തിൽ സ്ഥാനമില്ലെന്ന് ഊന്നിപ്പറയുന്നത് സ്വാഭാവികമാണ്. എന്നാൽ, ഇത് മതത്തിന്റെ ഒരു ശകലമല്ലാതെ മറ്റൊന്നുമല്ല. സമൂഹത്തിന്റെ എല്ലാ പ്രവർത്തനങ്ങളെയും നിയന്ത്രിക്കുന്നതും വ്യക്തഗതമായി നിജമായ മതതത്വങ്ങൾ ആവിഷ്കരിക്കാൻ അവസരമുണ്ടാക്കികൊടുക്കുന്നതും ഏത് തരം മാനസികഘടനയുള്ളവർക്കും സ്വീകാര്യവും കൈകാര്യം ചെയ്യാവുന്നതുമായ പാതയൊരുക്കി കൊടുക്കുന്നതും, അതേസമയം, ഭൗതികതയിൽ നിന്നും ധാർമികതയുടെ തലത്തിലൂടെ മുഴുവൻ സമൂഹത്തെയും അധ്യാത്മികതയുടെ തലത്തിലേക്കുയർത്തുന്നതുമാണ് മതത്തിന്റെ സത്ത. അനേകം മനസുകളുള്ളതു പോലെ, അനേകം മാർഗങ്ങളുമുണ്ട് എന്നതാണ് യഥർഥ മതത്തിന്റെ അധ്യാത്മിക നിയമം. ഭൗതികതയുടെ അല്ലെങ്കിൽ ലൗകികതയുടെ തലത്തിലും, ഓരോരുത്തർക്കും സ്വന്തം വ്യക്തിത്വത്തിന്റെ പരമാവധി പൂർണതയിലേക്ക് വികസിക്കാനും ഒരു നിമിഷനേരം പോലും ശരിയായ പാതയിൽ നിന്നും വ്യതിചലിക്കാതെ ആത്മീയജീവിതത്തിന്റെ ഉത്തുംഗതയ്ക്കും പരമാനന്ദത്തിനുമുള്ള പാത തുറന്നുകൊടുക്കുകയും ചെയ്യുന്നത് മതമാണ്. അത്തരം മതത്തിന് പകരമായി മറ്റൊന്നും തന്നെ ആ പേരിന് അർഹമല്ല. മതത്തെ വ്യക്തി ജീവിതത്തിൽ നിന്നോ പൊതുജീവിതത്തിൽ നിന്നോ ഒഴിവാക്കിനിർത്താനാവില്ല. വ്യാപ്തിയേറിയ അതിന്റെ പ്രാധാന്യത്തിന് ആനുപാതികമായി രാഷ്ട്രീയത്തിലും അതിന് സ്ഥാനമുണ്ടായിരിക്കണം. അതിനെ അവഗണിക്കുന്നത് മാത്രമല്ല, അപ്രധാനമായ സ്ഥാനം കൽപ്പിക്കുന്നത് പോലും, സകല മേഖലകളിലും ജീർണതയുണ്ടാക്കും. അത്തരമൊരു മതത്തിന്റെ കാര്യത്തിൽ രാഷ്ട്രീയം നിസ്സാരമായ ഘടകമാണ്. അവിടെ രാഷ്ട്രീയം മതത്തിന്റെ കൽപ്പനകൾക്കനുസൃതമായി മാത്രം പ്രവർത്തിക്കാൻ യോജ്യമാണ്. ഹിന്ദുസ്ഥാനിലെ നാം അത്തരമൊരു മതത്തിൽ ജീവിക്കുന്നവരാണ്. വ്യക്തികളായ നമ്മെ സംബന്ധിച്ചിടത്തോളം യഥാർഥ ജീവിതത്തിൽ അതിന്റെ പൂർണത കൈവരിക്കാനുള്ള ആദ്യഘട്ടമാണ് സാമൂഹിക-രാഷ്ട്രീയ പുരോഗതി. മുഴുവൻ പാതയും നമുക്ക് മുമ്പിൽ വ്യക്തമായിരിക്കുമ്പോൾ, കോണിയുടെ ആദ്യത്തെ പടിക്കു മുമ്പുതന്നെ നാം കയറ്റമവസാനിപ്പിക്കുന്നു എന്ന് അർഥമുള്ളതിനാൽ നമ്മുടെ ദേശീയ ജീവിതത്തിൽ നിന്നും മതത്തെ ഉപേക്ഷിക്കാൻ നമുക്കാവില്ല. അങ്ങനെ ചെയ്യുന്നതിനർഥം ബാബിലോണിലെയും മിസറിലെയും ഇറാനിലെയും സംസ്കാരങ്ങളെ ഉന്മൂലനം ചെയ്തതിലും കൊടിയ ദുരന്തങ്ങളുണ്ടായിട്ടും നാം കൈവിടാത്ത നമ്മുടെ ജാതിബോധത്തോടും തലമുറകളായി നാം ദൗത്യമായി ലാളിച്ചു പോന്ന ആശയങ്ങളോടും വിശ്വസ്തത പുലർത്തിയില്ലെന്നാണ്.

ഇതിൽ നിന്നും വിഭിന്നമായി, യൂറോപ്പിന് ഒരു മതമുണ്ട് എന്ന കാര്യം കണക്കിലെടുക്കുമ്പോൾ (മതമില്ലായ്മയെന്ന് മുറവിളികൂട്ടിയവരെല്ലാം യൂറോപ്യൻമാരാണ്) അവർ അങ്ങനെ പറഞ്ഞതിൽ വലിയ അത്ഭുതമൊ

ന്നുമില്ല. മതത്തിന്റെ പേരിൽ വളരെയധികം രക്തച്ചൊരിച്ചിൽ യൂറോപ്പിൽ ഉണ്ടായിട്ടുണ്ട്. അവയെല്ലാം ക്രിസ്ത്യൻ രാഷ്ട്രങ്ങളാണെങ്കിലും ഭരണവർഗങ്ങളുടെ മനസിൽ ഒരു പ്രത്യേക രീതിയിലുള്ള ആരാധനയോടുള്ള അഭിമാനബോധം അപക്വമായി പ്രതിഷ്ഠിച്ചത് മൂലം നിരപരാധികളുടെ വളരെ കൂടുതൽ രക്തച്ചൊരിച്ചിലുണ്ടാവുകയും, അതിലൂടെ തികഞ്ഞ കുപ്രസിദ്ധിയാർജിക്കുകയുമുണ്ടായി. പൊതുവായ സമാധാനത്തിന് വേണ്ടി വ്യത്യസ്തഗണങ്ങൾക്കും മതപരമായ പ്രബോധനങ്ങൾക്കും നേരെ കൂടുതൽ സഹിഷ്ണുതയോടെയുള്ള സമീപനം കൈക്കൊള്ളുന്നത് ഗുണപരമാണെന്ന് ഗണിക്കപ്പെട്ടു. വ്യക്തി സ്വന്തം വിശ്വാസം പിന്തുടരുന്നതിലൂടെ തന്റെ അയൽക്കാർക്ക് ശല്യമായിത്തീരരുത് എന്ന നിബന്ധനയോടെ വ്യക്തിയെ ഇഷ്ടാനുസരണം ഒരു വിശ്വാസം തെരഞ്ഞെടുക്കാൻ അനുവദിക്കുന്നത് അഭികാമ്യമാണെന്നും കരുതപ്പെട്ടു. അവരെ സംബന്ധിച്ചിടത്തോളം, മതത്തെ എല്ലാ പൊതു രാഷ്ട്രീയ ജീവിതത്തിൽ നിന്നും പൂർണമായും നിരോധിക്കുന്നത് മുന്നോട്ടുള്ള ഒരു ചുവടുവയ്പും പ്രകൃതി സഹജമായൊരു നടപടിയുമാണ്.

കൂടുതൽ പ്രാധാന്യമുള്ള മറ്റൊരു ചിന്താഗതിയുമുണ്ട്. ഗണങ്ങളും ആരാധനാരീതികളും ഒരു സംഘമാളുകളോ വ്യക്തികളോ പിന്തുടരുന്ന ഒരു മതത്തിന്റെ ഭാഗങ്ങൾ മാത്രമാണ്. അവ അനേകം മതങ്ങളല്ല. സ്വാഭാവികമായും മതം വേറിട്ടൊരു ദേശീയത രൂപപ്പെടുത്തുന്നില്ല. അതുപോലെ തന്നെ, രാഷ്ട്രങ്ങൾക്കിടയിലെ സംഘർഷത്തിൽ മതപരമായ അത്യാവേശം യുദ്ധത്തിനോ സമാധാനത്തിനോ ഉള്ള ഒരു പ്രചോദനം രൂപപ്പെടുത്തുന്നില്ല. അത്തരം സാഹചര്യങ്ങളിൽ ദേശീയമായ വ്യത്യാസങ്ങൾ ഉയർന്നു വരുന്നത് രാജ്യം, ജാതി, സംസ്കാരം, ചിലപ്പോൾ ഭാഷ എന്നിവയിലുള്ള വ്യത്യാസം മൂലം മാത്രമാണ്. ഇതാണ് ദീർഘകാലമായി യൂറോപ്പിലെ സ്ഥിതി. അക്കാരണത്താൽ ക്രിസ്ത്യൻ രാജ്യങ്ങളുടെ പ്രശ്നം മാത്രം കൈകാര്യം ചെയ്യുന്ന യൂറോപ്യൻമാരായ രാഷ്ട്രീയ ശാസ്ത്രത്തിന്റെ ആധുനികചിന്തകർ അവരുടെ രാഷ്ട്രീയ ജീവിതത്തിൽ മതപരമായ ഘടകത്തിന് വളരെയൊന്നും പ്രാധാന്യമില്ലെന്ന് കണ്ടെത്തി. അങ്ങനെയാണ് മതത്തിന് രാഷ്ട്രീയത്തിൽ സ്ഥാനമൊന്നുമില്ലെന്ന ധാരണയുണ്ടയത്.

ഇതൊക്കെയാണെങ്കിലും, തുടർന്ന് നാം കാണുന്നത് പോലെ, നിസ്സാരവൽക്കരിക്കപ്പെടുന്നുണ്ടെങ്കിലും, മിക്ക യൂറോപ്യൻ രാജ്യങ്ങളുടെയും രാഷ്ട്രത്വത്തിൽ, പ്രകടമായോ അല്ലാതെയോ, ഒരവശ്യഘടകമെന്ന നിലയിൽ, മതത്തെ ഇപ്പോഴും ആവേശപൂർവം നിലനിർത്തിപ്പോരുന്നുണ്ട്.

സംസ്കാരത്തിന്റെ കാര്യവും അങ്ങനെതന്നെ. ഒരു പ്രദേശത്തുടനീളം ഒരു സംസ്കാരവും ഭാഷാപരമായ വ്യത്യാസങ്ങളോടെ ഒരു മതവും ഒരു രാജ്യവും ഒരു ജാതിയും നിലനിൽക്കുന്നുണ്ടെങ്കിൽ വ്യത്യസ്ത ദേശീയതകളുണ്ടാവാൻ അത് മതിയായ കാരണമാണ്. അത്തരം സാഹചര്യങ്ങളിൽ ഇവ രണ്ടും ഘടകങ്ങളാവുന്നില്ല എന്നതല്ല അതിന് കാരണം. ആവശ്യമുണ്ടാവാത്തതിനാൽ അവ പ്രകടമാവുകയില്ലെന്ന് മാത്രം. നമുക്ക് സ്വന്തമായിട്ടുള്ള രാഷ്ട്രസങ്കൽപ്പത്തിന്റെ പഴയ ആശയം പഠനവിധേയമാക്കുമ്പോൾ ഈ വസ്തുത വീണ്ടും പരാമർശ വിധേയമാക്കുന്നുണ്ട്.

ഇവിടെ ഒരു ചോദ്യം കൂടിയുണ്ട്. സാമൂഹ്യ സമത്വത്തിന്റെ ആധുനിക പ്രമാണം മതത്തെ പൂർണമായും നിരാകരിക്കുന്നു. ഈ ചോദ്യം പിന്നീടുള്ള ഒരു പേജിലേക്ക് ഞങ്ങൾ മാറ്റി വയ്ക്കുന്നു. ഏത് രൂപത്തിലുള്ളതായാലും

സോഷ്യലിസം സ്റ്റേറ്റിന്റെ സിദ്ധാന്തമാണെന്നും അത് ദേശീയതയ്ക്ക് വില കൽപ്പിക്കുന്നില്ലെന്നും നമ്മുടെ ഇവിടത്തെ വിഷയത്തിനപ്പുറത്തുള്ള ഒന്നാണെന്നും മാത്രം സാന്ദർഭികമായി ഞങ്ങൾ പ്രസ്താവിക്കുന്നു. അക്കാരണത്താൽ തൽക്കാലം ഞങ്ങളതിനെ അങ്ങനെതന്നെ വിടുന്നു.

ഭാഷ

സ്വന്തം രാജ്യത്ത് പാർക്കുന്ന ഓരോ ജാതിയും അതിന്റെ സംസ്കാരം, മതം, ചരിത്രം, പാരമ്പര്യം എന്നിവയെ പ്രതിഫലിപ്പിക്കുന്ന അതിന്റെ സ്വന്തം ഭാഷ ആവിഷ്കരിക്കുന്നു. മറ്റൊന്നുകൊണ്ട് അതിന് പകരം വയ്ക്കുന്നത് അപകടകരമാണ്. അത് ജാതിബോധത്തിന്റെ പ്രകടനവും ജീവിതത്തിന്റെ ദേശീയ പദ്ധതിയുടെ വെളിപ്പെടുത്തലുമാണ്. ഓരോ വാക്കും അഭിപ്രായ പ്രകടനത്തിലെ ഓരോ തിരിവും രാഷ്ട്രത്തിന്റെ ജീവിതം ചിത്രീകരിക്കുന്നു. ഇഴ പിരിക്കാനാവാത്ത തരത്തിൽ ജാതിയുമായി തുന്നിച്ചേർത്തിട്ടുള്ള ഇവയെ വേർപെടുത്തുന്നത് മാരകമായ ഫലങ്ങളുണ്ടാക്കും.

ഒരു രാഷ്ട്രത്തിൽ നിന്നും അതിന്റെ പ്രാചീന ഭാഷയെ നീക്കം ചെയ്താൽ അതിന്റെ മുഴുവൻ സാഹിത്യവും അതിനൊപ്പം പോവുന്നു. അത്തരം രാഷ്ട്രം നിലവിലില്ലാത്തതായിത്തീരും. അയർലന്റുകാരെ അവരുടെ മാതൃഭാഷ ഉപേക്ഷിക്കാൻ പ്രേരിപ്പിക്കാൻ ആയുധമുപയോഗിച്ചു പോലും ഇംഗ്ലീഷുകാർ ദീർഘകാലം ശ്രമിച്ചു. ഇതൊക്കെ അറിഞ്ഞു കൊണ്ടു തന്നെയായിരുന്നു. രാഷ്ട്രീയ ജീവിതത്തിൽ ഗ്രേറ്റ് ബ്രിട്ടന്റെ ഭാഗമായ വെയിൽസുകാർ ആധുനികകാലത്ത് തങ്ങളുടെ വിശുദ്ധ ഭാഷയെ വിദേശീയമായ ഇംഗ്ലീഷിന്റെ കടന്നുകയറ്റത്തിൽ നിന്നും സംരക്ഷിക്കാൻ നടത്തിയ ചെറുത്തു നിൽപ്പും ഇവിടെ സ്മരണീയമാണ്. സ്വന്തം പ്രാചീന ഭാഷ നഷ്ടപ്പെടുത്തുന്നതിലൂടെ എക്കാലത്തേക്കും തങ്ങളുടെ ദേശീയമായ അഭീഷ്ടം കൊല്ലപ്പെടുമെന്നും ആരോഗ്യപൂർണമായ ഒരു സ്വതന്ത്ര ദേശീയ ജീവിതം കെട്ടിപ്പടുക്കാനുള്ള സാധ്യത തുടച്ചു നീക്കപ്പെടുമെന്നും അവർക്കെല്ലാം അറിയാമായിരുന്നു. കീഴടക്കിയവരുടെ ഭാഷയും ആചാരങ്ങളും സ്വീകരിക്കുന്നതിലൂടെ ജനങ്ങൾ അടിമകളാക്കപ്പെടും എന്നതിന് നല്ല തെളിവുകളുണ്ട്. അക്കാരണത്താൽ ഒരു ജാതിയുടെ മുഴുവൻ ജീവിതവുമായി ഇഴപിരിക്കാനാവാത്ത തരത്തിൽ തുന്നിച്ചേർത്തിട്ടുള്ള ഭാഷ അതിന്റെ ദേശീയതയിൽ വളരെ പ്രധാനപ്പെട്ട ഒരു ഘടകമാണ്. അതിനെ കൂടാതെ രാഷ്ട്രമെന്ന ആശയം അപൂർണമാണ്.

സാധാരണയായി, ഓരോ രാഷ്ട്രത്തിലും മതം, സംസ്കാരം, ഭാഷ എന്നിവ ഒരു സംയോജിത ഘടകവസ്തുവിന്റെ രൂപാന്തരമാണ്. ആധുനിക രാഷ്ട്രങ്ങളിൽ അടുത്ത കാലത്ത് മാത്രമാണ് വേറിട്ട നിലയിൽ അവയെ കാണാൻ കഴിയുന്നത്. അക്കാരണത്താൽ ഈ ഘടകവസ്തുക്കളുടെ പ്രാധാന്യം ഏകതാനതയോടെ വേണം നാം വരച്ചു കാട്ടാൻ. അഫ്ഗാനിസ്ഥാന്റെ ഉദാഹരണം നമുക്കെടുക്കാം. അത് ഒരുകാലത്ത് ഹിന്ദുരാഷ്ട്രത്തിന്റെ ഭാഗമായ ഗാന്ധാരം ആയിരുന്നു. അത് ബുദ്ധമതം സ്വീകരിച്ചുകൊണ്ട് അതിന്റെ വിശ്വാസത്തിന്റെ പ്രകൃതം മാറ്റുകയും ക്രമേണ അതിനു മേലുള്ള മതത്തിന്റെ പിടി ദുർബലമാവുകയും ചെയ്തു. അവസാനം മുസ്ലീംങ്ങളുടെ ആക്രമണത്തോടെ വളരെ വേഗമത് ആക്രമണകാരികൾക്ക് ഇരയായിത്തീരുകയും അതിന്റെ മതവും, അതിനൊപ്പം ഹിന്ദുസംസ്ക്കാരവും ഭാഷയും

നിഷേധിക്കപ്പെടുകയും ചെയ്തു. രാജ്യവും പ്രാചീനമായ ജാതിയും അവിടെയുണ്ട്. എന്നാലത് പണ്ട് ഉണ്ടായിരുന്നത് പോലുള്ള രാഷ്ട്രമല്ല. ഗാന്ധാരവും നിലവിലില്ല. ബലൂചിസ്ഥാന്റെ കാര്യവും വിഭിന്നമല്ല. പലസ്തീൻ അറബി ആയിത്തീർന്നതോടെ അനേകം ഹീബ്രുകൾ വിശ്വാസവും സംസ്കാരവും മാറി സ്വീകരിച്ചു. അതോടെ പലസ്തീനിലെ ഹീബ്രുവിന് സ്വാഭാവിക മരണമുണ്ടായി. പാർസി രാഷ്ട്രം ഇന്നെവിടെയാണ്? പഴയ പാർസികളുടെ പിൻഗാമികൾ പാർക്കുന്ന ദേശം നിലവിലുണ്ട്. എന്നാലവരുടെ ജന്മദേശമായ ഇറാനിൽ പാർസി രാഷ്ട്രം നിലവിലുണ്ടോ? അവരുടെ രാജ്യത്ത് അവശ്യഘടകങ്ങളായ മതത്തിന്റെയും സംസ്കാരത്തിന്റെയും, കുറഞ്ഞ അളവിൽ ഭാഷയുടെയും, നശീകരണത്തോടെ പാർസി രാഷ്ട്രം ഇല്ലാതായി. കൂടുതൽ ഉദാഹരണങ്ങൾ ആവശ്യമില്ല. കേവലം സൂചകമാണെങ്കിലും മുകളിൽ കൊടുത്ത ഏതാനും ഉദാഹരണങ്ങൾ നമ്മുടെ ഇപ്പോഴത്തെ ആവശ്യത്തിന് ധാരാളമാണ്.

അധ്യായം മൂന്ന്

ഇതുവരെ നാം യുദ്ധത്തിന് മുമ്പുള്ള കാലത്തെ മുഖ്യ രാഷ്ടീയ ലേഖകൻമാരുടെ വീക്ഷണങ്ങൾ പരിശോധിക്കുകയും പഴയ ചരിത്രത്തെ പിന്തുണയ്ക്കാവുന്ന തരത്തിലുള്ള നിഗമനത്തിലെത്തിച്ചേരുകയും ചെയ്തു. അതായത്, രാഷ്ട്രത്തിന്റെ ആശയം രാജ്യം, ജാതി, മതം, സംസ്കാരം, ഭാഷ എന്നീ അഞ്ച് ഘടകങ്ങളടങ്ങുന്നതാണെന്നും, ഏകരൂപകമായ പൂർണതയിൽ നിലനിൽക്കാൻ ഇവ ഒഴിവാക്കാനാവാത്ത ഘടകങ്ങളാണെന്നും, അതിലൂടെ, രാഷ്ട്രം നിലനിൽക്കുന്നുവെന്നും അവയിലേതെങ്കിലുമൊന്നിന്റെ നാശത്തോടെ രാഷ്ട്രം നിലവിലില്ലാതാവുമെന്നും നാം കണ്ടു. ഇനി നാം യുദ്ധാനന്തര കാലഘട്ടത്തിലേക്ക് നോക്കുകയും മുമ്പുണ്ടായിരുന്ന നിയമം ഈ ഘട്ടത്തിലും പ്രസക്തമാണോ, മറ്റെന്തെങ്കിലും പകരം വച്ചുകൊണ്ട് ആ ആശയങ്ങൾ ഉപേക്ഷിച്ചുവോ, അതുമല്ല, അവയെ കൂടുതൽ പരിഷ്കരിച്ചുവോ എന്ന് പരിശോധിക്കണം.

ഓരോന്നിന്റെയും ഭരണഘടനയെ സംബന്ധിച്ചിടത്തോളം പ്രധാനപ്പെട്ട മിക്ക യൂറോപ്യൻ രാജ്യങ്ങളിലും വ്യതിയാനമുണ്ടായിട്ടില്ല. ജർമനി രാജ ഭരണത്തിൽ നിന്നും റിപ്പബ്ലിക്കൻ ഭരണത്തിലേക്ക് മാറിയെങ്കിലും ഭരണ കൂടത്തിന്റെ രൂപത്തിലുണ്ടായ മാറ്റം അതിന്റെ ദേശീയ ജീവിതത്തിൽ വ്യതിയാനമൊന്നുമുണ്ടാക്കിയില്ല. റഷ്യയുടെ കാര്യവും അങ്ങനെ തന്നെ. റുമാനിയയുടെ അവശിഷ്ടങ്ങളിൽ നിന്നും തൊട്ടടുത്ത പ്രദേശങ്ങളെ പരാജയപ്പെട്ട രാജ്യങ്ങൾക്കൊപ്പം ചേർത്ത് കുറെ ചെറിയ സ്റ്റേറ്റുകൾ രൂപീകരിച്ചു. ഇങ്ങനെ രൂപീകരിച്ച യഥാർഥ ദേശീയജാതിയുടേതായ പുതിയ രാജ്യങ്ങളുടെ രാഷ്ട്രീയാടിസ്ഥാനത്തിലുള്ള ജനസമൂഹത്തിൽ ജാതീയവും സാംസ്കാരികവും ഭാഷാപരവുമായി വ്യത്യസ്തമായ ഒരു ജനവിഭാഗത്തെ കൂടി കൂട്ടിച്ചേർത്തു. അക്കാരണത്താൽ, ഈ സ്റ്റേറ്റുകളിൽ സമാധാനപരമായ ഭരണകൂടം സ്ഥാപിക്കുന്നതിന് അംഗീകൃതമായ പ്രത്യേക നിയമങ്ങൾ രൂപപ്പെടുത്തേണ്ടത് ആവശ്യമായിരുന്നു. അത്തരം സ്റ്റേറ്റുകളിൽ ദേശീയവും വിദേശീയവുമായ

ജാതികൾക്ക് ന്യായമായ അവകാശമുറപ്പിക്കുന്നതിനും ന്യൂനപക്ഷങ്ങൾക്ക് അർഹമായ സംരക്ഷണം നൽകുന്നതിനും ഈ എല്ലാ മാറ്റങ്ങൾക്കും പുനഃസംഘാടനത്തിനും മേൽനോട്ടം വഹിച്ച ലീഗ് ഓഫ് നേഷൻസ് ഇന്ന് പ്രസിദ്ധമായിത്തീർന്നിട്ടുള്ള 'ന്യൂനപക്ഷ ഉടമ്പടികൾ' രൂപപ്പെടുത്തി. പ്രത്യേകാവകാശങ്ങളും സംരക്ഷണവും ആവശ്യപ്പെടുന്ന ജനങ്ങളുടെ വർഗം ഉണ്ടാവുമായിരുന്നില്ല എന്നതിനാൽ, ജാതി, മതം സംസ്കാരം, ഭാഷ എന്നിവയ്ക്ക് രാഷ്ട്രീയവുമായി യാതൊരു ബന്ധവുമില്ലെന്നും രാഷ്ട്രീയ ഐക്യത്തിനുള്ള മറ്റൊരു പേര് മാത്രമാണ് ദേശീയതയെന്നുമുള്ള അഭിപ്രായം ലോകത്തിനുണ്ടായിരുന്നുവെങ്കിൽ പ്രശ്നങ്ങളൊന്നും തലപൊക്കുമായിരുന്നില്ല. എന്നാൽ, മറിച്ച് ചിന്തിക്കേണ്ടതും കലർപ്പില്ലാത്ത രാഷ്ട്രീയ പ്രക്ഷോഭകാരികൾ മുന്നോട്ടുവച്ച ആവശ്യങ്ങൾക്ക് ചെവി കൊടുക്കേണ്ടതും ആവശ്യമാണെന്ന് പ്രായോഗികമായി ലോകത്തിലെ എല്ലാ രാജ്യങ്ങളിലെയും ഏറ്റവും ബുദ്ധിമാന്മാരടങ്ങിയ ലീഗ് ഓഫ് നേഷൻസിന് തോന്നിയില്ല. "ഒരു രാഷ്ട്രത്തിന്റെ ശരീരത്തിൽ ലയിപ്പിച്ചിട്ടുള്ള ജനങ്ങളുടെ ഒരു വർഗം," "ഭൂരിപക്ഷ ജനതയിൽ നിന്നും വംശം, മതം, ഭാഷ എന്നിവകളിൽ വ്യത്യസ്തത പുലർത്തുന്ന പൗരന്മാരെ ന്യൂനപക്ഷങ്ങൾ എന്നു വിളിക്കുന്നു" എന്നിങ്ങനെയുള്ള 'ന്യൂനപക്ഷം' എന്ന പദത്തിന്റെ നിർണയം തന്നെ ഓരോ രാഷ്ട്രത്തിനും നിശ്ചയമായും അതിന്റേതായ ദേശീയമായ ജാതി, മതം, ഭാഷ (സംസ്കാരം അന്തർലീനമായിരിക്കുന്നതിനാൽ തന്നെ ജാതി, മതം, ഭാഷ എന്നിവയ്ക്കൊപ്പം സംസ്കാരത്തെ പ്രത്യേകമായി പരാമർശിക്കേണ്ടതില്ല.) എന്നിവയുണ്ടെന്ന് വ്യക്തമാക്കുന്നു. നമ്മുടെ ഇന്നത്തെ പ്രശ്നത്തെ ശരിയായി മനസിലാക്കാൻ ന്യൂനപക്ഷങ്ങളുടെ പ്രശ്നം ചർച്ച ചെയ്യുന്നത് വളരെ പ്രയോജനപ്രദമാണെങ്കിലും അത് ഈ ലഘുഗ്രന്ഥത്തിന്റെ പരിധിയിൽ വരുന്നതല്ല. ഒരു ചെറിയ വാക്യത്തിൽ മാത്രം അതിനക്കുറിച്ച് ഞങ്ങൾ പ്രസ്താവിക്കുന്നു: അത്തരമൊരു വിദേശജാതിക്ക് രാഷ്ട്രത്തിന്റെ കരങ്ങളിൽ നിന്നും മുൻഗണനാ ക്രമത്തിലുള്ള പരിഗണന അവകാശപ്പെടുമ്പോൾ അതൊരു പുതിയ സന്നദ്ധസേവനപരമായ തീർപ്പാകരുതെന്ന് മാത്രമല്ല, അവർ സ്റ്റേറ്റിന്റെ മൊത്തം ജനസംഖ്യയുടെ ഇരുപത് ശതമാനത്തിൽ കുറയാനും പാടില്ല.

നമ്മുടെ വിഷയത്തിലേക്ക് മടങ്ങാം. മതവും സംസ്കാരവും ഭാഷയും രാഷ്ട്രസങ്കൽപ്പത്തിലെ അവശ്യഘടകങ്ങളാണെന്ന് പറഞ്ഞിട്ടില്ലെങ്കിലും അതങ്ങനെ തന്നെയാണെന്ന് യുദ്ധാനന്തര രാഷ്ട്രതന്ത്രജ്ഞർ മൗനമായി അംഗീകരിക്കുകയും ജാതിയെന്ന ഘടകവസ്തുവിന്റെ അവശ്യസ്വഭാവത്തിന് ഊന്നൽ കൊടുക്കുന്ന തലത്തോളമെത്തുകയും ചെയ്തു. ഭൂമിശാസ്ത്രപരമായ ഐക്യത്തെ സംബന്ധിച്ചിടത്തോളം, ദേശീയജാതി അതിന്റെ ദേശീയ ജീവിതത്തിന്റെ തുടക്കം മുതൽ തന്നെ അതിർത്തി നിർണയിച്ചിട്ടുള്ള ഒരു പ്രദേശത്ത് പാർത്തു വന്നിരുന്നു എന്നതിനാൽ, ദേശീയ ജീവിതത്തിന് രാജ്യം ഒരവശ്യഘടകമാണെന്ന് പ്രത്യേകം എടുത്തു പറയേണ്ട ആവശ്യമുണ്ടായിരുന്നില്ല. എന്തായാലും, പ്രവാസികളായ ഹീബ്രുകൾക്ക് നഷ്ടപ്പെട്ട ദേശീയത ലഭ്യമാക്കി കൊടുക്കാൻ ലീഗ് ഓഫ് നേഷൻസിന്റെ സഹായത്തോടെ ബ്രിട്ടീഷുകാർ ഹീബ്രു രാജ്യമായ പലസ്തീനിൽ അതിന്റെ നഷ്ടപ്പെട്ട സന്താനങ്ങളെ പുനരധിവസിപ്പിക്കാൻ ആരംഭിച്ചതോടെ അക്കാര്യവും വെളിപ്പെടുത്തപ്പെട്ടു. യഹൂദൻമാർ അവരുടെ മതവും ജാതിയും ഭാഷയും

സംസ്കാരവും നിലനിർത്തിപ്പോന്നിരുന്നു. തങ്ങളുടെ ദേശീയത പൂർണമാക്കാൻ അവർക്കാകെ വേണ്ടിയിരുന്നത് പ്രകൃതിദത്തമായ അവരുടെ ഭൂപ്രദേശം മാത്രമായിരുന്നു. പൂർണമായൊരു രാഷ്ട്ര സങ്കൽപ്പമുണ്ടാക്കാൻ രാജ്യം, ജാതി, മതം, സംസ്കാരം, ഭാഷ എന്നിവ ഒഴിവാക്കാനാവാത്ത തരത്തിൽ ഒന്നായിച്ചേരണമെന്ന വസ്തുത ഊന്നിപ്പറയുന്ന നടപടിയായിരുന്നു പലസ്തീനിൽ ഹീബ്രു രാഷ്ട്രത്തിന്റെ പുനഃനിർമാണം. അതായത്, യുദ്ധവും തുടർന്നുണ്ടായ ക്രമീകരണങ്ങളും പഴയ സങ്കൽപ്പങ്ങളെ ബാധിച്ചില്ലെന്ന് ഇത് തെളിയിക്കുന്നു. രാഷ്ട്രസങ്കൽപ്പം പൂർത്തിയാവണമെങ്കിൽ 'യൂണിറ്റികളു'ടെ ഭൂമിശാസ്ത്രപരം, ജാതീയം, മതപരം, സാംസ്കാരികം, ഭാഷാപരം എന്നീ അഞ്ച് ഘടകങ്ങളും ഒന്നൊഴിയാതെ ഒന്നിച്ചു ചേർന്നിരിക്കണമെന്ന് ലോകം, പ്രത്യേകിച്ചും പാശ്ചാത്യലോകം, ഇന്നും ദൃഢമായി വിശ്വസിക്കുന്നു.

അടുത്ത കാലത്ത്, രാഷ്ട്രമെന്ന സങ്കൽപ്പത്തിൽ നിന്നും മതം, സംസ്കാരം, ഭാഷ എന്നീ പദങ്ങളെ പൂർണമായും ഒഴിവാക്കുന്നത് ബുദ്ധിപൂർവകമാണെന്ന് വിശ്വസിച്ചുകൊണ്ട്, 'രാഷ്ട്ര'ത്തെ "പരമ്പരാഗതമായ ഒരു പ്രദേശത്ത് പാർക്കുന്നവരും പൊതുവായ പാരമ്പര്യങ്ങളും പൊതുവായ അഭിവാഞ്ഛയുമുള്ള ഒരു ജാതി" എന്ന അർഥത്തിൽ ചില ചിന്തകൻമാർ നിർണയിക്കുകയുണ്ടായി. രാഷ്ട്രത്തിൽ മതത്തിന്റെ നിലനിൽപ്പിനോട് അസഹിഷ്ണുതയുള്ളവരെ ഈ നിർവചനം തൃപ്തിപ്പെടുത്തുമെന്നാണ് കരുതപ്പെട്ടത്. ദേശീയതയുടെ ഈ പുതിയ വീക്ഷണം കൈകൊള്ളുന്നതോടെ മതപരവും സാംസ്കാരികവും ഭാഷാപരവുമായ വ്യത്യാസങ്ങളിലൂടെയുണ്ടാവുന്ന എല്ലാ പ്രശ്നങ്ങളും അപ്രത്യക്ഷമാവുമെന്നും സ്റ്റേറ്റുകളെ വിഘാതമൊന്നുമില്ലാതെ നടത്തിക്കൊണ്ട് പോകാവുന്നതരത്തിൽ ലോകം അനുഗൃഹീതമായിത്തീരുമെന്നുമാണ് അവർ കരുതിയത്. സ്വന്തം രീതിയിൽ ജീവിക്കുന്നവർക്കിടയിൽ സംഘർഷമൊന്നുമില്ലാതെ സ്റ്റേറ്റുകൾ നടത്തപ്പെടണമെന്ന് ഞങ്ങളും ആത്മാർഥമായും ആഗ്രഹിക്കുന്നുണ്ടെങ്കിലും, രാഷ്ട്ര സങ്കൽപ്പം വ്യക്തമാക്കുന്നിടത്ത് വാക്കുകളിലുള്ള ഈ മാറ്റത്തിന് അഭികാമ്യമായ മാറ്റമുണ്ടാക്കാൻ എങ്ങനെ കഴിയുമെന്ന് ഞങ്ങൾക്ക് മനസിലാവുന്നില്ല. രാഷ്ട്രസങ്കൽപ്പത്തിന്റെ പ്രകാശനരീതിയിലുണ്ടായ ഈ മാറ്റത്തിലൂടെ അതിന്റെ ആശയം മാറ്റത്തിന് വിധേയമായി എന്നാണോ നാം ഇതിനെ മനസിലാക്കേണ്ടത്? കുറഞ്ഞപക്ഷം, ഈ പുതിയ നിർവചനം പഴയ ആശയത്തെ കാര്യമായിട്ടൊന്നും മാറ്റിത്തീർക്കുന്നില്ലെന്നും അതിലും കുറച്ചു മാത്രമേ അതിനെ കടത്തി വിടുന്നുള്ളൂവെന്നും നാം കാണുന്നു. ഈ പുതിയ നിർവചനം ആദ്യത്തെ രണ്ട് ഘടകങ്ങളായ രാജ്യത്തെയും ജാതിയെയും കൂടുതൽ വാക്കുകളിൽ അംഗീകരിക്കുമ്പോൾ അടുത്ത രണ്ട് ഘടകങ്ങൾക്കും പകരമായി "പൊതുവായ പാരമ്പര്യങ്ങളും പൊതുവായ അഭിവാഞ്ഛകളും ഉള്ളവർ" എന്ന് പ്രസ്താവിച്ചിട്ടുള്ളത് ശരിയായ ബുദ്ധിയുള്ള ഏതൊരാൾക്കും വ്യക്തമാവും. എന്തൊക്കെയാണ് 'പൊതുവായ പാരമ്പര്യങ്ങൾ?' ഒരു ജാതിയുടെ മതപരവും സാംസ്കാരികവും രാഷ്ട്രീയവുമായ ജീവിതത്തിന്റെ ആകെത്തുകയല്ലേ പാരമ്പര്യം? ഓരോ ജാതിക്കും സ്വന്തമായിട്ടുള്ള പ്രത്യേകമായ പാരമ്പര്യങ്ങളുടെ ഫലമല്ലേ തനതായ ഭാഷ? ജാതിയുടെ എല്ലാ തലങ്ങളിലും അതിന്റെ മുഴുവൻ ഭൂതകാലവും അടങ്ങിയിരിക്കുന്നതിനാൽ, യഥാർഥത്തിൽ പാരമ്പര്യങ്ങൾ എന്ന പദം മതം, സംസ്കാരം, ഭാഷ എന്നീ മൂന്ന് ഘടകങ്ങളുടെയും കൂടി പ്രകാശനരീതിയാണ്. അപ്പോൾ രാഷ്ട്രമെന്ന

സങ്കൽപ്പത്തിന്റെ സത്തയെന്ന നിലയിൽ, ലീഗ് ഓഫ് നേഷൻസ് വരെ പഴയ ചിന്തകൻമാർ ഊന്നിപ്പറഞ്ഞതെന്താണോ അതിനെ മറ്റൊരു രീതിയിൽ അവതരിപ്പിക്കുക മാത്രമാണ് ഇവിടത്തെ 'പുതിയ' നിർവചനത്തിലൂടെ ചെയ്തിട്ടുള്ളത്. നാം പരിശോധിക്കാനുള്ള അവശേഷിച്ച ഏക 'മാറ്റം' കൂടുതലായിട്ടുള്ള 'പൊതുവായ അഭിവാഞ്ഛ' എന്ന പദമാണ്. വ്യക്തി യിലെന്ന പോലെ, ജാതിയുടെയും അഭിവാഞ്ഛകൾ അതിന്റെ മാനസിക ചട്ടക്കൂടിലാണ് പരുവപ്പെടുന്നത്. ജാതീയമനസിനെ കരുവിലേയ്ക്കെറിയുന്ന പോലെ-അതിന്റെ മോഹങ്ങളെപ്പോലെ, തീർച്ചയായും തലമുറകൾ പഴക്കമുള്ള പാരമ്പര്യങ്ങളാണത് അതിന്റെ അഭിവാഞ്ഛകളും മുമ്പോട്ട് ചലിക്കാൻ ഉണർന്നെണീക്കുന്നത് ജാതിബോധമാണെങ്കിലും അതിനെ അതിന്റെ മുൻകാല പരമ്പരാഗത മാർഗങ്ങളിലൂടെ നയിച്ച പാതയിലൂടെ വേണം അത് മുന്നോട്ടു പോകാൻ. അതിന്റെ നിലനിൽപ്പിന്റെ മൊത്തം ചട്ടക്കൂടിനെയും തകിടം മറിക്കാതെയും അതിന്റെ ആയുസിനെത്തന്നെ അപകടപ്പെടുത്താതെയും സുസ്ഥിരമായ പാത അതിന് ഉപേക്ഷിക്കാനാവില്ല. തീർച്ചയായും, പാരമ്പര്യം തുറന്നു കൊടുത്ത പാതയിലൂടെ നീങ്ങാതിരിക്കാൻ അതിന് കഴിയുകയില്ല. ഇറ്റലിയിലേക്ക് നോക്കൂ. മധ്യധരണ്യാഴിക്ക് ചുറ്റും ദീർഘകാലമായി സുഷുപ്താവസ്ഥയിലായിരുന്ന മുഴുവൻ പ്രദേശങ്ങളെയും കീഴടക്കിയ പഴയ റോമൻ ജാതിബോധം തദനുസരണമായി ജാതീയ-ദേശീയ അഭിവാഞ്ഛകൾ രൂപപ്പെടുത്തി. കൊള്ളക്കാരായ പൂർവികർ വിട്ടുപോയ പാരമ്പര്യങ്ങളാൽ മുൻകൂട്ടി നിശ്ചയിച്ച അഭിവാഞ്ഛകളെ രാഷ്ട്രം പിന്തുടർന്നതിന്റെ ഫലമായി, ആധുനിക ജർമനി ഉയർത്തെണീക്കുകയും, പ്രാചീനമായ ജാതി ബോധത്തിന്റെ പ്രചോദനത്താൽ ജർമനിക്ക് ഗോത്രങ്ങൾ മുഴുവൻ യൂറോപ്പിലുടനീളം കൂട്ടം കൂട്ടമായി ആക്രമണമഴിച്ചു വിടുകയും ചെയ്തു. നമ്മുടെ കാര്യത്തിൽ അത് കൂടുതൽ പ്രസക്തമാണ്. ആത്മീയ അതികായൻമാരുടെ ജാതിക്കാരായ നാം സൃഷ്ടിച്ചവരും, ഇന്ന് ലോകത്ത് അത്യന്തം ഗാംഭീരത്തോടെ ഉയർന്നു നിൽക്കുന്നവരും വ്യക്തമാക്കുന്നപോലെ, നമ്മുടെ ജാതിബോധം വീണ്ടുമൊരിക്കൽ കൂടി ഉദ്ദീപിപ്പിക്കപ്പെട്ടിരിക്കുന്നു. അപ്പോൾ, ഭൗതികമായി കാലം തെളിയിച്ച നമ്മുടെ പഴയ നിർവചനത്തോട് പൊതുവായ അഭിവാഞ്ഛകൾ എന്നീ പദങ്ങൾ യാതൊന്നും കൂട്ടിച്ചേർ ക്കുന്നില്ല. അത് രാഷ്ട്രമായിരുന്നവരും, അവസാനം സ്വയം രാജ്യദ്രോഹികളായി ത്തീർന്നവരും, മൊത്തം ദേശീയ ജാതിയുടേതിൽ നിന്നും വിരുദ്ധമോ വ്യത്യ സ്തമോ ആയ അഭിവാഞ്ഛകൾ വച്ചു പുലർത്തുന്നവരുമായ ഏതൊരു വനെയും അതിന്റെ ദേശീയതയിൽ നിന്നും പുറത്താക്കാനുള്ള തർക്കമറ്റ അവകാശം ജാതിക്ക് ലഭ്യമാക്കിത്തരിക മാത്രമാണ് ചെയ്യുന്നത്.

തദനുസരണമായി, ഞങ്ങളുടെ നിലപാട് വെല്ലുവിളിക്കപ്പെടാത്തതായി നിലനിൽക്കുന്നുവെന്ന് ഞങ്ങൾ പ്രസ്താവിക്കുന്നു. മറിച്ചാവാൻ സാധ്യ തയില്ലാത്തതിനാൽ ഈ പ്രസ്താവന തീർച്ചയായും ശാസ്ത്രീയമായ അടിസ്ഥാനത്തിലുള്ളതാണ്. അങ്ങനെ ഇത്രയധികം സുദീർഘമായ ചർച്ചകൾക്ക് ശേഷം നാം എത്തിച്ചേരുന്ന നിഗമനം, രാഷ്ട്ര സങ്കൽപ്പം നിലനിൽക്കാനും പ്രകടിപ്പിക്കാനും അതിന് അതിന്റെ വേർപിരിക്കാനാവാത്ത വ്യാഖ്യാതമായ അഞ്ച് ഘടകങ്ങളായ ഭൂമി ശാസ്ത്രപരം (രാജ്യം), വംശീയം (ജാതി), മതപരം (മതം), സാംസ്കാരികം (സംസ്കാരം), ഭാഷാപരം (ഭാഷ) എന്നിവ കൂടിയേ തീരുവെന്നും, ഇവയിലേതെങ്കിലുമൊന്നിന്റെ നഷ്ടപ്പെടൽ

അല്ലെങ്കിൽ നശീകരണം രാജ്യമെന്ന നിലയിൽ രാഷ്ട്രത്തിന്റെ അന്ത്യമാണെന്നുമാണ്. പ്രാചീനരും ആധുനികരുമായ രാഷ്ട്രീയ പണ്ഡിതൻമാർ ഊന്നിപ്പറഞ്ഞിട്ടുള്ള, ദേശീയതയുടെ വീക്ഷണത്തിന്റെ, ആർക്കും നിരാകരിക്കാനാവാത്ത നിലപാടാണിത്.

ഇത്രയധികം പഠിച്ചുകഴിഞ്ഞ സ്ഥിതിക്ക്, 'രാഷ്ട്രം' എന്നതിന്റെ സത്തയുടെ അർഥം എന്തായിരിക്കണമെന്നതിനെക്കുറിച്ചും ഇന്നത്തെ ചില സുപ്രധാന ആധുനിക സ്റ്റേറ്റുകളുടെ സ്ഥിതിയിൽ അതെത്രത്തോളമാകാം എന്നതിനെക്കുറിച്ചും, 'ആണ്' എന്നതിൽ നിന്നും 'ആയിരിക്കണം' എന്നതിലേക്കുള്ള അകലമെത്രയാണെന്നും നാം ഇനി പരിശോധിക്കേണ്ടിയിരിക്കുന്നു. സിദ്ധാന്തവും പ്രയോഗവും എപ്പോഴും പൊരുത്തപ്പെടാറില്ല. പ്രായോഗിക ജീവിതത്തിൽ യാതൊരു സ്ഥാനവും നേടാനാവാത്ത സിദ്ധാന്തം നിരാകരിക്കപ്പെടാൻ അർഹമാണ്. രാഷ്ട്രത്തിന്റേതായ നമ്മുടെ സൈദ്ധാന്തികാശയം ഇപ്പോൾ ജഡമായിത്തീർന്നിട്ടുള്ള സിദ്ധാന്തങ്ങൾക്ക് മുകളിലെത്തിയിട്ടുണ്ടോ, അതോ, പ്രായോഗിക ജീവിതത്തിലെ പരീക്ഷണത്തിന് സജ്ജമാണോ എന്ന കാര്യം ഇപ്പോൾ നമുക്ക് കാണാവുന്നതാണ്.

നാം ഇന്ന് ഏറ്റവുമധികം ബന്ധപ്പെട്ടുകൊണ്ടിരിക്കുന്ന രാഷ്ട്രം ഇംഗ്ലണ്ടാണ്. ആദ്യമായി, നമുക്കതിനെ പഠനവിധേയമാക്കാം. ഇതുവരെയുള്ള രാജ്യത്തെയും വംശത്തെയും സംബന്ധിച്ചിടത്തോളം, രാഷ്ട്രത്തിന്റെ ആശയത്തിൽ, അവയുടെ പ്രാധാന്യത്തെ ആർക്കും ചോദ്യം ചെയ്യാനാവാത്ത രീതിയിൽ അവ 'പേറ്റന്റ്' ചെയ്തിട്ടുള്ള വസ്തുതകളാണ്. അതേ വകുപ്പിൽപ്പെടുന്നതാണ് സാംസ്കാരികതയും. പരമാവധി സുരക്ഷിതമായും, അസൂയ മൂലം കുപ്രസിദ്ധമായി പോലും, അതിനെ കാത്തുസൂക്ഷിക്കാൻ ഓരോ രാഷ്ട്രവും ബദ്ധശ്രദ്ധമാണ്. ഇതിൽ കുരുക്കായിത്തീർന്നിട്ടുള്ള പ്രശ്നം മതവും ഒരളവുവരെ, ഭാഷയുമാണ്. പ്രത്യേകിച്ചും ജനാധിപത്യസ്റ്റേറ്റുകൾ കൈകഴുകിക്കളഞ്ഞ് ഇതിൽ നിന്നും മുക്തമാവാൻ ശ്രമിക്കുന്ന സ്ഥിതിക്ക്, സൂക്ഷ്മമായ പരിശോധനയ്ക്ക് മതം അർഹമാണ്. സ്റ്റേറ്റിന്റേതായ മതത്തിൽ ഇംഗ്ലണ്ട് വിശ്വസിക്കുന്നുണ്ടോ? ആണ് എന്നതാണ് കണിശമായ ഉത്തരം. മറിച്ചാണെങ്കിൽ അതിന്റെ രാജാവ് ഒരു പ്രൊട്ടസ്റ്റന്റ് ക്രിസ്ത്യാനി തന്നെയായിരിക്കണമെന്ന നിബന്ധനയുടെ ആവശ്യമെന്താണ്? ചർച്ച് ഓഫ് ഇംഗ്ലണ്ടിന്റെ കീഴിലുള്ള മുഴുവൻ പുരോഹിതൻമാർക്കും സ്റ്റേറ്റിന്റെ ഖജനാവിൽ നിന്നും വേതനം നൽകുന്നതെന്തിനാണ്? അതിലുപരിയായി, സ്റ്റേറ്റിന്റെ ചെലവിൽ, കൽക്കത്തയിൽ, ഒരു ബിഷപ്പിനെ എങ്ങനെ നിയമിച്ചു? തുറന്നോ ഗോപ്യമായോ ഹിന്ദുസ്ഥാനിലും മറ്റിടങ്ങളിലും മിഷണറിമാരുടെ പ്രവർത്തനങ്ങളെ ഇംഗ്ലീഷ് രാഷ്ട്രം സഹായിക്കുന്നില്ലേ? ഇത് മതസഹിഷ്ണുതയല്ലാതെ മറ്റെന്തെങ്കിലുമാണെങ്കിൽ, ഏറ്റവും പ്രധാനപ്പെട്ട വിശുദ്ധ ഇടങ്ങളിലെ ഹിന്ദു പുരോഹിതൻമാർക്ക് ബ്രിട്ടീഷ് സർക്കാർ ശമ്പളം കൊടുക്കാത്തത് എന്തുകൊണ്ടാണ്? കൂടാതെ, സ്വന്തം വിഭവങ്ങളുപേക്ഷിച്ച്, സ്വന്തം അനുയായികളുടെ ചെലവിൽ ജീവിക്കാൻ കൽക്കത്തയിലെ ബിഷപ്പ് തീരുമാനിച്ചത് എന്തുകൊണ്ടായിരുന്നു? ഇതിനെല്ലാം ഒരൊറ്റ ഉത്തരമേയുള്ളൂ. ക്രിസ്തീയ വിശ്വാസത്തിലെ പ്രൊട്ടസ്റ്റന്റ് രീതിയിലുള്ള സ്റ്റേറ്റിന്റെ ഒരു മതം ഇംഗ്ലണ്ടിനുണ്ട്. രാഷ്ട്രത്തെ സംരക്ഷിക്കാനുള്ള അതിന്റെ പ്രബലതയെ കാത്തുസൂക്ഷിക്കാവുന്ന തരത്തിൽ അതിനെ കൂടുതൽ ശക്തിപ്പെടുത്തണമെന്ന് അത് വിശ്വസിക്കുന്നു. ഭാഷയെ സംബന്ധിച്ചാണെങ്കിൽ, തദ്ദേശീയ ഭാഷകളെ വധി

ച്ചുകൊണ്ട്, കീഴടക്കപ്പെട്ട ജാതികൾക്ക് മേൽ ദേശീയ ഇംഗ്ലീഷ് ഭാഷ അടിച്ചേൽപ്പിക്കാനുള്ള അവരുടെ ശ്രമം കുപ്രസിദ്ധിയാർജിച്ചിട്ടുള്ളതാണ്. അയർലന്റിലായാലും വെയിൽസിലായാലും ഹിന്ദുസ്ഥാനിലായാലും, ഇംഗ്ലീഷുകാർ പോയ ഇടങ്ങളിലെല്ലാം ഇംഗ്ലീഷുഭാഷയെ പകരം പ്രതിഷ്ഠിക്കാൻ അവർ ശ്രമിച്ചു. ലോകത്തിലെ ഭാഷാ സമൂഹങ്ങളിൽ സ്വന്തം ഭാഷ അടിച്ചേൽപ്പിക്കാനുള്ള ഇംഗ്ലീഷുകാരന്റെ 'ദേശീയ' ഭാഷാപ്രേമം അത്തരത്തിലുള്ളതാണ്. അതായത്, രാഷ്ട്രത്തിന്റെ ആശയവുമായി പൂർണമായും പൊരുത്തപ്പെടുന്നതാണ് ഇംഗ്ലണ്ടിന്റെ നയം.

ഇന്ന് ലോകത്തിന്റെ കണ്ണിൽ ഏറ്റവും കൂടുതൽ പതിഞ്ഞിട്ടുള്ള മറ്റൊരു രാഷ്ട്രം ജർമനിയാണ്. ഹഠാദാകർഷിക്കുന്ന ഒരു ഉദാഹരണമാണ് ആ രാഷ്ട്രത്തിന്റേത്. പരമ്പരാഗതമായി കൈവശം വച്ചിരുന്നതും രാഷ്ട്രീയമായ തർക്കങ്ങളുടെ ഫലമായി വ്യത്യസ്ത സ്റ്റേറ്റുകൾക്ക് കീഴിൽ വ്യത്യസ്ത രാജ്യങ്ങളായി വിഘടിപ്പിക്കപ്പെട്ടതുമായ പ്രദേശങ്ങളെ മുഴുവൻ വീണ്ടും ഒറ്റയടിക്ക് ഒരൊറ്റ അധികാരത്തിൻ കീഴിൽ കൊണ്ടുവരാൻ ആധുനിക ജർമനി ശ്രമിക്കുകയും, വലിയൊരളവ് വരെ, അതിൽ വിജയിക്കുകയും ചെയ്തു. ഓസ്ട്രിയ മറ്റൊരുദാഹരണമാണ്. പ്രഷ്യയെയും ബാവേറിയയെയും മറ്റ് പ്രിൻസിപ്പാലിറ്റി (രാജകുമാരൻ രാജാവായിരിക്കുന്ന അവസ്ഥയിലുള്ള പ്രദേശം)കളെയും പോലുള്ള ജർമനിക്ക് സാമ്രാജ്യത്തിന്റെ ഒരു പ്രവിശ്യമാത്രമായിരുന്നു, അത്. യുക്തിസഹമായി പറഞ്ഞാൽ ഓസ്ട്രിയ ഒരു സ്വതന്ത്ര രാജ്യമായിരിക്കാൻ പാടുള്ളതല്ല. മറ്റ് പ്രദേശങ്ങൾക്കൊപ്പം അത് ജർമനിയുടെ ഒരു ഭാഗമായിരിക്കേണ്ടതാണ്. യുദ്ധാനന്തരം ജർമൻകാർ അധിവസിക്കുന്നതും ജർമനിയുടെ പ്രദേശങ്ങൾ കൂട്ടിച്ചേർക്കപ്പെട്ടതുമായ പുതിയ സ്റ്റേറ്റായ ചെക്കോസ്ലോവാക്യയുടെ കാര്യവും അങ്ങനെതന്നെ.

ഇന്ന് ലോകത്തിന്റെ കണ്ണിൽ മറ്റേരാജ്യം എന്നത് വലിയൊരളവു വരെ ജർമനിയാണ്. തികച്ചും വിസ്മയാവഹമായ ഒരു ഉദാഹരണമാണ് ആ രാജ്യത്തിന്റേത്. ആധുനിക ജർമനി കഠിനമായി യത്നിക്കുകയും വലിയൊരളവ് വരെ ആ യത്നം വിജയിക്കുകയും ചെയ്തു. പരമ്പരാഗതമായി ജർമൻകാർ കൈവശം വച്ചിരുന്നതും രാഷ്ട്രീമായ തർക്കങ്ങളുടെ ഫലമായി വ്യത്യസ്ത രാജ്യങ്ങളായും പ്രവിശ്യകളായും വിഘടിച്ചു പോയ മുഴുവൻ പ്രദേശങ്ങളെയും കീഴടക്കാൻ ജർമനിക്ക് സാധിച്ചു. ഉദാഹരണമായി, ബാവേറിയ, മറ്റ് രാജാധികാര മണ്ഡലങ്ങൾ എന്നിവയെപ്പോലെ ഓസ്ട്രിയയും ജർമനിക് സാമ്രാജ്യത്തിന്റെ ഒരു ഭാഗമാണ്. യുദ്ധാനന്തരം പുതിയ രാജ്യമായി തീർന്ന ചെക്കോസ്ലോവാക്യയിൽ ജർമൻകാർ അധിവസിക്കുന്ന പ്രദേശങ്ങളുടെ കാര്യവും അങ്ങനെ തന്നെ. യഥാർഥ രാഷ്ട്രത്തിന്റെ ആശയത്തിലെ അവശ്യഘടകമായ വംശീയതയോടുള്ള പരമ്പരാഗത ബന്ധം സുനിശ്ചിതമായ ഒരു സ്വരാജ്യത്തിന് വേണ്ടി പിതൃഭൂമിയിലെ ജർമൻ അഭിമാനബോധത്തെ ഉദ്ദീപിക്കുകയും, എല്ലാ പരമ്പരാഗത പ്രദേശങ്ങളിലും സമാനതയില്ലാത്തതും തർക്കമറ്റതുമായ ജർമൻ സാമ്രാജ്യം സ്ഥാപിക്കുന്നതിനായി പുതിയൊരു ലോകസഖ്യം രൂപീകരിക്കുകയെന്ന അപകടം പിടിച്ച ശ്രമത്തിലേക്ക് അവരെ കൊണ്ടുചെന്നെത്തിക്കുകയും ചെയ്തു. ജർമനിയുടെ സ്വാഭാവികവും യുക്തിസഹവുമായ ഈ ഉന്നമനകാംക്ഷ ഏറെക്കുറെ സഫലീകരിക്കപ്പെടുകയും വർത്തമാന കാലത്ത് പോലും ഒരിക്കൽ കൂടി ജന്മഭൂമിയുടെ വമ്പിച്ച പ്രാധാന്യം അംഗീകരിക്കപ്പെടുകയും ചെയ്തു.

വിവേകവും പഴക്കവുമുള്ള രാഷ്ട്രങ്ങളുടെ അനുഭവത്തിന്റെ വെളിച്ചത്തിൽ, ഹിന്ദുസ്ഥാനിലെ വിദേശവംശങ്ങൾ ഹിന്ദുസംസ്കാരവും മതവും സ്വീകരിച്ച് ഹിന്ദുമതത്തെ ആദരിക്കാനും ആരാധിക്കാനും പഠിച്ച് ഹിന്ദുവംശത്തെയും സംസ്കാരത്തെയും, അതായത് ഹിന്ദു രാഷ്ട്രത്തെ മഹത്വവൽക്കരിക്കുന്നതൊഴികെയുള്ള എല്ലാ ആശയങ്ങളുമുപേക്ഷിച്ച്, ഹിന്ദുവംശത്തിൽ ലയിച്ചുചേർന്ന് പ്രത്യേകമായ നിലനിൽപ്പ് ഉപേക്ഷിക്കുകയോ, അല്ലാത്ത പക്ഷം, യാതൊന്നും അവകാശപ്പെടാതെ യാതൊരു മുൻഗണനകളുമില്ലാതെ, പ്രത്യേക പരിചരണത്തിനോ പൗരത്വത്തിനോ പോലും അവകാശമില്ലാതെ പൂർണമായും ഹിന്ദുരാഷ്ട്രത്തിന് കീഴ്പ്പെട്ട് രാജ്യത്ത് കഴിയണം. കുറഞ്ഞ പക്ഷം, അവർക്ക് കൈക്കൊള്ളാവുന്ന മറ്റൊരു വഴിയുമില്ല. നാം പഴക്കമുള്ള ഒരു രാഷ്ട്രമാണ്. അതുകൊണ്ട് പഴക്കമുള്ള രാഷ്ട്രങ്ങൾ ചെയ്യുന്നത് പോലെ, ജീവിക്കാൻ വേണ്ടി നമ്മുടെ രാജ്യം തെരഞ്ഞെടുത്ത വിദേശവംശങ്ങളെ നമുക്കും കൈകാര്യം ചെയ്യാം.

ജർമൻ അഭിമാനബോധം ഇന്നത്തെ സംസാര വിഷയമായിത്തീർന്നിരിക്കുന്നു. വംശത്തിന്റെയും സംസ്കാരത്തിന്റെയും സംശുദ്ധി കാത്തുസൂക്ഷിക്കാൻ സെമിറ്റിക് വംശമായ യഹൂദന്മാരെ ഉന്മൂലനം ചെയ്തുകൊണ്ട് ജർമനി ലോകത്തെ ഞെട്ടിച്ചിരിക്കുന്നു. വംശീയാഭിമാനബോധത്തിന്റെ ഉത്തുംഗത ഇവിടെ പ്രകടമാക്കപ്പെട്ടിരിക്കുന്നു. വേരുകളോളം വ്യത്യാസങ്ങളുള്ള വംശങ്ങളെയും സംസ്കാരങ്ങളെയും ഐക്യപ്പെട്ട ഒന്നാക്കി ലയിപ്പിക്കുന്നത് എത്രമാത്രം അസാധ്യമാണെന്നും ജർമനി കാണിച്ചുതന്നിരിക്കുന്നു. ഹിന്ദുസ്ഥാനിൽ നമുക്ക് പഠിക്കാനും നേട്ടമുണ്ടാക്കാനുമുള്ള നല്ലൊരു പാഠമാണത്.

അപ്പോൾ സ്റ്റേറ്റിന്റെ ഭാഷ ജർമൻ ആയിരുന്നു. ന്യൂനപക്ഷങ്ങളെന്ന നിലയിൽ രാജ്യത്ത് ജീവിക്കുന്ന വിദേശജാതികൾക്ക്, അവർക്കിടയിൽ അവരവരുടെ ഭാഷ ഉപയോഗിക്കാൻ സ്വാതന്ത്ര്യമുണ്ടായിരുന്നുവെങ്കിലും, പൊതുജീവിതത്തിൽ അവർ രാഷ്ട്രഭാഷ ഉപയോഗിക്കേണ്ടിയിരുന്നു. മതത്തിന്റെ ഘടനാരീതിയും അവഗണിച്ചു കൂടാത്തതാണ്. റിപ്പബ്ലിക്കിന് ഒരു പ്രസിഡന്റുണ്ടാവുകയാണെങ്കിൽ, അയാൾ ഒരു സത്യപ്രതിജ്ഞയെടുക്കണം. അത് ശുദ്ധമായും മതപരമായ രീതിയിലുമായിരിക്കണം. റോമൻ കത്തോലിക്കാ വിഭാഗത്തിനനുസൃതമായി സ്റ്റേറ്റിന്റെ അവധി ദിവസങ്ങൾ മിക്കവാറും ക്രൈസ്തവ അവധി ദിവസങ്ങളുമാണ്. ചുരുക്കത്തിൽ, രാഷ്ട്രസങ്കൽപ്പത്തിന്റെ ആകെയുള്ള അഞ്ച് ഘടകങ്ങളെയും ആധുനിക ജർമനി സാധൂകരിക്കുന്നു. മാത്രവുമല്ല, യഥാർഥ വർത്തമാനകാലത്ത് ഇന്ന് നമുക്കവയെ നേരിട്ടുകാണുകയും പഠിക്കുകയും ആപേക്ഷികമായ പ്രാധാന്യത്തോടെ പകർത്തുകയും ചെയ്യാവുന്നതാണ്.

മറ്റൊരു ശ്രദ്ധേയമായ ഉദാഹരണം റഷ്യയാണ്. പ്രത്യേകിച്ചൊരു മതം പ്രചരിപ്പിക്കാത്തതിനാൽ ഈ 'രാഷ്ട്ര'ത്തിന്റെ കാര്യത്തിൽ ഞങ്ങൾക്ക് ചില മുൻകരുതലുകളുണ്ട്. എങ്കിൽപ്പോലും, യുദ്ധാനന്തരം എത്രതന്നെ മാറ്റത്തിന് വിധേയമായിട്ടുണ്ടെങ്കിലും, അതിപ്പോഴും രാഷ്ട്രസങ്കൽപ്പത്തോട് പൂർണമായും പൊരുത്തപ്പെടുന്നുണ്ട്. സോഷ്യലിസത്തിന്റെ പുത്തൻ പ്രമാണത്തിന്റേതായ ആരംഭത്തിൽ, കമ്യൂണിസ്റ്റ് രീതിക്ക് വളരെ പ്രചാരമുണ്ടായിരുന്ന ഘട്ടത്തിൽ, 'ലോകത്തിലെ കർഷകരേ, തൊഴിലാളികളേ സംഘടിക്കുവിൻ' എന്നതായിരുന്നു അതിന്റെ മുദ്രാവാക്യം. ദേശീയതയുടെ അതിർത്തികൾ ഭേദിച്ച്,

പ്രവർത്തനമേഖലയെന്ന നിലയിൽ മുഴുവൻ മാനസികതയ്ക്കുമൊപ്പം അന്താരാഷ്ട്രത്വത്തിലേക്ക് ജനങ്ങൾ നീങ്ങിയപോലെയാണ് കാണപ്പെട്ടത്. എന്നാൽ, ശിഷ്ടലോകം മാത്രമല്ല, റഷ്യയിലെ മിക്കജനങ്ങൾ പോലും അത്തരം വിശാലമായ ഒരു ആദർശം ഉയർപ്പിത്തിടിക്കാൻ തയ്യാറായിരുന്നില്ല. ഔന്നത്യമുള്ള താത്വിക സമീപനം കൈകൊള്ളാത്തിടത്തോളം ലോകത്തിന്റെ ഏകത്വം എന്ന ആശയം പോലും സ്വീകരിക്കാൻ കഴിയാത്ത തരത്തിലുള്ളതാണ് മനുഷ്യന്റെ മനസ്സ്. സ്വാഭാവികമായ ഒരു അനന്തരഫലമെന്ന നിലയിൽ റഷ്യൻ അന്താരാഷ്ട്രത്വം ഇപ്പോൾ നിലവിലില്ലെന്നും, ഒരുപക്ഷേ, ലോകത്തിലെ മറ്റേതൊരു രാഷ്ട്രത്തേക്കാളുമധികം റഷ്യ യാഥാസ്ഥിതിക രാഷ്ട്രമായിത്തീർന്നുവെന്നും നാം കണ്ടെത്തുന്നു. എന്നാലത് മുമ്പുണ്ടായിരുന്ന തരത്തിലുള്ള രാഷ്ട്രമല്ല എന്ന വ്യത്യാസമേയുള്ളൂ. പഴയ പോലെ, രാജ്യവും പഴക്കമുള്ള ജാതിയും റഷ്യൻ ഭാഷയും അവിടെയുണ്ട്. അതിനൊന്നും ഒരു മാറ്റവുമുണ്ടായിട്ടില്ല. രാഷ്ട്രം പഴയ മതത്തെയും സംസ്കാരത്തെയും ഉപേക്ഷിച്ച് അവയുടെ സ്ഥാനത്ത് പുതിയ മതവും സംസ്കാരവും നിർമിച്ചു എന്നത് മാത്രമാണ് അവിടെ ആകെ ഉണ്ടായിട്ടുള്ള മാറ്റം. സോഷ്യലിസമെന്ന് അറിയപ്പെടുന്ന പുതിയ മതവും, ആ മതത്തിൽ നിന്നും ഉരുത്തിരിച്ചെടുത്ത തൊഴിലാളികളുടേതായ പുതിയ സംസ്കാരവും റഷ്യയിലുണ്ട്. റഷ്യയിലെ ഭൗതികമായ സംസ്കാരത്തെക്കുറിച്ച് വായനക്കാർ ഞങ്ങളോട് വിയോജിക്കുകയില്ലെന്ന് ഞങ്ങൾ കരുതുന്നു. എങ്കിലും, സോഷ്യലിസം ആധുനിക റഷ്യയുടെ മതമാണെന്ന ഞങ്ങളുടെ പ്രസ്താവന ചിലപ്പോൾ വായനക്കാരെ അത്ഭുതപ്പെടുത്തിയേക്കാം. എന്നാൽ, അത്ഭുതപ്പെടാൻ അതിൽ യാതൊന്നുമില്ല. മതമെന്നാൽ, മിക്കവർക്കും, വ്യക്തിയുടെയും സമൂഹത്തിന്റെയും നന്മയ്ക്കും ഈശ്വര സാക്ഷാത്ക്കാരത്തിനും വേണ്ടി പ്രമാണികമായി പിന്തുടരാനുള്ള ഒരുപിടി ഉപദേശങ്ങളാണ്. ഇവിടെ, ദൈവത്തിൽ വിശ്വസിക്കാത്ത ഒരു മതമാണുള്ളത്. അതൊരു ദൈവമില്ലാത്ത മതമാണെങ്കിലും അതിൽ ഒട്ടും കുറവല്ലാത്ത മതമാണ്. റഷ്യക്കാരെ സംബന്ധിച്ചിടത്തോളം, കാൾ മാർക്സ് അവരുടെ പ്രവാചകനും അദ്ദേഹത്തിന്റെ അഭിപ്രായങ്ങൾ അവരുടെ സുവിശേഷവുമാണ്. മുൻകാലങ്ങളിൽ ലോകത്തിന്റെ മറ്റ് ഭാഗങ്ങളിലും ദൈവമില്ലാത്ത മതങ്ങളുണ്ടായിരുന്നു. പ്രാചീനമായ ആ മതങ്ങളുടെ ആധുനിക രൂപമാണ് റഷ്യൻ മതം. വിരോചനനോടും ചാർവാകനോടും വിശ്വസ്തത പുലർത്തുന്ന, അവരുടെ പിൻമുറക്കാരാണ് സോഷ്യലിസ്റ്റുകൾ. എന്തായാലും, മതാഭിനിവേശത്തോട് റഷ്യൻ രാഷ്ട്രത്തിനുള്ള വിശ്വാസം ഇവിടെ ചർച്ച ചെയ്യുന്നത് നമുക്ക് പ്രയോജനപ്രദമല്ല. ഈ വിശ്വാസങ്ങൾ അവർക്ക് വിശുദ്ധമാണ്. അവരുമായി വിയോജിക്കുകയോ വിരുദ്ധമായ വീക്ഷണം വച്ചുപുലർത്തുകയോ ചെയ്യുന്നവർക്ക് നേരെ അവർക്ക് തികഞ്ഞ അസഹിഷ്ണുതയാണുള്ളത്. ഒരിക്കൽ കൂടി ലോകത്തെ രക്തത്തിൽ കുളിപ്പിച്ച സെമിറ്റിക് മതങ്ങളുടെ രീതിയിലുള്ള അസഹിഷ്ണുതയ്ക്കുള്ള മറ്റൊരു ഉദാഹരണമാണ് അവരുടേത്. എന്തായാലും, ജാതി, രാജ്യം, ദൈവമില്ലാത്ത ഭൗതികമതം, അതിന്റെ ഫലമായുണ്ടായ സംസ്കാരം, ഭാഷ എന്നിവയുള്ള റഷ്യ അതിന്റെ പൂർണമായ രാഷ്ട്രത്വത്തോടെ അന്താരാഷ്ട്രത്വത്തിന്റെ കടമെടുത്ത തൂവലുകൾ ചൂടി ഒരു രാഷ്ട്രമായി ലോകത്തിന് മുമ്പിൽ നിലകൊള്ളുന്നു. നമ്മെ സംബന്ധിച്ചിടത്തോളം അതാണ് പ്രസക്തമായ സംഗതി.

നമുക്ക് വളരെ പഠനാർഹമായതിനൽ ചെക്കോസ്ലോവാക്യയുടെ ഒരുദാഹരണം കൂടി നമുക്ക് പരിശോധിക്കാം. ജർമനിക്കെതിരെ ഒരു നിഷ്പക്ഷ രാജ്യമായി നിലകൊള്ളാൻ, ചെക് ഭരണത്തിൻ കീഴിൽ, ചെക് പ്രദേശങ്ങളോടൊപ്പം ജർമനി, ഓസ്ട്രിയ, ഹംഗറി, പോളണ്ട് എന്നീ രാജ്യങ്ങളുടെ ചില ഭാഗങ്ങൾ കൂട്ടിച്ചേർത്ത് മഹായുദ്ധത്തിന് ശേഷം രൂപീകരിച്ച ഒരു സ്റ്റേറ്റാണിത്. സുസെറ്റെൻ ജർമൻകാർ ഉൾപ്പെടെയുള്ള ന്യൂനപക്ഷങ്ങൾക്കൊപ്പം, ചെക്ക് രാഷ്ട്രത്തിന്റെ അവകാശങ്ങൾ സന്തുലിതമാക്കിക്കൊണ്ടാണ് ലീഗ് ഓഫ് നേഷൻസ് ഈ സംവിധാനം നടപ്പിലാക്കിയത്. ലീഗിന്റെ നേരിട്ടുള്ള മേൽനോട്ടത്തിൻ കീഴിൽ, സ്റ്റേറ്റിനുള്ളിൽ നടത്തിയ വേർതിരിവിൽ, സ്റ്റേറ്റിന്റെ രാഷ്ട്രത്തിനാണ് പരമാധികാരം. സ്റ്റേറ്റിന്റെ പൗരവകാശങ്ങൾക്ക് പകരമായി രാഷ്ട്രത്തിന്റെ സംരക്ഷണയിൽ ജീവിക്കുന്ന ന്യൂനപക്ഷങ്ങൾക്ക് നിരവധി ചുമതലകളുണ്ട്. ചെക് ഭാഷയും ചെക് മതവും സ്റ്റേറ്റിന്റെ ഭാഷയും മതവുമായിരിക്കുന്നതും , സകലരും ആ ഭാഷയിൽ ഇടപാടുകൾ നടത്തേണ്ടതുമാണ്. (ആർട്ടിക്കിൾ 128,129) രാഷ്ട്രീയ ഉടമയിൽ നിന്നും വ്യക്തിയുടമയിലേക്കുള്ള മാറ്റം (സ്വന്തം മതവും സംസ്കാരവും, അതിന്റെ തുടർച്ചയായി, ജാതിയും ഉപേക്ഷിക്കുന്നതും സംസ്ഥാപിതമായ ഭരണകൂടത്തിനെതിരെയുള്ള രാഷ്ട്രീയമായ എതിർപ്പും) കുറ്റകരവും ശിക്ഷാർഹവുമാണ് (ആർട്ടിക്കിൾ 132). ഇവിടെ രാഷ്ട്രവും സ്റ്റേറ്റും പര്യായങ്ങളല്ലെന്ന് വ്യക്തമാക്കുന്ന ലീഗ് ഓഫ് നേഷൻസ്, സ്റ്റേറ്റിനുള്ളിൽ രാഷ്ട്രത്തിനാണ് പരമാധികാരമെന്നും അതിന്റെ ഘടകങ്ങളായ രാജ്യം, ജാതി, മതം, സംസ്കാരം, ഭാഷ എന്നിവയെ ആദരിക്കണമെന്നും സാധ്യമാവുന്നിടത്തോളം സ്റ്റേറ്റിൽ ന്യൂനപക്ഷങ്ങളായി ജീവിക്കുന്ന എല്ലാ വിദേശജാതികളും അവ പിന്തുടരണമെന്നും വ്യക്തമാക്കുന്നു. എന്നിട്ടും, സമാധാനമുണ്ടാക്കാൻ ഏറ്റവും അധികം ശ്രദ്ധ പതിപ്പിച്ചിട്ടും, ലീഗ് ജാഗ്രത പാലിച്ചിട്ടും അനേകം രാഷ്ട്രീയ പണ്ഡിതൻമാരുടെ ഭീതി അസ്ഥാനത്തായിരുന്നില്ലെന്ന് വ്യക്തമാക്കിക്കൊണ്ട് ദേശീയ ജീവിതത്തോട് എതിർപ്പുള്ള ചെക്സ്റ്റേറ്റിലെ ദേശീയേതര ഘടകങ്ങൾ വഴിതെറ്റിപ്പോയി. എന്നാലിതിനെക്കുറിച്ച് പിന്നീട് വിശദീകരിക്കാം.

കൂടുതൽ ഉദാഹരണങ്ങൾ എടുത്തുകാണിക്കേണ്ട ആവശ്യമില്ല. താൽപ്പര്യമുള്ളവർ ആദ്യം അവരുടെ മനസിലെ മുൻവിധികൾ നീക്കം ചെയ്തശേഷം ലോകത്തിലെ വ്യത്യസ്ത രാഷ്ട്രങ്ങളുടെ ഭരണഘടനകൾ നോക്കിക്കാണുകയും എങ്ങനെ രാഷ്ട്രത്തിന്റെ ആശയം രാജ്യം, ജാതി, മതം, സംസ്കാരം, ഭാഷ എന്നീ അഞ്ച് ഘടകങ്ങളുടെ സംയോജനത്തെ പൂർണമായും ആശ്രയിച്ച് എവിടെയും ദേശീയമായ നിലനിൽപ്പുണ്ടാവുമെന്ന് സ്വയം ബോധ്യപ്പെടണം. സൈദ്ധാന്തിക ചർച്ചയുടെ മാറ്റാനാവാത്ത അന്ത്യവിധിയും ഭൂതകാലത്തിലെയും വർത്തമാന കാലത്തിലെയും ലോകസ്ഥിതിക്കുള്ള അവയുടെ പ്രായോഗിക പ്രതിവിധിയും അതു തന്നെയാണ്.

അധ്യായം നാല്

ശാസ്ത്രീയമായ ഈ ആശയത്തിന്റെ വെളിച്ചത്തിൽ ഇനി നമ്മുടെ രാഷ്ട്രത്വം മനസിലാക്കാൻ ശ്രമിക്കാം. രാഷ്ട്രസങ്കൽപ്പമെന്ന വാക്കിനെ അന്വർഥമാക്കുന്ന, എല്ലാ നിലയ്ക്കും ഒരു രാജ്യമെന്ന് വിളിക്കാൻ യോജ്യമായ, വടക്ക് ഉത്തുംഗമായ ഹിമാലയത്താലും മറ്റ് മൂന്നു വശങ്ങളിലും അപരിമിതമായ സമുദ്രങ്ങളാലും പ്രകൃതിദത്തമായിതന്നെ അതിർത്തി നിർണയിക്കപ്പെട്ടിട്ടുള്ള, കണിശമായും ഭൂമിശാസ്ത്രപരമായ ഐക്യമുള്ള, ഹിന്ദുക്കളുടെ ദേശമായ അവരുടെ ജന്മരാജ്യമായ, പരമ്പരാഗത ഭൂപ്രദേശമായ ഹിന്ദുസ്ഥാൻ എന്ന അതിവിസ്തൃതമായ രാജ്യം ഇവിടെയുണ്ട്. ചരിത്രാതീതകാലം മുതൽ ഈ രാജ്യത്ത് പാർക്കുന്ന പ്രാചീന ജാതിയായ ഹിന്ദുജാതി, പൊതുവായ പാരമ്പര്യങ്ങളാലും പ്രതാപത്തിന്റെയും ദുരന്തത്തിന്റെയും പൊതുവായ ഓർമകളാലും ഒന്നായിച്ചേർക്കപ്പെട്ടതും, സമാനമായ, ചരിത്രപരവും രാഷ്ട്രീയവും സാമൂഹികവും മതപരവും ആയ മറ്റ് അനുഭവങ്ങളുള്ളതും ഒരേ സ്വാധീനങ്ങൾ, പൊതുവായൊരു മാതൃഭാഷ, പൊതുവായ ആചാരങ്ങൾ, പൊതുവായ അഭിവാഞ്ഛകൾ എന്നിവകളാൽ ജീവിക്കുന്നതും സ്വയം വെളിപ്പെടുത്തുന്നതുമാണ്. ലോകത്ത് മതമെന്ന് പേര് വിളിക്കാൻ അർഹമായ ഏകമതമായ വിശ്രുതമായ ഹിന്ദുമതമാണ് ഹിന്ദുക്കളുടേത്. അത് അതിന്റെ വൈവിധ്യത്താൽ തന്നെ പൂർണമായും സചേതനവും ഏത് ഘട്ടത്തിലും ഏത് സ്ഥിതിയിലും, ഇഷ്ടാനിഷ്ടങ്ങളിലും കഴിവുകളിലും ഏറ്റക്കുറച്ചിലുള്ളവരും, ആയ എല്ലാ മനുഷ്യരുടെയും അഭിവാഞ്ഛകൾ പരിപോഷിപ്പിക്കാൻ കഴിവുള്ളതും, ജീവിതത്തിന്റെ എല്ലാ പ്രവർത്തനങ്ങളിലും അതിന്റെ ഉദാത്തമായ തത്വശാസ്ത്രത്താൽ പരിപോഷിപ്പിക്കപ്പെടുന്നതുമായ ഹിന്ദുമതം ദിവ്യന്മാരായ ആത്മീയബുദ്ധിജീവികളുടെ അണമുറിയാത്ത പിൻതുടർച്ചയാൽ ഇന്നോളം നിലനിന്നുപോന്നു. ബോധമുള്ള ഏതൊരു മനുഷ്യനും തികച്ചും അഭിമാനം കൊള്ളാവുന്ന ഒരു മതമാണത്. വ്യക്തിഗതവും സാമൂഹികവും രാഷ്ട്രീയവുമായ എല്ലാ

തലങ്ങളിലും മാർഗദർശിത്വം നൽകുന്ന ഈ മതത്താൽ നയിക്കപ്പെടുന്ന ജാതിക്ക് അവസാനത്തെ പത്ത് നൂറ്റാണ്ടുകളിൽ മുസൽമാൻമാരുടെയും യൂറോപ്യന്മാരുടെയും വൃത്തിഹീനമായ സംസ്കാരങ്ങളുമായി ജീർണോന്മുഖമായ ബന്ധമുണ്ടായിട്ടുപോലും ഇപ്പോഴും ലോകത്തിലെ ഏറ്റവും കുലീനമായ ഒന്നാണ്. ഒരു കനി വൃക്ഷത്തിന്റെ വില നിർണയിക്കുന്നതുപോലെ, ഒരു ജനപഥത്തിന്റെ മനസ്സ് അതിന്റെ സംസ്കാരത്തിന്റെ മൂല്യം വെളിപ്പെടുത്തുന്നു. പാശ്ചാത്യ സ്വാധീനത്തിന് ഒട്ടും കീഴ്പ്പെടുത്താനാവാത്ത ശരാശരി ഹിന്ദു മനസിന്റെ സ്വഭാവഗുണങ്ങളായ വിശാലമായ വിശ്വാസദൃഢത, ഉദാരത, സത്യസന്ധത, ത്യാഗം, എല്ലാ ജീവനോടുമുള്ള സ്നേഹം എന്നിവ ഹിന്ദു സംസ്കാര മഹിമയുടെ തെളിവുകളായി നിലകൊള്ളുന്നു. വിദേശ സ്വാധീനത്തിന്റെ മാലിന്യത്താൽ വഴിതെറ്റിപ്പോയവർ പോലും ലോകത്തിലെ മറ്റെല്ലാ മതങ്ങളേക്കാളും മികവുറ്റതായി ഇതിനെ തുലനം ചെയ്യുന്നു. ദൈവത്തിന്റെ ദൃശ്യരൂപമായി ഏറ്റവും കാര്യക്ഷമമായി മനുഷ്യനെ രൂപപ്പെടുത്തുക മാത്രമല്ല, ഈ സംസ്കാരം ചെയ്തിട്ടുള്ളത്. പഠനത്തിന്റെ (പഠനത്തെയും ജ്ഞാനത്തെയും ഞങ്ങളിവിടെ വേർപ്പെടുത്തുന്നു) മേഖലയിലും ജാതിയുടെ ചിരന്തനമായ മാഹാത്മ്യത്തിനായി, ആധുനിക ശാസ്ത്ര ലോകത്തിലെ ഏറ്റവും മികവുറ്റവരെ പിന്തള്ളാവുന്ന ബുദ്ധിരാക്ഷസൻമരെയും അത് സൃഷ്ടിച്ചിട്ടുണ്ട്. ഭാസ്കരാചാര്യനെ പോലുള്ള ശ്രേഷ്ഠരായ ഗണിതശാസ്ത്രജ്ഞർ, ശ്രേഷ്ഠരായ രസതന്ത്രജ്ഞർ; ചരകസംഹിത, ഭാവപ്രകാശം, സുശ്രുതം എന്നീ ഗ്രന്ഥങ്ങളുടെ രചയിതാക്കളെപ്പോലുള്ള ഭിഷഗ്വരൻമാർ; ടാജ്, അജന്താ ചിത്രങ്ങൾ, വേറൂൽ (എല്ലോറ) ഗുഹകൾ എന്നിവപോലുള്ള പ്രവർത്തനങ്ങൾ നടത്തിയ ശ്രേഷ്ഠരായ കലാകാരന്മാരും ശിൽപ്പികളും, ലോകത്ത് നന്നായി അറിയപ്പെടുന്ന മറ്റുള്ള അസംഖ്യം പേർ എന്നിവരെല്ലാം ലോകത്തിലെ ജനങ്ങളെ ഇന്നും ആഹ്ലാദിപ്പിക്കുകയും ആകർഷിക്കുകയും ചെയ്തു കാണ്ടിരിക്കുന്നു. ആര്യ ചാണക്യനെയും അമത്യാ രാക്ഷസനെയും രാക്ഷസ മാധവനെയും പോലുള്ള രാഷ്ട്രതന്ത്രജ്ഞരും നയതന്ത്രജ്ഞരും; കൗടില്യനെ പോലുള്ള ശ്രേഷ്ഠരായ സാമ്പത്തിക ശാസ്ത്രജ്ഞർ, *രാമായണ*ത്തിലെ നാലകൻ, ചന്ദ്രഗുപ്തൻ, ഹർഷൻ, പുലികേശി, പ്രതാപ്, ശിവജി, ഛത്രപാൽ, ദേവതുല്യരായ സിഖ് ഗുരുക്കന്മാർ തുടങ്ങിയ അനേകം യോദ്ധാക്കളും ചക്രവർത്തിമാരും; രാമാനുജും സർ. സി വി രാമൻ, സർ ജഗദീശ് ചന്ദ്രബോസ്, ഡോ. ബി സാഹ്നി, ഡോ. ഭട്ടാചാര്യ, കവിരാജ്, എൻ എൻ സെൻ, രാജാ രവിവർമ, ചിത്രകാരന്മാരായ ടാഗോറും മറ്റുള്ളവരും; ഗോഖലെ, ലാലാ ലജ്പത് റായ്, ബിപിൻ ചന്ദ്രപാൽ, ലോകമാന്യ തിലക്, സി ആർ ദാസ്, ശാസ്ത്രി, വി ജി കലേ, 1857 ലെ നായകന്മാർ, താന്ത്യാ തോപ്പെ, കൻവർ സിങ്, ഝാൻസി ലക്ഷ്മീ ഭായി, മുൻകാലത്തെ ശ്രേഷ്ഠകവികളും നാടകക്കാരുമായ കാളിദാസൻ, ഭവഭൂതി, മാഘ് തുടങ്ങിയവർ; മധ്യകാലഘട്ടത്തിലെ രാമപ്രസാദ്, തുളസീദാസ്, സൂർദാസ്, ജ്ഞാനേശ്വർ, രാംദാസ്, രവീന്ദ്രനാഥ ടാഗോർ, ശരത് ചക്രവർത്തി, റൊമേഷ് ചന്ദ്രദത്ത്, ബാബു പ്രേം ചന്ദ്, എൻ സി കേൽക്കർ, വി ഡി സവർക്കർ തുടങ്ങി പേര് പരാമർശിക്കാൻ ഇടം അനുവദിക്കാത്ത അസംഖ്യം മഹത് വ്യക്തികൾ ഈ പ്രാചീന സംസ്കാരത്തിന്റെ കനികളായും അതിന്റെ മഹാത്മ്യത്തിനുള്ള നിരാകരിക്കാനാവാത്ത തെളിവുകളായും നിലകൊള്ളുന്നു. അതിനെക്കാളെല്ലാം ഉത്തുംഗമായി,

മതപരവും ആത്മീയവുമായി, വേദകാല ഋഷിമാർ മുതലിങ്ങോട്ട് വർത്തമാനകാലത്തെ സ്വാമി വിവേകാനന്ദൻ, സ്വാമി രാം തീർഥൻ, മഹർഷി ദയാനന്ദ്, മഹാഋഷി രാമണ്ണ അങ്ങനെ തുടങ്ങി തത്വജ്ഞാനികളുടെ പേരുകൾ എടുത്തു പറയാൻ കഴിയത്തക്കവണ്ണം അവ അസംഖ്യമാണ്. യൂറോപ്പിന് അങ്ങനെ എടുത്തുപറയാവുന്ന പേരുകൾ വിരളമാണ്. (എന്തായാലും അവരെ കുറിച്ച് പറയാൻ അവർ ലജ്ജിക്കുകയുമാണ്) വിശുദ്ധ ഫ്രാൻസിസ്, വിശുദ്ധ തെരേസ, വിശുദ്ധ പൗലോസ്, ലൂഥർ, മാക്സ് മുള്ളർ, പോൾ ഡ്യുസെൻ, റൊമിയൻ റോളണ്ട് തുടങ്ങി അപൂർവം പേർ അവർക്കുള്ളപ്പോൾ നമുക്കിന്നുമിവിടെ ഉയർത്തിക്കാണിക്കാവുന്നവർ എണ്ണിയാലൊടുങ്ങാത്ത താണ്. അവരെല്ലാം തന്നെ ദിവ്യത്വം മൂലം യൂറോപ്യൻ വിശുദ്ധന്മാരുടെ ഗുരുക്കന്മാരാവാൻ യോജ്യരുമാണ്. മറ്റേതൊരു ജാതിക്കും ഇതിനേക്കാൾ ഉദാത്തമായ ഇത്തരമൊരു സംസ്കാരവുമുണ്ടാവില്ലെന്ന് തീർത്തു പറയാനാവും. ഇത്തരമൊരു സംസ്കാരത്തെ സൃഷ്ടിക്കാവുന്നത്രയും ഭാഗ്യം മറ്റൊരു ജാതിക്കും ഉണ്ടായിട്ടില്ല എന്നതൊരു പരമാർഥമാണ്. ചുരുക്കത്തിൽ, ഇവയൊക്കെയാണ് ഈ രാഷ്ട്രത്തിന് പരിപോഷണമായിത്തീർന്നിട്ടുള്ള മതപരവും സാംസ്കാരികവുമായ മികവ്. അവസാനമായി, ഓരോ പ്രവിശ്യക്കും സ്വന്തമായി ഒരു ഭാഷയുള്ളതിനാൽ, ഭാഷ ചില പ്രശ്നങ്ങൾ മുന്നോട്ട് വയ്ക്കുന്നുണ്ട്. ഭാഷാപരമായ ഐക്യം ഇല്ലെന്നും അക്കാരണത്താൻ ഭാഷാപരമായ വൈവിധ്യം മൂലം ഇവിടെ നിരവധി രാഷ്ട്രങ്ങൾ ഉണ്ടെന്നും നമുക്ക് തോന്നാം. എന്നാൽ യഥാർഥത്തിൽ അങ്ങനെയല്ല. ആകെ ഒരൊറ്റ ഭാഷയേയുള്ളൂ. സംസ്കൃതം. ഹിമാലയം മുതൽ തെക്ക് കടൽ വരേക്കും കിഴക്കു മുതൽ പടിഞ്ഞാറു വരേക്കും പൊതുഭാഷയാണ്. അന്യോന്യ ബന്ധമുള്ള മറ്റെല്ലാ ആധുനിക സഹോദരീ ഭാഷകളും അതിന്റെ (സംസ്കൃതത്തിന്റെ) ഉൽപ്പന്നങ്ങളാണ്, അല്ലെങ്കിൽ, അന്യോന്യ ബന്ധമുള്ളവയാണ്. പ്രായോഗികമായി പറഞ്ഞാൽ, ഈ ഭാഷകളെല്ലാം ഒന്നാണ്. ഏതെങ്കിലുമൊരു സംസാരഭാഷയുമായി പരിചയപ്പെടാൻ കുറഞ്ഞ ശ്രമം മാത്രമേ ആവശ്യമുള്ളൂ. ഇന്നാണെങ്കിൽപ്പോലും, വ്യത്യസ്ത ഭാഷകളിൽ വച്ച് ഏതൊരു പ്രവിശ്യയിലും ഏറ്റവുമധികം മനസിലാക്കപ്പെടുന്നതും ഉപയോഗിക്കപ്പെടുന്നതുമായ ഭാഷ ഹിന്ദിയാണ്. നമ്മുടെ രാജ്യത്തിന്റെ വിസ്തൃതി കണക്കിലെടുക്കുമ്പോൾ, അതിന്റെ വ്യത്യസ്ത പ്രദേശങ്ങളിൽ പ്രത്യേക ഭാഷകൾ രൂപംകൊണ്ടുവെന്നും എന്നാൽ ഈ പ്രാദേശിക ഭാഷകളെല്ലം തന്നെ സ്വാഭാവികമായും അതിന്റെ ശ്രേഷ്ഠ സ്രഷ്ടാവായ സംസ്കൃതത്തിൽ നിന്നും ജന്മം കൊണ്ടവയാകയാൽ, അവയെല്ലാം സത്താപരമായി ഒന്നാണെന്നും അംഗീകരിക്കാൻ ഞങ്ങൾക്ക് ഒരു മടിയുമില്ല. അപ്പോൾ, രാഷ്ട്രമെന്ന ആശയത്തിന്റെ അഞ്ചാമത്തെ ഘടകമായ ഭാഷയുമായി ബന്ധപ്പെട്ട സംശയവും ഇവിടെ ദൂരീകരിക്കപ്പെടുന്നു എന്ന കാര്യത്തിൽ ഞങ്ങൾക്ക് ഒരു സംശയവും ഇല്ല. രാഷ്ട്രത്തെ നമ്മുടെ ആധുനികമായ വർത്തമാനകാല സാഹചര്യത്തിൽ പ്രയോഗിക്കുമ്പോൾ ചോദ്യം ചെയ്യാനാവാത്ത തരത്തിൽ നമുക്ക് ലഭിക്കുന്ന അന്തിമമായ നിഗമനം ഇതാണ്: ഈ രാജ്യത്ത്, ഹിന്ദുസ്ഥാനിൽ, ഹിന്ദുജാതിയും (അതിന്റെ സന്തതികളും) ചേർന്ന് രാഷ്ട്രസങ്കൽപ്പം പൂർണമാകുന്നു. ചുരുക്കത്തിൽ, പ്രാചീന ഹിന്ദുരാഷ്ട്രം മറ്റൊന്നുമല്ലാത്ത ഹിന്ദു രാഷ്ട്രമായിത്തന്നെ നിലനിൽക്കുന്നു; നിലനിൽക്കുകയും വേണം. ഈ ദേശീയതയിൽ, അതായത് ഹിന്ദുജാതി, ഹിന്ദുമതം, ഹിന്ദുസംസ്കാരം, ഹിന്ദു

ഭാഷ എന്നിവയിൽ പൂർണമായും ഉൾപ്പെടാത്ത സകലരും സ്വാഭാവികമായും യഥാർഥ ദേശീയ ജീവിതത്തിൽ നിന്നും പുറത്താക്കപ്പെടേണ്ടവരാണ്.

ഞങ്ങൾ ആവർത്തിക്കുന്നു: ഹിന്ദുക്കളുടെ രാജ്യമായ ഹിന്ദുസ്ഥാനിൽ ഹിന്ദുരാഷ്ട്രം ജീവിക്കുന്നു, ജീവിക്കുകയും വേണം. അത് ആധുനിക ലോകത്തിന്റെ ശാസ്ത്രീയ രാഷ്ട്ര സങ്കൽപ്പത്തിന്റെ അഞ്ച് അവശ്യ ഘടകങ്ങളെയും തൃപ്തിപ്പെടുത്തിക്കൊണ്ടുമായിരിക്കണം. അക്കാരണത്താൽ, പുനരുജ്ജീവനവും പുനരാർജവവും, വർത്തമാനകാലത്തെ മോഹാലസ്യത്തിൽ നിന്നും ഹിന്ദുരാഷ്ട്രത്തെ മോചിപ്പിക്കുന്നതുമായ പ്രസ്ഥാനങ്ങൾ, മാത്രമേ നിലനിൽക്കാവൂ. ഹൃദയത്തോട് ചേർത്തു പിടിച്ച് ഹിന്ദുജാതിയെയും അതിന്റെ രാഷ്ട്രത്തെയും മഹത്വവൽക്കരിക്കുന്ന ദേശീയതാവാദികളായ രാജ്യസ്നേഹികളായിരിക്കണം ആ ലക്ഷ്യം നേടാൻ മുന്നിട്ടിറങ്ങേണ്ടത്. ദേശീയതയുടെ കാര്യത്തിൽ മറ്റെല്ലാവരും രാജ്യദ്രോഹികളോ ദേശീയതയുടെ ശത്രുക്കളോ, തികച്ചും ഉദാരമായ വീക്ഷണം കൈക്കൊള്ളുന്ന പക്ഷം, തികഞ്ഞ വിഡ്ഢികളോ ആണ്.

അധ്യായം അഞ്ച്

ഹിന്ദുസ്ഥാൻ ഹിന്ദുക്കളുടെ ദേശമാണെന്നും, ഹിന്ദുരാഷ്ട്രത്തിന് മാത്രം പുഷ്ടിപ്പെടാനുള്ള ഉറച്ച പ്രതലമാണെന്നും തർക്കമറ്റ രീതിയിൽ തെളിയിക്കപ്പെട്ടുകഴിഞ്ഞുവെങ്കിൽ, ഹിന്ദുജാതിയിലും മതത്തിലും സംസ്കാരത്തിലും പെടാതെ, ഇവിടെ ജീവിക്കാൻ അവസരമുണ്ടായ അന്യവിഭാഗങ്ങളുടെ വിധി എന്തായിരിക്കണം? വളരെ സാധാരണയായിട്ടുള്ള ഈ ചോദ്യവും അതിന്റെ ഉൽപ്പത്തിയും സംബന്ധിച്ച് ഹ്രസ്വമായൊരു ഉത്തരം നൽകേണ്ടത് ഇവിടെ ആവശ്യമാണ്.

രാഷ്ട്രത്തെ സംബന്ധിച്ചിടത്തോളം ആത്യന്തികമായി നാം മനസിൽ കരുതേണ്ടൊരു കാര്യമുണ്ട്: ഈ ആശയത്തിന്റെ അഞ്ച് മടങ്ങുള്ള വരമ്പിനപ്പുറത്തേക്ക് നിപതിക്കുന്ന ഏതൊരാൾക്കും, അവർ രാഷ്ട്രത്തിന്റേതല്ലാത്ത വ്യത്യാസങ്ങൾ കയൊഴിഞ്ഞ്, രാഷ്ട്രത്തിന്റെ ദേശീയ ജാതിയിൽ ലയിക്കാത്ത പക്ഷം, ദേശീയ ജീവിതത്തിൽ സ്ഥാനമില്ല. എങ്കിലും, സ്വന്തം ജാതീയവും മതപരവും സാംസ്കാരികവുമായ വ്യത്യാസങ്ങൾ നിലനിർത്തുന്ന കാലത്തോളം, രാഷ്ട്രത്തോട് സൗഹൃദമോ വിരോധമോ ഉണ്ടായാലും, വിദേശികളല്ലാത്ത മറ്റൊന്നുമാകാൻ അവർക്ക് കഴിയുകയില്ല. എല്ലാ പ്രാചീന രാഷ്ട്രങ്ങളിലും, അതായത്, മഹായുദ്ധത്തിന് മുമ്പ് ദേശീയ ജീവിതം നല്ല വണ്ണം വികസിച്ച രാഷ്ട്രങ്ങളുൾപ്പെടെ, ഈ വീക്ഷണം അംഗീകരിക്കപ്പെട്ടിട്ടുണ്ട്. ഈ രാഷ്ട്രങ്ങൾ മതപരമായ സഹിഷ്ണുത പാലിക്കുന്നുണ്ടെങ്കിലും അന്യർ ദേശീയ മതത്തെ സ്റ്റേറ്റിന്റെ മതമായി അംഗീകരിക്കുകയും മറ്റെല്ലാ രീതിയിലും ബഹുമാനിക്കുകയും ചെയ്യേണ്ടിയിരിക്കുന്നു. മാത്രമല്ല, അവർ വിഘടിപ്പിക്കാനാവാത്ത മട്ടിൽ ദേശീയ സമൂഹത്തിൽ ലയിക്കേണ്ടതുമാണ്. സാംസ്കാരികമായും ഭാഷാപരമായും ദേശീയ ജാതിയുമായി അവർ ഒന്നായി തീരേണ്ടതും ആവശ്യമായിരുന്നു. അവർ ദേശീയജാതിയുടെ ഭൂതകാലത്തെ തങ്ങളുടേതായി അംഗീകരിക്കുകയും ഭാവിയിലെ അഭീഷ്ടങ്ങളെ സ്വന്തമെന്ന നിലയിൽ ഗണിക്കുകയും ചെയ്യ

ണമായിരുന്നു. ചുരുക്കത്തിൽ, രാഷ്ട്രത്തിൽ പൂർണമായും ലയിച്ചുചേർന്നു കൊണ്ട് അവർ സ്റ്റേറ്റിൽ പ്രാകൃതികവൽക്കരിക്കപ്പെടേണ്ടത് ഒഴിവാക്കാനാവാത്തൊരു നിബന്ധനയുമായിരുന്നു. സ്വാഭാവികമായും, ആ പ്രാചീന രാഷ്ട്രങ്ങളിൽ വിദേശികൾ ആരുമില്ല. സ്റ്റേറ്റിൽ ന്യൂനപക്ഷ സമുദായങ്ങൾ എന്ന നിലയിൽ രാഷ്ട്രത്തിന്റെ ഔദാര്യത്തിൽ പ്രത്യേകാവകാശങ്ങൾ ആവശ്യപ്പെടാനും ആരുമുണ്ടായിരുന്നില്ല. അക്കാരണത്തലാണ് ലീഗ് ഓഫ് നേഷൻസിൽ അംഗീകരിക്കപ്പെട്ട ന്യൂനപക്ഷ പ്രശ്നത്തിനുള്ള പരിഹാരം അംഗീകരിക്കാൻ പ്രാചീന രാഷ്ട്രങ്ങളായ യുഎസ്എ, ഫ്രാൻസ്, ഇംഗ്ലണ്ട് തുടങ്ങിയവ വിസമ്മതിച്ചത്. തങ്ങളുടെ സാമ്രാജ്യത്തിലെ ഐക്യം തകർക്കപ്പെടുമെന്നും അനാവശ്യമായ ബുദ്ധിമുട്ടുകളുണ്ടാക്കുമെന്നും അത് വിഘടന വാദത്തിന്റെ ചെകുത്താനെ ഇളക്കിവിടുമെന്നും ദീർഘകാലമായി പ്രകടമാവാതിരുന്ന ന്യൂനപക്ഷങ്ങൾക്കിടയിലെ സങ്കുചിത താൽപ്പര്യങ്ങൾ വീണ്ടും തലപൊക്കുമെന്നുമുള്ള കാരണങ്ങളാലാണ് ലീഗിന്റെ തീരുമാനങ്ങൾ തങ്ങൾക്ക് ബാധകമല്ല എന്ന് ആ രാജ്യങ്ങൾ പ്രഖ്യാപിച്ചത്. ലോകത്തിലെ എല്ലാ രാജ്യങ്ങളിലും ന്യൂനപക്ഷ തീരുമാനത്തിന്റെ പ്രായോഗികതയെക്കുറിച്ചുള്ള ചർച്ചയിൽ പങ്കെടുക്കവേ ലീഗിലെ അമേരിക്കൻ പ്രതിനിധിയും അതേവികാരം തന്നെ പ്രകടിപ്പിച്ചു. അദ്ദേഹം പറഞ്ഞു: “ആ ഭൂഖണ്ഡത്തിലെ (അമേരിക്കയിലെ) ഓരോ ജനതയെയും രൂപപ്പെടുത്തുന്ന ഘടകങ്ങൾക്കിടയിൽ ജാതി, ഭാഷ, മതം എന്നിവയുമായി ബന്ധപ്പെട്ട് വ്യതിരിക്തമായ സവിശേഷതകളൊന്നുമില്ല. ഓരോ അമേരിക്കൻ സംസ്ഥാനത്തിന്റെയും ഭൂപ്രദേശങ്ങളിലുടനീളം ഭാഷാപരമായ ഏകതാനതയും ഓരോ സംസ്ഥാനത്തെയും മുഖ്യജനവിഭാഗങ്ങളുമായി കുടിയേറ്റക്കാർ പൂർണമായും ലയിച്ചു ചേരുന്നതിനൊപ്പമുള്ള പൂർണമായ മതസഹിഷ്ണുതയും അവരിൽ സ്വാഭാവിക സംഘടനകൾ സൃഷ്ടിക്കുകയും, അതിലൂടെ, കൂട്ടായ ഐക്യം പൂർണവുമാണ്. ലീഗ് ഓഫ് നേഷൻസിന്റെ സംരക്ഷണത്തിനുള്ള അവകാശത്തോട് കൂടി ന്യൂനപക്ഷങ്ങളുടെ നിലനിൽപ്പ് അസാധ്യമാണ് എന്നാണതിനർഥം. ഈ പഴക്കമേറിയ രാഷ്ട്രങ്ങൾ അവരുടെ ന്യൂനപക്ഷ പ്രശ്നം പരിഹരിക്കുന്നത് എങ്ങനെയാണന്ന് മനസിൽ കരുതുന്നത് ഗുണപരമാണ്. തങ്ങളുടെ രാഷ്ട്രീയസംഘടനയിൽ ഏതെങ്കിലും വേറിട്ട ഘടകങ്ങളെ അംഗീകരിക്കാൻ അവർ തയാറല്ല. കുടിയേറ്റക്കാർ അവരുടെ വിദേശ ഉൽപ്പത്തി വിസ്മരിച്ചു കൊണ്ട്, വേറിട്ട നിലനിൽപ്പിനെക്കുറിച്ചുള്ള എല്ലാ ബോധവുമുപേക്ഷിച്ച്, ജനതയിലെ മുഖ്യവിഭാഗമായ ദേശീയജാതിയിൽ സ്വാഭാവികമായും ലയിച്ചുചേർന്ന് അതിന്റെ സംസ്കാരവും ഭാഷയും സ്വീകരിക്കുകയും അതിന്റെ അഭിലാഷങ്ങൾ പങ്കുവയ്ക്കുകയും വേണം. അങ്ങനെ ചെയ്യുന്നില്ലെങ്കിൽ, രാഷ്ട്രത്തിന്റെ എല്ലാ നിയമങ്ങൾക്കും കീഴ്വഴക്കങ്ങൾക്കും വിധേയമായി, രാഷ്ട്രത്തിന്റെ ദയാദാക്ഷിണ്യത്തിൻ കീഴിൽ, പ്രത്യേകമായ ഒരു സംരക്ഷണത്തിനും അർഹതയില്ലാതെ, എന്തെങ്കിലും പ്രത്യേകാനുകൂല്യമോ അവകാശങ്ങളോ ഇല്ലാതെ, കേവലം പുറത്തു നിന്നുള്ളവരായി, അവർ ജീവിക്കണം. വിദേശഘടകങ്ങൾക്ക് മുമ്പിൽ രണ്ട് മാർഗങ്ങൾ മാത്രമേ തുറന്നിട്ടിട്ടുള്ളൂ: ഒന്നുകിൽ, ദേശീയജാതിയുടെ സംസ്കാരം സ്വീകരിച്ച് അതിൽ ലയിച്ചു ചേരണം. അല്ലെങ്കിൽ, അവിടെ ജീവിക്കാൻ ദേശീയ ജാതി അനുവദിക്കുന്നിടത്തോളം അങ്ങനെ ചെയ്യുകയും ദേശീയ ജാതിയുടെ മധുരതരമായ ഇഷ്ടത്തിനനുസൃതമായി രാജ്യം വിട്ടുപോവുകയും വേണം.

ന്യൂനപക്ഷ പ്രശ്നത്തിൽ പ്രായോഗികമായ വീക്ഷണം അത് മാത്രമാണ്. അത് മാത്രമാണ് യുക്തിസഹവും ശരിയായ പരിഹാരവും. രാഷ്ട്രീയാടിസ്ഥാനത്തിലുള്ള ഒരു ജനസമൂഹത്തിൽ ഒരു സ്റ്റേറ്റിനുള്ളിൽ മറ്റൊരു സ്റ്റേറ്റിന്റെ സൃഷ്ടിയെന്ന അർബുദമുണ്ടാക്കുന്ന അപകടത്തിൽ നിന്നും രാഷ്ട്രത്തെ സുരക്ഷിതമായി നിലനിർത്താൻ അതിന് മാത്രമേ കഴിയൂ. ഈ വീക്ഷണകോണിലൂടെ നോക്കുമ്പോൾ, പഴക്കമേറിയ രാഷ്ട്രങ്ങളുടെ അനുഭവങ്ങൾ അനുശാസിക്കുന്നതനുസരിച്ച്, ഹിന്ദുസ്ഥാനിലെ വിദേശജാതികൾ ഒന്നുകിൽ ഹിന്ദു സംസ്കാരവും ഭാഷയും സ്വീകരിച്ച്, ഹിന്ദുമതത്തെ ബഹുമാനിക്കാൻ പഠിച്ച്, അതിനെ ആദരവോടെ ഉയർത്തിപ്പിടിച്ച്, ഹിന്ദുജാതിയെയും സംസ്കാരത്തെയും, അതായത്, ഹിന്ദുരാഷ്ട്രത്തെ മഹത്വവൽക്കരിക്കുന്നതൊഴികെയുള്ള സകല ആശയങ്ങളുമുപേക്ഷിച്ച്, അവരുടെ പ്രത്യേകമായ നിലനിൽപ്പ് ഉപേക്ഷിച്ച്, ഹിന്ദുജാതിയിൽ ലയിക്കണം. അല്ലെങ്കിൽ, യാതൊന്നുമവകാശപ്പെടാതെ, യാതൊരു പ്രത്യേകാനുകൂല്യങ്ങൾക്കും മുൻഗണനാക്രമത്തിലുള്ള പരിചരണത്തിനും, പൗരാവകാശങ്ങൾക്കുപോലും, അർഹതയില്ലാതെ ഹിന്ദുരാഷ്ട്രത്തിന് പൂർണമായും കീഴ്വഴങ്ങി രാജ്യത്ത് പാർക്കണം. കുറഞ്ഞപക്ഷം, അവർക്ക് സ്വീകരിക്കാവുന്ന മറ്റൊരുമാർഗവുമില്ല. നാം പഴക്കമേറിയൊരു രാഷ്ട്രമാണ്. പഴയ രാഷ്ട്രങ്ങൾ വിദേശ ജാതികളെ കൈകാര്യം ചെയ്യുന്നതുപോലെ, ജീവിക്കാൻ നമ്മുടെ രാജ്യത്തെ തെരഞ്ഞെടുത്തവരെയും നമുക്ക് കൈകാര്യം ചെയ്യാം.

യുദ്ധാനന്തരം സൃഷ്ടിക്കപ്പെട്ടിട്ടുള്ള പുതിയ സ്റ്റേറ്റുകളിൽ അത്തരമൊരു സ്വാംശീകരണമുണ്ടായിട്ടില്ലെന്ന് മാത്രമല്ല, സമീപഭാവിയിൽ ആ നേട്ടം കൈവരിക്കാനുള്ള സാധ്യതയുമില്ല. എന്തായാലും, വിദേശജാതികളുടെ പ്രശ്നം പരിഹരിക്കാനുള്ള, പരീക്ഷിച്ചു വിജയിച്ച, ഈ പരിഹാരമാർഗം ഒരു നിയമമെന്ന നിലയിൽ എല്ലായിടത്തും പ്രയോഗിക്കേണ്ടതാണ്. എന്നാൽ, ലീഗ് ഓഫ് നേഷൻസ് മറ്റൊരു കുറിപ്പ് തയാറാക്കുകയും ഇപ്പോൾ പ്രസിദ്ധിയാർജിച്ചിട്ടുള്ള ന്യൂനപക്ഷ ഉടമ്പടികൾ രൂപപ്പെടുത്തുകയും 'ലോകത്തിന്റെ പൊതുനിയമം' എന്ന നിലയിൽ ഘോഷിക്കപ്പെടുന്ന പൊതുവായ ചില പ്രത്യേക തത്വങ്ങൾ രൂപപ്പെടുത്തുകയും ചെയ്തു. (ആർതർ ഹെൻഡേഴ്സന്റെ പ്രസംഗം, പേജ് 24. ലീഗ് ഓഫ് നേഷൻസിന്റെ പ്രതിമാസ സമ്മറി, ജനുവരി, 1931). എന്നാൽ, നിരവധി ആശങ്കകളും തെറ്റിദ്ധാരണകളും അതിലുണ്ട്. ഈ പരിഹാരം രചിച്ചവർക്ക് അതിൽ പതുങ്ങിയിരിക്കുന്ന വലിയ അപകടങ്ങളെ കുറിച്ച് അറിയാമായിരുന്നു. എങ്കിലും, ഈ ഉടമ്പടികൾ ആദ്യ ചുവടുവയ്പായി ത്തീരുമെന്ന് അവർ ആശിച്ചു. "ന്യൂനപക്ഷങ്ങൾക്ക് സംരക്ഷണത്തിനും നീതിക്കുമുള്ള നടപടികൾ ഉറപ്പാക്കുകയും അത് ക്രമേണയായി അവരുൾപ്പെടുന്ന ദേശീയ സമൂഹത്തിൽ ലയിച്ചു ചേരാൻ അവരെ സജ്ജരാക്കുകയും വേണം" എന്നതായിരുന്നു അവരുടെ പ്രഖ്യാപിത ലക്ഷ്യം (1925 ഡിസംബർ 9 ന് ലീഗ് കൗൺസിലിൽ ഓസ്റ്റിൻ ചേമ്പർലെയ്ൻ നടത്തിയ പ്രസംഗം. രാധാകുമുദ് മുഖർജി ഉദ്ധരിച്ചത്). ചില സ്റ്റേറ്റുകളിൽ ലീഗ് അഭിമുഖീകരിച്ച ഈ അപകടത്തെക്കുറിച്ച് 9.12.1925 ന് ലീഗ് കൗൺസിലിൽ നടത്തിയ പ്രസംഗത്തിൽ പോൾ ഫൗഷില്ലെ അത് വ്യക്തമാക്കിയിട്ടുണ്ട്. അദ്ദേഹം പറഞ്ഞു: "ഈ പരിഹാരത്തിന് (ന്യൂനപക്ഷാവകാശങ്ങളുടെ പരിഹാരം) ഒരുപേക്ഷ, ചില അപകടങ്ങൾ ഇല്ലാതില്ല. രാഷ്ട്രീയവും സാമൂഹികവുമായ സമാധാനത്തിന്റെ ഒരു ഘടകമായി ഒരു രാജ്യത്തിലെ എല്ലാ താമസക്കാർക്കും

തുല്യത നൽകുന്ന പക്ഷം, പ്രത്യേക വിഭാഗമെന്ന നിലയിൽ ന്യൂനപക്ഷങ്ങളുടെ അനുരൂപത വർധിപ്പിച്ച്, സ്വന്തം പ്രബലതയെക്കുറിച്ചുള്ള ബോധം അവരിൽ വികസിപ്പിച്ച്, അവരുടെ അവകാശങ്ങൾ അംഗീകരിക്കുന്നത് അവരും ഒരു ഭാഗമായ സ്റ്റേറ്റിൽ നിന്നും സ്വയം വിഘടിച്ചു പോവാൻ അവരെ പ്രേരിപ്പിച്ചെന്ന് വരാം. മാത്രമല്ല, സ്വയം പ്രയോഗിക്കാവുന്ന ജനങ്ങളുടെ ഈ അവകാശത്തിന്റെ വെളിച്ചത്തിൽ, ഈ ന്യൂനപക്ഷങ്ങളുടെ അവകാശങ്ങൾ അംഗീകരിക്കുന്നത് സ്റ്റേറ്റുകളുടെ പ്രവർത്തനങ്ങളിൽ തടസമുണ്ടാക്കുമെന്ന അപകടവുമുണ്ട്." എത്രമാത്രം പ്രവചനപരമായ വാക്കുകൾ! ലീഗ് ഓഫ് നേഷൻസിന്റെ മൂക്കിന് തൊട്ടുതാഴെ, യൂറോപ്പിൽ സമീപകാലത്തുണ്ടായ സംഭവവികാസങ്ങൾ ഈ അഭിപ്രായങ്ങൾ തികച്ചും ശരിയാണെന്ന് തെളിയിച്ചിരിക്കുന്നു. ഭാഗ്യഹീനമായ ചെക്കോസ്ലാവാക്യ (മുമ്പ് വാഗ്ദാനം ചെയ്തപോലെ, ഇപ്പോൾ ഞങ്ങൾ പരാമർശിക്കുന്നു)യുടെ വിനാശകരമായ വിധി ലീഗിന്റെ പ്രതീക്ഷകൾ എത്രമാത്രം പൊള്ളയായിരുന്നുവെന്നും പോൾ ഫൗഷില്ലെയുടെ ഭയം എത്രമാത്രം ന്യായമാണെന്നും സംശയത്തിന്റെ ഒരു നിഴൽ പോലും അവശേഷിപ്പിക്കാതെ തെളിയിച്ചിരിക്കുന്നു. വിഭാവനം ചെയ്യാവുന്നതിൽ വച്ച് ഏറ്റവും നീതിപൂർവകമായ ഒന്നായിരുന്നു ന്യൂനപക്ഷങ്ങളുടെ അവകാശങ്ങളുമായി ബന്ധപ്പെട്ട ലീഗിന്റെ തീരുമാനം. എന്നാൽ, അത്തരം തികച്ചും ഒരു സംവിധാനമുണ്ടായിട്ടും, ന്യൂനപക്ഷങ്ങൾ ദേശീയ സമൂഹത്തിൽ ലയിക്കുന്നത് പ്രോത്സാഹിപ്പിക്കപ്പെടുന്നതിന് പകരം, അതവരിലെ അനുരൂപത വർധിപ്പിക്കുകയും പ്രബലതയുടെ ബോധം അവരിൽ സൃഷ്ടിക്കുകയും, സ്റ്റേറ്റിന്റെ പ്രവർത്തനം മൊത്തത്തിൽ അലങ്കോലപ്പെടുത്തുകയും ചെയ്തു. അവിടത്തെ സഡെറ്റെൻ ജർമൻ ന്യൂനപക്ഷം ജർമനിയുമായും ഹംഗറിക്കാർ ഹംഗറിയുമായും ലയിച്ചു. അവസാനം, ദേശീയരായ ചെക്കുകാർ അവശേഷിച്ച ചെറിയ ഭൂപ്രദേശത്ത് ഒതുങ്ങിക്കൂടേണ്ടി വന്നു.

അതേകഥ അതേ രീതിയിൽ നമ്മുടെ രാജ്യത്തും ആവർത്തിക്കുമെന്ന് ഞങ്ങൾ മുന്നറിയിപ്പു തരുന്നു. ന്യൂനപക്ഷ പ്രശ്നം പരിഹരിക്കാനുള്ള നമ്മുടെ ആധുനികമായ പോംവഴി വളരെ കൂടുതൽ അപകടം പിടിച്ചതാണ്. ന്യൂനപക്ഷങ്ങളെന്ന് ലീഗ് നിർണയിച്ചിട്ടുള്ളതനുസരിച്ച്, അവരുടെ എണ്ണത്തിന്റെയും താമസിച്ചിട്ടുള്ള വർഷങ്ങളുടെയും (അതിൽ ഞങ്ങൾക്ക് സംശയമുണ്ട്) അടിസ്ഥാനത്തിൽ അവർക്ക് പറഞ്ഞറിയിക്കാനാവാത്ത തരത്തിലുള്ള അവകാശങ്ങൾ നൽകുന്നുവെന്ന് മാത്രമല്ല, എല്ലാറ്റിനുമുപരിയായി, എത്രതന്നെ എണ്ണത്തിൽ കുറവും സമീപകാലത്ത് സ്ഥിരതാമസമാക്കിയവരുമാണെങ്കിലും ലീഗ് നിർണയിച്ചിട്ടുള്ള ഏറ്റവും കുറഞ്ഞതിലും വളരെ കൂടുതൽ അവകാശങ്ങളും പ്രത്യേകാനുകൂല്യങ്ങളുമാണ് അവർക്ക് ലഭിക്കുന്നത്. ഹിന്ദുദേശീയ ജീവിതം തകർക്കപ്പെടുന്നതിന്റെ അപകടം ഇപ്പോൾ തന്നെ അനുഭവപ്പെടുന്നു എന്നതാണ് അതിന്റെ സ്വാഭാവികമായ അനന്തരഫലം. അത് മനസിലാക്കി നാം സജ്ജരായിരിക്കുക. നമ്മുടെ പ്രവർത്തന പരിധിക്ക് പുറത്തായതിനാൽ ആ അപകടത്തെക്കുറിച്ച് ഞങ്ങളിവിടെ വിസ്തരിക്കുന്നില്ല. സ്വയം ചിന്തിക്കാനും ഉണ്ടായിക്കൊണ്ടിരിക്കുന്ന സംഭവവികാസങ്ങൾ വായിക്കാനുമായി ഞങ്ങളത് വായനക്കാർക്ക് വിടുന്നു. ഒന്നും കാണാതെയല്ല ലീഗിന്റെ ഈ തീരുമാനം സ്വീകരിക്കാൻ പരിചയസമ്പന്നമായ എല്ലാ രാഷ്ട്രങ്ങളും വിസമ്മതിച്ചതെന്ന് മാത്രം ഞങ്ങൾ വായനക്കാരെ ഓർമിപ്പിക്കുന്നു. ന്യൂനപക്ഷങ്ങൾക്ക് പ്രത്യേകാവകാശമെന്ന

ഘടകത്തെ അംഗീകരിക്കാൻ ആ രാജ്യങ്ങൾ വിസമ്മതിച്ചതും ഒന്നും കാണാതെയല്ല. മതപരവും സാംസ്കാരികവും ഭാഷാപരവും രാഷ്ട്രീയവുമായ പൊതുവായ ദേശീയജീവിതത്തിന് ന്യൂനപക്ഷങ്ങൾ പൂർണമായും വിധേയരായി ജീവിക്കണമെന്ന് ആ രാഷ്ട്രങ്ങൾ നിർബന്ധം പിടിക്കുന്നു. വിദേശികൾ അവരുടെ എല്ലാ പഴയ ബന്ധങ്ങളും വിഛേദിച്ച് അവരുടെ ദേശീയ ജാതിയിൽ ലയിക്കുകയോ, അല്ലാത്ത പക്ഷം, യാതൊരവകാശങ്ങൾക്കും അർഹതയില്ലാതെ, ദേശീയ ജാതിയിൽ നിന്നും യാതൊരു ബാധ്യതകൾക്കും അവകാശമില്ലാതെ ജീവിക്കുകയോ വേണമെന്ന് ആ രാഷ്ട്രങ്ങൾ തീർത്തു പറയുന്നു. ഇത്രയും ഓർമിപ്പിച്ചു കൊണ്ട് ചെക് സംഭവങ്ങളെക്കുറിച്ച് ചിന്തിക്കാനും നമ്മുടെ ദേശീയ ജീവിതം അതിലും എത്ര വലിയ അപകടത്തെ അഭിമുഖീകരിക്കുന്നുവെന്ന് കണ്ടെത്താനും ഈ വിഷയം ഞങ്ങൾ വായനക്കാർക്ക് വിടുന്നു.

ഇക്കാര്യം ഇത്രയും മതി. ന്യൂനപക്ഷങ്ങളുടെ പ്രശ്നം സംബന്ധിച്ച്, ഡോ. രാധാമുഖർജി, എം എ, പി എച്ച് ഡിയുടെ *ഇന്ത്യാ ആന്റ് ദി ലീഗ് ഓഫ് നേഷൻസ് മൈനോറിട്ടി ട്രീറ്റീസ്* വായനക്കാർക്ക് റഫർ ചെയ്തു കൊണ്ട് ഞങ്ങളുടെ വിഷയത്തിലേക്ക് മടങ്ങുന്നു. ഒരു 'സ്റ്റേറ്റി'നെ കുറിച്ചുള്ള ചർച്ചകളിൽ തീർച്ചയായും ഈ ചോദ്യങ്ങൾ ഉയർന്നു വരുന്നുണ്ട്. ഹിന്ദുസ്ഥാനിലെ രാഷ്ട്രത്വത്തെ മനസിലാക്കാനാണ് ഞങ്ങൾ ശ്രമിക്കുന്നത്. അത് ചെയ്തു കഴിയുമ്പോൾ 'സ്റ്റേറ്റി'ന്റെ രൂപം സംബന്ധിച്ച എല്ലാ ചോദ്യങ്ങളും ഇന്ന് നിലനിൽക്കുന്ന തരത്തിലുള്ള 'രാഷ്ട്ര'ത്തെ വിശ്വസിച്ചേൽപ്പിക്കാവുന്നതാണ്.

അധ്യായം ആറ്

അപ്പോൾ, ഹിന്ദുസ്ഥാനിൽ പ്രാചീനമായ ഹിന്ദുരാഷ്ട്രമുണ്ട് എന്ന നിഗമനത്തിൽ നാം എത്തിച്ചേരുന്നു. എന്നാൽ, പ്രാചീന ഹിന്ദുക്കൾക്ക് മേൽ രാഷ്ട്രത്തിന്റെ ആധുനിക സങ്കൽപ്പം അടിച്ചേൽപ്പിക്കാൻ നാം ശ്രമിക്കുകയാണോ, പ്രാചീന ഹിന്ദുക്കൾക്ക് ദേശീയതയെക്കുറിച്ച് എന്തെങ്കിലും ധാരണയുണ്ടായിരുന്നുവോ, പാശ്ചാത്യരിൽ നിന്നും കടമെടുത്ത പൂർണമായും ആധുനികമായൊരു വികാസമാണോ ദേശീയ വികാരം എന്നീ ചോദ്യങ്ങൾ ഉയർന്നു വരാവുന്നതാണ്. ഹ്രസ്വമായി ഈ ചോദ്യത്തിന് ഞങ്ങൾ ഉത്തരം നൽകുന്നു. വേദങ്ങളിലും മറ്റ് പൗരാണിക രചനകളിലും പൊതുവായ രീതിയിൽ വിശദീകരിച്ചിട്ടുള്ള 'രാഷ്ട്ര' എന്ന പദം ഇംഗ്ലീഷിലെ 'നേഷൻ' (Nation) എന്ന പദത്തിൽ അടങ്ങിയിട്ടുള്ള മുഴുവൻ ആശയത്തെയും വെളിപ്പെടുത്തുന്നതാണ്. അങ്ങനെയായിരിക്കുന്ന സ്ഥിതിക്ക് [യഥാർഥത്തിൽ രാഷ്ട്രം] അതിൽ ദേശീയ ജാതിയുടെ അധികാരമായ 'സ്വരാജ്' അഥവാ സ്വാതന്ത്ര്യത്തെ ഉൾപ്പെടുത്തുമ്പോൾ അത് സകല രീതിയിലും വിശദീകരിക്കാനാവുന്ന തരത്തിലുള്ള സ്വത്തുക്കളുള്ള, കടൽ മുതൽ കടൽ വരെ വ്യാപിച്ചു കിടക്കുന്ന 'പൃഥിവൈസമുദ്ര പര്യന്തായ ഏകരാട്' ആയിത്തീരുന്നു. 'പശുധാന്യഹിരണ്യസംപദാ രാജതേ ശോഭതേ ഇതി രാഷ്ട്രം.' രാഷ്ട്രത്തിന്റെ ആശയം പൂർണമാകണമെങ്കിൽ അത് 'ദേശ്' (രാജ്യം), 'ജാതി' (വംശം) അഥവാ 'ജനപഥ്' (ജനങ്ങൾ) എന്നിവ ഉൾപ്പെടുന്നതായിരിക്കണം. മതം, സംസ്കാരം, ഭാഷ എന്നിവയെക്കുറിച്ചുള്ള പരാമർശങ്ങളൊന്നുമില്ലെങ്കിലും, തുടർന്ന് നാം കാണുന്നതുപോലെ ജനപഥിൽ അവയെല്ലാം ഉൾക്കൊണ്ടിരിക്കുന്നു. ഭരിക്കുന്ന ജാതിക്ക് സമ്പത്തും അധികാരവും ലഭ്യമാക്കിക്കൊടുക്കുന്നത് ദേശമാണ്. (മർത്തൂർദണ്ഡ കോഷ വൃദ്ധിം ദിശാതി ദദാതീതി ദേശ്). ഉദാഹരണമായി, അതിന് ശാസ്ത്രീയമായ ഒരു അതിർത്തിയും സമൃദ്ധമായ ഉൽപ്പാദനക്ഷമതയുമുണ്ടായിരിക്കണം. ഒരു ജാതിയുടെ ദേശീയ ജീവിതത്തിൽ ഒരവശ്യഘടകമാണ് രാജ്യത്തോടുള്ള സ്നേഹം. തീർച്ചയായും ദേശീയതാബോധമുള്ളവർ ദേശസ്നേഹികളെന്നും വ്യക്തമാക്കിയിരിക്കുന്നു. അതായത്, സ്വന്തം പിതൃഭൂമിയെക്കുറിച്ചുള്ള അഭിമാനബോധമാണത്. ഒരു ജാതിക്ക്

അതിന്റെ രാജ്യത്തോട് അത്തരം സ്നേഹവും അഭിമാനബോധവുമുണ്ടെങ്കിൽ അത് ശരിയായ പാതയിലൂടെ നീങ്ങുന്നതും അതിന്റെ രാഷ്ട്രബോധം പ്രകട മായിത്തന്നെ ഉണർവുള്ളതുമാണ്. മാതൃരാജ്യത്തോടുള്ള സ്നേഹം സ്വയം വെളിപ്പെടുത്തുന്ന അത്തരം രാഷ്ട്രബോധം ഹിന്ദുജാതിയിൽ സദാനേരവും സജീവമാണ്.* ഇതിഹാസകൃതിയായ *രാമായണ*ത്തിൽ അതിന്റെ ഏറ്റവും മനോഹരവും ഹൃദയസ്പർശിയുമായ പ്രകാശനം കാണാവുന്നതാണ്. തന്റെ പ്രവാസ ജീവിതകാലത്ത് പൈതൃകമായ സിംഹാസനം സിദ്ധിച്ച ഭരതൻ മാറ്റത്തിന് വിധേയമായിട്ടുണ്ടാവുമെന്നും അദ്ദേഹവുമായുള്ള ഏറ്റുമുട്ടൽ ഒഴിവാക്കാൻ ഇപ്പോൾ കീഴടക്കിയ ലങ്കയിൽ തുടരുന്നതാണ് നല്ലതെന്നും ഉപദേശിച്ചപ്പോൾ ഇതിഹാസത്തിലെ ഹിന്ദു ആദർശ പുരുഷനും രാജാവുമായ ശ്രീ രാമചന്ദ്രൻ മറുപടി നൽകി:

"അപി സ്വർണമയീ ലങ്കാ ന മേ ലക്ഷ്മണ രോചതേ
ജനനി ജന്മഭൂമിത്ര സ്വർഗദപി ഗരിയസി"

(അല്ലയോ ലക്ഷ്മണാ! സുവർണ ദേശമായ ലങ്ക, അതിന്റെ എല്ലാ സമ്പത്തുകളോടും, എന്നെ ആകർഷിക്കുന്നില്ല. എനിക്ക് സ്വർഗത്തേക്കാൾ ശ്രേഷ്ഠമായത് എന്റെ മാതാവും മാതൃഭൂമിയുമാണ്)[2]

അധികാരത്തിനും മാഹാത്മ്യത്തിനും പുറമേ രാജ്യത്തിൽ മറ്റ് ചില ഘടകങ്ങൾ കൂടെയുണ്ട്. രാഷ്ട്രത്തിനുള്ള ഒരു നല്ല രാജ്യത്തിന്റെ വിവരണ മനുസരിച്ച്, ഹിന്ദുമതം നിഷ്കർഷിച്ചിട്ടുള്ള സമൂഹത്തിലെ നാല് വർഗ ങ്ങളുമുണ്ടായിരിക്കണം. ഹിന്ദുമതവും സംസ്കാരവും നിഷ്കർഷിച്ചിട്ടുള്ള സാമൂഹിക നിയമങ്ങളോട് യോജിക്കാത്തവർ എന്നാണ് 'മ്ലേച്ഛൻ' എന്ന പദ ത്തിന്റെ അർഥം. രാജ്യത്തിലെ ഒരു രാഷ്ട്രത്തിൽ ജീവിക്കുന്നവരുടെ മതപരവും സാംസ്കാരികവുമായ ഐക്യത്തെക്കുറിച്ച് പ്രാചീന ഗുരുക്കന്മാർക്ക് ധാരണയുണ്ടായിരുന്നു എന്ന് വ്യക്തമാണ്.

വംശം എന്ന് വിവർത്തനം ചെയ്യാവുന്ന ജാതി എന്ന ആശയത്തിലേക്ക് ഇനി നമുക്ക് കടക്കാം. *ന്യായസൂത്ര*ങ്ങളിൽ ഗൗതമൻ അതിനെ ഇങ്ങനെ നിർവചിച്ചിരിക്കുന്നു. 'സമാന പ്രസവാത്മികാ ജാതി.' പൊതുവായ സഹാനുഭൂതി, അതായത്, അഭിവാഞ്ഛകളാൽ അന്യോന്യം ബന്ധപ്പെട്ടു

---

* നേർവഴിക്ക് ചിന്തിക്കുന്ന എല്ലാ ഹിന്ദുക്കളിലും ഇന്നും ഈ സ്നേഹം പ്രകടമാണ്. തന്റെ സ്നേഹപൂർണമായ മാതൃഭൂമിയായ ഹിന്ദുസ്ഥാനിലേക്ക് തന്റെ ഭൗതികാവശിഷ്ടങ്ങൾ കൊണ്ടുവരണമെന്നായിരുന്നു ശ്രേഷ്ഠനായ രാജ്യസ്നേഹിയായിരുന്ന അന്തരിച്ച വിത്തൽഭായി പട്ടേലിന്റെ അന്ത്യാഭി ലാഷം. രാജ്യസ്നേഹിയെന്ന് വിളിക്കപ്പെടുന്ന മറ്റൊരാളുടെ ചിത്രവും നമുക്ക് മുമ്പിലുണ്ട്. വിദേശത്ത് വച്ച് മരിച്ച മൗലാനാ മുഹമ്മദ് അലി തന്റെ ഭൗതികാവശിഷ്ടം തന്നെയും തന്റെ പൂർവപിതാക്കൻമാരെയും തീറ്റിപ്പോറ്റിയ ദേശത്തേക്ക് കൊണ്ടു പോകണമെന്നല്ല, മറിച്ച്, വിദേശ രാജ്യമായ മക്കയിലേക്ക് കൊണ്ടു പോകണമെന്നാണ് ആവശ്യപ്പെട്ടത്. ഇന്ത്യയിലെ ഹിന്ദുക്കളുടെയും മുസ്ലീങ്ങളുടെയും മാനസികാവസ്ഥ ഈ രണ്ട് വ്യക്തികളും പ്രതിനിധീകരിക്കുന്നു. രാജ്യത്തോടുള്ള സ്നേഹം ദേശീയതയിലെ ഒരവശ്യഘടകമായതിനാൽ ഹിന്ദുസ്ഥാനിൽ ആരാണ് ദേശീയതാവാദി, ആരാണ് വിദേശി എന്ന് പ്രത്യേകം പറയേണ്ട ആവശ്യമില്ല. ഈ രാജ്യത്ത് ഹിന്ദുക്കൾ മാത്രമാണ് രാഷ്ട്രമെന്നും മുസ്ലീംങ്ങൾ അന്യരാണെന്നുമുള്ള ഞങ്ങളുടെ നിലപാടിനെ ഈ ഉദാഹരണം തികച്ചും സാധൂകരിക്കുന്നു. അവർ യഥാർഥത്തിൽ ദേശീയ വിരുദ്ധരല്ലെങ്കിൽ, കുറഞ്ഞപക്ഷം രാഷ്ട്രശരീരത്തിന് പുറത്തെങ്കിലുമുള്ളവരാണ്. (മൂലകൃതിയിലുള്ളത്)

നിൽക്കുന്ന ആളുകൾ എന്നാണ് ജാതിയെന്ന പദത്തിനർഥം. ഈ പദവും പൊതുവായ ഉൽപ്പത്തി ഊന്നിപ്പറയുന്നതിലൂടെയും, അതേസമയം, ഏകത്വത്തിന്റെ-ആനുരൂപ്യത്തിന്റെ- വികാരത്തിന് പ്രത്യേക ഊന്നൽ നൽകുന്നതിലൂടെയും, ജനങ്ങൾക്കിടയിൽ സഹവർത്തിത്വത്തിന്റെ പൊതുവായ ബന്ധുത്വം നിലനിൽക്കുന്നതിലേക്ക് വിരൽ ചൂണ്ടുന്നു. മനുഷ്യജാതിയുടെ ഭാവി വാർത്തെടുക്കാൻ പ്രവർത്തിച്ചിട്ടുള്ളതും പ്രവർത്തിച്ചുകൊണ്ടിരിക്കുന്നതുമായ എല്ലാ ശക്തികളിലും വച്ച് ഏറ്റവും പ്രബലമായത് മതമെന്ന് നാം വിളിക്കുന്ന ശക്തിയാണ് എന്നത് വളരെ സുവിദിതമായ സംഗതിയാണ്. ഒരു പശ്ചാത്തലമെന്ന നിലയിൽ, സകല സാമൂഹ്യ സംഘടനകൾക്കും പിന്നിൽ എവിടെയെങ്കിലും ഈ പ്രത്യേക ശക്തിയുടെ പ്രവർത്തനങ്ങളുണ്ട്. മനുഷ്യസമൂഹങ്ങളുടെ എക്കാലത്തെയും പ്രവർത്തനങ്ങളുണ്ടായിട്ടുള്ള ആനുരൂപക ചോദനകൾ ഈ ശക്തിയിൽ നിന്നുമാണ് ഉരുത്തിരിച്ചെടുത്തിട്ടുള്ളത് (സ്വാമി വിവേകാനന്ദൻ). തന്റെ അർഥവത്തായ സൂത്രവാക്യത്തിലൂടെ ജാതിയെ നിർണയിക്കുമ്പോൾ പൊതുവായൊരു ഉൽപ്പത്തിയും പൊതുവായ മതവും സംസ്കാരവും പൊതുവായ ഭാഷയും പൊതുവായ പാരമ്പര്യങ്ങളും അഭിവാഞ്ഛകളുമുള്ള ഒരു ജനപഥത്തിന്റെ ചിത്രം ഗൗതമന്റെ മനസിലുണ്ടായിരുന്നു എന്ന കാര്യം വളരെ വ്യക്തമാണ്. നമ്മുടെ പ്രാചീന സാഹിത്യത്തിൽ സൂത്രങ്ങൾ അഥവാ സൂത്രവാക്യങ്ങൾ സുലഭമായുണ്ട്. മറ്റുള്ള ആശയങ്ങളുമായി ബന്ധപ്പെട്ട് ചെറിയ സൂത്രവാക്യങ്ങൾക്ക് നിരവധി ആശയങ്ങളെ പൂർണമായി എങ്ങനെ വിശദീകരിക്കാൻ കഴിയുമെന്ന് നമ്മുടെ പ്രാചീന പണ്ഡിതന്മാർക്കറിയാമായിരുന്നു. സൂത്രങ്ങളുടെ കാര്യവും അതിന് സമാനമാണ്. രണ്ട് ഏകസ്വരവ്യഞ്ജനഗണങ്ങളിൽ ആ ആശയത്തിന്റെ മുഴുവൻ സ്വഭാവവും വ്യക്തമാക്കപ്പെട്ടിരിക്കുന്നു. അതായത് 'പ്രസവ്', 'ആത്മിക' എന്നീ പദങ്ങളിൽ പൂർണമായും ഉൾക്കൊണ്ടിരിക്കുന്നത് പൊതുവായ ഉൽപ്പത്തിയുടെയും മതത്തിന്റെയും സംസ്കാരത്തിന്റെയും ഭാഷയുടെയും പൂർണമായ ആശയങ്ങളാണ്. അതാകട്ടെ, ഒരു ജനതയെ വെളിപ്പെടുത്തുന്നതുമാണ്. കണിശമായുമതിനെ ഒരു ജാതിയെന്ന് വിളിക്കാം. മാത്രമല്ല, രാഷ്ട്രത്തിന്റെ അവിഭാജ്യ ഘടകമായ രണ്ടാമത്തെ വിഭാഗങ്ങളെ മതപരവും സാംസ്കാരികവും ഭാഷാപരവുമായ ഐക്യമായി ഹിന്ദുപണ്ഡിതന്മാർ വീണ്ടും ചൂണ്ടിക്കാണിച്ചിട്ടുണ്ട് എന്നതും ഇവിടെ പ്രസക്തമാണ്.

മൂന്നാമത്തെ പദമായ 'ജനപഥ'ത്തിന്റെ അർഥം ജനത എന്നാണ്. അത് ജാതിയെന്ന പദത്തിന്റെ പര്യായത്തോടടുത്ത് വരുന്നതും കൂടുതൽ പ്രകടനപരവുമാണ്. ജനപഥ കൂടുതൽ സങ്കീർണമായ ഒരാശയമാണ്. അതിൽ ഉൾക്കൊള്ളുന്നത് മുഖ്യമായും രാജ്യവും ജാതിയുമാണെങ്കിലും അത് ജാതിയുടെ സ്വഭാവം കണിശമായും പ്രസ്താവിക്കുകയും, ഒപ്പം, മതത്തിനും സംസ്കാരത്തിനും പ്രമുഖമായൊരു സ്ഥാനം കൽപ്പിക്കുകയും ചെയ്യുന്നു. 'ജനസസ്യ വർണാശ്രമ ലക്ഷ്മണസ്യദ്രവ്യോത്പദം: സ്ഥാനമിതി' എന്നാണ് ജനപദത്തിനർഥം. അതായത്, വർണങ്ങളാലും ആശ്രമങ്ങളാലും ഗുണദോഷ വിവേചനം ചെയ്തത് അല്ലെങ്കിൽ, സമൂഹത്തിന്റെ ഹിന്ദുചട്ടക്കൂടിനെ പിന്തുടരുന്നതും ഹിന്ദു നിയമങ്ങളെ അനുസരിക്കുന്നതും. ചുരുക്കത്തിൽ, ഹിന്ദുമതത്തോടും സംസ്കാരത്തോടും ആഭിമുഖ്യം പുലർത്തുന്നത് എന്നതാണ് പ്രധാനം. പ്രാചീന ഹിന്ദുക്കളുടെ രാഷ്ട്ര സങ്കൽപ്പത്തിന്റെ ഒരു ഘടകമായ ജനപഥത്തിൽ യഥാർഥത്തിൽ ഉൾപ്പെടണമെങ്കിൽ രാജ്യത്തിലെ ജനങ്ങൾ മതവും സംസ്കാരവും കൊണ്ടും, അതിന്റെ തുടർച്ചയായി ഭാഷ കൊണ്ടും, ഹിന്ദുക്കളായേ മതിയാവൂ.

ഇവ മൂന്നിനെയും ഒന്നിച്ചെടുക്കുമ്പോൾ, നൂറ്റാണ്ടുകൾക്ക് മുമ്പുതന്നെ രാജ്യത്തിലെ അഞ്ച് ഏകത്വങ്ങളുടെ സത്താപരമായ മൂല്യത്തെ പ്രാചീന ഹിന്ദുസ്ഥാനിലെ രാഷ്ട്രീയ പണ്ഡിതന്മാർ അംഗീകരിച്ചിരുന്നതായി കാണാവുന്നതാണ്. അതായത്, രാഷ്ട്രസങ്കൽപ്പം പൂർണമാവണമെങ്കിൽ രാജ്യം, ജാതി, മതം, സംസ്കാരം, ഭാഷ എന്നിവ കൂടിയേ തീരൂ. മതം പോലുള്ളവയെ അവർ നിർണയിച്ചില്ല എന്നതിൽ അത്ഭുതപ്പെടാനൊന്നുമില്ല. മുമ്പൊരിക്കൽ ഞങ്ങൾ പറഞ്ഞിട്ടുള്ളതു പോലെ പൊതുവായ മതവും സംസ്കാരവും ഉയർത്തിപ്പിടിക്കുന്ന ജാതികളുടെ കാര്യത്തിൽ ദേശീയതയിൽ ഉണ്ടാകുന്ന വ്യത്യാസം പൂർണമായും രാജ്യത്തിന്റെയും ജാതിയുടെയും വ്യത്യാസത്തെ മാത്രം ആശ്രയിച്ചിരിക്കുന്നു. ആ രണ്ട് ആശയങ്ങൾക്കും മാത്രമേ ഊന്നൽ കൊടുക്കേണ്ടതുള്ളൂ. ഹിന്ദു നിർണയം രൂപപ്പെടുത്തിയ പ്രാചീന കാലത്ത്, പഴയ രചയിതാക്കളെ സംബന്ധിച്ചിടത്തോളം, അന്ന് അറിയപ്പെട്ടിരുന്ന മുഴുവൻ ലോകത്തിലെയും (ഇന്ന് നാം അറിയുന്ന തരത്തിലുള്ള മുഴുവൻ ലോകത്തും എല്ലാ ജാതികളും യഥാർഥത്തിൽ ഹിന്ദുമതവും സംസ്കാരവും പിന്തുടർന്നിരുന്നുവോയെന്ന ചർച്ചയിലേയ്ക്ക് ഞങ്ങളിവിടെ കടക്കുന്നില്ല. എന്തായാലും, ദക്ഷിണാർധ ഗോളത്തിലുടനീളം, ഏഷ്യയിലും അമേരിക്കയിലുമുൾപ്പെടെ, ഹിന്ദുസംസ്കാരം കടന്നു ചെന്നിരുന്നു എന്നതിന് ധാരാളം തെളിവുകളുണ്ട്. എന്നാൽ, അങ്ങനെയായാലും ഇല്ലെങ്കിലും ഞങ്ങൾക്കത് പ്രസക്തമല്ല. അങ്ങനെയാവാനോ, അല്ലെങ്കിൽ, ഹിന്ദുമതവും സംസ്കാരവും നിലനിന്നിരുന്ന ഭൂപ്രദേശത്തെക്കുറിച്ച് മാത്രം പ്രാചീന ഹിന്ദുക്കൾ അറിഞ്ഞിരിക്കാനോ ഇടയുണ്ട്). എല്ലാ ജനങ്ങളും ഹിന്ദുമതം പിന്തുടർന്നിരുന്നുവെന്നും അവിടങ്ങളിൽ ഹിന്ദുസംസ്കാരം ഉരുത്തിരിഞ്ഞുവെന്നും ആ ജനങ്ങളിലാർക്കെങ്കിലും എന്തെങ്കിലും സംശയമുണ്ടായപ്പോൾ, ശിക്ഷണത്തിനായി, മതത്തിന്റെയും സംസ്കാരത്തിന്റെയും കളിത്തൊട്ടിലായ ഹിന്ദുസ്ഥാനിലേക്ക് വന്നിരുന്നുവെന്നും കരുതാൻ മതിയായ കാരണങ്ങളുണ്ട്. അക്കാരണത്താലാണ് ലോകത്തിലെ ഏറ്റവും ശ്രേഷ്ഠനും ഒന്നാമനുമായ നിയമനിർമാതാവായ മനു തന്റെ നിയമങ്ങളിൽ ലോകത്തിലെ സകലജനങ്ങളും ഹിന്ദുസ്ഥാനിലേക്ക് വന്ന് രാജ്യത്തിലെ ആദ്യജാതരായ ബ്രാഹ്മണരുടെ വിശുദ്ധമായ പാദങ്ങളിൽ നിന്നും ശിക്ഷണം നേടണമെന്ന് നിഷ്കർഷിച്ചത്:

"യത ശേശ പ്രസ്തസ്യ സകാശാദഗ്ര ജന്മന:
സ്വം സ്വം ചരിത്രം ശിക്ഷേരനു പ്രഥിവ്യാം സർവ്വ മാനവാ:"

അങ്ങനെ, മതം, സംസ്കാരം, അല്ലെങ്കിൽ ഭാഷ എന്നിവയുടെ പ്രാധാന്യത്തെ കുറിച്ച് വ്യത്യസ്തമായ അഭിപ്രായമില്ലാതിരുന്നതിനാൽ രാഷ്ട്രസങ്കൽപ്പം രൂപീകരിക്കുന്നതിന്റെ അവശ്യഘടകങ്ങളായി ഇവയെ പ്രത്യേകം പരാമർശിക്കേണ്ടത് ആവശ്യമാണെന്ന് പ്രാചീന ഗുരുക്കന്മാർക്ക് തോന്നിയില്ല. അവരുടെ കാലത്ത് ദേശീയത മുഴുവനായും ആശ്രയച്ചു നിന്ന മറ്റ് രണ്ട് ഘടകങ്ങളായ രാജ്യത്തിനും ജാതിക്കും അവർ ഊന്നൽ നൽകി. അതേസമയം, മറ്റ് മൂന്ന് ഘടകങ്ങളെയും കുറിച്ച് അറിയാമായിരുന്ന അവർ, അവരുടെ രാഷ്ട്രസങ്കൽപ്പത്തിലെ ഒഴിവാക്കാനാവാത്ത ഘടകങ്ങളായി വ്യക്തമായിതന്നെ അവയെ കുറിച്ച് സൂചിപ്പിക്കുകയും ചെയ്തു.

അതിപ്രാചീന കാലത്തുപോലും ദേശീയതയെ കുറിച്ചുള്ള പൂർണമായ ധാരണയും, അതിന്റെ ഫലമായി, ദേശീയബോധവും പ്രാചീന ഹിന്ദുക്കളിൽ നിതാന്തമായി നിലകൊണ്ടിരുന്നുവെന്നും അത് വർത്തമാനകാല ഉൽപ്പത്തിയുടെ ഇറക്കുമതി ചെയ്യപ്പെട്ട ഒരു വികാരമല്ലെന്നും ഇതിൽ നിന്നെല്ലാം സുരക്ഷിതമായി നമുക്ക് തീരുമാനിക്കാവുന്നതാണ്.

അധ്യായം ഏഴ്

പ്രാചീന ഹിന്ദുസ്ഥാന് അതിന്റെ ഹിന്ദു ദേശീയതയെക്കുറിച്ച് ധാരണയുണ്ടായിരുന്നതായി ഇപ്പോൾ കാണുമ്പോൾ അതിന്റെ ശാസ്ത്രീയമായ ആശയത്തെക്കുറിച്ച് നമ്മെ വീണ്ടും ഓർമിപ്പിക്കേണ്ട തരത്തിൽ നാമതെങ്ങനെ മറന്നുപോയെന്നും ഹിന്ദു ദേശീയബോധത്തെ ഉദ്ദീപിപ്പിക്കേണ്ടിവന്നത് എന്തുകൊണ്ടാണെന്നുമുള്ള ചോദ്യങ്ങൾ സ്വാഭാവികമായും നമുക്ക് മുമ്പിൽ ഉയർന്നുവരുന്നു. എന്തുകൊണ്ടാണ് നമ്മുടെ ചില പ്രവർത്തകർ ദേശീയതയ്ക്ക് വിനാശമുണ്ടാക്കുന്ന വ്യത്യസ്തമായൊരു പാത തെരഞ്ഞെടുത്തത്? പരമ്പരാഗതവും ശരിയുമായ ഈ ധാരണ ഇന്ന് അനേകം പേർക്ക് ഇഷ്ടപ്പെടുന്നില്ലെന്നും യഥാർഥ ദേശീയസ്വഭാവത്തിന്റെ വക്രമായ ആശയത്തിലൂടെ അവർ നീങ്ങാൻ തുടങ്ങിയെന്നും നാമെന്തുകൊണ്ടാണ് കണ്ടെത്തുന്നത്? എന്നാൽ, ഈ തെറ്റായ ആശയം മനസിലാക്കാൻ പ്രയാസമില്ല. ഇതിനകം തന്നെ (അധ്യായം 2) ക്രമാനുഗതമായ നമ്മുടെ ദേശീയ സ്വഭാവവും അവകാശങ്ങളും ഇല്ലായ്മ ചെയ്യപ്പെട്ടതെങ്ങനെയെന്ന് ഹ്രസ്വമായി കണ്ടെത്തുകയുണ്ടായി. അതിനെക്കുറിച്ച് കുറച്ചുകൂടി വിശദമായി ഇവിടെ ആവർത്തിക്കേണ്ടിയിരിക്കുന്നു. *മഹാഭാരത*ത്തിലെ മഹായുദ്ധത്തിന് ശേഷമുണ്ടായ സുദീർഘമായ സമാധാനകാലം മുഴുവൻ രാഷ്ട്രത്തെയും സുരക്ഷിതബോധം മൂലമുള്ള ഒരുതരം ആലസ്യത്തിലേക്ക് തള്ളിവിട്ടു. അത്തരമൊരപകടമുണ്ടാവാത്തതിനാൽ വരാനിരിക്കുന്ന പൊതുവായ അപകടത്തെക്കുറിച്ചുള്ള ഒരു അറിവിൽ നിന്നുമുള്ള നൈയാമിക ചോദന നൂറ്റാണ്ടുകളോളം പ്രവർത്തനരഹിതമായിത്തീരുകയും, സൂക്ഷ്മമായിട്ടാണെങ്കിൽ പോലും, ഒരു ഹിന്ദു രാഷ്ട്രത്തിന്റെ സചേതനബോധത്തിൽ നിന്നും ക്രമേണയായി അകന്നുപോവുകയും, അതിന്റെ ഫലമായി, സ്വതന്ത്രമായ ചെറിയ നാട്ടുരാജ്യങ്ങൾ സൃഷ്ടിക്കപ്പെടുകയും രാഷ്ട്രം ദുർബലമാവുകയും ചെയ്തു. രാഷ്ട്രസങ്കൽപ്പം വിസ്മരിക്കപ്പെടുകയും രാജ്യാധികാരം ജനങ്ങളുടെ ആരാധനാവസ്തുക്കളാവുകയുമുണ്ടായി. മുസ്ലീം ആക്രമണ

കാരികൾ എത്തിച്ചേർന്നപ്പോൾ ആ നാട്ടുരാജ്യങ്ങൾ കീഴടക്കപ്പെടുകയും നാട്ടുരാജ്യത്തിന്റെ വലിയൊരു ഭാഗം ശത്രുവിന്റെ കരങ്ങളിലെത്തിച്ചേരുകയും ചെയ്തു. എന്നാൽ, ശിവജിക്കും സിഖ് ഗുരുക്കന്മാർക്കും കീഴിൽ ജഡമായി കിടന്നിരുന്ന ദേശീയബോധം ഉദ്ദീപിപ്പിക്കപ്പെട്ടു. അത് ഹിന്ദുരാഷ്ട്രത്തിന് പുതുജീവൻ പകർന്നു നൽകി. ഔറംഗസീബിന്റെ ജനറലായ രാജാ ജയ്സിങിന് ശിവജി അയച്ച കത്ത് മഹാരാഷ്ട്രയിലെ മഹത്തായ കോളിളക്കത്തിന്റെ അർഥം വെളിപ്പെടുത്തുന്നുണ്ട്. അദ്ദേഹം എഴുതി: "നമ്മുടെ സഹായത്തോടെ ശത്രു നമ്മെ ഭരിക്കുന്നു. താങ്കളെന്തുകൊണ്ട് അയാളെ സേവിക്കുന്നു? താങ്കൾ കരുത്തനായൊരു യോദ്ധാവും വിഖ്യാതനായ രാജ്യതന്ത്രജ്ഞനും ബുദ്ധിമാനായ ജനറലുമാണ്. താങ്കൾക്ക് നല്ല പിൻബലമുണ്ട്. ഉത്തര ദേശത്ത് ഹിന്ദുരാഷ്ട്രത്തിന് വേണ്ടി ഉണർന്നെണീക്കൂ. എന്റെ ധീരരായ വില്ലാളികൾക്കൊപ്പം ഞാനും ഒരു കൊടുങ്കാറ്റ് പോലെ പർവതത്തിലെ എന്റെ സിംഹാസനത്തിൽ നിന്നുമിറങ്ങി വന്ന്, ദേശത്തു നിന്നും ശത്രുവിനെ തുടച്ചു നീക്കിയശേഷം സമതലത്തിൽ വച്ച് താങ്കളുമായി കൂടിച്ചേരാം. അവിടെ വച്ച് നമ്മുടെ സൈന്യങ്ങളെ സംയോജിപ്പിച്ചുകൊണ്ട്, അധികാരത്തിന്റെ തീജ്വാല സൃഷ്ടിച്ച്, ശത്രുവിനെ നശിപ്പിച്ച് അവന്റെ അവസാനത്തെ അവശിഷ്ടം പോലും പിഴുതെറിഞ്ഞ് ഹിന്ദുസ്ഥാനിൽ ഹിന്ദുസാമ്രാജ്യം പുനഃസ്ഥാപിക്കാം." എന്നാൽ, ആ ലക്ഷ്യം പൂർണമായും നിറവേറ്റപ്പെടുന്നതിനു മുമ്പ് അപരിചിതനായ മറ്റൊരു ശത്രുവിനെ രാഷ്ട്രം നേരിടേണ്ടി വന്നു. സമരം ഇനിയും അവസാനിച്ചിട്ടില്ലെങ്കിലും ഇന്ന് പൂർണമായും ശ്ലാഘിക്കപ്പെടുന്നത് ആ ശത്രുവിനെയാണ്.

ഈ പുതിയ ശക്തിക്ക് - ബ്രിട്ടീഷുകാർക്ക് - ഹിന്ദുസ്ഥാന്റെ ശക്തിയെക്കുറിച്ചും അത് ഹിന്ദുദേശീയബോധത്തിലാണ് കുടികൊള്ളുന്നത് എന്നതിനെക്കുറിച്ചും നന്നായി അറിയാമായിരുന്നു. അക്കാരണത്താൽ, അതിനെ പറിച്ചെറിയാൻ അത് സാമ്പ്രദായികമായ ശ്രമങ്ങൾ നടത്തി. വെറുപ്പുണ്ടാക്കുന്ന തരത്തിൽ ഹിന്ദുമതത്തെയും സംസ്കാരത്തെയും നിന്ദിക്കുകയും പഴഞ്ചനും കാലഹരണപ്പെട്ടതുമെന്ന നിലയിൽ ഹിന്ദുക്കളുടെ ഉദാത്തമായ പൈതൃകത്തെ ഉപേക്ഷിക്കാൻ അവരെ പഠിപ്പിക്കുകയും ചെയ്തു. അതിനൊക്കെ ഉപരിയായി, അവരുടെ ചരിത്രം വളച്ചൊടിച്ച ബ്രിട്ടീഷുകാർ, ഹിന്ദുക്കളൊരിക്കലും ഒരു രാഷ്ട്രമായിരുന്നിട്ടില്ലെന്നും അവർ മണ്ണിന്റെ മക്കളല്ലെന്നും കേവലം കുടിയേറ്റക്കാരാണെന്നും രാജ്യത്ത് ജീവിക്കുന്ന മുസ്ലീങ്ങൾക്കും ബ്രിട്ടീഷുകാർക്കുമുള്ളതിലധികം അവകാശങ്ങളൊന്നുമില്ലെന്നും ഒരിക്കലും രാജ്യത്തിന്റെ യജമാനന്മാരായിരുന്നിട്ടില്ലാത്ത അവർ മുസ്ലീങ്ങൾക്കോ ബ്രിട്ടീഷുകാർക്കോ വേണ്ടി കേവലം വെള്ളം കോരുന്നവരും വിറകു ചുമക്കുന്നവരും മാത്രമാണെന്നും പഠിപ്പിച്ചു. ഇവയും, ദേശീയ സ്വഭാവവും അവകാശങ്ങളും ഇല്ലായ്മ ചെയ്യുന്ന മറ്റ് നിരവധി പ്രവർത്തനങ്ങളുമാണ് ഇന്ത്യൻ നാഷണൽ കോൺഗ്രസ് എന്ന് വിളിക്കപ്പെടുന്നതിന്റെ അടിത്തറ. ഈ രാജ്യത്തിന്റെ നന്മ ഹൃദയത്തിൽ പേറി നടന്ന തന്ത്രശാലികളായ ചില ഇംഗ്ലീഷുകാരാണ് അതിനുള്ള ആദ്യശിലകൾ പാകിയത്. സ്വന്തം രാജ്യത്ത് തങ്ങളുടെ എല്ലാ താൽപ്പര്യങ്ങളും കേന്ദ്രീകരിച്ച ഇംഗ്ലീഷുകാർ ഹിന്ദുസ്ഥാന്റെ നന്മയ്ക്ക് വേണ്ടി പ്രവർത്തിക്കുക! സിസ്റ്റർ നിവേദിതയെ പോലെ ജീവിതത്തിൽ ഹിന്ദു സംസ്കാരവും തത്വശാസ്ത്രവും സ്വീകരിച്ച് ഹിന്ദുക്കൾക്കിടയിൽ ജീവിച്ചു സ്വന്തം നന്മയ്ക്കു വേണ്ടി അതിൽ

ആഴ്ന്നിറങ്ങാത്തിടത്തോളം അത് അസാധ്യമാണ്. ബ്രിട്ടീഷ് ശക്തിയെ പുറത്താക്കാവുന്ന എല്ലാ ദേശീയ സമരങ്ങളെയും അമർച്ച ചെയ്യുക എന്നതായിരുന്നു, സംഘടന സ്ഥാപിച്ചതിലെ ഗൂഢലക്ഷ്യം. അത് സാധ്യമാക്കുന്നതിനായി, ഏത് കാരണത്താലായാലും, വർത്തമാനകാലത്ത് രാജ്യത്ത് ജീവിക്കുന്ന സകലരും അടങ്ങുന്നതാണ് രാഷ്ട്രം എന്നൊരു സിദ്ധാന്തവും അവർ മുന്നോട്ടു വച്ചു. അതിന്റെ ഫലമായി, സ്വകാര്യവും സ്വാർഥവുമായ ആവശ്യങ്ങൾക്കായി ഇന്നലെ ഇവിടെ എത്തിച്ചേർന്ന യൂറോപ്യൻ സാഹസികൻമാർ പോലും ദേശീയ രാഷ്ട്രീയ സംഘടനയിൽ ഇടം കണ്ടെത്തുകയും ഇന്നത്തെ ഭരണഘടനയ്ക്ക് കീഴിൽ, രാജ്യത്തിന്റെ ദേശീയ നിയമനിർമാണസഭയിൽ പ്രാതിനിധ്യം ഉറപ്പിക്കുകയും ചെയ്തു. വ്യാജമായ ഈ സിദ്ധാന്തം സത്യമാണെന്ന് തെറ്റിദ്ധരിച്ച അനേകം പ്രവർത്തകർ കപടമായ അതിന്റെ മണം ശ്വസിച്ച് പിന്തുടർന്നു ചെന്ന് പ്രവർത്തനനിരതരാവുകയും ദേശവിരുദ്ധവും ദേശീയ സ്വഭാവവും അവകാശങ്ങളും ഇല്ലായ്മ ചെയ്യുന്നതുമായ പ്രവർത്തനങ്ങളിലേക്ക്, അബോധപൂർവവും അസന്നദ്ധവുമായി, ആ സംഘടനയുടെ പ്രവർത്തനത്തിന്റെ വിഷച്ചാലിലേക്ക് എടുത്തു ചാടി എന്നതാണ് അതിലെ സ്വാഭാവികമായ ദുരന്തം.

എന്തുകൊണ്ടാണ് ഹിന്ദു സ്വയം ചിന്തിക്കാത്തത്? എന്തുകൊണ്ടാണ് വ്യാജമായ ഇംഗ്ലീഷുകാരുടെ വഴിപിഴപ്പിക്കുന്നതം കുതന്ത്രപരവുമായ അസംബന്ധങ്ങളുടെയും രാഷ്ട്രീയ തട്ടിപ്പുകളുടെയും പിന്നാലെ ചെല്ലാൻ സ്വയം അനുവദിക്കുന്നത്? അതിനുള്ള കാരണം ലളിതമാണ്. നന്മയെയും ധിഷണയെയും സമ്പത്തും അധികാരവുമായി കൂട്ടിക്കെട്ടാനുള്ള പൊതുവായ മാനുഷിക ദുർബല്യമാണ് അതിന് കാരണം. സംസ്കൃതത്തിലെ വിഖ്യാത പഴമൊഴിയായ "യസ്യാസ്തി വിത്തം സനര: കുലീന: സപംണ്ഡിത: സശ്രുതിമാന്ത ഗുണജ്ഞ:" സ്വാഭാവികമായും മനുഷ്യന്റെ മനസിലെ എല്ലാ ധിഷണയും മഹത്വവും സമ്പത്തിനും അധികാരത്തിനും പിന്നാലെ പോകുന്നുവെന്ന് വിശദീകരിക്കുന്നുണ്ട്. യുദ്ധത്തിന്റെ തരംഗം ഇംഗ്ലീഷുകാർക്ക് അനുകൂലമായി മാറിയപ്പോൾ, അൽപ്പകാലത്തേക്ക്, അവസാനമായി ഹിന്ദുക്കൾ തൂത്തെറിയപ്പെട്ടതായി കരുതപ്പെട്ടു. പിന്നെ മാന്ദ്യതയുടേതും നിസ്സംഗതയുടേതുമായ ഒരു ഘട്ടമുണ്ടായി. സൈനികമായ ബലത്തിലും കുശലത്തിന്റെ വൈദഗ്ധ്യത്തിലും സമ്പത്തിലും പരമോന്നതരായ വിജയികൾക്ക് ഭൗതികമായ സമൃദ്ധിയുടെ ധീരമായ പ്രകടനം കാഴ്ച വയ്ക്കാനാവുമെന്നും, ഒപ്പം, എല്ലാത്തരം അറിവിന്റെ കാര്യത്തിലും അവർ അഗ്രഗണ്യരാണെന്നും ഏതു വിഷയത്തെക്കുറിച്ചും പഠിക്കാൻ ഏറ്റവും പ്രാഗത്ഭ്യമുള്ളത് അവർക്കാണെന്നുമുള്ള ഒരാശയം ഊട്ടിയുറപ്പിക്കപ്പെട്ടു. അതുകൊണ്ടാണ്, പ്രതിബദ്ധതയോടെ ബ്രിട്ടീഷ് ഭരണത്തിന്റെ തുടക്കത്തിൽ ഹിന്ദുക്കൾ ബ്രിട്ടീഷുകാരുടെ ആചാരങ്ങൾ അനുകരിക്കാനും പശ്ചിമദേശത്ത് നിന്നും കടമെടുത്ത ആശയങ്ങൾ ഉയർത്തിപ്പിടിക്കാനും ശ്രമിച്ചത്. എത്ര തന്നെ അസംബന്ധജഡിലമായാലും പാശ്ചാത്യമായ ഓരോ ആശയവും സുവിശേഷ സത്യമായിരുന്നു. അതിന് നേരെ വിപരീതമായി, ഹിന്ദുക്കളുടേതായ സകലതും വ്യാജവും വിഡ്ഢിത്തവുമായിരുന്നു. പിന്നീട് ഹിന്ദുസാംസ്കാരിക ജീർണതയുടെ തരംഗം ശക്തമായി തടയപ്പെട്ടുവെങ്കിലും അപ്പോഴും ഹിന്ദുക്കളുടെ ചിന്തയെ ഉദ്ദീപിപ്പിക്കാൻ, പ്രത്യേകിച്ചും, പാശ്ചാത്യസാഹിത്യം പഠിച്ചിട്ടുള്ളവരാൽ ജനങ്ങളുടെ മനസിനെ പ്രവർത്തനക്ഷമമാക്കാൻ, മതിയായ സമയ

മുണ്ടായിരുന്നു. ഡോ. എസ് വി കേത്ക്കർ കൃത്യമായി പറഞ്ഞപോലെ, ഹിന്ദുക്കളിലെ വിദ്യാഭ്യാസമുള്ള വർഗം യഥാർഥത്തിൽ 'ആംഗല ശൂദ്രർ' അഥവാ 'ഇംഗ്ലീഷുകാരുടെ അടിമകൾ' ആയിത്തീർന്നു. സ്വന്തം ഭൂതകാലത്തെ ഛേദിച്ചുകളഞ്ഞ അവർ സംസ്കാരരഹിതരും ദേശീയസ്വഭാവവും അവകാശങ്ങളും ഇല്ലാത്തവരുമായ ജനതയായി പരിണമിച്ചു. കോൺഗ്രസിലെ ഭൂരിപക്ഷമായി തീർന്നതും അവരാണ്. സ്വന്തം രാജ്യം സ്വന്തമല്ലെന്നും അത് അവരുടെയും അവരുടെ ജാതിയുടെയും ശത്രുക്കൾക്കും അന്യർക്കും അവകാശപ്പെട്ടതാണെന്നുമുള്ള അസാധാരണമായ അസംബന്ധത്തെ അതേപടി വിഴുങ്ങുന്നതിന് അവർക്കൊരു പ്രയാസവുമുണ്ടായില്ല. ദേശീയ പുനർനിർമാണമെന്ന വ്യാജേന, ജനങ്ങളെ നയിക്കാനുള്ള ഭാരിച്ച ചുമതല ഈ ജന്തുക്കൾ ഏറ്റെടുത്തു. മാത്രമല്ല, കുരുടൻ കുരുടനെ നയിക്കുന്ന പഴയ അതേ കഥ തുടർന്നുകൊണ്ടിരിക്കുന്നു. രാജ്യത്തിലെ ഹിന്ദുക്കൾക്കിടയിൽ ശരിയായ ദേശീയതാബോധം ജനിപ്പിക്കുകയെന്ന അതേ ഉദ്ദേശ്യത്തോടെ ഈ ലഘുഗ്രന്ഥം തയാറാക്കാൻ ഞങ്ങൾക്ക് പ്രചോദനമേകിയവരുടെ കാൽപ്പാടുകൾ പിന്തുടരുന്ന, നേർവഴിക്ക് ചിന്തിക്കുന്ന, ദേശസ്നേഹികളിൽ നിന്നുമുള്ള തെറ്റുതിരുത്തൽ നടപടികൾ അവർ ക്ഷണിച്ചു വരുത്തുകയും ചെയ്തുകൊണ്ടിരിക്കുന്നു.

അതാണ് ഞങ്ങളുടെ മനസിന്, യഥാർഥ ദേശീയതയെക്കുറിച്ചുള്ള അജ്ഞതയുടെ ഉൽപ്പത്തി. അതേ അജ്ഞതയും നേർവഴിക്ക് ചിന്തിക്കുന്നവരിൽ ദേശീയ വികാരം ഇല്ലാത്തതുമാണ് നമ്മുടെ പ്രശ്നങ്ങളുടെ മൂലകാരണം. നൂറ്റാണ്ടുകളായി, മുസ്ലീങ്ങൾ, ഈ മണ്ണിൽ കാലുകുത്തിയ ശേഷം ദേശീയബോധമില്ലാതെ പോയതാണ് നമ്മുടെ ആകുലതകൾക്കുള്ള കാരണം. ഹിന്ദുക്കളുടെ ദൗർബല്യത്തിന് കാരണമായി, ഹിന്ദുക്കളെ അധിക്ഷേപിക്കാൻ തൽപ്പരരായവർ ജാതിസമ്പ്രദായത്തെയും 'അന്ധവിശ്വാസങ്ങളെയും' നിരക്ഷരതയെയും സാമൂഹ്യ ഘടനയിൽ സ്ത്രീകൾക്കുള്ള സ്ഥാനത്തെയും, ഹിന്ദുസാംസ്കാരിക സംഘടനയിലെ സത്യവും അസത്യവുമായ മറ്റ് കാര്യങ്ങളെയും ഉയർത്തിപ്പിടിക്കുന്നു. യാതൊരു കുറവുകളുമില്ലാത്ത ഒരു സമൂഹവുമില്ല. അങ്ങേയറ്റത്തെ അപാകതകളുള്ള യൂറോപ്യൻ സമൂഹം അക്കാരണത്താൽ തന്നെ, എക്കാലവും സമാധാനമില്ലാത്തതുമാണെന്ന് ഞങ്ങൾ തീർത്തു പറയുന്നു. എങ്കിൽ പോലും, രാഷ്ട്രങ്ങളെന്ന നിലയിൽ, യൂറോപ്യൻമാർ സ്വതന്ത്രരും പ്രബലരും പുരോഗതി പ്രാപിക്കുന്നവരുമാണ്. സ്വന്തം സാമൂഹ്യക്രമം വൃത്തിഹീനമാണെങ്കിലും, ലളിതമായ കാരണങ്ങളാൽ, അവർ ശരിയായ സ്വന്തം ദേശീയ ബോധത്തിൽ അഭിമാനംകൊള്ളുമ്പോൾ, ഹിന്ദുസ്ഥാനിൽ നാം നമ്മുടെ പ്രശ്നങ്ങളുടെ കാര്യകാരണങ്ങളെ അവഗണിച്ചുകൊണ്ട് ഇരുട്ടിൽ തപ്പി, നമ്മുടെ ഭാവനയിലെ ഭൂതങ്ങൾക്ക് പിന്നാലെ പായുകയാണ്. അതാകട്ടെ, നിക്ഷിപ്തതാൽപ്പര്യക്കാരായ എതിരാളികൾ രൂപപ്പെടുത്തിയ തെറ്റായ ധാരണകളുടെ അനന്തരഫലവുമാണ്. മഹാഭാരതത്തിന്റെയും ഹർഷവർധനന്റെയും പുലികേശിയുടെയും കാലത്തിലേക്ക് നോക്കൂ. ജാതി സമ്പ്രദായം എന്ന് വിളിക്കപ്പെടുന്നവ പോലുള്ള തിന്മകൾ പ്രകടമായി ഇന്നത്തെക്കാളും ഒട്ടും കുറവല്ലാതിരുന്നിട്ടും അപ്പോഴും നാം വിജയശ്രീലാളിതവും മഹത്വമേറിയതുമായ ഒരു രാഷ്ട്രമായിരുന്നു. ശിവജിക്ക് കീഴിൽ ഹിന്ദുരാഷ്ട്രത്തിന്റേതായി രാജ്യം വലിയ കോളിളക്കങ്ങൾക്ക് സാക്ഷ്യം വഹിച്ചപ്പോഴും, കുറഞ്ഞ പക്ഷം, ഇന്നത്തേതി

നോളമെങ്കിലും ജാതി, നിരക്ഷരത തുടങ്ങിയവയുടെ ബന്ധനങ്ങളിലായിരുന്നില്ലേ? അല്ല; അതൊന്നുമല്ല നമ്മുടെ പ്രശ്നങ്ങൾ. ആഭ്യന്തര കലഹങ്ങൾ സൃഷ്ടിച്ചതും വിദേശീയാക്രമണങ്ങൾക്ക് വഴിയൊരുക്കികൊടുത്തതുമായ സ്വാർഥമായ അധികാരമോഹത്തെ പരിപോഷിപ്പിച്ച ദേശീയ വികാരത്തിന്റെ നിർജീവത്വമാണതിന് കാരണം. അത് നഗ്നമായ സ്വാർഥത ജനിപ്പിക്കുകയും ഉദാത്തമായ ദേശസ്നേഹത്തെ അടിച്ചമർത്തുകയും ജയചന്ദ് റാഥോഡ്, മാൻസിങ്, ചന്ദ്രറാവു മോറേ, സുമർ സിങ് തുടങ്ങിയവരുടെ ഒരു മുഴുവൻ ജാതിക്ക് ജന്മം നൽകുകയും ചെയ്തിരുന്ന അവരുടെ ഇന്നുള്ള സന്തതികളുടെ പേരുകൾ പരാമർശിക്കാതിരിക്കുന്നതാണ് നല്ലത്. നമ്മുടെ പ്രവർത്തകരെന്ന് വിളിക്കുന്നവരിൽ യഥാർഥ ദേശീയതയ്ക്ക് നേരെ അതേ അലംഭാവത്തിന് നാമിന്ന് സാക്ഷ്യം വഹിക്കുന്നില്ലേ? അതേ അൽപ്പത്തവും സ്വാർഥതയുമല്ലേ നമ്മുടെ നാശത്തിന് വേണ്ടി പ്രവർത്തിച്ചുകൊണ്ടിരിക്കുന്നത്? വർത്തനമാനകാലത്ത് പൊതുജനങ്ങളുടെ ദൃഷ്ടികൾക്ക് മുമ്പിൽ സ്വയം നിലനിർത്താൻ വേണ്ടിമാത്രം രാഷ്ട്രത്തെ വഞ്ചിക്കുന്നവരെ നാം കണ്ടെത്തുന്നില്ലേ?

ഈ ഹീനതയൊഴികെ, ഒരു രാഷ്ട്രമെന്ന നിലയിൽ നമ്മുടെ പൂർണതയിലേക്ക് ഉയർന്നു പൊങ്ങാതിരിക്കാൻ വേറെ കാരണങ്ങളൊന്നും നാം കാണുന്നില്ല. തങ്ങളുടെ യഥാർഥ ദേശീയസ്വഭാവത്തെ കുറിച്ച് പൊതുജനങ്ങൾക്കുള്ള അജ്ഞതയും അതിന് നേരെയുള്ള നികൃഷ്ടതയുമാണ് നമ്മുടെ പാതയിൽ തടസമായി നിൽക്കുന്നത്. ഹിന്ദുരാഷ്ട്രത്വത്തെ ഹൃദയത്തിൽ പേറി നടക്കുന്നവരെ വർഗീയവാദികളെന്നും ദേശവിരുദ്ധരെന്നും മുദ്രകുത്തി, അധിക്ഷേപിച്ച്, നമ്മുടെ നശീകരണത്തിനായി നമ്മളിൽ അനേകം പേർ പ്രവർത്തിക്കുന്നുണ്ട്. നാം നിർമിക്കപ്പെട്ടുകൊണ്ടിരിക്കുന്ന ഒരു രാഷ്ട്രമാണെന്നും മുമ്പൊരിക്കലും നാം ദേശീയജീവിതം അനുഭവിച്ചിട്ടില്ലെന്നും അവർ വിശ്വസിക്കുന്ന പോലെയല്ലേ കാണപ്പെടുന്നത്? എന്നാൽ ഹിന്ദുക്കളായ നാം ആയിരക്കണക്കിന് വർഷങ്ങളായി ഹിന്ദുസ്ഥാനിൽ പൂർണമായ ദേശീയ ജീവിതം നയിച്ചുവരികയായിരുന്നുവെന്ന് ഇതിനകം കണ്ടുകഴിഞ്ഞുവല്ലോ. അപ്പോൾ, നമ്മുടെ രാജ്യവും നമ്മുടെ രാഷ്ട്രവുമായി ബന്ധപ്പെട്ടതല്ലാത്ത മറ്റ് താൽപ്പര്യങ്ങളൊന്നുമില്ലാത്ത നാം എങ്ങനെ വർഗീയവാദികളാവും? എന്നിട്ടും, ഹിന്ദുദേശീയ പുനരുജ്ജീവനത്തിനായി നിലകൊള്ളുന്ന നാം ദേശീയതാവാദികളല്ലെന്നും അസംബന്ധജഡിലമായ വഴിയമ്പലസിദ്ധാന്തം ഉയർത്തിപ്പിടിക്കുകയും സ്വന്തം സാംസ്കാരിക പൈതൃകത്തെ നിരാകരിക്കുന്നവരുമായ മറ്റുള്ളവർ യഥാർഥ ദേശസ്നേഹികളാണെന്നും വിശ്വസിക്കാൻ ജനങ്ങൾ പ്രേരിപ്പിക്കപ്പെടുന്നു. അത്തരത്തിലുള്ളതാണ് രാഷ്ട്രത്തിലെ പുനർനിർമാതാക്കളെന്ന് സ്വയം വിളിക്കുന്നവരുടെ അധഃപതനം. അവർ അസന്തുഷ്ടമായ ഈ രാഷ്ട്രത്തിന്റെ കൈവശാവകാശക്കാരാവാനും വിധിക്കപ്പെട്ടിരിക്കുന്നു.

അകാരണവും നീതികരിക്കാനാവാത്തതുമായ ഈ സമീപനത്തിന് നേരെ ഹൃദയം വാർന്നൊലിക്കുകയാണ്. നാം ദേശവിരുദ്ധപ്രവർത്തനങ്ങൾക്കായി ഊർജം പാഴാക്കിക്കളയുന്നുവെന്നും ദേശീയ പുനരുത്ഥാനവുമായി ഒരു ബന്ധവുമില്ലാത്ത സാമൂഹ്യ ക്രമത്തെയും മറ്റ് കാര്യങ്ങളെയും ഉയർത്തിക്കാട്ടി കുറ്റപ്പെടുത്തുമ്പോൾ നാം ആകുലരായിത്തീരുന്നു. ക്രമാനുഗതമായി നമ്മുടെ ദേശീയ സ്വഭാവവും അവകാശങ്ങളും ഇല്ലായ്മ

ചെയ്യലും നമ്മുടെ ജാതിബോധത്തെ ഉറങ്ങാനനുവദിച്ചതും നമ്മുടെ ഇന്നത്തെ സ്ഥിതിക്കുള്ള മൂലകാരണങ്ങളാണ്. ഇപ്പോൾ പോലും, രാഷ്ട്രത്തിന് അതിന്റെ പൂർണമായ ഉയരത്തിൽ നിവർന്നു നിൽക്കാനും ലോകത്ത് അതിന് അർഹമായ സ്ഥാനം പിടിച്ചു പറ്റാനും തടസ്സമുണ്ടാക്കുന്നത് യഥാർഥ ദേശീയതയ്ക്ക് നേരെയുള്ള അതേ അലംഭാവം തന്നെയാണെന്ന് വീണ്ടുമൊരിക്കൽ കൂടി ആവർത്തിച്ചുകൊണ്ട് ഞാൻ ഈ അധ്യായം ഉപസംഹരിക്കാം. നമ്മുടെ പ്രാചീനമായ മാഹാത്മ്യം പുനരാർജിക്കാൻ തടസ്സം നിൽക്കുന്നത് ഹിന്ദു സാമൂഹ്യക്രമത്തിൽ ഉണ്ടെന്ന് പറയപ്പെടുന്ന അപാകതകളൊന്നുമില്ലെന്ന് ഞങ്ങൾ തീർത്തുപറയുന്നു. മറിച്ച് ശരിയായ ദേശീയ വികാരമില്ലാത്തതും നമ്മുടെ നിലനിൽപ്പിനെ പോലും അപകടപ്പെടുത്തുന്ന തരത്തിൽ നമ്മുടെ ഏറ്റവും വെറുക്കപ്പെടേണ്ട ശത്രുവിനെ നെഞ്ചോടു ചേർത്തു പിടിച്ച് ദേശീയ പ്രവർത്തനം നടത്തുന്ന ഇന്നത്തെ ദേശീയതയുടെ വൃത്തിഹീനരായ സന്തതികളുമാണ് അതിന് കാരണം.

ഉപസംഹാരം

ഇതൊക്കെയാണെങ്കിലും, ഭാവിയെക്കുറിച്ച് നാം ആശങ്കാകുലരല്ല. ആശയറ്റ ചെളിക്കുഴിയുടെ വക്കോളം നടന്നെത്തിയിട്ടുണ്ടാവാമെങ്കിലും, അന്ധമായി അതിലേക്കേടുത്തു ചാടരുതെന്ന് വികാരഭരിതരായ വായനക്കാരോട് ഞങ്ങൾ പ്രാർഥിക്കുന്നു. കാരണം, ഇനിയും പ്രതീക്ഷ ബാക്കിയുണ്ട്. കാത്തിരിക്കുക; പ്രവർത്തിക്കുക. വിനാശത്തിൽ നിന്നും ഇതുവരെ നമ്മെ സംരക്ഷിച്ചു പോന്ന ജാതിയുടെ സത്ത ഇനിയും നമ്മെ സംരക്ഷിക്കുമെന്ന് ഞങ്ങൾക്കുറപ്പുണ്ട്. ലോകത്ത് നമ്മുടെ ദൗത്യം പൂർത്തീകരിച്ചിട്ടില്ലാത്തതും ചിരന്തനവുമാണ്. യാതൊന്നും പൂർത്തീകരിക്കാൻ ഇല്ലാതിരുന്നതിനാൽ കഴിഞ്ഞകാലത്തെ സംസ്കാരങ്ങളെല്ലാം ഒന്നോ രണ്ടോ ദിവസം ഇവിടെ പാർത്തശേഷം കടന്നുപോവുകയാണുണ്ടായത്. അതിനെക്കാൾ ഭയാനകമായ ദുരന്തങ്ങളുണ്ടായിട്ടും നാം ജീവിച്ചു പോരുന്നുണ്ട്. മാത്രമല്ല, എക്കാലവും വിജയിക്കുന്ന ലോകത്തിന്റെ നായകന്മാരായി നാം മാറിക്കൊണ്ടുമിരിക്കുന്നു. പ്രതീക്ഷ കൈവിടാൻ നമുക്ക് കാരണങ്ങളൊന്നുമില്ല.

രംഗം ഒന്ന്........... ആകുലതയാൽ തികച്ചും മ്ലാനമായ വേദി. മാറിക്കൊണ്ടിരിക്കുന്ന രംഗങ്ങൾ നമ്മെയെല്ലാം ആകുലരാക്കുന്നു. അപ്പോഴും ക്ഷമയോടിരിക്കുക. ഈ വന്യമായ നാടകത്തിന്റെ അർഥമെന്താണെന്ന് അഞ്ചാമത്തെ രംഗത്തിൽ നാടകകൃത്ത് നമുക്ക് കാണിച്ചു തരും. നാം ക്ഷമയോടിരിക്കുക. ഇത് പ്രഭാതത്തിനു മുമ്പുള്ള, തീർച്ചയായുമുണ്ടാവുന്ന സൂര്യോദയത്തിന് മുന്നോടിയായ, കൂരാക്കൂരിരുട്ടല്ലാതെ മറ്റൊന്നുമല്ല. ശ്രേഷ്ഠമായ ജ്യോതിസിന്റെ കിരണങ്ങൾ കിഴക്കൻ ചക്രവാളത്തെ മുഴവൻ പ്രകാശമാനമാക്കുന്നത് ഇപ്പോൾത്തന്നെ നാം കാണുന്നില്ലേ?

നമ്മുടെ ജാതി അധഃസ്ഥിതമായിത്തീർന്ന ഓരോ വേളയിലും വാസ്തവികമായ ദിവ്യത്വമുള്ള മനുഷ്യാതീത ശക്തികൾ ഈ രാജ്യത്ത് പിറന്ന് നമ്മുടെ രാഷ്ട്രത്തിന് പുനരാർജവം നൽകി. ഓരോ ദേശീയ പുനർനിർമാണത്തിനും തൊട്ടുമുമ്പ് ആത്മീയതയും നമ്മുടെ ജാത്യാവേശവും വിസ്ഫോ

ടകമായിത്തീരുകയും എല്ലായ്പ്പോഴുമത് സർവതോന്മുഖമായ മാഹാത്മ്യം വിളംബരം ചെയ്യുകയുമുണ്ടായി. മുഴുവനായും ചാരത്തിൽ നിന്നും യൗവന യുക്തമായ ഓജസോടെ ഉയർത്തെഴുന്നേൽക്കുന്ന ഫീനിക്സ് ആണ് യഥാർ ഥത്തിൽ നമ്മുടെ ജാതി. നമ്മുടെ മരണമായി കാണപ്പെടുന്നതെന്തോ അത് നമുക്കൊരു പുത്തൻ ആയുസ്സ് ലഭ്യമാക്കിത്തരുന്നു. ദേശീയമായി മാഹാ ത്മ്യമേറിയ ഏതൊരു സംഭവമെടുത്താലും ഈ പ്രസ്താവന പരമാർ ഥമാണെന്ന് വ്യക്തമാവും. ഭഗവാൻ ബുദ്ധന്റെ ആത്മീയ ഉണർവിന് കീഴിലാണ് അശോകന്റെ മഹത്തായ സാമ്രാജ്യം ജന്മംകൊണ്ടത്. ശ്രീ ശങ്കരാചാര്യനെ പിന്തുടർന്ന് വിഖ്യാതമായ വിജയനഗര സാമ്രാജ്യമുണ്ടായി. ഒരു ജ്ഞാനേശ്വറിലും ഒരു തുക്കാറാമിലും ഒരു രാംദാസിലും പൂവിട്ട ആത്മീയ ജീവിതത്തിന്റെ തുടർച്ചയായിട്ടാണ് ഛത്രപതി ശിവജിക്ക് കീഴിൽ മഹത്തായ ഹിന്ദുനവോത്ഥാനമുണ്ടായത്. ധീരയോദ്ധാക്കളായ സിഖുകാരിൽ പ്രകടമാ വുന്ന ഹിന്ദു മുന്നേറ്റത്തിനുള്ള അടിത്തറ പാകിയത് മതത്തിന്റെ ശ്രേഷ്ഠ യജമാനൻമാരായ ഗുരുനാനാക്കും അദ്ദേഹത്തിന്റെ പിൻഗാമികളുമാണ്. അതേ കഥ തന്നെ ഇന്ന് ആവർത്തിച്ചുകൊണ്ടിരിക്കുന്നു. ബംഗാളിൽ ശ്രീ രാമകൃഷ്ണ-വിവേകാനന്ദ ഓർഡറായും പഞ്ചാബിൽ സ്വാമി ദയാനന്ദിന്റെയും സ്വാമി രാമതീർഥന്റെയും ആത്മീയ സൂര്യൻ അതിന്റെ എല്ലാ മഹത്വത്തോടെ യും ഉദിച്ചുയർന്നിരിക്കുന്നു. ദേശീയ ജാതിബോധത്തിന്റെ ആത്മീയ ഉണർവിന് പുതുജീവൻ നൽകിക്കൊണ്ട് ശ്രേഷ്ഠ രാജ്യസ്നേഹിയായ ഔറോബിന്ദ് ഘോഷ് സന്യാസി ഇരിക്കുന്നു. എല്ലാ അന്ധകാരത്തെയും സംശയങ്ങളെയും ഇല്ലായ്മ ചെയ്തുകൊണ്ട് ഹിന്ദുരാഷ്ട്രത്തിന്റെ പുനരു ജ്ജീവനം വാഗ്ദാനം ചെയ്യുന്ന, എല്ലാ പ്രവാഹത്തെയും ആവാഹിക്കുന്ന, ആത്മീയമായ വെളിച്ചം ഇവിടെയുണ്ട്.

നമ്മുടെ ഭാവിയെക്കുറിച്ച് ഭയപ്പെടാൻ നമുക്കൊരു കാരണവുമില്ല. നാം ആശ കൈവിടാനും കാരണമില്ല. നമ്മുടെ ദേശീയബോധത്തെ ഉദ്ദീപിപ്പിച്ച്, ഉണർന്നെണീറ്റ ജാത്യാവേശത്തോട് പ്രതികരിച്ച്, നമ്മുടെ സിംഹാസനത്തിൽ വീണ്ടും കയറിയിരുന്നാൽ മാത്രം മതി, വിജയം നമ്മുടെ കൈപ്പിടിയിലാവും. നമ്മുടെ ഋഷിമാരുടെ മരണമില്ലാത്ത ശബ്ദം വിളിക്കുന്നു; അരപ്പട്ട കെട്ടി നമുക്കവരെ പിന്തുടരാം. മരണമില്ലാത്ത ആത്മീയ മഹത്വത്തിന്റെ ദീപ ങ്ങളുമേന്തി, അവരുടെ അഭിലഷണീയമായിരുന്ന പാതയിലൂടെ ജാതിബോധ മുയർത്തിപ്പിടിച്ച് നമുക്ക് മുന്നോട്ടു കുതിക്കാം. നമ്മുടെ യഥാർഥ ദേശീയതയെ നമുക്ക് ഉദ്ദീപിപ്പിക്കാം. നമ്മുടെ ജാതിയുടെ സത്തയെ പിന്തുടരാം. വേദഗുരുക്കൻമാരുടെ 'കടൽ മുതൽ കടൽ വരെ' എല്ലാ ദേശവും ഒരൊറ്റ രാഷ്ട്രം-മുഴുവൻ ലോകത്തിനും സമാധാനവും സമൃദ്ധിയും പ്രദാനം ചെയ്തുകൊണ്ട് മഹത്വപൂർണവും ഗാംഭീര്യവുമേറിയ ഒരു 'ഹിന്ദുരാഷ്ട്രം' എന്ന കാഹളധ്വനിയാൽ നമുക്ക് സ്വർഗങ്ങളെ നിറയ്ക്കാം.

www.ingramcontent.com/pod-product-compliance
Lightning Source LLC
LaVergne TN
LVHW090355051026
849518LV00006B/2137